शूद्र कोण होते?

भारतीय-आर्य समाजातील चौथा वर्ण
होण्यामागाचे ऐतिहासिक संदर्भ

डॉ. बाबासाहेब आंबेडकर

सकाळ प्रकाशन

सकाळ प्रकाशन

Shudra Kon Hote?
2025, Dr. Babasaheb Ambedkar

शूद्र कोण होते?

२०२५, डॉ. बाबासाहेब आंबेडकर

प्रथम आवृत्ती : डिसेंबर, २०२५
प्रकाशक : सकाळ मीडिया प्रा. लि.
५९५, बुधवार पेठ, पुणे ४११ ००२
संपादन : अंजली इंगवले
मुखपृष्ठ : सकाळ प्रकाशन
मांडणी : संदीप घावरे

ISBN : 978-93-49487-56-7
संपर्क : ९८८१५ ९८८१५ / ८८८८८ ४९०५०
sakalprakashan@esakal.com

महात्मा जोतिबा फुले
(१८२७–१८९०)

आधुनिक भारतातील महान, शूद्र समाजसुधारक,
ज्यांनी खालच्या जातींना दासत्वाची जाणीव करून दिली
आणि सामाजिक लोकशाहीला पारतंत्र्यापेक्षा अधिक महत्त्व दिले

अंतरंग...

एका अर्थाने Who Were The Shudras हे पुस्तक म्हणजे डॉ. बाबासाहेब आंबेडकर यांनी शूद्रांच्या इतिहासाचा अभ्यास नव्या दृष्टिकोनातून मांडण्याचा केलेला प्रभावी प्रयत्न आहे. मानवी स्वभाव मुळात सुसंगत नसतो; त्यात दोन प्रवृत्ती अस्तित्वात असतात. एक प्रवृत्ती आक्रमक आणि स्व-प्रतिष्ठेला अग्रक्रम देणारी, जी स्वतःच्या इच्छा-आकांक्षांच्या पूर्ततेसाठी इतरांच्या अपेक्षांकडे दुर्लक्ष करते; तर दुसरी सहकार्यशील आणि सामाजिक भावनेची, जी समान ध्येय ओळखून समूहांबरोबर काम करण्यास प्रवृत्त करते. या दोन प्रवृत्तींमधील आवश्यक समतोल राखण्यासाठी समाजरचनेला नियंत्रकशक्तीची गरज असते.

अस्तित्वासाठीच्या स्पर्धेत मर्यादित साधनसंपत्ती व ती मिळवण्याची आकांक्षा हा समतोल वारंवार संकटात येतो. म्हणूनच इतिहासात मानवाने धर्म आणि बुद्धी या दोन्हींचा आधार घेत, या द्वंद्वाला नियंत्रित करण्याचा प्रयत्न केला. (Pound –jurisprudence, vol. III).

भारतीय सामाजिक इतिहासाचा ऊहापोह करताना याचा धागा पकडून डॉ. आंबेडकर यांनी दाखवून दिले की, सामाजिक नियंत्रणावर एकाधिकार मिळवण्याच्या अहंकारातून पुरोहित, ब्राह्मणवर्ग सर्वशक्तिमान झाला.

'जात' व्यवस्थेमध्ये 'जन्माधिष्ठित प्रतिष्ठा' हा वर्गनिर्णयाचा एकमेव निकष होता; गुण, क्षमता आणि वैयक्तिक यश यांना त्यात प्रवेश नव्हता. म्हणूनच 'जातव्यवस्था' तत्त्वतः व व्यवहारातही स्वातंत्र्याची विरोधक, समतेला प्रतिकूल आणि मानवतेला घातक होती. या व्यवस्थेमध्ये विवेकाचा वापर आणि तर्कशक्तीची मुक्तता ही काही निवडक घटकांच्या वंशपरंपरेशी जोडली गेली; ती सखोल, तार्किक अध्ययनाशी नव्हे.

धार्मिक ग्रंथांतील तत्त्वज्ञानाने प्रश्नाला, चौकशीला किंवा तर्काला प्रोत्साहन दिले नाही; परिणामी ग्रंथांची सत्ता प्रश्नातीत ठरली आणि 'सत्य' हे शोधायचे न राहता स्वीकारायचे बनले. यामुळेच सामाजिक जडत्व आणि बौद्धिक क्षीणता निर्माण झाली. याच व्यापक पार्श्वभूमीवर डॉ. आंबेडकर यांचे लेखन समाजातील मूल्यांचे पुनर्विलोकन करण्याचा आणि ते नव्याने मांडण्याचा स्पष्ट, निर्भीड आणि बुद्धिसंपन्न प्रयत्न म्हणून उभे राहते.

संविधानसभेत संधी मिळाल्यावर त्यांनी हेच विचार राज्यरचनेत प्रतिष्ठापित केले आणि ज्या उदात्त भारतीय संविधानाचा जन्म झाला; त्यातील मूलभूत अधिकारांनी राज्याकडून किंवा समाजाकडून येणाऱ्या सर्व प्रकारच्या एकाधिकारशाहीपासून व्यक्तीचे संरक्षण सुनिश्चित केले.

डॉ. आंबेडकर लिखित Who Were The Shudras? How they came to be the Fourth Varna in the Indo-Aryan Society? हा मूळ ग्रंथ २७५ पृष्ठांचा असून १९४६मध्ये तो प्रकाशित झाला. हा ग्रंथ डॉ. आंबेडकरांनी महात्मा जोतिबा फुले यांना समर्पित केला आहे. या ग्रंथाचा 'शूद्र पूर्वी कोण होते?' हा मराठी अनुवाद पहिल्यांदा चांगदेव भवानराव खैरमोडे यांनी केला होता.

हा एक शोधग्रंथ आहे; ज्यात शूद्रांच्या उत्पत्तीच्या इतिहासाचे विश्लेषण केले गेलेले आहे. डॉ. आंबेडकर यांनी शूद्र हे मूळचे सूर्यवंशी आर्य असून त्यांची गणना क्षत्रियांमध्ये होत असल्याचे प्रतिपादन यामध्ये केले. शूद्र राजे वेदांना प्रमाणग्रंथ न मानता; वैदिक ब्राह्मणांवर जुलूम करत असत आणि त्यांना अपमानास्पद वागणूक देत असत. त्यामुळे ब्राह्मणांनी शूद्रांचे उपनयन करण्याचे नाकारले. परिणामतः शूद्र हा क्षत्रिय व वैश्य या वर्णांपेक्षाही खालच्या दर्जाचा चौथा वर्ण म्हणून अस्तित्वात आला, अशी मांडणी डॉ. आंबेडकर यांनी यामध्ये केली आहे.

अनुक्रम

प्रस्तावना

शूद्रांच्या एकंदर परिस्थितीसंबंधी जे वाङ्मय अस्तित्वात आहे, त्याची सद्यःस्थिती लक्षात घेतली, तर या विषयावर आणखी एक पुस्तक होईल. भारतीय-आर्य लोकांची सामाजिक संघटना चातुर्वर्ण्याच्या सिद्धान्तावर उभारली होती. चातुर्वर्ण्य म्हणजे 'ब्राह्मण' (पुरोहित), 'क्षत्रिय' (लढवय्ये), 'वैश्य' (व्यापारी) आणि 'शूद्र' (सेवेचे काम करणारे) अशा चार वर्णांमध्ये केलेली समाजाची विभागणी होय, असे सर्वसाधारण मत रुढ आहे. परंतु शूद्रांच्या प्रश्नाचे खरे स्वरूप काय आहे किंवा त्यांचा विस्तार केवढा आहे, याबद्दलची कल्पना त्या मतावरून येत नाही.

समाजाची चार शकले

समाजाची विभागणी चार वर्णात करण्याशिवाय चातुर्वर्ण्याला दुसरे काही साधावयाचे नसते, तर चातुर्वर्ण्य हे एक 'निरुपद्रवी तत्त्व' आहे; असे मानण्यात आले असते. दुर्दैवाने निराळाच डाव चातुर्वर्ण्यांच्या सिद्धान्तात आहे. या सिद्धान्ताने समाजाची चार शकले केली. शिवाय त्याच्याही पुढे जाऊन उच्च-नीच भावनेची विषमता या सिद्धान्ताने समाजात उत्पन्न केली. चार वर्णांनी सामाजिक व्यवहारात परस्परांशी कसे वागायचे याची रूपरेषा या सिद्धान्ताने विषमतेच्या तत्त्वानुसार आखून ठेवली.

उच्च-नीच भावनेच्या आधारावर उभारलेली विषमतेची पद्धत केवळ काल्पनिक स्वरूपाची नाही. तिच्यावर कायदेशीरपणाचा शिक्कामोर्तब केला आहे. त्या पद्धतीप्रमाणे एखाद्याने वर्तन केले नाही तर तो शिक्षेस पात्र होतो, असे मूर्त स्वरूप चातुर्वर्ण्याने त्या पद्धतीला दिले आहे. चातुर्वर्ण्याने शूद्राला उच्च-नीचपणाच्या शिडीच्या अगदी खालच्या पायरीवर ठेवले आहे. एवढेच नव्हे तर या व्यवस्थेने त्यांच्यावर असंख्य अपमानास्पद अटी व अपात्रतादर्शक बंधने लादली. यांमुळे

शूद्राला या व्यवस्थेने जे नीच स्थान देण्यात आले आहे; त्या स्थानापासून वरच्या स्थानाकडे जाण्याला त्याला सक्त मनाई करण्यात आली आहे.

खरेतर हिंदू समाजात अस्पृश्यांचा पाचवा वर्ण उत्पन्न होईपर्यंत शूद्र म्हणजे निचातला नीच माणूस, असे हिंदूंना वाटत होते. शूद्रांच्या प्रश्नांचे स्वरूप कसे आहे; याची यावरून नीट कल्पना येते. हा प्रश्न किती महत्त्वाचा आहे, त्याबद्दल लोकांना नीट कल्पना नाही.

याचे कारण हे की, शूद्रांची संख्या किती आहे, हे समजून घेण्याची त्यांनी कधी काळजी केली नाही. दुर्दैवाने शिरगणतीच्या अहवाला (सेन्सस रिपोर्ट)मध्ये त्यांची संख्या स्वतंत्रपणे वेगळी दाखवली नाही. परंतु अस्पृश्यांची लोकसंख्या जमेस धरली नाही, तर शूद्रांची लोकसंख्या हिंदूंच्या लोकसंख्येच्या मानाने ७५ ते ८० टक्के भरते, याबद्दल शंका नाही. संख्येने इतक्या मोठ्या लोकसंख्येबद्दल हे पुस्तक एका उपेक्षणीय प्रश्नाची चर्चा करत आहे, असे कदापी म्हणता येणार नाही.

हे पुस्तक भारतीय-आर्य समाजातील शूद्रांसंबंधी आहे. शूद्रांचे जे काही प्रश्नोप्रश्न असतील त्यांच्याबद्दल ऊहापोह करणे सध्याच्या काळी प्रशस्त नाही, असे एक मत प्रदर्शित केले जाते. हिंदू जमाती आणि जाती (Hindu Tribes and Castes) या पुस्तकाचे लेखक शेरिंग हे त्यांच्या पुस्तकात या मुद्द्याबद्दल लिहितात (Vol. 1. Introduction) –

> "शूद्र हे आर्य होते किंवा भारताचे मूळचे वन्यावस्थेतील लोक होते किंवा जमातीच्या संमिश्रणाने तयार झालेल्या जमातीतील लोक होते; हा प्रश्न वास्तविक सध्या फारसा महत्त्वाचा नाही. अगदी प्राचीन काळात शूद्रांचा एक स्वतंत्र वर्ग निर्माण करण्यात आला आणि त्यांना समाजात चवथे किंवा शेवटचे स्थान देण्यात आले. वरच्या तीन वरिष्ठ जातींची जी स्थाने होती त्यांच्यात आणि शूद्रांच्या स्थानात पुष्कळसे अंतर ठेवण्यात आले होते. शूद्र प्रथमतः आर्य नव्हते, ही गोष्ट आपण मान्य केली तरी आर्यांच्या तीन जातींमध्ये त्यांचे संमिश्र विवाह इतक्या मोठ्या प्रमाणावर झाले की, मूळच्या शूद्रांचे रूपांतर 'आर्य लोक' असे आत्तापर्यंत होत आले आहे. या असल्या रूपांतरामुळे शूद्रांना काही बाबतीत तोट्यापेक्षा फायदा जास्त झाला आहे.

> ज्या काही जमातींना सध्या शूद्र म्हणून संबोधण्यात येते त्यांच्यात वास्तविकपणे ब्राह्मण व क्षत्रिय लोकांचे गुणावगुण जास्त ठळकपणे दुगोचर होतात. ब्राह्मण व क्षत्रिय लोकांचे गुणावगुणांपेक्षा इतर लोकांचे गुणावगुण त्या टोळ्यांमध्ये अगदी कमी प्रमाणात पाहावयास मिळतात.
>
> सारांश, इंग्लंडमधील सेल्टिक जमाती (Celetic tribes) ओली-सॅक्सन वंशात जशा मिसळून गेल्या त्याचप्रमाणे शूद्रांच्या टोळ्या इतर वंशामध्ये मिसळून गेल्या आहेत. इतर वंशामध्ये शूद्र टोळ्यांचे संमिश्रण इतके झाले आहे की, त्यांना जे पूर्वी स्वतंत्र अस्तित्व होते ते पूर्णतः नष्ट झाले आहे."

या मताची उभारणी दोन चुकांच्या पायांवर केली आहे. त्या काळचे शूद्र म्हणजे परस्परांपासून भिन्न असलेल्या वंशामधून उत्पन्न झालेल्या जातींचा समूह असलेले हे शूद्र व भारतीय-आर्य समाजातील मूळचे शूद्र हे वांशिक दृष्टीने परस्परांपासून अगदी वेगवेगळे आहेत. ही परिस्थिती लक्षात न घेता शेरिंग यांनी जे मत प्रदर्शित केले, ही त्यांची पहिली चूक आहे.

शूद्रांच्या प्रश्नांचा जेव्हा आपण विचार करतो, तेव्हा त्या प्रश्नांचा मध्यवर्ती बिंदू शूद्र असा होत नाही, तर त्यांच्यावर ज्या देहदंडाची व निर्बंधाची कायदेशीर पद्धत लादण्यात आली आहे, ती पद्धत त्या प्रश्नांचा मध्यवर्ती बिंदू ठरते. हा मुद्दा लक्षात न घेता शेरिंग यांनी आपले मत प्रदर्शित केले, ही त्यांची दुसरी चूक होय.

भारतीय-आर्य समाजातील शूद्रांच्या जीवनाची दोरी आपल्या हातात ठेवण्यासाठी ब्राह्मणांनी ही देहदंडाची व निर्बंधाची पद्धत प्रथमतः तयार केली, याबद्दल संशय नाही. स्वतंत्र, वेगळी आणि सहज ओळखता येईल; अशी जमात करून मूळचे शूद्र आता राहत नाहीत, ते वरिष्ठ जातीत इतके मिसळून गेले आहेत की, त्यांच्या स्वतंत्र अस्तित्वाचा मागमूसही लागत नाही.

परंतु आश्चर्याची गोष्ट ही की, मूळच्या शूद्रांसाठी जे कायदे केले होते; ते कायदे मूळचे शूद्र अस्तित्वात राहिले नाहीत, तरी अस्तित्वात राहिले. मूळच्या शूद्रांशी ज्यांचा कसलाही संबंध नाही; अशा हिंदू समाजातील सर्व कनिष्ठ दर्जाच्या लोकांना सध्या ते कायदे लागू करण्यात आले. हे कसे घडून आले, हे जाणून घेण्याची सर्वांना उत्सुकता असेल.

याबद्दल माझे स्पष्टीकरण असे आहे की, भारतीय-आर्य समाजातील शूद्र ब्राह्मणांनी केलेल्या कायद्यांच्या तडाख्यांनी इतके जर्जर झाले असतील की, ते दिवसेंदिवस जास्तीत जास्त अधोगतीला जाऊन शेवटी जमातीतील अगदी नीच दर्जाचे स्थान त्यांना मिळाले असेल, याचे दोन परिणाम झाले.

'शूद्र' शब्दाचा अर्थ

एक परिणाम असा झाला की, 'शूद्र' या शब्दाच्या अर्थात बदल करण्यात आला. एका विशिष्ट जमातीचे नाव, असा 'शूद्र' या शब्दाचा अर्थ नष्ट झाला. संस्कृतिहीन, स्वाभिमानशून्य आणि समाजात कसल्याही प्रकारचा सन्मान नसलेल्या कनिष्ठ मानलेल्या वर्गातील लोक यांचे सामान्य नाम म्हणून 'शूद्र' हा शब्द वापरण्यात आला.

दुसरा परिणाम असा झाला की, 'शूद्र' या शब्दाचा व्यापक अर्थ म्हणजे पुष्कळ प्रकारच्या लोकांना लागू होणारा असा करण्यात आला. त्यामुळे शूद्रांसाठी जे कायदे करण्यात आले होते, तेही व्यापक लोकसमुदायासाठी वापरले जाऊ लागले.

हल्लीचे शूद्र हे पूर्वीच्या काळच्या शूद्रांपैकी नाहीत, तरी याप्रमाणे मूळच्या शूद्रांसंबंधीचे कायदे त्यांच्यावर लादण्यात आले. एक गोष्ट मात्र नक्की की, मूळच्या अपराध्यांसाठी जे कायदे केले होते, ते आजच्या निरपराधी लोकांना लागू करण्यात आले.

मूळचे शूद्र हे सध्याच्या काळच्या कनिष्ठ मानलेल्या वर्गातील लोकांहून भिन्न लोक होते, हे ओळखण्याची ऐतिहासिक दृष्टी हिंदू धर्मशास्त्रकारांना असती तर शूद्रांची ही कारुण्यावस्था-निरपराध्यांची ही कत्तल त्यांना टाळता आली असती.

हे कायदे पूर्वीच्या शूद्रांना जितक्या कडकरीतीने लागू करण्यात येत असत तितक्याच कडकरीतीने ते सध्या काळच्या शूद्रांनाही लागू करण्यात आले, हे सत्य आहे. ते दुर्दैवाने घडून आले आहे.

हे कायदे कसे उत्पन्न झाले, या गोष्टीची चौकशी प्राचीन काळात शिरून केली पाहिजे, केवळ असे आजच्या शूद्रांना वाटत नाही, तर ते कायदे आमच्यावर कसे व का लादण्यात आले, याची चौकशी होणे जरूर आहे, असे त्यांना वाटते.

शूद्रांची उत्पत्ती कशी झाली, या प्रश्नाची चर्चा होणे जरूर आहे. परंतु ही चर्चा करण्याचा मला काय अधिकार आहे, अशी शंका कोणीतरी प्रदर्शित करेल.

भारताच्या राजकीय प्रश्नांवर बोलण्यास तुम्हास अधिकार आहे. परंतु धर्म आणि भारताचा धार्मिक इतिहास हे तुमचे विषय नव्हते व त्यासंबंधी तुम्ही चकार शब्दही काढता कामा नये, अशी मला अगोदरच काही लोकांकडून धमकीवजा सूचना मिळाली आहे. असली सूचना मला देण्याची माझ्या टीकाकारांना का जरुरी भासली असावी, हे मला समजत नाही.

संस्कृत भाषेवर माझे प्रभुत्व नाही, म्हणून धर्म व भारताचा धार्मिक इतिहास या विषयावर मला चकार शब्दही बोलता येणार नाही, या हेतूने ती सूचना टीकाकारांनी दिली असेल; तर मी कबूल करतो की, मला संस्कृत भाषेची चांगली माहिती नाही, हा माझ्यात दोष आहे. परंतु या क्षेत्रात कार्य करण्यास मी या दोषामुळे सर्वस्वी अपात्र कसा ठरतो, हे मला समजत नाही. इंग्रजी भाषेत ज्याचा अनुवाद झाला नाही किंवा त्या भाषेत ज्याच्यावर ग्रंथ लिहिले नाहीत; असे संस्कृत वाङ्मय अगदी थोडेच असेल.

मला संस्कृत भाषेचे ज्ञान नाही, म्हणून मला या विषयासारखा विषय हाताळण्यास अडचण पडलीच पाहिजे असे होत नाही. कारण मी असे छातीठोकपणे म्हणू शकतो की, 'माझ्यासारखी साधारण बुद्धी ज्याला आहे अशा कोणाही माणसाने या विषयासंबंधी योग्य त्या वाङ्मयाचा, अर्थात इंग्रजी अनुवादातील वाङ्मयाचा १५ वर्षे जर अभ्यास केला तर त्याला या विषयासंबंधी बोलण्याची किंवा लिहिण्याची योग्यता प्राप्त झाली आहे, असे समजण्यास काही हरकत नाही.'

या विषयावर बोलण्यास माझी कितपत योग्यता आहे, याबद्दल सांगावयाचे म्हटले तर हे पुस्तक त्याबद्दल निर्वाळा देईलच. कदाचित असेही होईल की, माझा हा प्रयत्न म्हणजे ज्या ठिकाणी देवदूत जाण्यास धजत नाही, त्या ठिकाणी मूर्ख लोक घाईने शिरतात, या वचनाची सत्यता दाखवणारे एक उदाहरण होईल. परंतु मुर्खालासुद्धा काही कर्तव्यकर्म करावयाचे असते, अशी माझी श्रद्धा आहे. म्हणून माझ्या प्रयत्नाबद्दल मला समाधान वाटते. मूर्खाचे कर्तव्यकर्म हे की, जेव्हा देवदूत झोपी गेला असेल किंवा सत्याचा घोष करण्यास भीत असेल, तेव्हा मूर्खाने आपले योग्य ते कर्तव्य चोख बजावावे. या मनाई केलेल्या क्षेत्रात मी का शिरलो, याचा खुलासा हा असा आहे.

विशेष लक्षात ठेवण्यासारखे या पुस्तकात काय आहे? या विषयाचे संशोधन करून त्यातून मी जे निष्कर्ष काढले आहेत, तेच विशेष स्वरूपाचे आहे. याबद्दल संशय नाही. या पुस्तकात दोन प्रश्न उपस्थित केले आहेत.

शूद्र पूर्वी कोण होते? आणि चौथा वर्ण म्हणून त्यांची गणना भारतीय-आर्य समाजात कशी करण्यात आली? या प्रश्नांना माझी जी उत्तरे आहेत, त्यांचा सारांश याप्रमाणे आहे –

- सूर्यवंशाच्या ज्या आर्य जमाती होत्या, त्यांतील एका जमातीचे शूद्र होते.
- एककाळ असा होता की, ज्यावेळी आर्य समाज फक्त तीन वर्ण म्हणजे ब्राह्मण, क्षत्रिय व वैश्य होते.
- शूद्रांचा स्वतंत्र असा वर्ण नव्हता. भारतीय-आर्य समाजातील क्षत्रिय वर्णाचा एक भाग असा शूद्रांचा दर्जा होता.
- शूद्र राजे आणि ब्राह्मण यांच्यामध्ये एकसारखा संघर्ष चालू असे. या संघर्षामुळे ब्राह्मणांवर अनेक अत्याचार आणि अपमानास्पद दुराचार करण्यात आले होते.
- शूद्रांनी आपल्यावर अत्याचार व जुलूम केले ही जाणीव ब्राह्मणांच्या अंतःकरणाला एकसारखी टोचणी देत होती, म्हणून ब्राह्मण शूद्रांचा द्वेष करू लागले. या द्वेषामुळे शूद्रांचे उपनयन करण्याचे ब्राह्मणांनी नाकारले.
- शूद्रांना उपनयन नाकारल्यामुळे शूद्र आपल्या मूळच्या क्षत्रियपदापासून च्युत झाले व सामाजिक दृष्टीने त्यांची अधोगती झाली, त्यामुळे त्यांचा दर्जा वैश्यांचा खालचा झाला व आणि त्याप्रमाणे त्यांचा स्वतंत्र चौथा वर्ण उत्पन्न करण्यात आला.

हे निष्कर्ष मी काढले आहेत, त्यांच्याबद्दल विद्वान लोक काय भाष्य करणार आहेत, याची मी अर्थातच वाट पाहिली पाहिजे. हे निष्कर्ष नुसते मौलिक आहेत; असे नव्हे तर सध्या या बाबतीतील जे निष्कर्ष रूढ मानले जातात, या निष्कर्षांच्या अगदी उलट स्वरूपाचे आहेत, हे अर्थात उघड आहे. हे मौलिक निष्कर्ष ग्राह्य आहेत किंवा अग्राह्य आहेत, हे ठरवणे यांबद्दल निर्णय देण्याची ज्यांची योग्यता आहे अशा माणसांच्या मनोरचनेवर अवलंबून राहील.

अर्थात माणसाला या बाबतीतील एखाद्या सिद्धान्ताची फारच आवड उत्पन्न झाली असेल, तर माझा सिद्धान्त कुचकामाचा आहे, असे तो ठरवेल. त्याने असा निर्णय दिला तरी त्याबद्दल मला फारशी काळजी वाटणार नाही; कारण असला माणूस विरोधी असतो व विरोधाशिवाय दुसऱ्या कोणत्याही गोष्टीची त्याच्याकडून अपेक्षा करता येत नाही. परंतु टीका करणारा माणूस, मग तो कितीही नव्या वृत्तींचा असो अगर कितीही जुन्या मतांचा असो, प्रामाणिकपणे टीका करत असेल आणि

उघड अंतःकरणाने वागत असेल. सत्यकथा कोणत्या आहेत, हे कबूल करण्याची त्याची तयारी असेल, तर त्याला माझे मत स्वीकारण्यास तयार करण्याबद्दल मला खेद वाटत नाही. ही माझी अपेक्षा कदाचित चुकीची ठरेल.

परंतु एका गोष्टीबद्दल मला संपूर्ण खात्री आहे. ती गोष्ट ही की, या विषयाबद्दल नवे विचार, नवीन दृष्टिकोन, नवयुगांसंबंधीची नवी स्वप्ने, या सामग्रीने माझे पुस्तक ओतप्रोत भरले आहे. हे माझ्या टीकाकारांना कबूल करावे लागेल.

हिंदूंचे पाच वर्ग

विद्वान लोकांची गोष्ट सोडली तर हिंदू समाजातील लोकांना माझा नवीन सिद्धान्त कसा काय वाटेल, याबद्दल तर्कवितर्क करत बसणे बरेच गमतीचे होईल. आजच्या हिंदूंचे नक्की पाच वर्ग आहेत. हिंदू समाजाच्या रचनेत काही वैगुण्य आहे, हे कधीही कबूल करण्यास नसलेला व पारंपरिक मतांचा म्हणून समजला गेलेला असा एक वर्ग आहे.

हिंदू समाजव्यवस्थेत सुधारणा करण्याची भाषा बोलणे, हे या वर्गातील लोकांना भयंकर पाप वाटते, 'आर्य समाजी' या नावाने ओळखला जाणारा हिंदूंचा एक वर्ग आहे. ते फक्त वेदांवर विश्वास ठेवतात. वेदांशिवाय इतर कोणत्याही धर्मग्रंथावर त्यांचा विश्वास नाही; जे वेदान्तात नाही ते त्याज्य असे ते मानतात. म्हणून याबाबतीत आर्य समाज व जुन्या मताचे हिंदू यांच्यात मतभेद आहेत. वेदांतील आधाराशिवाय काही करावयाचे नाही, अशी 'आर्य समाजा'ची धर्मश्रद्धा आहे.

हिंदू समाजव्यवस्था सर्वथैव चुकीची आहे. हे कबूल करणारा एक हिंदूंचा वर्ग आहे. परंतु याबद्दल या समाजव्यवस्थेवर हल्ला करण्याची जरुरी नाही, असे या वर्गाचे मत आहे. याबद्दल त्यांचे म्हणणे असे आहे की, या समाजव्यवस्थेला कायद्याचा पाठिंबा नाही व म्हणून ती व्यवस्था जरी मृतवत झाली नाही तरी ती मृत्यूच्या पंथाला लागली आहे.

राजकारणाबद्दल जागरूक असलेला हिंदूंचा एक वर्ग आहे. अशा प्रकारच्या प्रश्नांबद्दल त्या वर्गातील लोक उदास असतात. सामाजिक सुधारणा घडवून आणण्यापेक्षा स्वराज्य प्राप्त करून घेणे, हे त्यांना अधिक महत्त्वाचे वाटते.

हिंदूंचा पाचवा वर्ग आहे; तो 'प्रगतिप्रिय' लोकांचा. यांना सामाजिक सुधारणा फार महत्त्वाची वाटते, ती इतकी की स्वराज्य मिळवण्यापेक्षा जास्त.

दुसऱ्या वर्गात मोडणारे हिंदू कदाचित असे म्हणतील की, या पुस्तकाची सध्या काही जरुरी नाही, या लोकांचे हे म्हणणे मी मान्य करू शकत नाही. ब्रिटिश

भारतातील चालू कायदा हिंदू समाजात रूढ असलेल्या जातीपद्धतीला मान्यता देत नाही, असे जेव्हा हे लोक म्हणतात, तेव्हा त्यांचे म्हणणे एकाअर्थी बरोबर वाटते.

एखादा 'हिंदू सिव्हिल प्रिसिजर कोड'च्या ११व्या कलमाचा आधार घेऊन जर एखाद्या सिव्हिल कोर्टातून मी अमक्या वर्गाचा आहे असा जाहीरनामा मिळवू लागला, तर तसला जाहीरनामा त्याला मिळणार नाही, हे खरे आहे.

एखादा माणूस कोणत्या वर्णाचा आहे, या प्रश्नाचा विचार जर ब्रिटिश भारतातील कोर्टांना करावयाचा झाला, तर तो विवाह करणे, वडिलोपार्जित इस्टेट मिळणे आणि दत्तक घेणे यासंबंधी त्या कोर्टापुढे जे खटले असतील त्या खटल्यांमध्ये करावा लागतो.

ब्रिटिश भारतातील कायदा हिंदूंच्या चार वर्णांना मानत नाही, हे खरे आहे. याबद्दल चुकीची समजूत करून न घेण्याबद्दल प्रत्येकाने दक्षता बाळगावी. हाच मुद्दा स्पष्टपणे मांडावयाचा तर –

- वर्णव्यवस्था पाळणे; हा ब्रिटिश भारतातील कायदा गुन्हा मानतो, असा त्या विधानाचा अर्थ होत नाही.
- वर्णव्यवस्था नष्ट झाली आहे. असा त्या विधानाचा अर्थ होत नाही.
- नागरिक हक्क प्राप्त करून घेण्यासाठी वर्णव्यवस्थेच्या नियमांचे पालन करणे आवश्यक आहे. अशा स्वरूपाच्या खटल्यात वर्णव्यवस्थेला कायद्याने उचलून धरले नाही, असा त्या विधानाचा अर्थ होत नाही.
- वर्णव्यवस्थेच्या पाठीमागे कायद्याचा जो सर्वसाधारण पाठिंबा असतो तो काढून घेण्यात आला आहे, असा त्या विधानाचा अर्थ होतो.

समाजातील संस्था केवळ कायद्याच्या पाठिंब्याने टिकून राहतात असे नाही. संस्था इतर गोष्टींच्या पाठिंब्यानेसुद्धा टिकून राहतात, यांपैकी धर्माचा पाठिंबा व समाजाचा पाठिंबा हेही फार महत्त्वाचे आहे.

वर्णव्यवस्थेला धर्माचा पाठिंबा आहे. वर्णव्यवस्थेला धर्माचा पाठिंबा मिळाला, केवळ त्यामुळे हिंदू लोकांनी वर्णव्यवस्थेला समाजाचा संपूर्ण पाठिंबा

दिला. याबाबतीत कायद्याने कोणतीही आडकाठी आणली नाही. धर्माचा पाठिंबा वर्णव्यवस्थेला मिळाला केवळ त्यामुळे वर्णव्यवस्थेचे अस्तित्व कायम टिकून राहिले. वर्णव्यवस्थेची अंमलबजावणी करणारा कायदा अस्तित्वात नसतानाही वर्णव्यवस्था टिकून राहिली, हे सिद्ध करण्याचा एक पुरावा म्हणजे, शूद्र व अस्पृश्य लोक यांना हिंदू समाजात प्राचीन काळी जे स्थान होते, तेच स्थान आतापर्यंत टिकून राहिले आहे. म्हणून प्रस्तुत विषयाचा सांगोपांग विचार करणे जरुरीचे नाही, असे म्हणणे योग्य दिसत नाही.

राजकारणाबद्दल जागृत असलेल्या हिंदूंबद्दल बोलावयाचे तर असे म्हणता येईल की, या विषयांच्या बाबतीत या गृहस्थाच्या मतांना फारशी किंमत देऊ नये. या विषयाकडे पाहण्याची याची दृष्टी साधारणतः दूरवर पोहोचणारी नसते. दूर अंतराच्या टप्प्यावर असलेल्या परिस्थितीकडे पाहण्याची धमक त्याच्या दृष्टीत नसते. या बाबतीतील एखादा प्रश्न कितीही तातडीचा असला तरी तो सोडवण्याच्या भानगडीत हा गृहस्थ पडला, तर ते लोकांना आवडणार नाही. या गृहस्थाला वाटले तर या प्रश्नाला तो शक्य तर थोडासा विरोध करेल व प्रश्न सोडवण्याचे लांबणीवर टाका असे तो म्हणेल.

राजकारणाबद्दल जागृत असलेल्या हिंदूंची अशी मनःस्थिती असल्यामुळे त्याला हे पुस्तक म्हणजे एक कटकट आहे, असे वाटणे अगदी साहजिकच आहे.

या पुस्तकाने 'आर्य समाजा'ला टोचे मारून रक्तबंबाळ केले आहे. मी काढलेले निष्कर्ष आणि 'आर्य समाजा'चा ध्येयवाद यांच्यामध्ये दोन अत्यंत महत्त्वाच्या मुद्द्यासंबंधी दुमत झाले आहे.

भारतीय-आर्य समाजाचे चार वर्ण हे समाजाच्या प्रारंभापासून अस्तित्वात होते, अशी आर्य समाजाची श्रद्धा आहे. एककाळ असा होता की, त्यावेळी भारतीय-आर्य समाजात फक्त तीनच वर्ण अस्तित्वात होते, असे हे पुस्तक दाखवते.

वेद हे शाश्वत व अपौरुषेय आहेत; अशी 'आर्य समाजा'ची श्रद्धा आहे. वेदांतील काही भाग, विशेषतः 'आर्य समाज' ज्याला अत्यंत महत्त्व देतात तो पुरुषसूक्ताचा भाग, हे आपले मतलबी हेतू साध्य करण्याच्या बुद्धीने ब्राह्मणांनी वेदांमध्ये मागाहून घुसडून दिलेले स्वकृत मजकूर आहेत. हे या पुस्तकाने दाखवून दिले आहे. हे दोन निष्कर्ष 'आर्य समाजा'च्या धार्मिक मतांवर जोरदार हल्ला करून उधळून लावतील!

हिंदू समाज कधी न बदलणारा

माझा 'आर्य समाजा'शी सामना होतो, याबद्दल मला वाईट वाटत नाही. वेद हे शाश्वत, अनादी-अनंत आणि अचूक आहेत. हिंदूंच्या संस्था वेदांवर आधारलेल्या असल्यामुळे त्या संस्थाही शाश्वत, अनादी-अनंत व अचूक आहेत म्हणून त्यांच्यात काही फेरफार करण्याची जरुरी नाही, अशा प्रकारचा उपदेश-प्रचार करून हिंदू समाज हा कधी न बदलणारा समाज आहे. असा समज 'आर्य समाजा'ने हिंदूमध्ये प्रसृत केला, ही त्यांच्या हातून मोठी चूक झाली आहे. अशा प्रकारची श्रद्धा एखाद्या समाजात रूढ करावयाची म्हणजे त्या समाजाचा पूर्ण नाश करणारी वस्तू तिच्या हाती देण्यासारखे आहे.

वेदांसंबंधी आणि हिंदू समाजासंबंधी आर्य समाजाचा हा जो धार्मिक ध्येयवाद आहे, तो संपूर्णपणे नष्ट केल्याशिवाय आपण आपली सुधारणा करणे आवश्यक आहे, असे हिंदू समाजाला वाटणार नाही. अशी माझी खात्री झाली आहे. या पुस्तकाने दुसरे काही केले नसले तरी ही जागृती त्याने केली आहे.

या पुस्तकाबद्दल प्रतिगामी हिंदू कोणता अभिप्राय देईल, याची मला पुरी कल्पना आहे. कारण गेली कित्येक वर्षे मी या गृहस्थाबरोबर कुस्ती खेळत आहे. मला जी एकच गोष्ट पूर्वी माहीत नव्हती ती ही की, नम्रपणाने वागणारा आणि निरुपद्रवी दिसणारा हिंदू याच्या पवित्र धार्मिक ग्रंथावर कोणी हल्ला केला तर तो मारामारी करण्यास कसा प्रवृत्त होतो.

याच विषयावर मी मद्रासमध्ये व्याख्यान दिले होते. तेव्हा माझ्या व्याख्यानामुळे चिडून गेलेल्या पुष्कळ हिंदूंचा समतोलपणा नष्ट झाला व रागारागाने लिहिलेल्या पत्रांचा त्यांनी माझ्यावर भडिमार केला.

ही पत्रे वाचल्यानंतर मला त्या गोष्टीची पूर्वी झाली नव्हती इतकी जाणीव झाली. ती सांगता येणार नाहीत आणि छापता येणार नाहीत, अशा घाणेरड्या शिव्यांची लाखोली त्या पत्रांमध्ये मला वाहिलेली होती. 'माझा खून आता करू, मग करू,' अशा प्रकारच्या धमक्याही त्या पत्रांमध्येही होत्या. 'याबाबतीत तुमच्या हातून जो गुन्हा झाला आहे, तो तुमचा पहिला गुन्हा आहे आम्ही तुम्हाला काही न करता मोकळे सोडून देतो,' असे त्यांनी गेल्या वेळी मला बजावले होते. आता ते काय करतील, याची मला कल्पना नाही. कारण, हे पुस्तक वाचल्यानंतर त्यांना कळून येईल की, ते ज्यांना पवित्र ग्रंथ समजतात त्या ग्रंथामध्ये राजकीय हेतू साध्य करण्यासाठी व दुसऱ्या वर्गांची कुचंबणा करण्यासाठी ब्राह्मणांनी खोटेनाटे मजकूर

तयार करून घुसडून दिले आहेत, ही गोष्ट मी इकडचे तिकडचे प्रबळ पुरावे घेऊन सिद्ध करून दाखवले आहे. हे माझे कृत्य म्हणजे त्यांच्या दृष्टीने पहिल्या गुन्ह्याची वाढवलेल्या स्वरूपाची आवृत्ती होय.

हा प्रकार पाहून त्यांचा माझ्यावरचा राग चांगलाच वाढला असेल हे नक्की. अशा लोकांच्या शिवीगाळीची किंवा धमक्यांची मी काळजी करत नाही. कारण हे लोक म्हणजे आपल्या धर्माची बाजू मांडण्याचा आव आणणारे, पण धर्माचा व्यापार करून श्रीमंत झालेले नीच कोटीतील मानव प्राणी आहेत, याची मला पूर्ण जाणीव आहे. ते जगातील कोणत्याही इतर प्राणिमात्रापेक्षा जास्त स्वार्थी आहेत. आपल्या जातीतील आपल्या सारख्याच इतर स्वार्थी लोकांची पत राखण्यासाठी ते आपल्या बुद्धिमत्तेचा वेश्याव्यवसाय करत आहेत.

हिंदूंच्या पवित्र ग्रंथाविरुद्ध बोलण्याचे धैर्य ज्या माणसामध्ये आहे, अशा माणसाने प्रामाणिकपणे त्या ग्रंथाबद्दल जर आपले सत्यशोधक विचार प्रदर्शित केले तर त्याच्यावर जुनाट मतांची पिसाळलेली कुत्री सोडण्यात येतात. अशा वेळी स्वतःला उच्च प्रतीचे सुशिक्षित समजणारे आणि मानमान्यतेच्या उच्च प्रतीच्या जागा सुशोभित करणारे असे प्रमुख हिंदू लोक, त्यांना या विषयासंबंधी काही स्वारस्य वाटत नसतानाही आणि ते उघड अंतःकरणाचे लोक आहेत असा त्यांच्याबद्दल समज असतानाही या वादात शिरतात आणि जुनाट मतवाद्यांच्या सुरांत आपला सूर मिळवतात. ही काही कमी आश्चर्याची गोष्ट नाही.

उच्च न्यायालया (हायकोर्ट)चे हिंदू न्यायाधीश आणि संस्थानचे हिंदू मुख्य प्रधान हे लोकसुद्धा या लोकांच्या तांड्यात शिरण्यास मागे-पुढे पाहात नाहीत, हे लोक त्याच्याही पुढे जातात. सत्यशोधक विचार प्रदर्शित करणाऱ्या माणसाच्या विरुद्ध जे काहूर माजवण्यात आले असते, त्यात हे गृहस्थ अग्रगण्य तर असतातच; शिवाय या माणसाला नामोहरम करण्यासाठी जो चक्रव्यूह रचण्यात आलेला असतो, त्यातही हे महाशय प्रथमपासून सामील झालेले असतात,

या सर्व प्रकारात चीड येण्यासारखी गोष्ट ही की, हे महाभाग स्वतःची अशी समजूत करून घेतात की, आपल्या बहुमानाच्या जागांमुळे आपल्याला समाजात जे महत्त्व प्राप्त झाले आहे, त्यामुळे या विषयासंबंधी ते जे उद्‌गार काढतील त्या त्या उद्‌गारांना जनता शिरसावंद्य मानेल व याचा परिणाम जुनाट मतवादाला विरोध करणाऱ्या एकूणएक माणसाच्या मनावर होऊन ती माणसे गर्भगळित होतील व विरोध करण्याचे सोडून देतील.

या महाशयांच्या असल्या दुष्ट हेतूंमुळे त्यांनी मला माझ्या कार्यापासून परावृत्त करताना माझ्यावर बाका प्रसंग गुजरला आहे. तशाच प्रकारचा प्रसंग डॉ. जॉन्सन यांच्यावर आला होता. तेव्हा त्यांनी मार्मिक उद्‌गार काढले होते, ते या महाशयांना माहीत नसावेत असे वाटते. "मी चोराला पकडणार आहे, हे पाहून गुंडानी मला धमक्या दिल्या आहेत, पण गुंडांच्या धमक्यांनी घाबरून जाऊन मी चोराला पकडण्याचे सोडून देणार नाही."

उच्चपदांवर विराजित झालेल्या या टीकाकारांशी द्वेषाने वागण्याची मला इच्छा नाही किंवा चोराला पळून जाण्यात मदत करण्याचे गुंडाचे कार्य हे टीकाकार करत आहेत, असेही मला म्हणावयाचे नाही. परंतु दोन गोष्टी त्यांना सांगण्याची मला प्रबळ इच्छा आहे. पहिली ही की, 'काहीही होवो, हिंदू धर्माच्या पवित्र ग्रंथाचे संशोधन करताना मला जेवढी ऐतिहसिक सत्ये दिसून येतील तेवढी मी चव्हाट्यावर मांडेन.'

हे कार्य करताना डॉ. जॉन्सन यांचा दृढनिश्चय मी माझ्या डोळ्यांपुढे आदर्श म्हणून ठेवेन. हे कार्य हाती घेण्याचा माझा हेतू एवढाच आहे की, पवित्र धर्मग्रंथात जे आदर्श व जे नीतिनियम सांगण्यात आले आहेत; ते नियम हिंदूंच्या, देशाच्या व समाजाच्या ऱ्हासाला आणि अधःपतनाला कारणीभूत झालेले आहेत; ही गोष्ट माझी ऐतिहासिक तत्त्वे समजल्यानंतर हिंदूंना मान्य व्हावीत.

दुसरी गोष्ट अशी की, मला पवित्र ग्रंथासंबंधी काय म्हणावयाचे आहे, हे समजून घेण्यास जर सध्याच्या पिढीतील हिंदू लोक तयार नसतील तर पुढच्या पिढीतील हिंदू लोक तयार होतील, याची मला खात्री आहे. याबाबतीत मला यश येणार नाही, अशी निराशा माझ्या मनात येतच नाही.

ते काही का असेना, हे पुस्तक म्हणजे जुनाट मतवादाला आव्हान आहे.

प्रस्तुतच्या समाजव्यवस्थेत सुधारणा होणे हे जरूर आणि अगत्याचे आहे, अशी त्यांची श्रद्धा आहे, असा एक हिंदूंचा वर्ग आहे. हिंदूंच्या अनेक वर्गांपैकी फक्त एकच वर्ग माझ्या पुस्तकाचे कदाचित स्वागत करेल, या पुस्तकात चर्चेस घेतलेला प्रश्न असा आहे की, तो सोडवण्यासाठी अनेक विद्वानांना अनेक पिढ्या प्रयत्न करत राहावे लागेल. परंतु हा इतका बिकट प्रश्न आहे. म्हणून याचा सांगोपांग विचार करण्याचे पुढे लांबणीवर ढकलावे, असे या हिंदूंच्या वर्गाला वाटत नाही.

> जातीयता ही हिंदू समाजव्यवस्थेतील एक नैसर्गिक पीडा आहे. राजकारणाबद्दल जागृत असलेले हिंदू या पीडेला कमी लेखण्याची किंवा तिला पुढे ढकलण्याची इच्छा धरतात. परंतु यामुळे जे प्रश्न उत्पन्न होतात; ते प्रश्न या राजकारणी हिंदूंना पावलोपावली भेडसावत असतात. ही गोष्ट राजकारणी हिंदूंना तो जर प्रामाणिक असेल तर कबूल करावी लागेल. ते प्रश्न म्हणजे या क्षणाला झालेल्या तात्पुरत्या अडचणी नाहीत, ते प्रश्न म्हणजे आपल्या कायमच्या अडचणी आहेत.

प्रत्येक क्षणाक्षणाला आपणाला भासणाऱ्या या अडचणी आहेत. अशा प्रकारच्या हिंदूंचा वर्ग अस्तित्वात आहे. हे पाहून मला आनंद वाटतो. हे हिंदू संख्येने जरी लहान आहेत तरी माझी सारी भिस्त यांच्यावर आहे आणि म्हणून मी हे पुस्तक त्यांच्यापुढे ठेवत आहे.

'ग्राम्य' वाङ्मय

प्रत्येक धर्मातील पवित्र ग्रंथाबद्दल आदरभाव दाखवला पाहिजे. असा आदरभाव हिंदूंच्या धार्मिक पवित्र ग्रंथाबद्दल मी दाखवला नाही, असे माझ्याबद्दल म्हणण्यात येईल. हा आरोप जर खरा मानला तर माझ्या बाजूचे समर्थन करण्यासाठी दोन गोष्टींचा आधार घेणे मला भाग पडते. सर्व वाङ्मय 'ग्राम्य' (लोकांसंबंधीचे वाङ्मय या मूळ अर्थाने 'ग्राम्य' हा शब्द मी वापरत आहे.) समजावयाचे व नंतर त्यांच्यात पवित्र वाङ्मय व अपवित्र असा भेदभाव अगोदर करावयाचा नाही, पण केवळ सत्य शोधून काढण्याच्या हेतूने त्या वाङ्मयाला रूढ नियमांच्या कसाला लावून त्याची परीक्षा करावयाची, अशी इतिहासकारांची एक उत्कृष्ट परंपरा आहे. या विषयावर मी जे संशोधन केले आहे, ते या परंपरेच्या प्रकाशात केले आहे. ही पहिली गोष्ट.

पवित्र वाङ्मय

दुसरी गोष्ट ही की, पवित्र वाङ्मयाबद्दलचा आदरभाव व भक्तिभाव हे पाहिजे तेव्हा आणि पाहिजे तसे निर्माण करता येत नाहीत. हे भाव काही सामाजिक घटनांमुळे आपोआप उत्पन्न होतात. या सामाजिक घटना असल्या भावनांना एखाद्या बाबतीत साहजिकपणे उत्पन्न करतात, तर दुसऱ्या बाबतीत मारूनमुटकून उत्पन्न करतात.

हिंदूंच्या पवित्र वाङ्मयाबद्दल ब्राह्मण विद्वानांमध्ये जे आदरभाव व भक्तिभाव उत्पन्न होतात ते नैसर्गिकपणे होतात. परंतु असले आदरभाव ब्राह्मणेतर विद्वानांमध्ये उत्पन्न होणे, अगदी अनैसर्गिक आहे. भावनेच्या उत्पत्तीसंबंधी दोन्ही पक्षात जो भेद दिसतो, त्याचे स्पष्टीकरण अगदी साधे आहे. ब्राह्मण विद्वान गृहस्थ या पवित्र वाङ्मयाकडे शंकाकुशंकाविरहित अशा निर्भेळ पूज्य भावनेने पाहतो आणि त्या वाङ्मयावर जर कोणी प्रहार करू लागला तर तो ब्राह्मण गृहस्थ बुद्धिनिष्ठ माणसाच्या ममत्वरहित वृत्तीने ते प्रकार निमूटपणे पाहात राहतो.

...म्हणजे ब्राह्मणांचे हक्क जोपासणे

साधारण शिकलेला माणूस मात्र ते प्रहार ममत्वाच्या बुद्धीने पाहील, बुद्धिनिष्ठ माणसाची ममत्वरहित वृत्ती आणि साधारण शिकलेल्या माणसाची ममत्वपूर्ण वृत्ती यांच्यातील फरक हा असा आहे. या गोष्टीची आपण अशी अपेक्षा करतो त्याचप्रमाणेच ती घडून येते. कारण हे पवित्र वाङ्मय म्हणजे तरी काय? हे वाङ्मय म्हणजे जवळ जवळ सर्वस्वी ब्राह्मणांनी उत्पन्न केलेले वाङ्मय आहे.

दुसरे असे की, ब्राह्मणेतरांपेक्षा ब्राह्मणांना जे श्रेष्ठपणाचे अधिकार आणि हक्क आहेत, त्याची जोपासना करणे, हाच मुख्य हेतू त्या वाङ्मयाचा आहे अशी स्थिती असताना ब्राह्मणांनी त्या वाङ्मयाच्या पावित्र्याला उचलून का धरू नये बरे?

ज्या कारणामुळे ते पावित्र्य उचलून धरावे असे ब्राह्मणांना वाटते, त्याच कारणामुळे त्या पावित्र्याचा धिक्कार करावा, असे ब्राह्मणेतराला वाटते, ज्याला पवित्र वाङ्मय म्हणून मानले जाते, त्यामध्ये तिरस्करणीय व सामाजिक तत्त्वज्ञान सांगण्यात आले आहे, आणि हेच तत्त्वज्ञान आपल्या सामाजिक अवनतीला कारणीभूत झाले आहे. याचे ज्ञान ब्राह्मणेत्तराला झाले असल्यामुळे ब्राह्मण ज्या दृष्टीने त्या वाङ्मयाकडे पाहतो, त्याच्या अगदी उलट दृष्टीने ब्राह्मणेतर त्या वाङ्मयाकडे पाहतो.

मी ब्राह्मणेतर आहे. ब्राह्मणेतरसुद्धा नव्हे. मी अस्पृश्य आहे, ही गोष्ट जर लक्षात घेतली तर हिंदूंच्या पवित्र वाङ्मयाबद्दल मला आदर व भक्ती का वाटत नाही, या गोष्टीचे आश्चर्य वाटण्याचे कारण राहत नाही. ब्राह्मणेतरांना या पवित्र वाङ्मयाचा जितका तिरस्कार वाटतो, त्याच्यापेक्षा कमी तिरस्कार मला वाटत नाही, हे साहजिक आहे.

प्रो. थॉर्नडाइक यांनी म्हटले आहे की, 'हिंदूंच्या सामाजिक इतिहासाचे जे प्रश्न आहेत, त्यांचा अभ्यास करावयाची मुख्य साधनसामग्री म्हणजे हिंदूंचे पवित्र

वाङ्मय होय.' ब्राह्मण विद्वान गृहस्थ आणि ब्राह्मणेतर विद्वान गृहस्थ यांचे या पवित्र वाङ्मयाकडे पाहण्याचे जे दृष्टिकोन आहेत, त्यांच्यात कसा फरक आहे, हे येथे सांगितलेले आहे. हा फरक ऐतिहासिक संशोधनाला अत्यंत हानीकारक आहे याची मला जाणीव आहे.

> ब्राह्मण विद्वान गृहस्थांनी ऐतिहासिक संशोधनाच्या बाबतीत हातचलाखीचे प्रकार केलेले आहेत, हे उघड आहे. या वाङ्मयाचे पावित्र्य अबाधितपणे चालू ठेवण्यात ब्राह्मण विद्वान गृहस्थांचे दुहेरी हेतू आहेत. हे वाङ्मय आपल्या पूर्वजांनी तयार केले आहे आणि पितृऋणाची जाणीव ठेवून त्याचे संरक्षण प्राण देऊनसुद्धा करणे जरूर आहे, हा एक हेतू.
> ते वाङ्मय ब्राह्मणाच्या हक्क अधिकारांना उचलून धरते, म्हणून त्या वाङ्मयाचे महत्त्व जेणेकरून कमी होईल, असे कोणतेही कृत्य न करण्याबद्दल दक्षता बाळगणे, हा दुसरा हेतू.

या वाङ्मयाने जी सामाजिक पद्धत सांगितली आहे, ती आपणाला सर्वस्वी अनुकूल आहे. तिच्यामुळे आपले हित होत आहे, म्हणून अशा पद्धतीला उचलून धरणे जरूर आहे. त्याचप्रमाणे ही पद्धत ज्यांनी निर्माण केली ते आपलेच वाडवडील होते. म्हणून त्यांचे महात्म्य गात राहणे जरूर आहे, याबद्दलची जाणीव ब्राह्मण पंडित गृहस्थांच्या मनात अष्टौप्रहर जागृत असते. यामुळे तो या वाङ्मयातील सत्य शोधून काढण्याच्या अगर ते सत्य इतरांना शिकवण्याच्या भानगडीत पडू शकत नाही.

एखादी गोष्ट केव्हा घडून आली किंवा एखादा माणूस कोणत्या वंशाचा होता, असल्या गोष्टीचे संशोधन या वाङ्मयावरून करण्यापलीकडे ब्राह्मण पंडितांची फारशी मजल जात नाही व त्यांच्या संशोधनात स्वतंत्र बुद्धीची चमक असलेली दिसून येत नाही. त्यांना ऐतिहासिक संशोधनाच्या कार्यात आपल्या मौलिक विचारांची भर टाकता येत नाही, याचे कारण तेच आहे. ब्राह्मणेतर पंडिताच्या बुद्धीला असल्या प्रकारची बंधने नाहीत, म्हणूनच पवित्र वाङ्मयातून सत्य शोधून काढण्यासाठी तो आपल्या बुद्धीचा निर्णय देईपर्यंत उपयोग करू शकतो, दोन प्रकारच्या पंडितांमध्ये हा जो फरक आढळून येतो, तो काही अंदाजाने निर्माण केला नाही. यांचे उदाहरण म्हणजे हे माझे उद्‌बोधक पुस्तक होय. ब्राह्मणांनी शूद्रांच्या

विरुद्ध कोणते कपट-कारस्थान रचले आहे, त्याच्या स्वरूपाचा स्फोट करून दाखवणारे पुस्तक लिहिण्याचे एकाही ब्राह्मणाला धैर्य झाले नसते.

ब्राह्मण पंडिताच्या बुद्धीला जी बंधने आहेत, तसली बंधने ब्राह्मणेतर पंडिताच्या बुद्धीला नाही, ही गोष्ट खरी असली तरी ब्राह्मणेतर पंडित स्वतंत्र बुद्धीचा म्हणून तो ब्राह्मणाच्या अगदी विरुद्ध टोकाला जाऊन हे सर्व वाङ्मय म्हणजे कपोलकल्पित ग्रंथाचा व कादंबरीमय वर्णनांचा एक संग्रह आहे आणि असला संग्रह अभ्यासाच्या योग्यतेचा नसून तो उकिरड्यावर फेकून देण्याचा लायकीचा आहे, असे ब्राह्मणेतर पंडित आपले मत बनवण्याचा संभव आहे.

> इतिहासकार हा काटेकोर, तळमळीचा आणि पंक्तिप्रपंच न करणारा असा असला पाहिजे. भावनारहित, आपुलकीची भावना, भीती, तिरस्कार किंवा प्रेमाची ओढ त्यांच्यापासून मुक्त असा असला पाहिजे, इतिहासाची जननी जी सत्यनिष्ठा ती त्याच्या रोमारोमांत भिनलेली असली पाहिजे. महत्कृत्यांना सुरक्षित ठेवणारा, अंधाराचा संहार करणारा, पूर्व काळाचा साक्षी आणि भावी काळाचा नेता, असा तो असला पाहिजे.
>
> थोडक्यात सांगावयाचे म्हणजे, अगदी रिकामे नसणारे नव्हे पण सर्जनशील असणारे असे त्याचे मन पाहिजे. खोटेनाटे पुरावे जरी त्याच्या हाती लागले तरी त्या सर्व पुराव्यांची छाननी करण्याची त्याची तयारी पाहिजे. इतिहासकारांचे हे ब्रीद पाळणे ब्राह्मणेतर पंडिताला कठीण जाईल, हे संभवनीय आहे. पुराण वाङ्मयातील सत्य व असत्य भाग शोधून काढताना तो ब्राह्मणेतर राजकारणाचे वारे आपल्या अंगात सामावून घेईल हे संभवनीय आहे, परंतु त्याने तसे करणे योग्य ठरणार नाही.

संशोधन करत असताना असल्या वृत्तीचा आहारी मी गेलो नाही. याबद्दल मी खात्री देऊ शकतो. शूद्रांसंबंधी लिहिताना माझ्या मनात शुद्ध इतिहासाच्या विचाराशिवाय दुसरा कोणताही विचार आला नव्हता. या देशात ब्राह्मणेतर चळवळ म्हणून जी एक चळवळ अस्तित्वात आहे, ती शूद्रांची राजकीय चळवळ आहे, हे सर्वांना माहीत आहे. या चळवळीशी माझा संबंध आहे, हेही सर्वांना माहीत आहे. परंतु हे

पुस्तक म्हणजे या ब्राह्मणेतरांच्या राजकारणाची प्रस्तावना व्हावी म्हणून लिहिले नाही, असे सूज्ञ वाचकांना आढळून येईल, अशी मला खात्री वाटते.

या विषयाचे विवेचन आणि दिग्दर्शन करताना बऱ्याच चुका झालेल्या आहेत, याची मला जाणीव आहे. लांबलचक आणि भरमसाठ उताऱ्यांनी हे पुस्तक ओतप्रोत भरले आहे. पुस्तक म्हणजे एखाद्या कलाकुसरीचे आकर्षक काम नाही. म्हणून ते अथपासून इतिपर्यंत वाचावयाचा वाचकांना कंटाळा येईल परंतु हा दोष माझा नाही. ही बाब माझ्या हातची असती तर या उताऱ्यांच्या संख्येत मी आनंदाने खूप काटछाट केली असती. परंतु आपण सध्याच्या अवनत अवस्थेला कसे येऊन पोहोचलो, याची ज्यांना माहिती नाही अशा अज्ञानी आणि पूर्व दिव्य माहिती नसलेल्या शूद्रांच्या उपयोगासाठी मी हे पुस्तक लिहिले आहे.

हा विषय किती कलात्मकरीतीने मांडलेला आहे, हे पाहण्याची शूद्रांना काळजी नाही. त्यांची याबाबतीत जी एकमेव इच्छा आहे ती ही की, या विषयावरील सर्व साहित्याचा भरपूर समाचार घेतला पाहिजे, मग तो समाचार जेवढा व्यापक असेल तेवढे उत्तम. मी जेवढ्या लोकांना या पुस्तकांची हस्तलिखिते दाखवली तेवढ्या लोकांनी असा आग्रह धरला की, या पुस्तकात उद्‌धृत केलेले सर्व उतारे जसेच्या तसे राहू द्यावेत.

उताऱ्यांबद्दल त्यांना इतका उत्साह वाटला की, त्यांपैकी काही जण मला आग्रहाने म्हणाले की, "तुम्ही या उताऱ्यांचे इंग्रजी भाषांतर या पुस्तकात द्याच, शिवाय ते मूळचे संस्कृत उतारेही पुस्तकाला परिशिष्ट जोडून त्यामध्ये द्या."

परिशिष्टांसंबंधीचा त्याचा आग्रह मला मान्य करणे इष्ट वाटले नाही. परंतु उताऱ्यांचे इंग्रजी भाषांतर पुस्तकात राहू देण्याबद्दलचा त्यांचा आग्रह मान्य करणे मला इष्ट वाटले. कारण असले साहित्य त्यांना सहजासहजी मिळणे शक्य नाही. शूद्रांची अधोगती घडवून आणण्यात जरी चातुर्वर्ण्याची दुष्ट आणि कलंकित पद्धत प्रामुख्याने कारणीभूत झाली, तर तिला टिकवून धरण्याचा बराच कार्यभाग शूद्रांनी केला आहे.

या गोष्टीची ज्याला जाणीव आहे त्याला हे कळून येईल की, मी या पुस्तकात जे भरपूर उतारे घातले आहेत ते याच हेतूने की, ते वाचून शूद्र वर्गातील लोकांना स्वतःच्या बुद्धीने त्यासंबंधी सांगोपांग विचार करता यावा. हे उतारे कमी करणे किंवा त्यांना संक्षिप्त स्वरूपात ठेवणे, हा विषय समजण्याच्या दृष्टीने इष्ट नाही, असे स्वतःचे मत त्यांना त्यावरून बनवता यावे.

‘पैजवन’ शूद्राचा उल्लेख

मला तीन गृहस्थांचे आभार मानावयाचे आहेत. महाभारताच्या शांतिपर्वातील ६०वा अध्याय ज्याने लिहिला तो लेखक, हा पहिला गृहस्थ. तो ‘व्यास’ होता की ‘वैशंपायन,’ ‘सूत,’ ‘लोमहर्षण’ किंवा ‘भृगू’ होता, हे सांगणे कठीण आहे. परंतु तो कोणी का असेना, ‘पैजवन’ याचे वर्णन देऊन त्याने मोठी कामगिरी बजावलेली आहे. त्याने ‘पैजवन’ हा शूद्र होता, असे या अध्यायात दिले नसते तर शूद्रांची उत्पत्ती शोधून काढण्याचा धागादोरा मुळीच लागला नसता. आपल्या पुढील पिढीला उपयुक्त असणारी ही अत्यंत महत्त्वाची अशी माहिती जपून ठेवली, म्हणून या लेखकांचा मी ऋणी आहे. हा पुरावा जर अस्तित्वात नसता तर हे पुस्तक लिहिता आले नसते.

दुसरे गृहस्थ इस्माइल युसुफ कॉलेज, अंधेरी, मुंबई येथील प्राध्यापक कांगले यांचे मला आभार मानले पाहिजेत. त्यांनी मला परोपरीने साहाय्य केले. शिवाय या पुस्तकात जे संस्कृत श्लोक उद्धृत केले आहेत; त्यांचे भाषांतर त्यांनी तपासून पाहिले आहे. मी संस्कृत भाषेचा पंडित नसल्यामुळे त्यांच्याकडून मला जे साहाय्य मिळाले त्यामुळे मला असे खात्रीपूर्वक वाटू लागले आहे की, संस्कृतमधील जी सामग्री या पुस्तकात वापरली आहे तिचा परामर्श घेताना मी अगदीच घसरून पडलो नाही. त्यांनी मला साहाय्य केले याचा अर्थ असा नव्हे की, याबाबतीत माझ्या टीकाकारांना जे दोष व ज्या चुका दाखवता येतील, त्याबद्दल प्रो. कांगले हे जबाबदार आहेत.

सिद्धार्थ कॉलेज, मुंबई, येथील प्राध्यापक मनोहर चिटणीस यांनी सूचिपत्र तयार करून दिले, त्याबद्दल यांचेही मी आभार मानतो.

– बी. आर. आंबेडकर

१० ऑक्टोबर १९४६ ,

‘राजगृह’, दादर , मुंबई -१४

शूद्रांचा कूटप्रश्न

'शूद्र' हे भारतीय-आर्य समाजातील चौथा वर्ण होत; हे प्रत्येकाला माहीत आहे. परंतु 'शूद्र' हे पूर्वी कोण होते आणि चौथा वर्ण म्हणून त्यांची कशी गणना करण्यात आली याबद्दल चौकस बुद्धीने विचार करण्याचे फारच थोड्या लोकांनी मनावर घेतले आहे. याबाबतीत अशा प्रकारचे संशोधन करणे हे अत्यंत महत्त्वाचे आहे, याबद्दल दुमत नाही. भारतीय-आर्य समाजात चौथा वर्ण म्हणून शूद्रांना कसे स्थान मिळाले? भारतीय समाजात उत्क्रांती घडून आल्यामुळे की क्रांती घडवून आणल्यामुळे, या दोन कारणांपैकी खरे कारण कोणते; ते समजावून घेणे अत्यंत हितावह आहे.

'पुरुषसूक्ता'त चातुर्वर्ण्य

'शूद्र कोण होते' आणि त्यांची चौथा वर्ण म्हणून कशी गणना करण्यात आली याबद्दल संशोधन करावयाचे, तर त्यासाठी आपणाला प्रथमतः भारतीय-आर्य समाजात चातुर्वर्ण्य कसे उत्पन्न झाले, याबद्दलची माहिती करून घेतली पाहिजे व त्या माहितीच्या आधाराने शूद्रांच्या उत्पत्तीचे मूळस्थान शोधून काढले पाहिजे, ऋग्वेदातील दहाव्या मंडलात नव्वदावे सूक्त आहे. ते 'पुरुषसूक्त' या नावाने प्रसिद्ध आहे. या पुरुषसूक्ताचा आपण सांगोपांग विचार केला तर चातुर्वर्ण्यचा विचार करणे आपल्याला सोपे जाईल.

पुरुषसूक्तातील पुरुष संकल्पना

- पुरुषाला शंभर डोकी, शंभर डोळे, शंभर पाय आहेत. पृथ्वीला सर्व बाजूंनी व्यापल्यानंतर तो दशांगुळे शिल्लक राहील.
- जे काही आतापर्यंत होते व पुढे होईल ते पुरुष स्वतः (हे विश्व) होय. तो

अन्नसेवन करून प्रसन्न (प्रसरण) पावतो, म्हणूनच 'अमर भगवान' होय. (Muir, Original Sanskrit Texts, Vol. 1.p.9).

- त्याचे महात्म्य असे आहे आणि पुरुष यापेक्षाही श्रेष्ठ आहे. त्याचा चौथा भाग म्हणजे या जगातील चराचर वस्तू; त्याचा तीन-चतुर्थांश भाग आकाशात अमर होऊन राहिला आहे.
- आपल्या तीन-चतुर्थांश भागाने पुरुष वरती चढत गेला. त्याचा चौथा भाग इहलोकी उत्पन्न केला, त्यानंतर त्याचा सर्व ठिकाणी सर्व वस्तूंवर ज्या वस्तू खातात व ज्या वस्तू खात नाहीत, यांचा प्रसार करण्यात आला.
- त्याच्यापासून विरज जन्मला आणि विरजापासून पुरुष जन्मला! तेव्हा तो पृथ्वीच्या मागे व पुढे पसरला.
- जेव्हा देवांनी यज्ञ केला व त्यात पुरुषाची आहुती दिली, तेव्हा वसंत ऋतू त्या यज्ञाचे लोणी झाले, उन्हाळा यज्ञाचे सर्पण झाला व हिवाळा यज्ञाचा उपाहार झाला.
- हा जो पुरुष बळी प्रथमतः जन्माला त्याचे बलिदान त्यांनी (देवांनी) यज्ञाच्या तृणावर दिले. त्याच्याबरोबर देव, संध्या व ऋषी यांचेही बलिदान दिले.
- त्या विश्वव्यापक यज्ञापासून दही व लोणी यांचा साठा झाला. त्यांच्यापासून आकाशात भ्रमण करणारे प्राणी, पाळीव प्राणी व जंगली पशू उत्पन्न झाले.
- त्या विश्वव्यापक यज्ञापासून 'ऋग्वेद', 'सामवेद' आणि 'यजुर्वेद' या वेदांच्या तीन संहिता निर्माण झाल्या. त्यातून ऋचा आणि वृत्ते निर्माण झाली.
- त्याच्यापासून घोडे, ज्यांना दातांच्या दोन जबडे आहेत असे पशू उत्पन्न झाले; त्याच्यापासून गाय उत्पन्न झाली. त्याच्यापासून शेळ्या-मेंढ्या उत्पन्न झाल्या.
- जेव्हा देवांनी पुरुषाला तोडले तेव्हा त्यांनी त्याचे किती तुकडे केले? त्या तुकड्यांपैकी कोणता तुकडा त्याचे तोंड होता? कोणते तुकडे त्याचे बाहू होते? कोणते तुकडे त्याच्या मांड्या व पाय होते?
- ब्राह्मण त्याचे तोंड होते, राजाला त्याचे बाहू केले. वैश्याला त्याच्या मांड्या, शूद्र त्याच्या पायापासून उत्पन्न झाला.
- चंद्र त्याच्या आत्म्यापासून उत्पन्न झाला, सूर्य त्याच्या डोळ्यापासून, इंद्र व अग्नी त्याच्या मुखातून आणि वायू त्याच्या श्वासोच्छ्वासापासून.

- त्याच्या बेंबीपासून वारा उत्पन्न झाला. त्याच्या डोक्यापासून आकाश, त्याच्या पायापासून जमीन, त्याच्या कानापासून चार दिशा, अशा रीतीने देवांनी जग उत्पन्न केले.
- यज्ञ करत असलेल्या देवांनी जेव्हा बळी देण्यासाठी पुरुषाला बांधले, तेव्हा अग्नीभोवती सात काठ्या उभ्या रोवल्या होत्या आणि त्या काठ्यांपासून २१ तुकडे हवन म्हणून तयार केले.
- या यज्ञात आहुती देऊन देवांनी यज्ञ केला. हे फार प्राचीन काळचे यज्ञ-विधी होत, या मोठ्या शक्तींनी आकाश व्यापले. तेथे पूर्वी संध्या राहत असे.

पुरुषसूक्त : जगाची उत्पत्ती

'पुरुषसूक्त' म्हणजे 'जगाची उत्पत्ती कशी झाली,' हे दाखवणारा एक सिद्धान्त आहे. जगाची उत्पती कशी झाली याबद्दलच्या कोणत्या ना कोणत्या स्वरूपाचा सिद्धान्त प्रत्येक पुढारलेल्या देशात पुढे मांडण्यात आला आहे.

> इजिप्तच्या लोकांनी याबाबतीत जो सिद्धान्त मांडला आहे तो पुरुषसूक्तात मांडलेल्या सिद्धान्ताच्या स्वरूपाला जुळेल अशा तऱ्हेचा आहे. तो सिद्धान्त (Encyclopaedia of Religion and Ethics, Vol. IV p. 145) असे म्हणतो की, 'ख्नुमू (Khnumu) या देवाने कुंभाराच्या चाकावर सर्व सजीव प्राण्यांना आकार दिला, जगात जे काही आहे. ते सर्व त्याने उत्पन्न केले. तो सर्व जनकांचा जनक व सर्व मातांची माता आहे. त्याने मानव व देव निर्माण केले, तो प्रारंभापासूनच सर्वांचा जनक आहे. स्वर्ग, पृथ्वी, पाताळ, पाणी, डोंगर इत्यादींचा तो जनक आहे. सर्व पक्षी, मासे, हिंस्र पशू, जनावरे आणि सर्व कीटक यांच्यात त्याने मादी व नर निर्माण केले.'
> इजिप्तच्या लोकांच्या विश्वोत्पत्तीच्या सिद्धान्ताला जुळेल अशाच तऱ्हेचा सिद्धान्त बायबलच्या जुन्या करारातील पहिल्या (विश्वोत्पत्ती) अध्यायात मांडला आहे.

जगाच्या उत्पत्तीसंबंधी जे सिद्धान्त मांडण्यात आले आहेत, त्यांना व्यावहारिक दृष्टीने फारसे महत्त्व नाही. जगाच्या उत्पत्तीसंबंधीची विद्यार्थ्यांची उत्सुकता शांत करणे आणि लहान मुलांच्या मनाची करमणूक करणे, या पलीकडे या सिद्धान्तांचा काही उपयोग होत नाही.

'पुरुषसूक्ता'त जो सिद्धान्त मांडला आहे, त्यातील काही भाग कोणत्याही उपयोगाचे नाहीत असे म्हणता येईल. परंतु या सिद्धान्तातील सर्व भागांसंबंधी असे म्हणता येणार नाही.

कारण 'पुरुषसूक्ता'तील सर्व श्लोक सारख्याच महत्त्वाचे नाहीत ११ व १२ हे श्लोक एका प्रकारात येतात व बाकीचे श्लोक दुसऱ्या प्रकारात येतात. ११ व १२ या श्लोकांशिवाय इतर जे श्लोक आहेत ते अव्यवहार्य वाटतात. त्यांच्यावर कोणाची मदार नाही. ते कोणा हिंदूच्या स्मरणातही येत नाहीत. परंतु ११ व १२ हे श्लोक यांची गोष्ट निराळी आहे.

पुरुषसूक्त : समाजाची घटना

विश्वजनकापासून ब्राह्मण किंवा पुरोहित, क्षत्रिय किंवा योद्धे, वैश्य किंवा व्यापारी आणि शूद्र किंवा सेवक, हे चार वर्ग कसे उत्पन्न झाल्याबद्दल प्रायः ११ व १२ हे श्लोक स्पष्टीकरण करतात. परंतु वस्तुस्थिती अशी आहे की, हे श्लोक केवळ विश्वोत्पत्तीचे स्पष्टीकरण करणारे आहेत, असे मानण्यात येत नाही.

हे श्लोक म्हणजे कविकल्पनेतून उतरलेल्या भ्रमिष्टपणाच्या वल्गना होत, असे भारतीय-आर्य समजत होते, असे मानणे म्हणजे घोडचूक करणे होय.

या श्लोकांचा असा अभिप्रेत अर्थ मानण्यात आला की, 'पुरुषसूक्ता'त जे चार वर्ण सांगितले आहेत, अगदी त्याप्रमाणे समाजाची घटना करण्यात आली पाहिजे – अशी खुद्द परमेश्वराची इच्छा आहे.

या श्लोकांमध्ये जी भाषा वापरण्यात आली आहे त्यावरून शब्दशः याप्रमाणे अर्थ निघत नाही हे खरे. परंतु विचारपरंपरेने हा अर्थ मानण्यात आला आहे, याबद्दल शंका नाही.

सूक्त रचण्यात सूक्तकारांचा जो हेतू होता; त्या हेतूशी विचारपरंपरेने मानलेला ११ व १२ या श्लोकांचा अर्थ जुळतो, असे म्हटले तर खरोखर चूक होणार नाही. म्हणून हे श्लोक म्हणजे केवळ जगाच्या उत्पत्तीचा सिद्धान्त स्पष्ट करणारे श्लोक आहेत, असे समजून स्वस्थ बसणे ठीक नाही.

समाजाची रचना एका विशिष्ट स्वरूपात झाली पाहिजे, अशा अर्थाचा स्पष्ट परमेश्वराचा संदेश या श्लोकात ग्रंथित केला आहे, हे या श्लोकांचे वैशिष्ट्य लक्षात घेतले पाहिजे.

'पुरुषसूक्ता'त समाजाची जी रचना सांगितली आहे तिला 'चातुर्वर्ण्य' समजले जाते. परमेश्वरी संदेशाप्रमाणे चातुर्वर्ण्य उत्पन्न झाले आहे, म्हणून त्याला भारतीय-आर्य समाजात अढळ स्थान प्राप्त झाले आहे, हे स्वाभाविक आहे. भारतीय-आर्य समाज आपल्या प्राथमिक अवस्थेत होता. तेव्हा त्याने आपली रचना चातुर्वर्ण्याच्या मुशीत तयार करून घेतली. भारतीय-आर्य समाजाचा आकार व घडण ही चातुर्वर्ण्यामुळे विशिष्ट स्वरूपात राहिली आहेत.

भारतीय-आर्य समाजाला चातुर्वर्ण्याबद्दल जो नितांत आदर उत्पन्न झाला. त्याबद्दल जितके बोलावे तितके थोडे आहे. भारतीय-आर्य समाजावर चातुर्वर्ण्याची जी पकड बसली आहे ती सोडवणे दुरापास्त होय. 'पुरुषसूक्ता'ने जी समाजाची रचना प्रतिपादली आहे; तिच्याविरुद्ध बुद्धाशिवाय कोणीही 'ब्र' काढलेला नाही. खुद्द बुद्धाला ती रचना खिळखिळी करता आली नाही.

याचे साधे कारण असे की, बुद्ध धर्माची चलती असतानासुद्धा आणि त्यानंतर देखील बरेच 'समाजनियामक' (समाजाला कायद्याचे धर्मसूत्र घालून देणारे) उत्पन्न झाले, पण त्यांनी पुरुषसूक्ताने जी समाजरचना सांगितली होती, तिलाच उचलून धरले नव्हे तर ती रचना भरभक्कम व्हावी, म्हणून त्यांनी तिच्यात अनेक प्रकारच्या भरीव योजना घुसडून दिल्या व लोकांचा पाठिंबा मिळवला. 'पुरुषसूक्ता'तील समाजरचनेला समाजनियामकांनी कसे उचलून धरले याबद्दलची पुष्कळ उदाहरणे देता येतील. यासंबंधी 'आपस्तंभ धर्मसूत्र' आणि 'वसिष्ठ धर्मसूत्र' यातील उदाहरणे देता येतील.

आपस्तंभ धर्मसूत्रात म्हटले आहे –

- "ब्राह्मण, क्षत्रिय, वैश्य व शूद्र अशा चार जाती आहेत. यांच्यात प्रत्येक प्रथमची जात तिच्या पुढच्या जातीपेक्षा जन्माने श्रेष्ठ आहे. *(प्रश्न १, पटल १, खंड १, सूत्र ४-५)*

- शूद्र जात वगळून बाकीच्या सर्व जातींना आणि ज्यांनी वाईट कृत्ये केले असतील अशा ब्राह्मण, क्षत्रिय, वैश्य यांना वगळून बाकीच्या सर्व जातीतील लोकांना 'उपनयन', 'वेदाभ्यास', 'यज्ञकर्मे' यांबद्दल अधिकार आहेत." *(प्रश्न १, पटल १, खंड १, सूत्र ६)*

वसिष्ठ धर्मसूत्रात म्हटले आहे –

- ब्राह्मण, क्षत्रिय, वैश्य, व शूद्र अशा चार जाती (वर्ण) आहेत.
- ब्राह्मण, क्षत्रिय, वैश्य या जातींना 'द्विज' म्हणतात.
- त्यांचा पहिला जन्म त्यांच्या मातेपासून; दुसरा जन्म उपनयन विधीपासून (जानवे घातल्यानंतर); दुसऱ्या जन्मात 'सावित्री' ही त्यांची माता व 'गुरू' हा पिता.
- गुरूला 'पिता' म्हणतात, कारण तो वेदाभ्यासाला मदत करतो (अध्याय २, सूत्र १-४) प्रत्येक जातीची उत्पत्ती आणि विशिष्ट धर्मकृत्ये आणि विशिष्ट खुणा यांमुळे चार जाती परस्परांपासून भिन्न झाल्या आहेत.

वेदांत पुढील भाग आहे, "ब्राह्मण त्याचे मुख होता, क्षत्रिय त्याचे बाहू होता, वैश्य त्याच्या मांड्या, शूद्र त्याच्या पायापासून उत्पन्न झाले." पुढील भागात असे म्हटले आहे, "शूद्राला धर्मकृत्ये करण्याचा अधिकार नाही."

'मनु'ने नेस्तनाबूत केले

'पुरुषसूक्ता'त सांगितलेली समाजरचना व तिचे पावित्र्य यांबद्दल अनेक 'समाजनियामकां'नी याप्रमाणे पोपटपंची केली आहे. ती येथे उद्धृत करण्याची जरुरी नाही.

ज्यांनी 'पुरुषसूक्ता'त सांगितलेल्या समाजरचनेच्या पावित्र्याबद्दल थोडेसे का होईना प्रतिकूल मत प्रदर्शित केले, त्या सर्वांना हिंदू समाजाचा शिल्पकार 'मनु'ने नेस्तनाबूत केले आहे. कारण 'मनु'ने दोन गोष्टी केल्या.

'पुरुषसूक्ता'त सांगितलेली समाजरचना ही परमेश्वराच्या इच्छेनुसार झालेली आहे, असे आग्रहपूर्वक प्रतिपादन करण्याचा त्याने सपाटा चालवला ही पहिली गोष्ट!

तो म्हणतो :

> "तिन्ही वर्णाच्या सुखासाठी परमेश्वराने आपल्या मुखापासून, बाहूंपासून, मांड्यांपासून आणि पायांपासून अनुक्रमे ब्राह्मण, क्षत्रिय, वैश्य व शूद्र हे उत्पन्न केले. *(मनु, अध्याय १, श्लोक ३१).* ब्राह्मण, क्षत्रिय आणि वैश्य यांच्यामुळे 'द्विज' जाती उत्पन्न होतात; परंतु चौथा वर्ग जो शूद्र याला एकच जन्म आहे." *(मनु, अध्याय १०, श्लोक ४)* अशा प्रकारची विचारसरणी प्रकट करण्यात मनु आपल्या पूर्वीच्या समाजनियमकांचे अनुकरण करत होता. याबद्दल शंका नाही. परंतु तो त्यांच्याही पुढे एक पाऊल गेला.

तो म्हणतो :

> "धर्माला अधिकृत आधार देणारी एकुलती एक व शेवटची गोष्ट जर कोणती असेल तर ती वेद होय" असा मनुने दुसरा सिद्धान्त मांडला *(मनु, अध्याय २, श्लोक ६).*
> 'पुरुषसूक्त' हे वेदाचेच एक अंग आहे. हे ध्यानात ठेवले तर हे सहज लक्षात येईल की, 'पुरुषसूक्ता'त चातुर्वर्ण्य म्हणून समाजरचनेचा जो एक आदर्श मांडलेला होता, त्याला मनुने परमेश्वरी इच्छेचा आणि अचूकपणाचा मुलामा दिला. चातुर्वर्ण्याला हा मुलामा मनुच्या पूर्वी कोणी दिला नव्हता.

(२)

पुरुषसूक्ताची निर्विकार मनाने छाननी करणे किती अगत्याचे आहे, हे या गोष्टीकडे पाहिले तर दिसून येईल.

हिंदू मोठ्या आग्रहाने सांगतात की, 'पुरुषसूक्त' हे निरुपम आहे. यात निवेदन केलेली समाजरचना ही एक कल्पना आहे. जगातील मानवी समाज अगदी मूळच्या वन्यस्थितीत होता. आजच्या सुधारलेल्या जगातील विचार प्रवाहातील एक थेंबही त्याच्या जीवनावर पडला नव्हता, तेव्हा यातील समाजरचनेची कल्पना उत्पन्न झाली, ही कल्पना अद्वितीय आहे, असा तिच्याबद्दल दावा करणे निव्वळ थोतांड होय.

‘पुरुषसूक्त’ अनुपमेय

चातुर्वर्ण्यात निवेदन केलला समाजरचनेचा आदर्श अनुपमेय आहे व त्या आदर्शाला ‘पुरुषसूक्त’ उचलून धरते, म्हणून ‘पुरुषसूक्त’ अनुपमेय होय, अशा प्रकारे सर्व समाजाकडे पाहिले तर असे दिसून येते की, भारतीय-आर्य समाजात जे वर्ग अगोदरच होते त्यांना मान्यता देऊन निरनिराळ्या वर्गांनी मिळून समाज तयार होतो. असला समाजच ‘आदर्शभूत’ होय, असे प्रतिपादन करण्यात पुरुषसूक्ताने कोणता ‘अनुपमेयपणा’ दाखवला आहे?

ही विचारसरणी बाजूला सारली तर, ‘पुरुषसूक्त’ अद्वितीय आहे, असे कबूल करावे लागते. पण त्याची कारणे अगदी निराळी आहेत. ‘पुरुषसूक्त’ हे अद्वितीय आहे, याची खरी कारणे काय आहेत, याबद्दलची माहिती बऱ्याच जणांना नाही, ही याबाबतीत एक दुर्दैवाची गोष्ट आहे. परंतु लोकांना या खऱ्या कारणांची एकदा माहिती झाली तर ‘पुरुषसूक्त’ हे मानवी बुद्धीतून उतरलेली एक अजब गोष्ट आहे, हे कबूल करण्यास ते नकार देणार नाहीत.

एवढेच नव्हे तर ती गोष्ट म्हणजे मानवी बुद्धीने निर्माण केलेली एक असाधारण करामत (चलाखी) होय, हे ओळखल्यानंतर तर त्यांच्या मनाला आश्चर्ययुक्त भीतीचा धसकाच बसेल.

पुरुषसूक्ताने जी समाजरचना आदर्शभूत म्हणून सांगितली आहे, त्याची काही वैशिष्ट्ये असली पाहिजेत की, त्या वैशिष्ट्यांमुळे पुरुषसूक्ताला अद्वितीय समजण्यात येते, ती वैशिष्ट्ये कोणती?

> प्रत्येक समाज निरनिराळ्या वर्गांनी तयार होतो हे वर्ग म्हणजे प्रत्येक समाजाचे मूलग्राही घटक होत. तरीही कोणत्याही समाजाने या घटकांचे रूपांतर आपल्या घटनेचे एक कायदेशीर अंग म्हणून केलेले नाही किंवा हे रूपांतरित घटक समाजरचनेच्या आदर्शाला बळकटी आणणारे आहेत, असा दावा इतर कोणत्याही समाजाने मांडलेला नाही. ‘पुरुषसूक्ता’त सांगितलेली समाजरचना ही वस्तुस्थिती निदर्शक आहे; पण तिला आदर्शभूत स्वरूप दिलेली आहे. आणि हेच ‘पुरुषसूक्ता’चे एक असाधारण वैशिष्ट्य आहे.

> दुसरे वैशिष्ट्य असे की, निरनिराळ्या वर्गांचा मिळून समाज तयार होतो, या गोष्टीला कायदेशीरपणा देऊन ती गोष्ट समाजरचनेचा आदर्श म्हणून मानण्याचे जे कृत्य कोणत्याही जमातीने केले नाही, ते 'पुरुषसूक्ता'ने केले आहे.

यासंबंधी ग्रीक लोकांचे उदाहरण देता येईल. समाज निरनिराळ्या वर्गांनी तयार केला पाहिजे. अशा प्रकारच्या समाजनिर्मितीचा मार्ग हाच समाजघटनेचा आदर्श होय, असा खुद्द प्लेटो याने समाजधारणेबद्दलचा आपला सिद्धान्त मांडला होता. परंतु या सिद्धान्ताला कायद्याचा पाठिंबा देऊन त्याचे अस्तित्व टिकवण्याचा उपद्व्याप ग्रीक लोकांनी कधीच केला नाही.

'पुरुषसूक्त' हे जगात एकच असे उदाहरण दिसते की, त्यात समाजरचनेच्या आदर्शाला कायदेशीरपणा आणून तो आदर्श, चिरायू करण्याचा प्रयत्न करण्यात आलेला आहे.

'पुरुषसूक्ता'चे तिसरे वैशिष्ट्य हे की, निरनिराळ्या वर्गांचा मिळून समाज होतो, व हे वर्गमिश्रण समाजरचनेचा आदर्श होय, हे धर्मविहित तत्त्व होय, असे कोणत्याही समाजाने मान्य केले नाही. फार तर वर्गमिश्रण हे समाजरचनेतील एक साहजिक घटना होय, हे सर्व समाजांनी मान्य केले आहे.

'पुरुषसूक्ता'ने याच्याही पुढे आघाडी मारली आहे. वर्गमिश्रण हे समाजरचनेतील एक साहजिक व आदर्शमय घटना आहे, एवढेच 'पुरुषसूक्त' मानत नाही, तर वर्गमिश्रण हे परमेश्वरी इच्छेनुरूप झालेली घटना आहे व ती पवित्र आहे, असे 'पुरुषसूक्त' मानते.

'पुरुषसूक्ता'चे चौथे वैशिष्ट्य असे की, आतापर्यंत जे समाज होऊन गेले त्या समाजात अशी कधीही ठाम समजूत रूढ झाली नव्हती की, आपल्यातील वर्ग एका मर्यादित संस्थेतच असावेत. रोमन लोकांत दोन वर्ग होते. इजिप्तच्या लोकांना तीन वर्ग पुरे वाटत होते.

धर्मानुसार चार वर्ग

भारतीय-इराणी लोकांमध्येसुद्धा तीनपेक्षा अधिक वर्ग नव्हते. (Geiaer - Civilization Of the Eastern Iranians in Ancinet Times, Vol. li, p. 64)

अश्रवन्स (पुरोहित), रथेश्तर (क्षत्रिय) आणि वस्त्र्य फश्युत (शेतकरी) 'पुरुषसूक्ता'ने निवेदलेली समाजरचना समाजाचे चार वर्ग करते. या कृत्याच्या पाठीमागे जी भूमिका आहे, ती धर्मविहित तत्त्वांवर अधिष्ठित झालेली आहे. म्हणजे हे चार वर्ग होणे हे धर्मानुसार होय, असे 'पुरुषसूक्ता'चे म्हणणे आहे. यापेक्षा कमी-जास्त अर्थ पुरुषसूक्तातून काढता येत नाही.

'पुरुषसूक्ता'चे पाचवे वैशिष्ट्य असे की, निरनिराळ्या परिस्थितीत प्रत्येक समाजात जी उलथापालथ होत असते, त्याप्रमाणे प्रत्येक वर्ग इतर वर्गाशी आपले नाते कोणत्या दर्जाचे आहे ते ठरवत असतो. हे ठरवण्यास प्रत्येक समाज सर्व वर्गांना मुभा देतो. निरनिराळ्या वर्गासंबंधी आदरभावाची चढती भाजणी आणि तिरस्कार भावाची उतरती भाजणी आपल्यात उत्पन्न करून त्यांना अधिकृत रीतीने पाठिंबा देणे व त्यांना चिरायू करणे, ही कृत्ये कोणत्याही समाजाने केली नाहीत.

'पुरुषसूक्त' समाजातील निरनिराळ्या वर्गाचा श्रेष्ठ-कनिष्ठ दर्जा ठरवते. अशा प्रकारे ठरवलेले दर्जे कोणत्याही परिस्थितीत किंवा काळात बदलता येत नाहीत. या सर्व गोष्टी लक्षात घेतल्या तर 'पुरुषसूक्त' अद्वितीय आहे, असे म्हणावे लागते.

निरनिराळे वर्ग एकाच दर्जाचे असू शकत नाहीत. या तत्त्वाला धरूनच ते वर्ग श्रेष्ठ वा कनिष्ठ ठरवले आहेत व त्यांच्या दर्जाच्या पायऱ्या ठरवल्या आहेत, या वर्गीकरणाप्रमाणे ब्राह्मणांना सर्व वर्गापेक्षा श्रेष्ठत्व दिले आहे.

क्षत्रियांचा दर्जा ब्राह्मणांच्या खाली, पण वैश्यांच्या आणि शूद्रांच्या वर, वैश्यांचा दर्जा क्षत्रियांच्या खाली, पण शूद्रांच्या वर आणि शूद्राचा दर्जा सर्व वर्गांच्या खाली.

(३)

'पुरुषसूक्त' हे अद्वितीय का समजावे याबद्दलची जी कारणे सांगितली आहेत तीच खरी कारणे धरली पाहिजेत. परंतु 'पुरुषसूक्त' फक्त अद्वितीय आहे असे नव्हे; ते असामान्यही आहे. त्याच्यातून इतके कूटप्रश्न उत्पन्न होतात की सांगता सोय नाही. म्हणूनच त्याला असामान्य म्हणावयाचे.

'पुरुषसूक्ता'तून कोणते कूटप्रश्न उत्पन्न होतात, याबद्दलची माहिती बहुतेकांना नाही. परंतु हे कूटप्रश्न कोणते आहेत, याबद्दलची माहिती करून घेण्याचा कोणी प्रयत्न केला तर त्या कूटप्रश्नांना खरा जिवंतपणा आणि मनाला विलक्षण वाटणारी गुंतागुंत किती ओतप्रोत भरली आहे, याचा त्याला प्रत्यय येईल.

ऋग्वेदातील विश्वोत्पत्तीचा सिद्धान्त

'पुरुषसूक्ता'त जो विश्वोत्पत्तीसंबंधीचा सिद्धान्त मांडलेला आहे तो तेवढा एकच सिद्धान्त ऋग्वेदात आहे असे नाही. ऋग्वेदाच्या १०व्या मंडलाच्या ७२व्या ऋचात विश्वोत्पत्तीसंबंधीचा दुसरा एक सिद्धान्त निवेदन केलेला आहे तो असा –

- आपण स्पष्ट आवाजात देवदेवतांची स्तुतिस्तोत्रे गाऊ या. स्तुतिस्तोत्रे गायल्यानंतर देवदेवता आपणावर संतुष्ट होतील.
- लोहार आपला भाता भरतो, तसा बृहस्पतीने आपल्यात श्वासोच्छ्वास भरला.
- देवदेवतांच्या पहिल्या युगात सजीवांचा, निर्जिवांचा जन्म झाला. त्यानंतर दिशांचा जन्म झाला आणि नंतर झाडांचा जन्म झाला.
- पृथ्वीचा जन्म शून्यातून झाला, दिशांचा जन्म पृथ्वीपासून झाला, दक्षाचा जन्म अदितीपासून झाला व त्यानंतर अदितीचा जन्म दक्षापासून झाला.
- हे दक्षा! तुझी कन्या अदिती, तिचा जन्म झाला; तिच्यानंतर देवांचा जन्म झाला, ते देव पूजनीय व मृत्यूपासून सुटका झालेले होते.
- हे देवांनो! तुम्ही या उत्तम तऱ्हेने शृंगारलेल्या जलाशयात राहता. तुम्ही नृत्य करत असता, तुमच्या (पाया)पासून धूळ उडत आहे.
- हे देवांनो! ज्याप्रमाणे मेघ पृथ्वीला पावसाने व्यापून टाकतात, त्याप्रमाणे तुम्ही आपल्या अंगकांतीने विश्वे भरून टाकलीत, तेव्हा तुम्ही महासागरात दडून बसलेल्या सूर्याला वर काढून आणले.
- अदितीला आठ मुलगे झाले. सात पुत्रांना घेऊन ती देवाकडे गेली. मार्तंडाला तिने पुढील उंच डोंगरावर पाठवले.
- सात मुलगे घेऊन अदिती पूर्वीच्या पिढीकडे गेली. परंतु तिने मार्तंडाला जो जन्म दिला तो जनन-मरणाच्या बंधनात तो मनुष्याप्रमाणे राहावा म्हणून.

विश्वोत्पत्तीसंबंधीचे जे दोन सिद्धान्त आहेत ते तत्त्वाच्या व तपशिलाच्या दृष्टीने परस्परांपासून भिन्न आहेत. निर्जिवांतून सजीवांची उत्पत्ती झाली, असा एक सिद्धान्त विश्वोत्पत्तीसंबंधी प्रतिपादन करतो आणि विश्वोत्पत्ती पुरुषापासून झाली, असे दुसरा सिद्धान्त प्रतिपादन करतो.

ऋग्वेदात अशा प्रकारचे विश्वोत्पत्तीसंबंधीचे परस्पर भिन्न दोन सिद्धान्त का प्रतिपादन करण्यात यावेत? पुरुष हा आदिमूळ जनक होय व त्यांपासून सर्व चरांचर

विश्वाची उत्पत्ती झाली अशी विचारसरणी मांडायला 'पुरुषसूक्ता'च्या कर्त्याला आवश्यक का वाटले असावे?

'पुरुषसूक्त' वाचणाऱ्याला हे दिसून येईल की, गाढव, घोडे, बोकड इत्यादींची उत्पत्ती कशी झाली याबद्दलचा पहिल्यांदा त्यात उल्लेख केलेला आहे. सूक्ताच्या प्रारंभी मनुष्याच्या उत्पत्तीसंबंधी काही उल्लेख केलेला नाही, असेही त्याला आढळून येईल.

निरनिराळ्या वस्तूंच्या व प्राण्यांच्या उत्पत्तीसंबंधी निवेदन करत असता मनुष्य जातीच्या उत्पत्तीसंबंधीचा उल्लेख सूक्तात येणे क्रमप्राप्त होते, परंतु केवळ हा मुद्दा स्पष्ट करण्याची पाळी आली असताच सूक्तकाराने उत्पत्तीसंबंधीचे आपले निवेदन मध्येच सोडून दिले व एकदम उडी मारून आर्य समाजातील निरनिराळ्या वर्गांची उत्पत्ती कशी झाली, हे निवेदन करण्यास सुरुवात केली.

आर्य समाजात चार वर्ग कसे उत्पन्न झाले, याबद्दल स्पष्टीकरण करणे, हेच खरोखर आपले आद्य कर्तव्य होय, असेच सूक्तकाराला वाटले असावे. 'पुरुषसूक्ता'चा इतिहास असा प्रकारचा असल्यामुळे सूक्त विश्वोत्पत्तीच्या इतर सिद्धान्तांपासून ऋग्वेदातील इतर भागांपासून काहीसा निराळ्या स्वरूपाचा आहे, हे खचित.

बायबलच्या जुन्या करारानुसार

विश्वोत्पत्तीसंबंधी जे जे सिद्धान्त अस्तित्वात आहेत, त्यांपैकी एकाही सिद्धान्ताने समाजातील निरनिराळे वर्ग कसे उत्पन्न झाले, हे दाखवून देणे हेच आपले कर्तव्य आहे असे मानले नाही. 'पुरुषसूक्ता'चे जे ध्येय व कार्य आहे, जवळ जवळ तेच ध्येय व कार्य बायबलच्या जुन्या करारातील विश्वोत्पत्तीसंबंधीच्या पहिल्या अध्यायाचे आहे, या अध्यायात मनुष्याची उत्पत्ती कशी झाली याचे वर्णन करण्यापलीकडे फारसा दुसरा मजकूर नाही.

सामाजिक दर्जाने विभागलेले वर्ग जगातील निरनिराळ्या समाजात अस्तित्वात होते. जुन्या ज्यू लोकांच्या समाजातही आपले वर्ग अस्तित्वात होते. भारतीय-आर्य समाज याबाबतीत अपवाद नव्हता. तथापि विश्वोत्पत्तीसंबंधीच्या एकाही सिद्धान्ताला समाजात वर्ग कसे उत्पन्न होतात, याचा खुलासा करण्याची गरज वाटली नाही. तर मग सामाजिक वर्गाच्या उत्पत्तीचे स्पष्टीकरण करणे हेच आपले आद्य कर्तव्य आहे, असे 'पुरुषसूक्त'ला का वाटले बरे?

विश्वोत्पत्तीसंबंधीचे स्पष्टीकरण करणारे 'पुरुषसूक्त' हा ऋग्वेदातील या विषयासंबंधीचा एकुलता एक भाग नाही. ऋग्वेदातील इतर भागांतही हा विषय हाताळलेला आहे. यासंबंधी ऋग्वेदातील इतर भाग पाहा. (Muir, Vol. 1.p. 180)

ऋग्वेद ९६-२ : "प्रारंभी निबिड व आयुच्या बुद्धिचातुर्यापासून अग्नीने मनुष्याची मुले उत्पन्न केली. स्वतःच्या चकचकीत प्रकाशाने अग्नीने पृथ्वी आणि पाणी ही कल्पना केली. संपत्ती देणाऱ्या अग्नीला देवांनी वाढवले."

ऋग्वेद काळात भारतीय-आर्य समाजात निरनिराळे वर्ग उत्पन्न झाले होते, याबद्दल काही शंका नाही. तरी पण या ऋचात निरनिराळ्या वर्गांची उत्पत्ती कशी झाली, याबद्दलचा उल्लेख आढळत नाही. एवढेच नव्हे तर ऋग्वेदातील ऋचा भारतीय-आर्य समाजातील वर्गाच्या अस्तित्वाबद्दल कानाडोळा करते. परंतु ती ऋचा मनुष्याची उत्पत्ती कशी झाली याबद्दल खुलासा करते. एक पाऊल पुढे जाऊन निरनिराळ्या वर्गांची उत्पत्ती कशी झाली याबद्दल खुलासा करण्याची गरज सूक्तकाराला का वाटली?

'पुरुषसूक्त' दुसऱ्या एका बाबतीत ऋग्वेदातील मताविरुद्ध मत प्रदर्शित करते, भारतीय-आर्य लोकांची उत्पत्ती कशी झाली, याबद्दल ऋग्वेदाने एक धर्म-भावनाविरहित सिद्धान्त प्रतिपादन केलेला आहे. तो या संदर्भावरून कळून येईल –

- ऋग्वेद १-८०-१६ : अर्थवन् जनक मनु आणि दध्यांच यांनी प्रार्थना व स्तोत्रे म्हटली तसेच एका कार्याची सांगता करून इंद्राची पूजा केली. (Muir Vol. 1, p. 162).
- ऋग्वेद १-११४-२ : "यज्ञ करून जनक मनुने जे वैभव किंवा परमेश्वरी आधारही मिळवला, ते सर्व हे रुद्रा! आम्हांला तुझ्या मार्गदर्शनाने मिळोत (Muir Vol. 1, p. 163)."
- ऋग्वेद २-३३-१३ : "हे मरुत देवांनो! तुमची लोकांना उपकारक होणारी पवित्र कर्मसाधने, हे सर्व शक्तिमान देवांनो! सर्वांत जास्त मंगलमय, हितकारक आणि ज्यांचा आमचा जनक मनु याने स्वीकार केला, ती रुद्राचा आशीर्वाद व साहाय्य यांची इच्छा करतो (Muir, Vol, L.p. 163).
- ऋग्वेद ८-५२-१ : "प्राचीन काळचा मित्र रुद्र, सर्व शक्तिमान देवांच्या सामर्थ्याने युक्त झालेला आहे. देवाच्या सान्निध्यात प्रवेश मिळवण्याचे साधन म्हणून जनक मनु यांनी त्या मित्रासंबंधी स्तोत्रे रचिली आहेत" (Muir, Vol. 1. p. 163).

- ऋग्वेद ३-३-६ : “अग्नीने देव आणि मनुष्याची संतती यांच्यासह स्तोत्रे गाऊन अनेक प्रकारचे यज्ञ केले (Muir, Vol. 1, p. 165).”
- ऋग्वेद ४-३७-१ : “हे देवांनो! वाजस आणि रिभुक्षण! ज्या मार्गांनी देव आमच्या यज्ञाकडे आले त्याच मार्गांनी तुम्हीही आमच्या यज्ञाकडे या. हे आनंददायक देवतांनो! जेवढे म्हणून मंगलमय दिवस आहेत; त्या दिवशी मनुष्यांनी यज्ञ करावेत अशी प्रथा पाडा. (Muir, Vol. 1. p. 165).”
- ऋग्वेद ६-१४-२ : “मनुष्य आशीर्वाद देणारा अग्नी याची यज्ञात प्रार्थनामय प्रशंसा करतात (Muir, Vol. 1, p. 165).”

भारतीय-आर्य समाजाचा आदिपुरुष मनु

ऋग्वेदातील ऋचा ज्या ऋषींनी रचल्या त्यांनी मनु हा भारतीय-आर्य समाजाचा आदिपुरुष होय, ही भावना आपल्या हृदयाशी कवटाळली होती, हे ऋग्वेदातील जे संदर्भ उद्धृत केले आहेत, त्यावरून दिसून येईल. मनु हा भारतीय-आर्य समाजाचा मूळ पुरुष होय, या सिद्धान्ताची पाळेमुळे इतकी खोल रुजलेली होती की, ब्राह्मण व पुराणे यांनीही त्या सिद्धान्ताला आपल्या काळात उचलून धरले.

‘ऐतरेय ब्राह्मण’ (Muir, Vol, p. 108), ‘विष्णु पुराण’ (Muir, Vol. pp, 105-107) आणि मत्स्य पुराण (Muir, Vol. I, pp. 110-112) यामध्ये या सिद्धान्ताचे स्पष्टीकरण केले आहे.

> मनुचा जनक ब्रह्मा होय, अशी भूमिका त्या ग्रंथांनी मांडली आहे हे खरे; तरीपण मनु हा मानव जातीचा मूळ पुरुष आहे, हा ऋग्वेदात मांडलेला सिद्धान्त या ग्रंथांनी मान्य केला आहे. त्याला त्यांनी उचलून धरले आहे. तपशिलासंबंधी जास्त चौकशी करताना मात्र असे आढळून येते की, या ग्रंथात या सिद्धान्ताबद्दल फार घोटाळे उत्पन्न केले आहेत.

विष्णू पुराण म्हणते की, ब्रह्मदेवाने आपल्या शरीराचे दोन तुकडे केले. एका तुकड्यातून पुरुषाचे व दुसऱ्या तुकड्यातून स्त्रीचे रूप धारण केले. त्या स्त्रीला ‘सतरूपा’ हे नाव दिले. तिने फार दिवस घोर तपश्चर्या करून स्वतःसाठी पती मिळवला. त्याचे नाव मनु स्वयंभू, ब्रह्मदेवाने आपल्या कन्येबरोबर शरीरसंबंध

केला याबद्दलचा उल्लेख विष्णू पुराणात नाही. तथापि आपली कन्या 'सतरूपा' हिच्याबरोबर शरीरसंबंध करून ब्रह्मदेवाने मनुला जन्म दिला, याबद्दलचे उल्लेख 'ऐतरेय ब्राह्मण' व 'मत्स्य पुराण' यांमध्ये सापडतात.

याशिवाय मत्स्य पुराणात 'मनुने घोर तपश्चर्या करून स्वतःला सुंदर पत्नी मिळवली – तिचे नाव अनंता', असा उल्लेख सापडतो.

'मनु पुरुष नसून स्त्री होती. ती दक्ष प्रजापतीची मुलगी व काश्यपाची पत्नी होती,' असा उल्लेख रामायणात (Muir, Vol. p. 117) सापडतो. 'पुरुषसूक्त' मनुसंबंधी उल्लेख का करत नाही? मनु स्वयंभूला 'विरज' आणि विरजाला 'आदि' म्हणून नावे होती, हे सूक्तकाराला माहीत होते.

कारण सूक्ताच्या पाचव्या श्लोकात सूक्तकार म्हणतो को, 'विरजो आदि पुरुषः' अशी वस्तुस्थिती असता सूक्तकाराने सूक्तात मनुसंबंधी काहीच उल्लेख केला नाही. हेच चमत्कारिक दिसते.

ऋग्वेदात विश्वोत्पत्तीचा सिद्धान्त मांडला आहे, त्याच्या पलीकडे पुरुषसूक्तातील सिद्धान्ताने मजल मारली आहे, हा तिसरा मुद्दा होय.

समाजाच्या सुखसोयीसाठी श्रमविभाग करणे जरूर आहे, एवढे आकलन करण्याइतकी संस्कृती वैदिक काळातील आर्यामध्ये प्रसूत झाली होती. वैदिक काळातील आर्यांमध्ये निरनिराळे लोक निरनिराळे उद्योगधंदे करत असत. प्रत्येकाने निरनिराळे उद्योगधंदे करणे इष्ट आहे, याची जाणीव आर्यांना होती, हे पुढील संदर्भावरून दिसून येईल –

ऋग्वेद, १-११३-६ : "लोकांनी आपापल्या उद्योगधंद्याला लागावे व स्वतःचे उदरभरण करावे, म्हणून उषादेवींनी लोकांना झोपेतून उठवले आहे. काही लोकांनी उठल्यानंतर सत्ता काबीज करण्यास जावे, काहींनी कीर्ती मिळवण्यास बाहेर पडावे, काहींनी संपत्ती मिळवून आणण्यासाठी जावे आणि काहींनी नोकरी मिळवण्यास जावे." हा संदर्भ ऋग्वेदात मिळतो.

श्रमविभागाला मान्यता

पुरुषसूक्ताने त्याच्याही पुढे मजल मारली आहे. ऋग्वेदात मांडलेल्या श्रमविभागाच्या कल्पनेला 'पुरुषसूक्त' उचलून धरते. पण त्यानंतर 'पुरुषसूक्त' त्या कल्पनेला अशी कलाटणी देते की, समाजातील काही लोकांनी एका विशिष्ट प्रकारचे धंदे आपलेसे करून घ्यावेत आणि ते त्यांनी पिढ्यान्‌पिढ्या करत राहिले पाहिजे. एकदा

स्वीकारलेले धंदे या लोकांना आधीमधी कधीही बदलता येणार नाहीत. अशा प्रकारची प्रथा समाजात रूढ करण्याचा विक्षिप्त खटाटोप 'पुरुषसूक्ता'ने का केला असावा बरे?

ऋग्वेदाने मांडलेला सिद्धान्त आणि पुरुषसूक्ताने मांडलेला सिद्धान्त यांच्यात आणखी एका मुद्द्यासंबंधी फरक आहे. भारतीय-आर्य राष्ट्र याबद्दल ऋग्वेदात उल्लेख आढळतात. पाच जमातींच्या जमावाने हे राष्ट्र झाले होते. या पाच जमाती मिळून भारतीय-आर्य समाज झाला होता. या पाच जमाती परस्परांत कशा मिसळल्या होत्या व त्यांच्या मिश्रणाने भारतीय-आर्य समाज हा एकच एक समाज म्हणून कसा बळकट झाला होता, याबद्दलचे उल्लेख या ऋचांत सापडतात –

- ऋग्वेद. ६-११-४ : "अग्नी हा जणूकाही एक माणूस आहे, अशी कल्पना करून पाच जमातींतील लोकांनी त्याच्यापुढे हवन करण्यास आणलेल्या वस्तूंचे ढीग उभे केले. त्याला साष्टांग प्रणिपात करून त्यांनी त्याचा आदर सत्कार केला."(Muir, Vol. 1, p. 177).
- ऋग्वेद, ७-१५-२ : "अग्नी हा शहाणा व तरुण घरमालक झाला. पाच जमातींतील प्रत्येक घरात त्याने आपले ठाण मांडले."(Muir, Vol. 1, p. 177).

या पाच जमाती कोणत्या याबदल विद्वान लोकांत काहीसा मतभेद आहे. आपल्या निरुक्तात यास्क म्हणतो की, "या पाच जमाती म्हणजे 'गंधर्व', 'पितृ', 'देव', 'असुर' आणि 'राक्षस' हे लोक होत." उपमन्यु याच्या मते, "या पाच जमाती म्हणजे चार वर्ण व निषाद लोक हे होत."

पाच जमातीसंबंधीचे दोन्ही खुलासे दिशाभूल करणारे आहेत, असे दिसते. कारण की, ऋग्वेदातील काही ऋचांमध्ये पाच जमातीच्या सामुदायिक रीतीने प्रशंसापर उल्लेख केलेला आहे. याबाबतीत संदर्भ पाहा –

- ऋग्वेद २-२-१० : "ज्याच्याचरोबर कोणी तुलना करू शकणार नाही, असा स्वर्ग ज्याप्रमाणे देदीप्यमान भासतो, त्याप्रमाणे आम्हा पाच जमातींतील लोकांचे वैभव एकसारखे प्रकाशमान होते. " (Muir, Vol.p. 178).
- ऋग्वेद, ६-४६-७ : "हे इंद्रा! नहुषाच्या टोळीतील लोकांचा जो जोम व उत्साह आहे तो किंवा पाच टोळ्यांतील लोकांचे जे काही वैभव आहे, ते आम्हांला दे!" (Muir, Vol, L. p. 180).

'जन' हा शब्द पाच जमातींसाठी

या पाच जमातींमध्ये शूद्रांचा समावेश असता तर या जमातींबद्दल इतकी प्रशंसा ऋग्वेदात नसती, याशिवाय दुसरे कारण असे की, ऋग्वेदातील या ऋचांत 'जन' हा शब्द वापरलेला आहे. 'वर्ण' हा शब्द वापरलेला नाही. 'जन' हा शब्द पाच जमातींना उद्देशून वापरलेला आहे. तो शब्द चार वर्ण व निषाद यांना उद्देशून वापरलेला नाही. ही वस्तुस्थिती ऋग्वेदातील या ऋचांवरून सिद्ध होते –

ऋग्वेद, १-१०८-८ : "हे इंद्र व अग्नी! यदु, तुर्वास, द्रह्यु, अनु, पुरू या लोकांमध्ये तुमचा निवास असेल तर तुम्ही सर्व ठिकाणचे बलशाली वीर घेऊन येथे या व हा आताच तयार केलेला सोमरस प्या." (Muir, Vol. I. p. 179).

पाच जमातींचे संमिश्रण होऊन त्यातून आर्य समाजाची घडण झाली हे अथर्व वेदातील (३-२४-२) संदर्भावरून स्पष्ट होते. तो संदर्भ असा – "हे पाच प्रदेश, मनुपासून या पाच टोळ्या उत्पन्न झाल्या."

मानवी समाजात ऐक्यभाव आप्तसंबंधीची भावना यांच्या दृष्टिकोनातून पाहिले तरच ऋग्वेदातील ऋचांचे कर्ते जे ऋषी त्यांनी या पाच जमातींसंबंधी येथे सांगितल्याप्रमाणे जे उल्लेख केले आहेत, ते का केले, याचा उलगडा होणे शक्य आहे, याबाबतीत काही प्रश्न उपस्थित होतात.

पाच टोळ्यांचे संमिश्र एकीकरण झाले होते. ही बाब 'पुरुषसूक्ता'ने का मान्य केली नाही आणि त्या टोळ्यांच्या उत्पत्तीसंबंधी शास्त्रीयदृष्टीने स्पष्टीकरण का केले नाही? उलट पाच जमातींत जे जाती विभाग पडले होते, त्यांच्याबद्दल 'पुरुषसूक्ता'ने मान्यता दर्शवली आहे, ती का? राष्ट्रीय भावनेपेक्षा जातीय भावना जास्त महत्त्वाची आहे, असे मत 'पुरुषसूक्ता'ने का प्रकट केले?

ऋग्वेदात मांडलेल्या विश्वोत्पत्तीसंबंधीच्या सिद्धान्ताबरोबर 'पुरुषसूक्ता'त मांडलेल्या सिद्धान्ताची तुलना कोणी करून पाहिली तर त्यांच्यापुढे 'पुरुषसूक्ता'संबंधीच येथे सांगितलेले काही कूटप्रश्न उभे राहतील. समाजशास्त्राच्या दृष्टीने जर कोणी 'पुरुषसूक्ता'ची छाननी करू लागला, तर त्याच्यापुढे 'पुरुषसूक्ता'संबंधी दुसरेही कूटप्रश्न उभे राहतील.

एखाद्या गोष्टीचे पावित्र्य तिचा बरे-वाईटपणा ठरवण्यास अडथळा आणतो. एका गोष्टीला पावित्र्य चिकटवले की, ते कायमचे चिकटते. एका विशिष्ट प्रकारचा आयुष्याचा दर्जा, ध्येय म्हणून पुढे ठेवणे हे चांगले तसेच आवश्यक आहे. असला दर्जा एखाद्या माणसाने किंवा समाजाने पुढे ठेवला नाही तर त्या माणसाचे किंवा

समाजाचे जीवन व्यर्थ होय, परंतु हा दर्जा असा असावा की, काळ आणि परिस्थिती यांच्यात जसजसा फेरबदल होत जाईल तसतसा तो बदलत गेला पाहिजे.

दर्जा हा कायम स्वरूपात कधीही ठरवलेला नसतो. आपल्या दर्जाचा बरे-वाईटपणा कितपत आहे हे ठरवण्यास भरपूर वाव मिळाला पाहिजे. जेव्हा एखाद्या गोष्टीवर पावित्र्याचा रंग चढवलेला नसतो तेव्हाच त्या गोष्टीचा बरे-वाईटपणा पाहण्यास माणूस धजतो.

चातुर्वर्ण्याला पवित्रपणा चिकटवून चातुर्वर्ण्य म्हणजे एक पवित्र घटना, परमेश्वरी इच्छेने घडलेली एक समाजघटना होय, असे 'पुरुषसूक्ता'ने चातुर्वर्ण्याचे मंडन केले आहे.

एका विशिष्ट पद्धतीच्या सामाजिक रचनेला इतका पवित्रपणा 'पुरुषसूक्ता'ने दिला आहे की, त्या समाजरचनेविरुद्ध कोणी अवाक्षर काढू नये किंवा त्यात काडीचाही फेरफार कोणी करू नये. 'पुरुषसूक्ता'ने हे कशासाठी केले? समाजशास्त्राचा अभ्यास करणाऱ्या विद्यार्थ्यांपुढे 'पुरुषसूक्ता'चा हा पहिला कूटप्रश्न उभा राहतो.

सूक्ताचे कृत्य फसवणूक

चातुर्वर्ण्याचा सिद्धान्त प्रतिपादन करताना पुरुषसूक्त दुहेरी डाव खेळले आहे. भारतीय-आर्य समाजात जे चार वर्ग अस्तित्वात होते, त्यांची आदर्शमय स्थानी त्याने पहिल्यांदा स्थापना केली. सूक्ताचे हे कृत्य शुद्ध फसवणुकीचे आहे. कारण चातुर्वर्ण्याबद्दलची वस्तुस्थिती आणि त्याला दिलेले आदर्शवत स्थान यांमध्ये फरक नव्हता. चातुर्वर्ण्याबद्दलच्या परिस्थितीला आदर्शमय ठिकाणी ठेवल्यानंतरसुद्धा सूक्ताने त्या आदर्शवत ठिकाणाचे पुनःपुन्हा गोडवे गायले आहेत, सूक्ताचे हेही कृत्य फसवणुकीचे आहे. कारण चातुर्वर्ण्याला दिलेले आदर्शवत स्थान हे त्याच्याच वस्तुस्थितीच्या अंतर्यामात वसत होते.

वस्तुस्थितीला आदर्शमय स्वरूप देणे आणि आदर्शाला अंमलात आणणे, याबाबतीत सूक्ताने प्रयत्न केला आहे. तो प्रयत्न म्हणजे राजकारणात जो भूलथापांचा खेळ खेळला जातो, त्याच स्वरूपाचा होय. या प्रयत्नासारखा एखादा प्रयत्न कोणत्याही धार्मिक ग्रंथात आढळणार नाही, याबद्दल माझी खात्री आहे. ढोंगी व फसवेबाज या विशेषणांशिवाय या प्रयत्नाला दुसरे कोणते विशेषण देता येईल? वस्तुस्थितीला आदर्शाचा मुलामा देणे हे कृत्य अन्याय तर आहेच, शिवाय

ते अत्यंत स्वार्थसाधूपणाचे आहे. अशा आदर्शाला समाजात रूढ करणे, हे मोठे समाजघातकी कृत्य होय.

एखादी बाब समाजात रूढ झाली की, ती कायमचीच रूढ झाली पाहिजे, अशी भूमिका स्वीकारून ज्या रीतिभाती समाजात असमानता प्रस्तुत करतात, त्या रीतीभातींना अविनाशी स्वरूप देणे, असा या प्रयत्नाचा अर्थ होतो. अशा प्रकारची विचारसरणी नीतिशास्त्रातील तत्त्वांशी जुळणारी नाही.

> ज्या समाजात सामाजिक बऱ्या-वाईट गोष्टींबद्दल जागृत भाव आहे. तो समाज या विचारसरणीला कधीही पाठिंबा देणार नाही. उलटअंशी आपणाला असे दिसून येईल की, 'जगाच्या आरंभापासून आत्तापर्यंत प्रत्येक व्यक्ती आणि समाज यांच्या सामाजिक व्यवहारात जी काही प्रगती झाली आहे, ती एका नैतिक तत्त्वाच्या शिकवणुकीप्रमाणे तंतोतंत झालेली आहे.'
> ते नैतिक तत्त्व म्हणजे जी बाब समाजात चुकीने रूढ केली गेली आहे तिला रूढ म्हणून मान्यता देऊ नये; एवढेच नव्हे तर ती रूढ बाब दूर करून तिच्यात योग्य तो फेरफार करून ती बाब सुधारलेल्या स्वरूपात रूढ केली गेली पाहिजे.

विवेचनावरून हे कळून येईल की, 'पुरुषसूक्त' लिहिण्यामागे जे तत्त्व आहे त्याचा हेतू गुन्हेगारी स्वरूपाचा आहे व त्याचे परिणाम समाजहिताला बाधक आहेत. कारण की, एका वर्गाने बेकायदेशीर व अन्याय मार्गाने मिळवलेल्या हितकारक गोष्टीला आणि दुसऱ्या वर्गावर जबरदस्तीने लादलेल्या अनहितकारक गोष्टीला चिरायू करणे, हे त्या तत्त्वाचे ध्येय आहे, अशा प्रकारचा भूलथापांचा खेळ खेळण्यात 'पुरुषसूक्ता'चा काय हेतू असावा? हा दुसरा कूटप्रश्न आहे.

परमेश्वराचे अवयव म्हणजे चार वर्ण

'पुरुषसूक्ता'संबंधी समाजशास्त्रीय दृष्टीने ऊहापोह केला, तर जे अनेक कूटप्रश्न उपस्थित होतात. त्यातील शेवटचा व सर्वांपेक्षा अधिक महत्त्वाचा एक कूटप्रश्न आहे. 'पुरुषसूक्ता'त शूद्रांना जे स्थान दिले आहे, त्याबद्दलचा हा कूटप्रश्न होय. निरनिराळे वर्ग कसे उत्पन्न झाले, याबद्दल स्पष्टीकरणाची मुख्य भूमिका 'पुरुषसूक्ता'ने घेतली आहे.

ते वर्ग परमेश्वराने उत्पन्न केले, असे पुरुषसूक्ताचे म्हणणे आहे. पुरुषसूक्ताने हा जो सिद्धान्त मांडला आहे, तसला सिद्धान्त कोणतेही ब्रह्मज्ञानविषयक शास्त्र मांडणार नाही. ही बाब बरीचशी आश्चर्यकारक आहे. जग निर्माण करणाऱ्या परमेश्वराच्या निरनिराळ्या अवयवांना निरनिराळ्या वर्गांचे उत्पत्तिस्थान चिकटवण्याचा सूक्ताने जो व्यूह रचला तो तर त्यापेक्षा अधिक आश्चर्य उत्पन्न करणारा आहे. हा व्यूह काही आकस्मिक रीतीने अस्तित्वात आलेला नाही. तर तो विचारपूर्वक व आस्थेवाईक रीतीने तयार केलेला आहे.

दोन गहन प्रश्न सोडवण्याची गुरुकिल्ली तयार करणे, ही त्या व्यूहाच्या पाठीमागची मुख्य कल्पना ठरवणे, हा एक! मनाने योजना तयार केल्याप्रमाणे त्या चार वर्गांच्या श्रेष्ठ-कनिष्ठ दर्जांच्या पायऱ्या ठरवणे, हा दुसरा असे हे दोन गहन प्रश्न होत! असे करण्यापासून जो फायदा आहे तो असा, जग उत्पन्न करणाऱ्या परमेश्वराच्या शरीराचे जे भाग चार वर्गांना दिलेले आहेत, ते भाग त्या वर्गाचे सामाजिक दर्जे कायमचे ठरवत असतात.

ब्राह्मण वर्गाच्या उत्पत्तीचे स्थान परमेश्वराच्या मुखाला चिकटवले आहे. मुख हा शरीरातील प्रमुख भाग होय. त्यातून उत्पन्न झालेला ब्राह्मण वर्ण हा अर्थातच चार वर्णांमध्ये श्रेष्ठ होतो. ब्राह्मण वर्ण हा चारही वर्णांत सर्वश्रेष्ठ म्हणून ज्ञानार्जन व ज्ञानभांडार यांचे संरक्षण हा जो सर्व धंद्यातील सर्वश्रेष्ठ धंदा आहे, तो ब्राह्मण वर्णाला दिला आहे.

क्षत्रिय वर्णाचे उगमस्थान परमेश्वराच्या बाहूंना चिकटवले आहे. बाहू हे शरीराच्या सर्व अंगामध्ये मुखाच्या खालोखालचे प्रमुख अंग होय, म्हणून क्षत्रिय वर्गाला ब्राह्मण वर्णाच्या खालचा दर्जा दिला. (ज्ञानार्जन व ज्ञानदान याच्या खालचा महत्त्वाचा धंदा लढण्याचा तो क्षत्रिय वर्णाला दिला.)

वैश्य वर्णाचे जन्मस्थान परमेश्वराच्या मांड्यांना चिकटवले आहे. मांड्या या बाहूंच्या खालच्या दर्जाच्या होत. म्हणून लढवय्यांच्या धंद्यापेक्षा कमी दर्जाचा धंदा जो व्यापार तो वैश्य वर्णाला दिला.

> शूद्र वर्णाचे उत्पत्तिस्थान परमेश्वराच्या पायांना चिकटवले आहे. पाय हे मानवी शरीरातील अगदी खालच्या दर्जाचे व सौंदर्याच्या दृष्टीने हीन दर्जाचे भाग होत.
> म्हणून शूद्र वर्णाला सामाजिक दर्जातील अगदी शेवटचा हीन दर्जा दिला आणि सेवा-चाकरी करणे हा सर्व धंद्यातील अत्यंत खालच्या प्रतीचा धंदा तो त्याला दिला.

चार वर्गांची उत्पत्ती कशी झाली, याबद्दलचे स्पष्टीकरण करण्यासाठी 'पुरुषसूक्ता'ने ही पद्धत का स्वीकारली? शरीरात जे स्थान पायांचे ते समाजात शूद्रांचे होय, अशा पद्धतीने सूक्ताने शूद्रांच्या उत्पत्तीचा इतिहास का सांगितला? चार वर्ग कसे उत्पन्न झाले, याचा ऊहापोह 'पुरुषसूक्ता'ने निरनिराळ्या पद्धतीने का केला नाही? विश्वोत्पत्तीचे स्पष्टीकरण करण्यासाठी शास्त्रकारांनी फक्त 'पुरुषसूक्ता'चाच अवलंब केला आहे असे नाही.

वेदांची उत्पत्ती कशी झाली, याचे स्पष्टीकरण 'छांदोग्य उपनिषदा'त जे दिले आहे त्याची व सूक्ताने चार वर्गाच्या उत्पत्तीसंबंधी जो सिद्धान्त मांडलेला आहे त्याची तुलना करून पाहा.

छांदोग्य उपनिषद (Muir, Vol. III p.5) म्हणते –

> "प्रजापतीने सर्व जगात उष्णता भरली आणि अशा रीतीने तापलेल्या जगापासून त्याने त्याची जीवनसत्त्वे बाहेर काढली. उदाहरणार्थ, पृथ्वीपासून अग्नी, आकाश पोकळीतून वारा, आकाशातून सूर्य! या तीन देवतांमध्ये प्रजापतीने उष्णता भरली आणि त्यांच्यातून त्यांची जीवनसत्त्वे बाहेर काढली. अग्नीपासून 'ऋचां'चे श्लोक, वाऱ्यापासून 'यजु'चे श्लोक आणि सूर्यापासून 'साम'चे श्लोक, त्यानंतर या तीन शास्त्रांत त्याने उष्णता भरली. त्या तापलेल्या तीन शास्त्रांतून त्याने त्यांची जीवनसत्त्वे बाहेर काढली – 'ऋग्' ऋचांपासून, 'भू' हे व्यंजन, यजुर्वेद ऋचांमधून 'भुवः', साम ऋचातून 'स्व'" या शब्दांची निर्मिती केली.

देव-देवतांची संख्या ३० कोटी

निरनिराळ्या देवतांपासून वेदांची उत्पत्ती झाली, याबद्दलचे हे स्पष्टीकरण आहे. देवदेवतांचा भारतीय-आर्य समाजात दुष्काळ नव्हता, त्यांची एकंदर संख्या तीस कोटी होती. चार देवांपासून चार वर्ण उत्पन्न झाले, असे जर वर्णाच्या उत्पत्तीबद्दल स्पष्टीकरण केले असते, तर सर्व वर्ण जन्मतःच समान दर्जाचे आहेत. या सिद्धान्ताला त्याची पुष्टी मिळाली असती, चार वर्णांची उत्पत्ती कशी झाली याचे स्पष्टीकरण करताना पुरुषसूक्ताने वर सांगितलेल्या प्रकारच्या स्पष्टीकरण पद्धतीचा अवलंब का केला नाही?

हजार डोकी व हजार मुखे

पुरुषाच्या निरनिराळ्या मुखांपासून निरनिराळे वर्ग उत्पन्न झाले, असा सिद्धान्त मांडणे सूक्तकाराला अशक्य होते काय? पुरुषसूक्तातील वर्णिलेल्या पुरुषाला एक हजार डोकी होती. म्हणजे त्याला एक हजार मुखे होती. पुरुषाच्या एका मुखातून एक जीवमाणू उत्पन्न झाला. अशा निरनिराळ्या जीवमाणूंच्या उत्पत्तीबद्दल हकीकत देण्यास सूक्तकाराला काहीच अडचण नव्हती आणि अशा रीतीने विश्वोत्पत्तीबद्दलची कथा सांगण्याची कल्पना सूक्तकाराला येणे अशक्य नव्हते; चार वेदांची उत्पत्ती कशी झाली, याबद्दलचे स्पष्टीकरण करण्यासाठी विष्णू पुराणाने या पद्धतीचा अवलंब केलेला आहे. त्याबद्दलचा संदर्भ (Muir, Vol. III, p. II) याप्रमाणे आहे –

"ब्रह्मदेवाने आपल्या पूर्व बाजूच्या मुखातून 'गायत्री मंत्र', 'ऋग्वेदाची ऋचा', 'त्रिव्रित सामवेदातून स्थांतर' आणि यज्ञातून 'अग्निस्तोम' यांना जन्म दिला. दक्षिण बाजूच्या मुखातून त्याने 'यजुर्वेदाचे मंत्र', 'त्रिष्टुभ वृत्त', 'पंचदश स्तोम', 'बृहत्तम्' आणि 'अकथ्य' यांना जन्म दिला. पश्चिम बाजूच्या मुखातून त्याने 'सामवेदाचे मंत्र', 'जगतिवृत्त', 'सप्तदश स्तोम', 'वैरूप' आणि 'अतिरत्र' यांना जन्म दिला. उत्तर बाजूच्या मुखातून त्याने 'एकविंश', 'अथर्वन', 'आप्तोर्यमन', 'अनुष्टुप' आणि 'विरजवृते' यांना जन्म दिला.

वेदांची उत्पत्ती

वेदांची उत्पत्ती कशी झाली, याचे स्पष्टीकरण हरिवंश निराळ्या रीतीने करतो. ते स्पष्टीकरण (Muir, Vol. III, p. 13) असे –

"परमेश्वराने आपल्या डोळ्यांतून 'ऋग्वेद' आणि 'यजुर्वेद' यांना आपल्या जिभेच्या टोकापासून 'सामवेद' याला आणि आपल्या डोक्यापासून 'अथर्ववेद' याला जन्म दिला."

निरनिराळ्या वर्गांची उत्पत्ती कशी झाली व त्यांचे परस्परातील संबंध कशा प्रकारचे होते, याबद्दलचे स्पष्टीकरण करण्यासाठी केवळ सूक्तकारालाच परमेश्वराचे शरीर व त्याचे निरनिराळे भाग यांचा उपयोग करावा लागला. याची कारणे काय होती हे माहीत नाही. परंतु ही कारणे तशीच सबळ होती असे गृहीत धरले, तरी एक प्रश्न शिल्लक राहतो तो हा की, पुरुषाचे निरनिराळे अवयव व समाजातील निरनिराळे वर्ग यांची सांगड सूक्तकाराने ज्या पद्धतीने घातलेली आहे, ती का?

वर सांगितलेला प्रश्न अत्यंत महत्त्वाचा आहे, हे लक्षात येईल. समाजाताली निरनिराळ्या वर्गांची उत्पत्ती कशी झाली, याचे स्पष्टीकरण करण्यासाठी सूक्तात परमेश्वराच्या निरनिराळ्या अवयवांचा उपयोग केला आहे. ही गोष्ट फक्त 'पुरुषसूक्ता'ने केली आहे असे नाही. 'यज्ञ' करण्यासाठी ज्या पुरोहितांची नेमणूक होते, त्या पुरोहितातील निरनिराळे वर्ग कसे उत्पन्न झाले, याबद्दलचे स्पष्टीकरण करण्यासाठी वैशंपायन ऋषीने त्याच गोष्टीचा अवलंब केला आहे.

परंतु सूक्तकाराने सांगितलेले स्पष्टीकरण व वैशंपायन ऋषीने सांगितलेले स्पष्टीकरण यामध्ये खूप तफावत आहे. वैशंपायनाने सांगितलेले स्पष्टीकरण हरिवंशात (Muir, Vol. I, pp. 154-155) दिले आहे, ते असे –

"जगात जलप्रलय झाला. सर्व जग म्हणजे एक महासागर झाला. जगात पसरलेल्या पाण्यावर सर्व शक्तिमान प्रभू हरी नारायण यांनी कटाक्ष फेकून ते आपल्या अंकित केले. त्यावर तो झोपला, पाण्याच्या मध्यभागी तो पहुडलेला होता; व तो स्वतः एखाद्या महासागराप्रमाणे दिसत होता. तो आपले बलवान हात पसरून निर्विकार मनाने झोपला होता, तो अमर आहे, असे ब्राह्मण त्याला समजतात. तन्मयावस्थेमुळे त्याच्या शरीरातून प्रकाश बाहेर पडला. त्यानंतर 'भूत', 'वर्तमान' व 'भविष्य' अशा तिन्ही काळांची वस्त्रे अंगावर घेऊन तो प्रभू झोपला.

सोळा ऋत्विज उत्पन्न

जी जी वस्तू 'पुरुष' या नावाने ओळखली जाते, ती 'यज्ञ' म्हणून समजावे. यज्ञात अर्घ्य देण्यासाठी परमेश्वराने आपल्या शरीरातून पूर्वी ब्राह्मण उत्पन्न केले. ते यज्ञकर्म यथाविधी करत व त्याव्यतिरिक्त दुसरे काही करत नसत. म्हणून त्यांना 'ऋत्विज' हे

नाव प्राप्त झाले. प्रभूने आपल्या मुखातून सर्वांत प्रमुख ब्राह्मण आणि साम मंत्र म्हणणारी 'उद्‌गात्री' हिलाही उत्पन्न केले. प्रभूने आपल्या बाहूंपासून 'होत्री आणि 'अध्वर्यु हे उत्पन्न केले. त्यानंतर त्याने 'प्रस्तोत्री, 'मैत्रवरुण' आणि 'प्रतिष्ठात्री' यांना उत्पन्न केले.

त्याने आपल्या बेंबीतून 'प्रतिहत्री' आणि 'पोत्री' आपल्या मांड्यापासून 'अक्ष्वाक' आणि 'नेश्त्री', आपल्या हातांपासून 'अग्निध्र' आणि 'यज्ञीय ब्राह्मण', आपल्या बाहूंपासून 'ग्रवण' आणि 'यज्ञीय उन्नेत्री' यांना उत्पन्न केले. याप्रमाणे परममंगल भगवंताने सर्व यज्ञात मंत्र म्हणण्यास लायक असे सर्वोत्कृष्ट सोळा ऋत्विज उत्पन्न केले. म्हणून हा 'पुरुष' यज्ञापासून तयार झाला आहे व त्याला 'वेद' असे म्हणतात. त्याच्या जीवनसत्यातून सर्व 'वेद', 'वेदांग', 'उपनिषद' आणि 'संस्कार', 'समारंभ' उत्पन्न झाले."

सतरा पुरोहितांची गरज

एखादा 'यज्ञ' करावयाचा तर त्यासाठी एकंदर निरनिराळ्या सतरा वर्गांच्या पुरोहितांची जरुरी असे. पुरुषाचे अवयव थोडे आणि पुरोहितांची संख्या मोठी, यांमुळे पुरोहितांच्या उत्पत्तीचे मूळ पुरुषाच्या निरनिराळ्या अवयवांना चिकटवता येणे शक्य नव्हते. परमेश्वराचे अवयव पुष्कळ. त्यामुळे निरनिराळ्या वर्गांचे उत्पत्तिस्थान परमेश्वराच्या एखाद्या अवयवाला चिकटवता आले. पुरुषाच्या पायांपासून सतरापैकी एखाद्या पुरोहित वर्गाचा जन्म झाला, असे 'पुरुषसूक्ता'त प्रतिपादन केले नाही, याची कारणे वर सांगितली आहेत.

याबाबतीत वैशंपायनाने काय केले? एकापेक्षा अधिक पुरोहित वर्गांची उत्पत्ती परमेश्वराच्या एखाद्या विवक्षित अवयवापासून झाली, असे निवेदन करण्यास त्याला काही हरकत वाटत नाही. परंतु एखाद्या पुरोहित वर्गांची उत्पत्ती पुरुषाच्या पायापासून झाली, हे सांगण्याचे त्याने मोठ्या शिताफीने टाळले.

शूद्रांची उत्पत्ती कशी झाली हे सांगताना 'पुरुषसूक्ता'ने आणि ब्राह्मणांची उत्पत्ती कशी झाली हे सांगताना हरिवंशाने जी वृत्ती दाखवली आहे, तीही लक्षात घेतली पाहिजे हरिवंशाने दाखवलेल्या 'वृत्ती'पेक्षा 'पुरुषसूक्ताने दाखवलेली वृत्ती अधिक कुत्सितपणाची आहे.

शूद्र हे पुरुषाच्या पायापासून जन्मले आहेत आणि त्यांनी पिढ्यान्‌पिढ्या इतर वर्णांची सेवाचाकरी केली पाहिजे, हे पुरुषसूक्ताने जे सांगितले आहे, ते सूक्तकाराला शूद्रांबद्दल जो मत्सर वाटत होता त्यामुळे की काय? असे असेल तर या मत्सराचे कारण काय?

(४)

समाजशास्त्रीय दृष्टीने 'पुरुषसूक्ता'ची जर बारकाईने छाननी केली तर त्यामधून जे काही कूटप्रश्न उपस्थित होतात, ते सांगितले आहेत. चातुर्वर्ण्याची कल्पना पुढील काळात जसजशी वृद्धिंगत होत गेली तसतसे शूद्रांच्या उत्पत्तीसंबंधी आणि त्यांच्या एकंदर अवस्थेसंबंधी दुसरे गूढ प्रश्न उपस्थित होत गेले.

या विषयासंबंधी पुढील काळात ज्या घडामोडी उत्पन्न झाल्या त्या लक्षात घेतल्या, तर चातुर्वर्ण्य उत्पन्न केल्यामुळे समाजाला कोणते परिणाम भोगावे लागले, याची शहानिशा करता येईल. पुढील काळात चातुर्वर्ण्यासंबंधी मुख्यतः दोन घडामोडी उत्पन्न झाल्या. शूद्राच्या खालोखाल एक पाचवा वर्ग उत्पन्न करण्यात आला, ही पहिली; आणि ब्राह्मण, क्षत्रिय व वैश्य या तीन वर्णांपासून शूद्र वर्णाला अलग ठेवण्यात आले ही दुसरी.

पुढील काळात हे जे फेरबदल उत्पन्न झाले ते अशा रीतीने की, जणूकाही त्याची उत्पत्ती 'पुरुषसूक्ता'त सांगितलेल्या समाज रचनेपासूनच झाली होती, असे वाटते. या परिस्थितीमुळे या फेरबदलांतून काही नवे शब्द अस्तित्वात आले व त्या शब्दांचा अर्थ काही विशिष्ट कल्पना प्रदर्शित करणारा होता.

'सवर्ण', 'अवर्ण' आणि...

या कल्पना व 'पुरुषसूक्ता'तील समाजरचनेची कल्पना या जणूकाही जुळ्या बहिणी आहेत असे वाटते. 'सवर्ण', 'अवर्ण', 'द्विज', 'अद्विज' आणि 'त्रैवर्णिक' हे ते शब्द होत.

प्रारंभीचे चार वर्ग होते. त्यांच्यात पुढे जे विभाग झाले त्या प्रत्येक विभागात श्रेष्ठ-कनिष्ठपणाचे संबंध कोणते आहेत, या गोष्टीच्या कल्पना हे शब्द सूचित करतात. या वर्गाचे संबंध कोणत्या तऱ्हेचे आहेत, याबद्दल विचार करणे जरुरीचे आहे. कारण या परस्पर संबंधातून एक नवा गूढ प्रश्न उपस्थित होतो.

हा नवा गूढ प्रश्न लोकांच्या लक्षात आला नाही, उपरिनिर्दिष्ट शब्द हे काही विभागांची केवळ नावे सूचित करत नाहीत, तर ते त्या विभागाचे काही विशिष्ट हक्क व सवलती सूचित करतात, हे पहिले कारण. या नावावरून ज्या हक्कांचा व सवलतींचा बोध होतो तो लक्षात घेऊन या नावाखाली जे वर्गाचे विभाग करण्यात आले ते विभाग, तर्कशुद्ध आहेत काय, हे दुसरे कारण.

शूद्रांच्या उत्पत्तीचा ब्राह्मणग्रंथातील सिद्धान्त

ब्राह्मण लोकांनी जे धार्मिक ग्रंथ लिहिले आहेत; त्यात शूद्रांची उत्पत्ती कशी झाली याबद्दल स्पष्टीकरण केले आहे काय? जग, मनुष्य आणि निरनिराळे वर्ण हे उत्पन्न कसे झाले , याबद्दलच्या मनोरंजक कथा या ग्रंथात खचून भरल्या आहेत. शूद्रांची उत्पत्ती कशी झाली, याचा शोध लावण्यासाठी या कथांमधून काही धागादोरा मिळतो की काय, हे पाहू या. वास्तविक पाहता शूद्रांची उत्पत्ती कशी झाली, याबद्दलचा ब्राह्मणी ग्रंथात जो सिद्धान्त मांडलेला आहे, त्याचे मंडन करण्यासाठी ब्राह्मणी ग्रंथात भरपूर कारणे दिली असली पाहिजेत. पण हीच कारणे तो सिद्धान्त सिद्ध करण्यास कितपत समर्थ ठरतात, ते तपासून पाहणे जरुरीचे आहे.

(१)

या चर्चेला वेदापासून सुरुवात करू या. ऋग्वेदातील पुरुषसूक्तात शूद्रांच्या उत्पत्तीसंबंधी कोणता सिद्धान्त मांडला आहे व तो कितपत खरा किंवा खोटा आहे, याबद्दलची सविस्तर चर्चा पहिल्या प्रकरणात दिली आहे. या विषयांसंबंधी इतर वेदांमध्ये काय प्रतिपादन केले आहे, याबद्दल विचार करू या.

यजुर्वेदाचे दोन भाग

यजुर्वेदाचे दोन भाग आहेत. 'शुक्ल यजुर्वेद' व 'कृष्ण यजुर्वेद' – पहिल्यांदा शुक्ल यजुर्वेदाकडे वळू या. या वेदांत 'वाजसनेयी' संहिता आहे. त्यात शूद्रांच्या उत्पत्तीबद्दल दोन सिद्धान्त मांडलेले आहे. त्यांपैकी जो एक सिद्धान्त आहे, तो 'पुरुषसूक्ता'त मांडलेला सिद्धान्त होय. 'पुरुषसूक्ता'चा सिद्धान्त १६ श्लोकांत मांडलेला आहे. ते सोळा श्लोक 'वाजसनेयी' संहितेत तसेच उद्धृत केलेले आहेत

व त्यात दुसऱ्या सहा श्लोकांची भर टाकलेली आहे. या सहा श्लोकांचे अर्थ येथे दिले आहे –

१७. त्याला विश्वकर्म्याने प्रथम उत्पन्न केले. पाणी व पृथ्वीची जीवनसत्त्वे यांपासून, त्वष्ट्याने त्याला आकार दिला. तो आकार म्हणजेच सर्व बाजूंनी पसरलेले 'प्रथमचे विश्व' होय.

१८. या मोठ्या पुरुषाला मी ओळखतो. त्याचा रंग सूर्याचा म्हणजे तिमिरातीत शुभ्र आहे. त्याला जो जाणतो तोच अमर होतो. त्याला ओळखून घेणे हाच मोक्षाचा मार्ग आहे. त्याशिवाय मार्ग नाही.

१९. प्रजापती गर्भाशयातील भागात फिरतो. तो स्वतः 'अजन्मा' आहे. परंतु तो अनेक रूपाने जगात वावरतो. त्याचे मूळस्थान कोणते, हे जाणते लोक जाणतात. 'मारीची'चे स्थान आपल्याला मिळावे, अशी त्याची इच्छा असते.

२०. जो देवांना प्रकाश देण्यासाठी स्वतः प्रकाशमान होतो, जो देवांचा पुरोहित आहे, जो सर्व देवांच्या अगोदर जन्मला, त्या ब्रह्मदेवाला नमस्कार असो!

२१. देदीप्यमान ब्रह्मदेवकाला उत्पन्न केल्यानंतर देव प्रथम उद्‌गारले, "याचे ज्ञान ज्या ब्राह्मणाला झाले, त्याच्या अधीन सर्व देव राहतील."

२२. त्याच्या 'श्री' आणि 'लक्ष्मी' या पत्नी होत. 'दिवस' व 'रात्र' या त्याच्या दोन बाजू होत. 'चांदण्या' त्याचे अलंकार होत. 'अश्विन' त्याचे तोंड होय. माझ्या इच्छा पुऱ्या कर. ते दान मला दे. माझे सर्व इच्छित दे.

'वाजसनेयी' संहिता

'वाजसनेयी' संहितेत जो दुसरा सिद्धान्त मांडलेला आहे, तो 'पुरुषसूक्ता'तील वेगळ्या स्वरूपाचा आहे. तो सिद्धान्त असा –

'वाजसनेयी' संहिता, १४-२८ (Muir Vol. 1. p. 18) त्याने एकाबरोबर स्तुती केली. तेव्हा 'सजीव प्राण्यां'ची उत्पत्ती झाली. त्याने तिघांबरोबर स्तुती केली, तेव्हा 'ब्रह्मदेव' उत्पन्न झाला. 'भूतनामपती' याला त्याचा राजा केले. त्याने सात जणांबरोबर स्तुती केली, तेव्हा 'धात्री' याला राजा केले. 'सप्तर्षी' उत्पन्न झाले, त्याने नऊ जणांबरोबर स्तुती केली, तेव्हा 'पितृ' याचा जन्म झाला. 'अदिती' याला त्याचा राजा केले.

त्याने अकरा जणांबरोबर स्तुती केली, तेव्हा 'ऋतू' उत्पन्न झाले. तेव्हा 'आर्तव' याला त्याचा राजा केला, त्याने तेरा जणांबरोबर स्तुती केली, तेव्हा 'महिने' उत्पन्न

झाले. 'वर्ष' याला त्याचा राजा केले. त्याने पंधरा जणांबरोबर स्तुती केली, तेव्हा 'क्षत्रियां'ना उत्पन्न केले तेव्हा 'इंद्रा'ला त्याचा राजा केले, त्याने सतरा जणांबरोबर स्तुती केली, तेव्हा 'पशूं'ना निर्माण केले. तेव्हा 'बृहस्पती' याला त्याचा राजा केले, त्याने एकोणीस जणांबरोबर स्तुती केली, तेव्हा 'शूद्र आणि आर्य (वैश्य)' यांना उत्पन्न केले. 'दिवस' व 'रात्र' यांना त्यांचा राजा केले. त्याने एकवीस जणांबरोबर स्तुती केली, तेव्हा ज्यांच्या पायाला अखंडित खूर आहेत, अशा जनावरांना उत्पन्न केले, 'वरुण' याला त्यांचा राजा केले.

त्याने तेवीस जणांबरोबर स्तुती केली, तेव्हा 'लहान जनावरां'ची उत्पत्ती केली. तेव्हा याला त्यांचा राजा केले. त्याने पंचवीस जणांबरोबर स्तुती केली, तेव्हा 'हिंस्त्र पशूं'ची उत्पत्ती केली. तेव्हा 'वायू' याला त्यांचा राजा केले. (ऋग्वेद १०-१०-८ याच्याशी तुलना करून पाहा.) त्याने सत्तावीस जणांबरोबर स्तुती केली. तेव्हा 'स्वर्ग' व 'पृथ्वी' ही परस्परांपासून विलग झाली. त्यानंतर 'वस्तू', 'रूद्र' आणि 'आदित्य' हे परस्परांपासून विलग झाले. ते राज्यकर्ते होते.

त्याने एकवीस जणांबरोबर स्तुती केली, तेव्हा 'सजीव वस्तूं'ची उत्पत्ती झाली. तेव्हा प्रत्येक 'पंधरवड्या'ला त्यांचा राजा केले. त्याने एकवीस जणांबरोबर स्तुती केली, तेव्हा सजीव वस्तूंना स्थिरपणा दिला. तेव्हा 'प्रजापती परमेष्ठिन' याला त्यांचा राजा केले."

कृष्ण यजुर्वेदात काय सांगितले आहे, ते पाहू या. या वेदातील 'तैत्तिरीय' संहितेत या संबंधी एकंदर पाच सिद्धान्त मांडले आहेत. त्यापैकी एक ४-३-१० यात सांगितला आहे हा सिद्धान्त आणि शुक्ल यजुर्वेदातील 'वाजसनेयी' संहितेत सांगितलेला सिद्धान्त (याची माहिती वर दिलेली आहे.) हे एकच होत. बाकीचे जे चार सिद्धान्त आहेत त्यातून जे 'शुद्रोत्पत्ती'संबंधी स्पष्टीकरण करतात, त्यांची माहिती याप्रमाणे –

(१) तैत्तिरीय संहिता, २-४-१३-१ (Muir Vol. I, p.22)

"राजन्य जेव्हा गर्भाशयात होता, तेव्हा त्याच्याबद्दल देवांना भीती उत्पन्न झाली. देवांनी त्याला गर्भाशयात बंधनांनी बांधले. म्हणून हा 'राजन्य' बंधनांनी वेष्टिलेला असाच जन्म पावला तो जर बंधनविमुक्त असा जन्मला असता, तर तो आपल्या शत्रूची कत्तल करत सुटला असता. एकदा राजन्य बंधनविमुक्त स्थितीत जन्मावा व जन्मल्यानंतर त्याने आपल्या शत्रूंची कत्तल करत राहावे, असे ज्यांना वाटत असेल त्यांनी त्या राजन्याच्या वतीने परमेश्वराला 'ऐंद्र-बार्हस्पत्य' नावाचे हवन

करावे. 'राजन्य' हा इंद्राची प्रतिमा होय व 'ब्राह्मण' हा बृहस्पती होय, राजन्याची त्याच्या बंधनापासून सुटका कोणाला करावयाची असेल, ती त्याने ब्राह्मणातर्फेच केली पाहिजे. ज्या बंधनांनी राजन्य बांधला गेला होता, त्या बंधनाचे प्रतीक सोन्याचे करावे व ते सोन्याचे प्रतीक ब्राह्मणाला दान द्यावे म्हणजे राजन्याची बंधने तटातट तुटून जातील व राजन्य मुक्त होईल."

प्रजापतीपासून 'त्रिव्रित' निर्माण

तैत्तिरीय ब्राह्मण, ७-१-१-४ (Muir, Vol. 1, p.16) 'मला काहीतरी संतती व्हावी' अशी प्रजापतीला इच्छा झाली. त्याने स्वतःच्या तोंडातून 'त्रिव्रित' (स्तोम) उत्पन्न केले. त्यानंतर त्याने 'अग्नी', 'देवता', 'गायत्री वृत्त', 'साम' (स्थांतर) आणि मनुष्यांपैकी 'ब्राह्मण' व पशूंपैकी 'बोकड' ही उत्पन्न केली. म्हणून ती प्रजापतीची मुख्य संतती होय. कारण ती त्याच्या मुखापासून उत्पन्न झाली, आपल्या छातीपासून व बाहूंपासून त्याने 'पंचदश' (स्तोम) उत्पन्न केले पंचदशानंतर त्याने 'देव', 'इंद्र', 'त्रिष्टुभ', 'वृत्त', 'बृहत्' नावाचे 'साम' आणि मनुष्यांपैकी 'राजन्य' व जनावरांपैकी 'मेंढरे', ही उत्पन्न केली म्हणून ही उत्साही आहेत, कारण तो उत्साहापासून उत्पन्न केली आहेत.

त्याने आपल्या बेंबीपासून 'सप्तदश' (स्तोम) उत्पन्न केला. त्यानंतर 'विश्वदेव' नावाचे देव, 'जगति' वृत्त, 'वैरूप' नावाचे साम आणि मनुष्यांपैकी 'वैश्य' व जनावरांपैकी 'गाय' ही उत्पन्न केली. म्हणून यांना खाल्ले पाहिजे. कारण त्यांची उत्पत्ती अन्न साठवून ठेवणाऱ्या भागापासून केली आहे. ती इतर संततीच्या मानाने संख्येने अधिक आहेत. म्हणून सप्तदशानंतर बऱ्याच छोट्या देवदेवतांची उत्पत्ती करण्यात आली.

त्याने नावाचे 'साम' आपल्या पायापासून एकवीस (स्तोम) उत्पन्न केला त्यानंतर त्याने 'अनुष्टुभ वृत्त,' 'साम,' 'वेराज' मनुष्यांपैकी शूद्र आणि पशूंपैकी घोडा, ही निर्माण केली. म्हणून घोडा व शूद्र ही दोन्ही इतरांची वाहने झाली.

या कारणांमुळे आणि एकवीसनंतर कोणतीही देव-देवता उत्पन्न केली नाही, म्हणून शूद्र याला यज्ञाचे अधिकार दिले नाहीत. त्याचप्रमाणे घोडा व शूद्र यांची उत्पत्ती पायापासून झाली असल्यामुळे, ती स्वतःच्या पायांच्या श्रमावर जगतात."

'अथर्ववेदा'कडे दृष्टी टाकली तर त्यात विश्वोत्पत्तीसंबंधीची चार स्पष्टीकरणे दिसून येतात, त्यांपैकी एक ऋग्वेदातील 'पुरुषसूक्ता'त सांगितलेल्या प्रमाणे आहे. ते अथर्ववेद १९-६मध्ये आहे, दुसरी स्पष्टीकरणे आहेत –

- अथर्ववेद ४-६-१ (Muir, Vol, I, p. 21) "दहा डोकी व दहा तोंडे स्वरूपाचा ब्राह्मण प्रथमतः जन्मास आला. ती जन्मल्यानंतर प्रथम सोमरस प्याला. त्याने विषाचे विषारीपण नष्ट केले."
- अथर्ववेद १५-८-१ (Muir, Vol. I, p. 22) "तो (व्रत्य) काममोहित झाला व तेथून राजन्य उत्पन्न झाला."
- अथर्ववेद १५-९-१ (Muir, Vol. I, p. 22.) "याबद्दलचे ज्ञान असलेला व्रत्य जर एखाद्या राजाच्या घरी पाहुणा म्हणून आला तर तो राजापेक्षा श्रेष्ठ आहे, अशी राजाने जाणीव करून द्यावी व तसे वागण्यास त्याला भाग पाडावे. असे केल्याने राजा स्वतःच्या इभ्रतीला किंवा राज्याला जे बाधक होईल, असे काही करत नाही. त्याच्यातून ब्राह्मण व क्षत्रिय उत्पन्न झाले. ते म्हणाले "आम्ही आता कशात प्रवेश करावा?"

(२)

आता 'ब्राह्मण' या नावाने ओळखले जाणारे जे ग्रंथ आहेत त्यांच्याकडे आपण वळू या. 'शतपथ' ब्राह्मणात विश्वउत्पत्तीसंबंधीची सहा स्पष्टीकरणे आहेत. त्यांतील दोन स्पष्टीकरणे वर्णांची उत्पत्ती कशी झाली, याबद्दलचा खुलासा करतात. यातील एक स्पष्टीकरण शूद्रांची उत्पत्ती झाली, याबद्दल खुलासा करते. तो खुलासा याप्रमाणे आहे.

'ब्रह्मदेव' ब्राह्मणजातीचे प्रतीक

'शतपथ' ब्राह्मण १४-४-२-२३ (Muir, Vol, L. p, 20) – "ब्रह्मदेव (टीकाकाराच्या मते, या शब्दाचा अर्थ अग्नीमध्ये राहणारा व ब्राह्मण जातीचे प्रतीक असा देव.) पूर्वी हे विश्व होते व ते विश्व एकुलते एक होते. एकुलते एक असल्यामुळे त्याची वाढ झाली नाही. त्याने मोठ्या उत्साहाने 'क्षात्र' उत्पन्न केले, 'क्षात्र' म्हणजे बलशाली देवांचा समूह. ते बलशाली देव म्हणजे इंद्र, वरुण, सोम, रुद्र, पर्जन्य, यम व मृत्यू. म्हणून क्षात्रापेक्षा कोणीही श्रेष्ठ नाही. म्हणून 'राजसूय' यज्ञ करण्याच्या वेळी ब्राह्मण हा क्षत्रियाच्या खालच्या मानाच्या जागेवर बसतो. ब्राह्मण क्षत्रियाच्या डोकीवर राज्याधिकाराचा अभिषेक करतो.

ब्रह्मदेव हा क्षात्राचे उत्पत्तिस्थान होय, म्हणून राजा जरी सर्वाधिकारी होतो तरी ब्रह्मदेव हाच आपला मूळ पुरुष होय, या गोष्टीचा त्याला शेवटी आश्रय करावा

लागतो. जो ब्रह्मदेवाचा नाश करतो, तो स्वतःच्या मूळस्थानाचा नाश करतो. आपल्या वरिष्ठाला दुखापत करणाऱ्या माणसाची जी शोचनीय स्थिती होते तशीच स्थिती ब्रह्मदेवाचा नाश करणाऱ्यांची होते. त्याची वाढ झाली नाही.

'वसू', 'रुद्र', 'आदित्य', 'विश्वदेव','मारुत' इत्यादी नावांनी ओळखल्या जाणाऱ्या देव-देवतांची जी लढाऊ पथके ज्यात भरलेली आहेत, असे विश्व त्याने उत्पन्न केले; त्याची वाढ झाली नाही. 'पुषणा' या नावाने ओळखली जाणारी शूद्रांची जात त्याने उत्पन्न केली. ही पृथ्वी 'पुषणा' आहे; कारण ती सर्व चराचर वस्तुमात्रांचे संगोपन करते. त्याची वाढ झाली नाही. त्याने मोठ्या उत्साहाने 'न्याय' (धर्म) या नावाची अत्युत्कृष्ट आकृती उत्पन्न केली.

राजकर्ता क्षात्र तो हाच 'न्याय' होय. म्हणून न्यायापेक्षा कोणीही श्रेष्ठ नाही, म्हणून न्यायाचा आश्रय घेऊन अशक्त माणूस सशक्त माणसाला नमवतो, हा न्याय म्हणजेच 'सत्य' होय. जो मनुष्य सत्य बोलतो, त्याला लोक असे म्हणतात की, "हा न्याय बोलतो," हे पर्यायाने आपल्या ऐकण्यात येते. कारण 'न्याय' व 'सत्य' ही दोन्ही ब्रह्मदेवाची अंगे आहे. ब्रह्म, क्षात्र, विश व शूद्र ही ब्रह्मदेवाची अंगे होत.

अग्नीच्या आश्रयाने देवांमध्ये ब्रह्म आले, ते माणसांमध्ये ब्राह्मण झाले; विशच्या आश्रयाने ते मानवी वैश्य झाले आणि शूद्रांच्या आश्रयाने ते मानवी शूद्र झाले. म्हणून देव-देवतांना जर चिरस्थान मिळवावयाचे असेल तर अग्नीमध्ये राहणाऱ्या ब्रह्मदेवाची प्रार्थना करतात.

विश्वोत्पत्तीसंबंधी तैत्तिरीय ब्राह्मणात अनेक स्पष्टीकरणे सापडतात :

- तैत्तिरीय ब्राह्मण, १-२-६-७ (Muir, Vol. 1, p.21) :

"ब्राह्मण जात देवापासून उत्पन्न झाली; शूद्र असुरापासून उत्पन्न झाले,'

- तैत्तिरीय ब्राह्मण, ३-२-३-९ हा शूद्र नास्तिकातून उत्पन्न झाला."

(३)

चातुर्वर्ण्य व शूद्र कपोलकल्पित

चार वर्णांची व शूद्रांची उत्पत्ती कशी झाली, याबद्दल जेवढी तर्कटे 'ब्राह्मण' या नावाने ओळखलेल्या धर्मग्रंथात रचली आहेत, त्या सर्वांचा एकत्रित संग्रह वरील स्तंभात मांडला आहे. चार वर्णांच्या उत्पत्तीसंबंधी जी विचारसरणी मांडण्यात आली आहे, ती सामाजिक दृष्टीने पाहिली तर अननुभूत व असामान्य अशा स्वरूपाची

आहे; या विचारसरणीत शूद्राला जे स्थान देण्यात आले आहे, तेही फार अनैसर्गिक रीतीने. या गोष्टीची जाणीव फार प्राचीन काळच्या ब्राह्मणांना झाली होती. म्हणूनच 'चातुर्वर्ण्य' व 'शूद्र' यांची उत्पत्ती कशी झाली, याचे स्पष्टीकरण त्यांनी निरनिराळ्या तऱ्हेने केले आहे. चातुर्वर्ण्य व शूद्र यांच्या उत्पत्तीसंबंधी मांडलेला सिद्धान्त हा कपोलकल्पित आहे, याची जाणीव त्यांना होती. म्हणून आपल्या सिद्धान्ताला पोषक अशी अनेक स्पष्टीकरणे त्यांनी आपल्या धार्मिक ग्रंथातून मांडली. एरवी, इतकी निरनिराळी स्पष्टीकरणे मांडण्याची त्यांना का जरुरी भासली असावी?

> भिन्न भिन्न स्वरूपाची ही अनेक स्पष्टीकरणे पाहून कोणाचेही मन भांबावून जाईल. चार वर्ण पुरुषापासून उत्पन्न झाले, असे काही स्पष्टीकरणे सांगतात. तर काही स्पष्टीकरणे असे सांगतात की, चार वर्ण ब्रह्मदेवापासून उत्पन्न झाले, चार वर्ण प्रजापतीपासून उत्पन्न झाले, असे काही स्पष्टीकरणे म्हणतात, तर काही स्पष्टीकरणे असे म्हणतात की, चार वर्ण व्रत्यापासून उत्पन्न झाले. एकाच ग्रंथात उत्पत्तीसंबंधी एकच स्पष्टीकरण असते, तर त्याबद्दल शंका घेण्यास कारण मिळाले नसते. परंतु, एकाच ग्रंथात उत्पत्तीसंबंधी भिन्न स्वरूपाची स्पष्टीकरणे आढळतात. म्हणून त्याबद्दल शंका उत्पन्न होणे साहजिकच आहे.

शुक्ल यजुर्वेदात दोन स्पष्टीकरणे आहेत. एकाच्या मते 'पुरुष' तर दुसऱ्याच्या मते 'प्रजापती' हे चार वर्णांचे व शूद्रांचे उत्पत्तिस्थान होय.

कृष्ण यजुर्वेदात तीन स्पष्टीकरणे आहेत. त्यांतील दोहोंच्या मते 'प्रजापती', तर एकाच्या मते 'ब्रह्मदेव', हे चार वर्ण व शूद्र यांच्या उत्पत्तीचे स्थान होय.

अथर्ववेदात चार स्पष्टीकरणे आहेत. त्यांतील एक 'पुरुषा'ला, दुसरे 'ब्रह्मदेवा'ला व तिसरे 'व्रत्या'ला, चार वर्ण व शूद्र यांचे उत्पत्तिस्थान मानते.

चौथे स्पष्टीकरण हे तिन्हीपेक्षा फारच निराळ्या स्वरूपाचेच आहे. उत्पत्तीसंबंधी जरी एकच प्रमेय या ग्रंथात मांडलेले दिसले, तरी त्यासंबंधीचे तपशील निरनिराळ्या ग्रंथात निरनिराळे दिसून येतात. ज्या स्पष्टीकरणात 'प्रजापती' किंवा 'ब्रह्मदेव' याला उत्पत्तिस्थान मानण्यात आलेले आहे.

ती स्पष्टीकरणे – वेदान्त स्वरूपी होत. दुसरी स्पष्टीकरणे मानवीधर्म – स्वरूपी होत. दोन्ही प्रकारची स्पष्टीकरणे म्हणजे कल्पनेच्या विश्वव्यापी भराऱ्या होत. त्यांच्यात इतिहास किंवा मनाला उमज पाडेल असा काहीसा बोध याचा मागमूसही दिसत नाही.

'ब्राह्मण' या नावाने जे ग्रंथ संबोधिले जातात. त्याबद्दल प्रो. मॅक्स म्युलर यांनी काढलेले उद्गार –

"भारतीय मनोवृत्तीच्या ज्या काही घटना आहेत, त्यातील एक अत्यंत मनोरंजक घटना ब्राह्मणग्रंथावरून दिग्दर्शित केली जाते, यात शंका नाही. परंतु वाङ्मयाच्या कसाला जर हे ग्रंथ लावले तर त्या कसाला ते उतरत नाहीत. असे आपणाला दिसून येते. भारतीय समाज ज्यावेळी अत्यंत मागासलेल्या अवस्थेत होता, असा काळात असंबद्ध विचार आणि अहंकारी भाव यांनी परिलुप्त असलेले वाङ्मय त्या समाजात उत्पन्न झाले अशी कोणीही स्वतःची समजूत करून घेणार नाही. कारण अशा तऱ्हेचे वाङ्मय पुढारलेल्या समाजातसुद्धा उत्पन्न होणे कठीण आहे. अगदी प्राचीन काळी जे भारतीय वाङ्मय उत्पन्न झाले आहे. त्यात चित्तवेधक विचार, धाडसीपणाने निवेदन केलेली विधाने, तर्कशुद्धपणाने मांडलेली कारणे आणि आश्चर्यकारक पूर्वपरंपरा यांची उणीव दिसत नाही.

परंतु या ग्रंथात विखुरलेले असले विचार म्हणजे जणूकाही तांब्याच्या आणि शिशाच्या कोंदणात अत्यंत मौल्यवान हिरे बसवले आहेत असे वाटते. उथळ विचार, लंगडी भव्यता, पुरोहितांचे लबाडीचे डावपेच आणि अस्थानी अहंभावी मात्र सदर ग्रंथात भरपूर विखुरलेली आहेत. याच बाबी त्या ग्रंथांची सर्वसाधारण स्पष्ट रेखा दिग्दर्शित करतात. समाजात पुरोहित वर्गाची अनियंत्रित सत्ता चालू लागली व लोकांत अंधधर्मश्रद्धाळूपणा पसरला तर नव्या जोमाने सर्व बाजूंनी होणारी राष्ट्राची प्रगती किती लवकर धुळीस मिळून जाईल, त्याची शहानिशा लावण्याची दृष्टी इतिहासकारांमध्ये असणे अत्यंत महत्त्वाचे आहे.

राष्ट्रे भरभराटीच्या काळात असोत किंवा अवनतीच्या काळात असोत त्यांना पुरोहितांची अनियंत्रित कारवाई आणि जनतेचा अंधश्रद्धाळूपणा यांच्या साथीला बळी पडावे लागते, हे नीटपणे समजून घेणे अत्यंत महत्त्वाचे आहे.

शतमूर्ख आणि पिसाट आजाऱ्याची बडबड ध्यानात घेऊन एखादा वैद्य त्याच्या आजाराचे मूळ ज्याप्रमाणे शोधून काढतो, त्याप्रमाणे हिंदी धार्मिक ग्रंथात जे भारूड भरकटलेले आहे, त्याचा अभ्यास करून ते ग्रंथ कोणत्या हेतूने लिहिले गेले

आहेत, हे शोधून काढणे जरुरीचे आहे. (Max Mulier : Ancient Sankrit Literature Panini office Edition p. 200)

'मॅक्स म्युलर'चे म्हणणे

चार वर्ण आणि विशेषतः शूद्र यांची उत्पत्ती कशी झाली, याबद्दल ब्राह्मणग्रंथात जी अनुमाने मांडण्यात आली आहेत, ती वाचल्यानंतर मॅक्स म्युलर यांच्या उपरिनिर्दिष्ट शब्दांचे महत्त्व पूर्णपणे मनाला पटते. ही सर्व अनुमाने म्हणजे शतमुर्खाची बडबड किंवा माथेफिरूंची आरडाओरड होय, यात शंका नाही. ती अनुमाने अशा स्वरूपाची आहेत म्हणूनच ज्याला एखाद्या मानवी घटनेचे कोडे सरळपणे उकलण्यासाठी त्या घटनेचा अभ्यास करण्याची इच्छा होईल, त्याला ते कोडे सरळरीतीने सोडवण्यास या अनुमानाचा काहीच उपयोग होणार नाही. इतिहासाच्या विद्यार्थ्यांला तर त्याचा कवडीइतकाही उपयोग होणार नाही. कारण त्यांना ऐतिहासिक पुरावा या दृष्टीने यांचे काहीच महत्त्व नाही.

●●●

शूद्रांच्या दर्जाबद्दल ब्राह्मणग्रंथांतील प्रमेय

शूद्रांची उत्पत्ती कशी झाली, याबद्दलची स्पष्टीकरणे सांगताना ब्राह्मणग्रंथात कोणता दृष्टिकोन दिसून येतो, याबद्दलची आतापर्यंत चर्चा केली. आता शूद्रांचा सामाजिक दर्जा ठरवून देताना ब्राह्मणग्रंथात कोणता दृष्टिकोन ठेवण्यात आला होता याची चर्चा करू या. याबाबतीत पहिल्यांदा ठळकपणे दिसणारी गोष्ट म्हणजे ब्राह्मण शास्त्रकारांनी शूद्रांवर लादलेली अपात्रदर्शक बंधने व त्या बंधनाचा भंग केला तर त्याबद्दल सांगितलेल्या शिक्षा.

ही बंधने व या शिक्षा यांची शास्त्रकारांनी एक लांबलचक यादी तयार केलेली आहे. सर्व संहिता आणि ब्राह्मणग्रंथ यात आढळून येणारी बंधने व शिक्षा थोड्या आहेत. त्यांची यादी येथे दिली आहे –

१. 'कथक' संहिता (२१-२) आणि 'मैत्रायणी' संहिता (४-१-३२-८-३) :

"अग्निकुंडासाठी ज्या गायीच्या दुधाचा उपयोग करावयाचा आहे, ते दूध काढण्याची परवानगी शूद्राला मिळू देऊ नये."

२. 'शतपथ' ब्राह्मण (३-१-१-१०) मैत्रायणी संहिता (७-१-१-६) आणि 'पंचविश' ब्राह्मण (६-१-१-११) : "यज्ञ करत असता शूद्रांशी बोलू नये आणि यज्ञाच्या वेळी शूद्राने उपस्थित राहू नये."

३. शतपथ ब्राह्मण (१४-१-३१) आणि कथक संहिता (११-१०) : "सोमरस पिण्याच्या वेळी शूद्राला जवळ येऊ देऊ नये आणि सोमरस पिऊ देऊ नये."

४. ऐतरेय ब्राह्मण ७-९२-४ आणि 'पंचविश' ब्राह्मण (७-१-११) : "शूद्र हा दुसऱ्यांचा सेवक आहे (आणि सेवेशिवाय त्याला कोणतेही काम करता येणे, शक्य नाही.)"

शूद्रांप्रमाणे बंधने व शिक्षा

शूद्रांची बंधने व शिक्षा यांची यादी इतकी मोठी आहे की, शूद्रांच्या मानवी जीवनाला पूर्णपणे गिळून तिने त्यांचे जीवन अक्षरशः मातीमोल करून टाकले. 'आपस्तंभ', 'बौधायन' इत्यादी सूत्रकार आणि मनु वगैरे स्मृतिकार यांनी या यादीत जी पुढे भर टाकली व ती यादी पुढे अतर्क्य वायुवेगाने वाढत गेली, ही वस्तुस्थिती लक्षात धरली तर या विधानाचे स्वरूप नीटपणे कळून येईल.

जी अपात्रदर्शक बंधने शूद्रांवर लादली आहेत त्यांची जंत्री डोळ्यांपुढे धरली तरच त्या बंधनांचा घातकीपणा किती तीव्र स्वरूपाचा आहे, हे कळून येईल. ती बंधने संख्येने इतकी आहेत व इतक्या भिन्न भिन्न स्वरूपांची आहेत की, त्यांचे सत्यस्वरूप संपूर्णपणे उघड करून दाखवणे, दुरापास्त होऊन बसले आहे. या बंधनांबद्दल यांना काही कल्पना नाही. त्यांच्या माहितीसाठी मी निरनिराळे सूत्रकार व स्मृतिकार यांच्या ग्रंथातून ती जमा करून देत आहे.

(२)

१) आपस्तंभ धर्मसूत्र

ब्राह्मण, क्षत्रिय, वैश्य व शूद्र अशा चार जाती आहेत. यांतील प्रत्येक जात जन्मतः दुसऱ्या जातीपेक्षा क्रमानुसार श्रेष्ठ आहे. (प्रश्न १. पटल १, खंड १, सूत्रे ४-५) शूद्र व इतर जातीतील ज्यांनी दष्कृत्ये केली ते लोक, हे वगळून बाकीच्या सर्व जातीतीत लोकांना उपनयन विधी, वेदांभ्यास आणि पवित्र अग्नी पेटवणे (यज्ञ करण्याचे अधिकार) ही कृत्ये करण्याचे अधिकार आहेत. (प्रश्न १, पटल १, खंड १, सूत्र ६)

वसिष्ठ धर्मसूत्र

"ब्राह्मण, क्षत्रिय, वैश्य आणि शूद्र या चार जाती (वर्ण) आहेत. ब्राह्मण, क्षत्रिय व वैश्य या तीन जातीतील लोकांना 'द्विज' म्हणतात."

"त्यांचा पहिला जन्म त्यांच्या मातेपासून; दुसरा जन्म 'यज्ञोपवित' विधीपासून, या विधीत सावित्री माता असते, पण गुरूला वडील समजतात..."

"गुरूला वडील समजतात कारण की, तो वेदाभ्यासाची दीक्षा देतो (अध्याय २, श्लोक १-४)."

"जन्म व विवक्षित धार्मिक संस्कार यांमुळे चार जातीतील भेदभाव कळून येतो"

वेदान्त म्हटले आहे की, "ब्राह्मण त्याचे 'मुख' होता, क्षत्रिय त्याचे 'बाहू' झाला; वैश्य त्याच्या 'मांड्या' झाला; शूद्र त्याच्या 'पायां'पासून जन्मला."

शूद्रांना धार्मिक संस्कार मिळू नयेत, असे वेदान्त म्हटले आहे. तो भाग असा, "ब्राह्मण व 'गायत्री' (वृत्त) यांना बरोबर, 'क्षत्रिय' आणि 'त्रिष्टुभ' यांना बरोबर, 'वैश्य' आणि 'जगती' यांना बरोबर आणि शूद्र वृत्तविरहित, यांना त्याने उत्पन्न केले. (प्रकरण ४, श्लोक ३)."

मनुस्मृती

"जग निर्माण करणाऱ्या परमेश्वराने ब्राह्मण, क्षत्रिय, वैश्य आणि शूद्र यांना अनुक्रमे स्वतःच्या मुखापासून, बाहूंपासून, मांड्यापासून व पायांपासून जगाच्या मुखसमृद्धीसाठी निर्माण केले" (अध्याय १, श्लोक ३१).

"ब्राह्मण, क्षत्रिय, व वैश्य या तीन द्विज जाती होत; परंतु चवथी जात शूद्र हिला एकच जन्म आहे. (अध्याय १०, श्लोक ४)"

२) आपस्तंभ धर्मसूत्र

स्मशानात किंवा स्मशानाजवळ अथवा स्मशानापासून हाकेवरच्या अंतरावर त्रैवर्णिक कधीही वेदांचा अभ्यास करणार नाहीत.

एखादे खेडे स्मशानभूमीवर वसवले असेल किंवा स्मशानभूमीचा पृष्ठभाग जर नांगरून शेत म्हणून तयार केलेला असेल, तर अशा ठिकाणी वेदांचे पठण केले ते निषिद्ध नाही. परंतु ते ठिकाण स्मशानभूमी म्हणून त्याला माहीत असेल, तर त्याने त्या ठिकाणी वेदांचा अभ्यास करू नये.

शूद्र व जाती बहिष्कृत माणूस या दोघांना स्मशानभूमीप्रमाणे समजावे सहाव्या सूत्रात दिलेला नियम अभ्यास त्यांना लागू आहे.

काहींचे असे मत आहे की, ज्या घरात जे एकत्र राहतात, त्यांनी तेथे एकत्रपणे वेदांचा अभ्यास करण्याचे टाळावे. परंतु वेदाभ्यासी विद्यार्थी आणि शूद्र स्त्री यांची सहज नजरभेट झाली, तर त्या विद्यार्थ्यांना वेदघोष बंद केला पाहिजे. (प्रश्न १, पटल ३, खंड १, सूत्रे ६-११).

अस्वच्छ ब्राह्मण किंवा इतर द्विज जातीतील अस्वच्छ माणूस यांनी अन्नाला स्पर्श केला तर ते अन्न अस्वच्छ होते, पण ते खाण्यास अयोग्य होत नाही.

परंतु अस्वच्छ शूद्राने काहीही आणलेले असो – मग हे त्याला त्यांचा प्रत्यक्ष

स्पर्श झालेला असो वा नसो – ते कदापी खाऊ नये.

एखाद्याला शूद्राचा स्पर्श झाला तर त्याने जेवण घेऊ नये. (प्रश्न १, पटल ५. खंड २१-२२)

विष्णूस्मृती

'द्विज' जातीतील मृत मनुष्याला स्मशानात नेण्यासाठी शूद्राला (मग तो शूद्र मृत मनुष्याचा नातेवाईक असला तरी) कोणीही हात लावू नये. उलटपक्षी कोणत्याही 'द्विजा'ने मृत शूद्राला उचलून स्मशानात नेऊ नये. मृत आई-वडिलांना उचलून त्यांच्या पुत्रांनी स्मशानात न्यावे (अशा पुत्रांची व मृत आई-वडिलांची एकच जात असली पाहिजे.). शूद्रांनी 'द्विज' जातींतील मृत मनुष्याला (मग तो मृत मनुष्य; त्या शूद्राचे वडील असले तरी) उचलून स्मशानात नेऊ नये (अध्याय ११, सूत्र १-४).

वसिष्ठ धर्मसूत्र

"म्हणून काय खावे व काय खाऊ नये, याबद्दल आता आम्ही सांगतो – "वैद्य, शिकारी, बदफैली, स्त्री, राज-दंड वाहणारा, चोर, अभिशास्ता, हिजडा आणि जातिबहिष्कृत माणूस यांनी दिलेले अन्न खाऊ नये.

त्याचप्रमाणे कवडीचुंबक, श्रौत यज्ञाचा पहिला विधी ज्याने केला आहे असा माणूस, कैदी, आजारी, सोमवृक्षाच्या वेली विकणारा, सुतार, परीट, कलार, हेर, व्याजाने कर्ज देणारा सावकार आणि चांभार यांनी दिलेले अन्न खाऊ नये. त्याचप्रमाणे शूद्राने दिलेले अन्न खाऊ नये. (अध्याय १४, श्लोक १-४)

शूद्रवंश म्हणजे स्मशानभूमी होय, असे काही शास्त्रकारांचे मत आहे, म्हणूनच शूद्रांच्या सान्निध्यात वेदांचा घोष कधीही करू नये. यमाने यासंबंधी जे उद्‌गार काढले आहेत, ते श्लोकात दिले आहेत. लोक या श्लोकाचा आता आधार घेतात.

दुष्ट शूद्रवंश हा स्मशानभूमी होय हे उघड आहे. म्हणून शूद्राच्या सान्निध्यात वेदघोष कधीही करू नये. (अध्याय १८, श्लोक ११-१५)

काही पवित्र विद्याभ्यास करून व काही घोर तपश्चर्या करून दान स्वीकारण्यास योग्य झाले. परंतु ज्याच्या पोटात शूद्राने दिलेले अन्न गेलेले नाही, असा ब्राह्मण दान स्वीकारण्यास, सर्वांपेक्षा योग्य होय. (अध्याय ६, श्लोक २६)

शूद्राने दिलेले अन्न पोटात असता जर ब्राह्मण मेला, तर पुढच्या जन्मात तो एखाद्या गावातील डुक्कर म्हणून जन्मेल किंवा ज्या शूद्रांचे अन्न त्याच्या पोटात

होते त्या शूद्रांच्या कुटुंबात तो ब्राह्मण पुढील जन्म घेईल.

कारण शूद्रांचे अन्न खाल्ल्यामुळे त्या अन्नाची तत्त्वे ब्राह्मणाच्या रक्तमासांत मिसळलेली असतील. अशा स्थितीत त्याने वेदमंत्रांचा घोष दररोज केला किंवा त्याने दररोज अग्नीची पूजा केली किंवा परमेश्वराची प्रार्थना केली तरी तो स्वर्गाच्या मार्गाला जाऊ शकणार नाही.

परंतु जर ब्राह्मण शूद्राचे अन्न खाल्ल्यानंतर सजातीय पत्नीबरोबर रममाण झाला व त्यापासून त्याला मुलगे झाले, तर ते मुलगे शूद्र जातीचे मानण्यात येतील; अशा तऱ्हेच्या ब्राह्मणाला स्वर्गप्राप्ती होणार नाही. (अध्याय ६, श्लोक २७-२८)

मनुस्मृती

"शूद्राचे राज्य किंवा अधार्मिक लोकांनी चालवलेले राज्य अथवा धर्मभ्रष्ट लोकांनी हल्ला करून घेतलेले राज्य किंवा हलक्या कुळात जन्मलेल्या लोकांनी काबीज केलेले राज्य यात ब्राह्मणाने वास्तव्य करू नये. (अध्याय ४, श्लोक ६१)

जो ब्राह्मण शूद्रांसाठी यज्ञकर्मे करतो, त्याला श्राद्धविधीसाठी आमंत्रण देऊ नये. श्राद्धाच्या जेवणानंतर जे काही फायदे होणार असतील, ते अशा ब्राह्मणांच्या उपस्थितीमुळे नष्ट होतील (अध्याय ३, श्लोक १७८).

शूद्राचे प्रेत गावाच्या दक्षिण वेशीतून स्मशानाकडे न्यावे; परंतु द्विजांची प्रेते अनुक्रमे पश्चिम, उत्तर व पूर्व वेशीतून स्मशानाकडे न्यावीत (अ.५, श्लोक ९२).

३) आपस्तंभ धर्मसूत्र

"उजवा हात पुढे करून व तो कानांच्या समांतर रेषेत धरून ब्राह्मणाने नमस्कार करावा, उजवा हात छातीच्या पुढे आडवा धरून क्षत्रियाने नमस्कार करावा. उजवा हात कंबरेच्या समांतर रेषेत करून वैश्याने नमस्कार करावा. दोन्ही हात जोडून व खाली लववून व पुढे करून शूद्राने नमस्कार करावा." (प्रश्न १, पटल २, खंड ५, सूत्र १६)

द्विज जातीच्या माणसाने केलेल्या नमस्काराला प्रतिनमस्कार करावयाचा, तर ज्याला तो प्रतिनमस्कार करावयाच्या त्याच्या नावातील शेवटले अक्षर असे उच्चारले पाहिजे की, ते दूरवर ऐकू जाईल (प्रश्न १, पटल २, खंड ५, सूत्र १६).

ब्राह्मणाच्या घरी जर शूद्र पाहुणा आला, तर त्या शूद्र पाहुण्याला ब्राह्मणाने काहीतरी काम करावयास लावावे व त्यानंतर वाटल्यास जेवण द्यावे. शूद्राकडून

काही काम करून न घेता जर त्याला ब्राह्मणाने जेवण दिले तर, ब्राह्मणाने त्या शूद्राचा आदरसत्कार केला असे होईल.

अथवा ब्राह्मणाच्या घरात जे चाकर-नोकर असतील त्यांनी राजकोठारातून तांदूळ आणावेत व शूद्र पाहुण्याला त्याचे पक्वान्न घालून त्याचे आदरतिथ्य करावे" (प्रश्न १, पटल २, खंड ४, सूत्र १९-२०)

विष्णुस्मृती

आपल्या घरी एखाद्या शूद्राचा जो आदरसत्कार करेल किंवा जो देवासाठी तयार केलेले हवनपदार्थ अथवा श्राद्धाचे अन्न एखाद्या धार्मिक तपस्वीला देईल, त्याला १०० *पण*[१] दंड भरावा लागेल. (अध्याय ५, श्लोक ११५)

मनुस्मृती

"एखाद्याला ब्राह्मण भेटला तर तो ब्राह्मण आपल्यापेक्षा १० वर्षांनी वडील आहे असे त्याने समजून वागावे; त्याला क्षत्रिय भेटला तर तो आपल्यापेक्षा १०० वर्षांनी वडील आहे, असे त्याने समजून वागावे. हे लोक आपले वडील होत व आपण त्यांचा मुलगा होय, असे त्याने समजावे, त्याला ब्राह्मण व क्षत्रिय हे एकाचवेळी भेटले तर या दोहोंपैकी जो ब्राह्मण तेच आपले वडील समजावे.

संपत्ती, नातेवाईक, वयोमान, धर्मपंथ व ज्ञान या पाच कारणांनी समाजात आदर मिळतो. शेवटचे कारण हे अत्यंत महत्त्वाचे होते. पहिल्या तीन वर्गातील ज्या एखाद्या वर्गाच्या मनुष्यामध्ये या पाच कारणांचे अस्तित्व उत्कटपणे बघावयास मिळते तो या पृथ्वीतलावर आदरास जास्त पात्र होतो. परंतु एखाद्या शूद्राजवळ संपत्ती व ज्ञान याचे केवढेही भांडार असले, तरी तो केवळ त्या कारणामुळे आदरास पात्र होत नाही. शूद्र आपल्या वयोमानाने मात्र आदरास पात्र होतो; मात्र तो १०० वर्षांचा होतो तेव्हाच, त्यापूर्वी नाही (अध्याय २, श्लोक १३५-१३७)

ज्याला वेदांचे संपूर्णपणे ज्ञान आहे तो सर्वांपेक्षा श्रेष्ठ होय, असा मंत्रद्रष्ट्यांनी नियम केलेला आहे. त्याप्रमाणे वय, वृद्धत्व, संपत्ती व थोर दर्जाचे नातेवाईक यांच्यामुळे एखाद्याला मानमरातब मिळतो हे खरे; पण हा नियम उपरिनिर्दिष्ट नियमांपुढे दुय्यम दर्जाचा धरावा लागतो.

---

१ पण : चांदीची नाणी; १ पण म्हणजे १ आण्याचा पाव भाग (म्हणजे चार पैशांचा पाव भाग)

जो ब्राह्मण आपल्या वर्णात ज्ञानाने समृद्ध असेल, तो सर्व ब्राह्मणांपेक्षा श्रेष्ठ होय, तो क्षत्रिय आपल्या वर्णात शौर्याने समृद्ध असेल तो सर्व क्षत्रियांपेक्षा श्रेष्ठ होय. जो वैश्य आपल्या वर्णात संपत्तीने समृद्ध असेल तो सर्व वैश्यांपेक्षा श्रेष्ठ होय. जो शूद्र आपल्या वर्णात वयोमानाने जास्त असेल, तो सर्व शूद्रांपेक्षा श्रेष्ठ होय. म्हणून एखाद्याचे डोके पांढरे झालेले असेल, तर त्याला वयोवृद्ध समजू नये. वयाने लहान असला तरी ज्याला वेदांचे ज्ञान झाले आहे, त्याला देव वयोवृद्ध समजतात. (अध्याय २, श्लोक १५४-५६)

ब्राह्मणाच्या घरात जर क्षत्रिय, वैश्य अगर शूद्र राहिला तर, त्या ब्राह्मणाचा तो पाहुणा, मित्र किंवा नातेवाईक अथवा गुरू होत नाही, (फक्त ब्राह्मण दुसऱ्या ब्राह्मणाच्या घरात पाहुणा होतो. दुसऱ्या कोणाला पाहुणा होता येत नाही.)

ब्राह्मणाच्या घरचे जेवण आटोपल्यावर त्या घरात जर एखादा क्षत्रिय पाहुणा म्हणून आला, तर त्या ब्राह्मणाने त्याला त्याने मागितले तर अन्न द्यावे. वैश्य अगर शूद्र ब्राह्मणाच्या घरात पाहुणा आला, तर त्या ब्राह्मणाने पाहुण्याला आपल्या नोकराच्या हस्ते अन्न द्यावे व गोडगोड बोलावे." (अध्याय ३, श्लोक ११०-११२)

४) आपस्तंभ धर्मसूत्र

"एखाद्याने क्षत्रियाला ठार मारले, तर त्याने पापक्षालनार्थ ब्राह्मणास एक हजार गायी दान द्याव्यात. एखाद्याने जर वैश्याला ठार मारले असेल, तर त्याने पापक्षालनार्थ ब्राह्मणाला शंभर गायी दान द्याव्यात. एखाद्याने जर शूद्राला ठार मारले असेल तर त्याने पापक्षालनार्थ ब्राह्मणाला दहा गायी द्याव्यात." (प्रश्न १, पटल ९, खंड २४, सूत्रे १-३)

गौतम धर्मसूत्र

"क्षत्रियाने ब्राह्मणाला शिवीगाळ केली, तर त्याला १०० *पणांचा* दंड करावा. क्षत्रियाने ब्राह्मणाला मारहाण केली, तर त्याला २०० *पणांचा* दंड करावा. वैश्याने ब्राह्मणाला शिवीगाळ केली, तर वैश्याला १५० *पणांचा* दंड करावा.

परंतु ब्राह्मणाने क्षत्रियाला शिवीगाळ केली, तर ब्राह्मणाला ५० *पणांचा* दंड करावा. ब्राह्मणाने वैश्याला शिवीगाळ केली, तर ब्राह्मणाला २५ *पणांचा* दंड करावा.
ब्राह्मणाने शूद्राला शिवीगाळ केली, तर त्याला कोणत्याही प्रकारची शिक्षा करू नये" (प्रश्न १, पटल ९, खंड २४, सूत्रे १-३).

बृहस्पती धर्मसूत्र

"ब्राह्मणाने क्षत्रियाला शिवीगाळ केली, तर त्या ब्राह्मणाला ५० *पणांचा* दंड करावा; त्याने जर वैश्याला शिवीगाळ केली तर त्याला २५ *पणांचा* दंड करावा; आणि त्याने शूद्राला शिवीगाळ केली तर त्याला १२.५ *पणांची* शिक्षा करावी.

जो शूद्र आपल्या धर्मानुसार वर्तन करतो त्याला जर ब्राह्मणाने शिवीगाळ केली तरच याबाबतीत सांगितलेली शिक्षा ब्राह्मणाला देता येते. पण जर तो शूद्र शुद्धाचरणी नसेल तर अशा शूद्राला ब्राह्मणाने शिवीगाळ केली तरी तो ब्राह्मणाचा गुन्हा होत नाही." (अध्याय २०, श्लोक ७-११).

मनुस्मृती

"क्षत्रियाने ब्राह्मणाला शिवीगाळ केली, तर क्षत्रियाला १०० *पणांचा* दंड केला पाहिजे. वैश्याने ब्राह्मणाला शिवीगाळ केली तर, वैश्याला २५० *पणांचा* दंड करावा. परंतु शूद्राने ब्राह्मणाला शिवीगाळ केली तर शूद्राला देहदंडाची शिक्षा दिली पाहिजे.

ब्राह्मणाने क्षत्रियाचा अपमान केला तर ब्राह्मणाला ५० *पणांचा* दंड करावा, ब्राह्मणाने वैश्याचा अपमान केला तर त्याला २५ *पणांचा* दंड करावा. ब्राह्मणाने शूद्राचा अपमान केला तर त्याला १२ *पणांचा* दंड करावा. (अध्याय ८, श्लोक २६७-६८)

ब्राह्मणाने ब्राह्मणाला ठार मारले तर त्याचे सर्व तपसामर्थ्य नष्ट झाले असे समजावे. ब्राह्मणाने क्षत्रियाला ठार मारले तर त्याचे एक चतुर्थांश तपसामर्थ्य नष्ट झाले असे समजावे. ब्राह्मणाने वैश्याला ठार मारले तर त्याचे एक अष्टमांश तपसामर्थ्य नष्ट झाले असे समजावे, ब्राह्मणाने शूद्राला ठार मारले तर तो शूद्र शुद्धाचरणी असल्यास त्या ब्राह्मणाचे एक सोळांश तपसामर्थ्य नष्ट झाले असे समजावे,परंतु ब्राह्मणाने क्षत्रियाला अनैच्छिकपणे ठार केले, तर पापक्षालनार्थ त्या ब्राह्मणाने एक हजार गायी व एक बैल यांचे दान वाटल्यास करावे. अथवा ज्या ब्राह्मणाने क्षत्रियाला ठार केले आहे, त्याने शहरापासून दूर अंतरावर झाडाखाली तीन वर्षं राहावे व त्या अवधीत सर्व इंद्रियांचे दमन करून व जटा वाढवून ब्राह्मणाला ठार मारल्यानंतर पापक्षालनार्थ जे तपश्चरण करावे लागते, ते तपश्चरण करावे.

ब्राह्मणाने वैश्याला ठार मारले असेल तर त्याने पापक्षालनार्थ तपश्चरण हे एक वर्ष करावे. एकशे-एक गुरांचे दान करावे, मात्र त्यासाठी तो वैश्य शुद्धाचरणी असला पाहिजे.

शूद्राला ठार मारणाऱ्या ब्राह्मणाने अशा तऱ्हेचे तपःश्चरण सहा महिने करावे किंवा त्याने पुरोहिताला दहा पांढऱ्या गायी व एक बैल यांचे दान करावे." (अध्याय ९ श्लोक १२७-१३१).

विष्णुस्मृती

खालच्या जातीचा माणूस वरच्या जातीच्या माणसाचा अपमान करत अगर त्याला इजा करेल तर ह्यासाठी खालच्या जातीचा माणूस ज्या आपल्या अवयवयांचा उपयोग करेल ते अवयव राजाने तोडून टाकले पाहिजेत.

खालच्या जातीचा माणूस वरच्या जातीच्या माणसाबरोबर समानतेच्या भावनेने बसला तर त्याच्या ढुंगणावर डाग देऊन त्याला हद्दपार करावे, खालच्या जातीचा माणूस वरच्या जातीच्या माणसाच्या अंगावर थुंकला तर खालच्या जातीच्या माणसाचे दोन्ही ओठ कापून टाकावेत. खालच्या जातीचा माणूस जर वरच्या जातीच्या माणसाकडे घाण वास सोडेल, तर त्याचे कुल्ले कापून टाकावेत. त्याने शिवीगाळ (वरच्या जातीच्या माणसाबद्दल) केली तर त्याची जीभ छाटून काढावी.

खालच्या जातीत जन्मलेला माणूस वरिष्ठ जातीत जन्मलेल्या माणसाला त्याच्या कर्तव्याबद्दल उपदेश करू लागला तर राजाने त्या नीच जातीतील माणसाच्या तोंडात कढत तेल ओतण्याची शिक्षा द्यावी.

वरिष्ठ वर्गातील एखाद्या मनुष्याच्या नावाचा किंवा जातीचा एखाद्या शूद्राने चेष्टेने उल्लेख केला, तर तापवून लालबुंद झालेली लोखंडाची सळई त्या शूद्राच्या तोंडात दहा इंच कोंबावी. (अध्याय ५, सूत्र १९-२४)

५) बृहस्पती स्मृती

"जो शूद्र धार्मिक तत्त्वांची शिकवण दुसऱ्याला देईल किंवा वेदमंत्रांचा उच्चार करेल, अथवा एखाद्या ब्राह्मणाचा अपमान करेल त्याची जीभ कापून टाकली पाहिजे" (अध्याय १२, श्लोक १२)

गौतम धर्मसूत्र

"एखादा शूद्र जर स्वेच्छेने वेदमंत्रांचा घोष ऐकत राहील तर कथील व लाख यांचे तापवलेले रस त्याच्या कानात ओतावेत. तो जर वेद वाचू लागला तर त्याची जीभ

छाटून टाकावी. वेद जर त्याला मुखोद्गत झाले असतील तर त्याला मधोमध उभे चिरून टाकावे" (अध्याय २०, श्लोक ४-६)

मनुस्मृती

"जो पैसे घेऊन विद्या शिकवतो, त्याचप्रमाणे जो पैसे देऊन शिकतो, जो शूद्र शिक्षणाचा पेशा करतो व जो शूद्रापासून शिक्षण घेतो, अशा माणसाला देव पितृ यांच्या समानार्थ जे विधी करतात, त्या विधीला उपस्थित राहण्याचे आमंत्रण देऊ नये. (अध्याय ३. श्लोक १५६)

शूद्राला कोणी सल्लामसलत देऊ नये किंवा त्याला देवाला वाहून उरलेले अन्न अथवा लोणी, ही कोणी देऊ नये.

शूद्राला कायदा कोणी शिकवू नये किंवा त्याला धार्मिक विधी करण्याबद्दलची माहिती कोणी देऊ नये. ही आज्ञा जो पाळणार नाही तो त्या शूद्राबरोबर 'असमव्रत' नावाच्या नरकाच्या घोर अंधारात खितपत पडेल. (अध्याय ४, श्लोक ७८-८१)

वेदमंत्रांचा घोष अस्पष्टपणे कोणीही करू नये किंवा वेदमंत्रांचा घोष शूद्रांच्या सान्निध्यात कोणीही करू नये. वेदमंत्रांचा घोष रात्री सूर्योदयापर्यंत करून थकवा आला तरी पुनः झोपू नये." (अध्याय ४, श्लोक ९९)

६) मनुस्मृती

"मनात कोणत्याही प्रकारचा किंतु न आणता ब्राह्मणाने शूद्राच्या वस्तू आपल्या ताब्यात घ्याव्यात. कारण स्वतःची चीजवस्तू शूद्राला नसते. तो गुलाम आहे व त्याची जी काही चीजवस्तू असेल तिच्यावर त्याचा हक्क नसतो. तर त्याच्या धन्याचा असतो. (अध्याय ८, श्लोक ४१७).

शूद्र धनसंचय करण्याला समर्थ असला तरी त्याने संपत्ती कमावू नये. कारण शूद्राजवळ असलेली संपत्ती पाहिल्याबरोबर ब्राह्मणाच्या चित्ताला वेदना होतात." (अध्याय १०, श्लोक १२९)

७) मनुस्मृतीचा राजाला उपदेश

"स्वतःच्या जन्माच्या आधारे, जो आपल्याला ब्राह्मण म्हणवून घेतो किंवा जो स्वतःला कोणत्याही गोष्टीचा आधार न घेता ब्राह्मण म्हणवून घेतो, तो राजाची

इच्छा असेल तर, कायद्याची घोषणा करेल. शूद्राला असली घोषणा करण्याचा कधीही अधिकार नसतो. शूद्र न्यायनिवाडा करत असता राजा जर नुसता त्या शूद्राकडे पाहत राहील, तर दलदल चिखलात गाय जशी बुडते तसे त्या राजाचे राज्य दुर्दैवाच्या खाईत बुडून जाईल. ज्या राज्यात शूद्राचा प्रामुख्याने भरणा आहे, आणि त्यात धर्मलंड लोकांचा बुजबुजाट झालेला आहे व ज्यात द्विज वर्णांचा एकही माणूस नाही, असले राज्य दुष्काळ आणि निरनिराळ्या रोगांच्या साथी यांच्या तडाख्यांनी समूळ नष्ट होईल." (अध्याय ८, श्लोक २०-२२)

८) आपस्तंभ धर्मसूत्र

पवित्र धार्मिक आदेश पाळणाऱ्या बुद्धीने जे घोर तपश्चरणे करतात, ब्राह्मणांचे पाय धुऊन जे शूद्र आपले जीवन घालवतात आणि जे आंधळे, मुके, बहिरे आणि व्याधिग्रस्त आहेत, अशा लोकांना सरकारी कर माफ असावा.
(प्रश्न २, पटल १०, खंड २६, सूत्रे १४-१६)

त्रैवर्णिकांची सेवाचाकरी करणे, हे शास्त्राने विहित केले आहे. जसजशी उच्च जातीतील माणसांची सेवाचाकरी करेल तसतशी त्याला जास्त उच्च दर्जाची पुण्याई लाभेल" (प्रश्न १, पटल १, खंड १, सूत्र ७-८)

मनुस्मृती

"या विश्वाचे संरक्षण करण्यासाठी देदीप्यमान देवाधिदेव ब्रह्मदेव याने आपल्या मुखातून, बाहुंपासून, मांड्यांपासून आणि पायांपासून जन्म घेतलेल्यांची कर्तव्यकर्म काय आहेत, याबद्दल वाटणी करून दिली आहे.

अध्यापन, अभ्यास, यज्ञयाग करणे, पुरोहितपणा करणे, दान देणे व घेणे, ही कर्तव्यकर्मे ब्राह्मणाला वाटून दिली. जनता संरक्षण, दान करणे, यज्ञयाग करणे, अभ्यास करणे आणि उपभोग्य वस्तूपासून परावृत्ती ठेवणे, ही कर्तव्ये क्षत्रियाला वाटून दिली. गुरे पाळणे, दान करणे, यज्ञयाग करणे, अभ्यास करणे, व्यापार करणे, व्याजाने पैसे लावणे आणि शेती करणे ही कामे वैश्याला वाटून दिली. उपरिनिर्दिष्ट जातीची बिनबोभाट सेवाचाकरी करणे, हे एकच काम परमेश्वराने शूद्राला दिले. (अध्याय १, श्लोक ८७-९१)

९) आपस्तंभ धर्मसूत्र

"त्रैवर्णिकातील एखाद्या माणसाने शूद्र जातीच्या स्त्रीशी व्यभिचार केला तर त्याला हद्दपार करावे. एखाद्या शूद्राने त्रैवर्णिक जातीतील स्त्रीशी व्यभिचार केला तर त्याला देहान्ताची शिक्षा केली पाहिजे. " (प्रश्न २, पटल १२, खंड २७, सूत्र ८-९)

गौतमस्मृती

"एखाद्या आर्य स्त्रीशी जर जबरी संभोग केला, तर त्याचे लिंग तोडून टाकावे आणि त्याची मालमत्ता जप्त करावी.

ज्या आर्य स्त्रीबरोबर शूद्राने जबरी संभोग केला असेल, तिला जर कोणी पालक असेल तर त्या शूद्राला प्रथम उपरिनिर्दिष्ट शिक्षा द्यावी व त्यानंतर त्याला ठार मारावे" (अध्याय १२, सूत्रे २-३)

मनुस्मृती

"एखाद्या शूद्राने सर्वात वरिष्ठ जी जात आहे त्याच जातीतील मुलीच्या (ब्राह्मण मुलीच्या) प्रेमाची याचना केली तर त्यास देहान्ताची शिक्षा द्यावी. (अध्याय ८, श्लोक ३६६)

त्रैवर्णिक जातीत जन्मलेल्या स्त्रीबरोबर एखाद्या शूद्राने संभोग केला, तर त्या स्त्रीला पालक असो वा नसो त्या शूद्राचे लिंग कापून टाकावे. त्या स्त्रीला पालक नसेल तर त्या शूद्राची सर्व मालमत्ता जप्त करावी व त्याला देहान्ताची शिक्षा करावी. (अध्याय ८, श्लोक ३७४)

त्रैवर्णिक जातीत जन्मलेल्या पुरुषांनी पहिल्यांदा त्यांच्या जातीत जन्मलेल्या स्त्रीला लग्नासाठी योग्य म्हणून निवडावी; परंतु तैवर्णिक जातीतील जे पुरुष कामांधपणामुळे लग्नाची इच्छा करतात त्यांना खालच्या जातीतील स्त्रिया लग्नाला योग्य होत.

शूद्र स्त्री हीच शूद्र माणसाची बायको होण्यास योग्य आहे, वैश्याला आपल्या जातीतील व शूद्र जातीतील स्त्री बायको म्हणून निवडता येते. क्षत्रियाला आपल्या जातीतील स्त्री व वैश्य व शूद्र या जातीतील स्त्रिया यांना बायको म्हणून निवड करता येते. ब्राह्मणाला आपल्या जातीतील स्त्री, क्षत्रिय, वैश्य व शूद्र या जातीतील स्त्रिया यांना बायको म्हणून निवड करता येते.

ब्राह्मण व क्षत्रिय हे आपत्काळात असले, तरी ते शूद्र स्त्रीला बायको करत नाही.

शूद्र स्त्रीच्या स्वरूपाला मोहून जाऊन त्रैवर्णिक जातीतील जे पुरुष तिला बायको करतात, ते आपले कुळ व भावी पिढी यांना शूद्राच्या अवस्थेला लवकर नेऊन पोहोचवतात. (अध्याय ३, श्लोक १२-१५)

जो ब्राह्मण शूद्र स्त्रीबरोबर संभोग करतो तो नीच अवस्थेला जातो. त्या स्त्रीला त्याच्यापासून मुलगा झाला तर त्याचे ब्राह्मणत्व खरोखर नष्ट होते.

देव, पितृ आणि अतिथी यांना 'हव्यकव्य'[२] देऊन त्यांचा सत्कार करणे हे जर शूद्र स्त्रीच्या सर्वस्वी स्वाधीन असेल, तर त्या हव्यकव्याला देव, पितृ स्वीकार करत नाही व शूद्र स्त्री ज्या त्रैवर्णिकाजवळ आहे, त्यालाही स्वर्गप्राप्ती होत नाही.

शूद्र स्त्रीच्या ओठांवरील घर्मबिंदू, तिच्या श्वासोच्छ्वासाने जो पूर्ण घेरला आहे आणि ज्याला त्या शूद्र स्त्रीपासून मुलगा झाला आहे, अशा माणसासाठी कोणतेही प्रायश्चित सांगितले नाही. (अध्याय ३, श्लोक १७-१९)

१०) वसिष्ठ धर्मसूत्र

वाईट वासना करणे, मत्सर करणे, असभ्य बोलणे, ब्राह्मणाबरोबर वाईट रीतीने बोलणे, पाठीमागे निंदा करणे आणि क्रौर्य ही शूद्राची लक्षणे होत. (अध्याय ६, श्लोक २४.)

विष्णुस्मृती

ब्राह्मणाच्या मुलाला जे नाव ठेवावयाचे ते मंगलकारक असावे, क्षत्रियाच्या मुलाला जे नाव ठेवावयाचे ते अधिकारदर्शक असावे, वैश्याच्या मुलाला जे नाव ठेवावयाचे ते संपत्तीदर्शक असावे आणि शूद्राच्या मुलाला जे नाव ठेवावयाचे ते तिरस्कार दर्शक असावे. (अध्याय २७, सूत्रे ६-९)

गौतम धर्मसूत्र

फक्त एकदाच जिच्यामध्ये मनुष्याचा जन्म होतो. अशा चौथ्या जातीत शूद्राचा जन्म होतो. तो वरिष्ठ जातीची सेवाचाकरी करतो. सेवाचाकरीचा मोबदला जो

२ 'हव्यकव्य' म्हणजे धार्मिक विधींमधील अन्नपदार्थांसाठी वापरला जाणारा शब्द. 'हव्य' म्हणजे देवतांना अर्पण केले जाणारे अन्न किंवा नैवेद्य आणि 'कव्य' म्हणजे पितरांना संतुष्ट करण्यासाठी दिले जाणारे अन्न किंवा पिंड.

वरिष्ठ जातींकडून मिळेल त्यावर त्याने गुजराण करावी. वरिष्ठ जातीतील लोकांनी वापरून टाकलेले जोडे त्याने घालावेत. वरिष्ठ जातीतील लोकांनी खाऊन जे अन्न शिल्लक राहिले असेल तेच अन्न त्याने खावे.

दुष्ट बुद्धीने, शिव्या देऊन त्रैवर्णिक जातीतील लोकांची जाणूनबुजून हेटाळणी करणे किंवा दुष्ट बुद्धीने त्यांना मारहाण करणे असे वर्तन जे शूद्र करतात त्यांचे अवयव (ते वर्तन करताना वापरलेले अवयव) छाटून टाकावेत.

द्विज जातीत जन्मलेल्या माणसाबरोबर समानतेच्या भावनेने बसणे, झोपणे, संभाषण करणे किंवा रस्त्याने चालणे असले वर्तन जो शूद्र करतो त्याला ठार मारावे. (अध्याय १०, सूत्रे ५०, ५८-५९ आणि अध्याय १२, सूत्रे १-७)

मनुस्मृती

मौज विधी होऊन ज्यांना द्विजत्व प्राप्त झाले आहे, अशा लोकांकडून त्यांच्या इच्छेविरुद्ध जो ब्राह्मण सत्तांधपणाने आणि दुष्ट बुद्धीने गुलामांची कामे जबरदस्तीने करवून घेतो असा ब्राह्मणाला राजाने सहाशे पणांचा दंड करावा.

परंतु एखाद्या शूद्राला मग तो शूद्र गुलाम म्हणून विकत घेतलेला असो वा नसो एखाद्या ब्राह्मणाने गुलामाची कामे करावयास भाग पाडले, तर त्या ब्राह्मणाला कोणतीही शिक्षा करू नये. कारण ब्राह्मणांची सेवा करण्यासाठीच स्वयंभू परमेश्वराने शूद्राला जन्माला घातले आहे.

धन्याने शूद्राला स्वतःच्या नोकरीतून मोकळे केले असले, तरी तो शूद्र आपल्या गुलामगिरीतून मुक्त होऊ शकत नाही. कारण गुलामगिरी ही त्याच्या जन्माची सोबतीण आहे. मग त्याच्यापासून तिला कोण मुक्त करू शकेल? (अध्याय ८, श्लोक ४१२-४१४)

जो माणूस सन्मार्गांनी आपले आयुष्य चांगल्या रीतीने घालवेल किंवा जितके निष्कलंक राखेल तितक्या चांगल्या रीतीने त्याला ऐहिक व पारलौकिक सुख मिळेल (अध्याय १०, श्लोक १२८).

नावलौकिक कमावलेले, वेदांचा अर्थबोध जाणणारे आणि कुटुंबवाले जे ब्राह्मण आहेत त्यांची आज्ञा पाळणे हेच शूद्राचे श्रेष्ठतम कर्तव्यकर्म होय. हे कर्तव्यकर्म करण्यानेच शूद्र आपल्या कल्याणाची तरतूद करून ठेवतो.

जो शूद्र मनाने निर्मळ राहील, वरिष्ठ जातीतील लोकांची आज्ञा पालन करेल, सौम्य भाषण करेल, घमेंडखोरपणा दाखवणार नाही आणि

ब्राह्मणाशी सदैव नम्रतेने वागेल, तो पुढील जन्मी उच्च जातीत जन्म घेईल. (अध्याय ९, श्लोक ३३४-३३५)

उपजीविकेचे काही साधन हाती असावे, अशी इच्छा करणाऱ्या शूद्राने क्षत्रियाची चाकरी करावी, किंवा ज्या शूद्राला आपल्या जीवनाचे संगोपन करण्याची इच्छा असेल त्याने श्रीमंत वैश्याची चाकरी करावी.

स्वर्गप्राप्तीसाठी शूद्राने चाकरी करावी

ज्या शूद्राला जीवनाचे संगोपन आणि स्वर्गप्राप्ती यांची इच्छा असेल त्याने ब्राह्मणाची चाकरी करावी. कारण तो चाकरी करताना त्याच्याकडून 'ब्राह्मण' हा शब्द वेळोवेळी उच्चारला जाईल आणि त्यामुळे त्या शूद्राला जे काही कर्तव्य करावयाचे आहे, त्याची पूर्ती झाली असे होईल, ब्राह्मणाची सेवा करणे हाच शूद्रांचा उत्तमोत्तम धंदा होय, असे सर्वांचे मत आहे. कारण त्या व्यतिरिक्त त्याने दुसरा धंदा केला तर त्यामुळे त्याचा काही फायदा होणार नाही.

जो शूद्र आपली सेवाचाकरी करतो, त्याची कुवत, हुशारी आणि कुटुंबस्थिती याबद्दल चौकशी करून त्या मानाने ब्राह्मणांनी आपल्या घरातील वस्तूंतून काही वस्तू त्या शूद्राचे संगोपन करण्यासाठी दिल्या पाहिजेत.

घरात शिल्लक राहिलेले अन्न, जुने कपडे, कुजके धान्य आणि जुनी लाकडी आसने ही ब्राह्मणांनी आपल्या शूद्र नोकरास द्यावीत. (अध्याय १०, श्लोक १२१-१२५)

ब्राह्मणाचा 'प्रगतीदर्शक', क्षत्रियाचा 'सुरक्षादर्शक', वैश्याचा 'संपत्तिदर्शक' आणि शूद्राचा 'सेवादर्शक' असा प्रत्येकाचा उत्कृष्ट गुण असावा. (अध्याय २, श्लोक ३१-३२)

द्विज जातीत जन्मलेल्या माणसाची अत्यंत घाणेरड्या शब्दांनी जो विटंबना करतो, त्याची जीभ कापून टाकावी, कारण विटंबना करणारा कनिष्ठ जातीचा समजला पाहिजे.

तो द्विज जातीचा उल्लेख अत्यंत अपमानकारक रीतीने करत असला तर तापवून लाल केलेली लोखंडाची दहा बोटे (दशांगुले) लांबीची सळी त्याच्या तोडात खुपसावी.

जो माणूस अहंकाराच्या भरात पुरोहिताला त्याच्या कर्तव्यकर्माबद्दल जर काही सूचना देऊ लागला, तर राजाने अशा माणसाच्या कानांत व तोंडात कडक तापवलेले तेल ओतवावे. (अध्याय ८, श्लोक २७०-२७२)

एखादा माणूस आपल्या अवयवाने वरिष्ठ जातीतील माणसाला दुखापत करेल, तर त्या माणसाचा तो अवयव कापून टाकावा, हा मनुचा दंडक आहे.

तो माणूस वरिष्ठ जातीतील माणसावर हात अगर काठी उगारेल, तर त्याचा हात छाटून टाकावा आणि रागाने तो जर वरिष्ठ जातीतील माणसाला लाथेने मारेल, तर त्या माणसाचे दोन्ही पाय छाटून टाकावेत.

कनिष्ठ जातीत जन्मलेला माणूस वरिष्ठ जातीत जन्मलेल्या माणसाबरोबर बसला, तर त्याच्या ढुंगणावर डाग देऊन त्याला हद्दपार करावे किंवा राजाने त्याचे ढुंगण कापवावे.

कनिष्ठ जातीतील माणूस वरिष्ठ जातीतील माणसावर जर मगरुरीने थुंकला, तर राजाने त्याचे दोन्ही ओठ कापावेत.

त्याने जर वरिष्ठ जातीच्या माणसावर लघवी केली, तर त्याच्या शिश्नाचा पुढचा भाग कापवावा, आणि वरिष्ठ जातीच्या माणसाकडे घाण वास सोडला तर त्याचे गुद्द्वार कापावावे.

कनिष्ठ जातीतील माणसाने वरिष्ठ जातीच्या माणसाचे केस पकडून धरले, तर राजाने काही विचार न करता त्याचे दोन्ही हात कापावेत; त्याने जर वरिष्ठ जातीच्या माणसाचे पाय, दाढी, मान किंवा अंडकोश पकडले, तर त्याचे दोन्ही हात कापावेत.

एका माणसाने दुसऱ्या माणसाची कातडी सोलली किंवा त्याच्या अंगातून रक्त काढले, तर त्याला पाचशे पण दंड करावा; जर त्याने दुसऱ्याचे मांस काढले, तर त्याला सहा निष्कांचा[३] दंड करावा.

परंतु त्याने दुसऱ्याचे हाड मोडले असेल, तर त्याला हद्दपार करावे. (अध्याय ८, श्लोक २७९-२८४)

नारदस्मृती

शूद्र जातीत जन्मलेल्या लोकांनी द्विज जातीत जन्मलेल्या आर्य लोकांविरुद्ध जर खोटे आरोप केले, तर सरकारी अधिकाऱ्यांनी त्या शूद्रांच्या जिभा मधोमध चिराव्यात आणि त्यांना खोड्यात (स्थानबद्ध करणे) बसवावे.

एखाद्या शूद्राने द्विज जातीतील माणसाचा घाणेरड्या शब्दांनी अपमान केला, तर त्याची जीभ छाटून टाकावी. कारण तो जन्मतःच कनिष्ठ दर्जाचा आहे.

एखादा शूद्र वरिष्ठ जातीतील लोकांची नावे किंवा जाती यांचा उल्लेख

---

३ निष्क : वैदिक काळातील सोन्याचे नाणे.

तिरस्कारदर्शक शब्दांना करत असला तर तापवून लालबुंद केलेली दशांगुले (दहा बोटे) लांबीची लोखंडाची कांव त्याच्या तोंडात कोंबावी.

तो जर ब्राह्मणांना त्यांच्या कर्तव्यकर्माबद्दल आढ्यतेने धडे शिकवू लागला, तर राजाने कडक तापवलेले तेल त्याच्या तोंडात व कानांत ओतवावे.

आपल्या ज्या अवयवाने शूद्र ब्राह्मणाला त्रास देईल, त्याचा तो अवयव कापून टाकावा, हीच शिक्षा त्याच्या अपराधाला पुरी आहे.

जो शूद्र वरिष्ठ जातीतील माणसांबरोबर त्याच आसनावर बसतो त्याच्या ढुंगणावर डाग द्यावेत व त्याला हद्दपार करावे. किंवा राजाने त्याचे ढुंगण कापवावे.

जो शूद्र अहंकाराच्या भरात वरिष्ठ जातीतील माणसांच्या अंगावर थुंकतो त्याचे दोन्ही ओठ राजाने कापावेत. त्याने जर वरिष्ठ जातीच्या माणसाकडे घाण वारा सोडला तर त्याचे कुल्ले कापावेत. (अध्याय १, श्लोक २२-२७)

(३)

शूद्राच्याविरुद्ध ब्राह्मणांनी कायदे तयार केले होते. त्यांचा सारांश याप्रमाणे –

- सामाजिक रचनेत शूद्रांचा शेवटचा दर्जा ठरवण्यात आला.
- शूद्र हा घाणेरडा असल्यामुळे त्याला दिसेल किंवा त्याला ऐकू जाईल, अशा रीतीने कोणतेही पवित्र कार्य करू नये.
- इतर जातीतील लोकांना ज्या आदराने वागवण्यात येते तसला आदर शूद्राबद्दल दाखवू नये.
- शूद्राचे प्राण म्हणजे कःपदार्थ. शूद्राला कोणीही ठार मारावे, त्याबद्दल त्याला कोणीही नुकसान भरपाई मागणार नाही. नुकसान भरपाई देण्याची वेळ आली तर ती इतकी अल्पशी असावी की, ब्राह्मण, क्षत्रिय, वैश्य यांना ठार मारल्यानंतर जी नुकसान भरपाई घेण्यात येते तिच्या पासंगालाही ती पुरणार नाही.
- शूद्राने ज्ञान संपादन करू नये. त्याला शिक्षण देणे हे पाप आहे, तसेच तो गुन्हा होतो.
- शूद्राने स्थावरजंगम मालमत्ता जमवू नये, ब्राह्मणाला इच्छा होईल तेव्हा तो शूद्राची मालमत्ता आपल्या ताब्यात घेऊ शकतो.
- शूद्र कोणत्याही दर्जाचा अधिकारी होऊ शकत नाही.
- वरिष्ठ वर्गातील लोकांची सेवाचाकरी करणे, हेच शूद्राचे कर्तव्यकर्म आहे आणि त्यामुळेच त्याला मोक्ष मिळतो.

- वरिष्ठ जातीतील लोकांनी शूद्रांशी मिश्रविवाह करू नये. तथापि शूद्र स्त्रीला रखेली म्हणून ठेवण्याची मुभा त्यांना आहे. परंतु शूद्राने वरिष्ठ जातीतील स्त्रीच्या अंगाचा स्पर्श केला तर तो घोर शिक्षेस पात्र होतो.
- शूद्र गुलामगिरीत जन्मतो व त्याला मरेपर्यंत गुलामगिरीतच ठेवले पाहिजे.

हे विचारात घेतले तर त्यातून दोन मुद्दे प्रामुख्याने लक्षात येतात. ब्राह्मणांनी स्वतःचे कायदे करण्याचे अधिकार गाजवण्यासाठी शूद्राला निवडून काढले आहे, हा एक मुद्दा.

फार प्राचीन काळचे ब्राह्मणी वाङ्मय वाचले तर असे दिसून येईल की, वैश्य यांचा भारतीय-आर्य समाजात अत्यंत छळ झाला आहे; शूद्रांचा नव्हे! असे असतानाही फक्त शूद्रांविरुद्ध ब्राह्मणांनी आपले अधिकार कायदे करून गाजवले. हे अत्यंत आश्चर्यकारक आहे. याबाबतीत 'ऐतरेय ब्राह्मण' हा ग्रंथ वाचून पाहावा.

विश्वंतारा आणि शापर्ण ब्राह्मण यांची कथा या ग्रंथात आहे. यज्ञात सोमरस कोणत्या वर्गांनी प्यावा, याबद्दलचा खुलासा या कथेत आहे. वैश्य वर्गाबद्दल या कथेत असा उल्लेख आहे :

'त्यानंतर, पुरोहिताने जर दही आणले तर ते वैश्याचे पेय होय. दह्याने तू वैश्याला संतुष्ट कर. तुझ्या कुळात वैश्यासारखा माणूस जन्म घेईल. तो दुसऱ्याला मदत करणारा आणि दुसऱ्याचे भक्ष्य म्हणून राहील. या माणसाचा केव्हाही हवा तसा छळ करावा.' (Muir, Vol. 1, P 436-40)

वैश्यांबद्दल फारसे कायदे नाहीत

वैश्यांबद्दल ब्राह्मणांची इतकी कडक दृष्टी असता त्यांच्याविरुद्ध फारसे कायदे ब्राह्मणांनी केले नाहीत. ब्राह्मणांनी जे काही विरुद्ध कायदे तयार केले आहेत, त्यातील जास्त कायदे फक्त शूद्रांच्या विरुद्ध तयार केले आहेत, याचे कारण काय असावे?

ब्राह्मणांनी शूद्रांच्या विरुद्ध जे कायदे तयार केले आणि ब्राह्मणांसाठी जे सर्वस्वी अनुकूल कायदे तयार केले याची तुलना केली तर त्याच्या स्वरूपाचे व हेतूचे फरक जमीन-अस्मानचे आहेत, हे कोणाच्याही सहज लक्षात येईल.

शूद्रांविरुद्ध केलेल्या कायद्यांची जंत्री पाहिली तर हा मुद्दा लक्षात येतो. समाजरचनेतील शूद्रांचा दर्जा त्रैवर्णिक जातींच्या दर्जाच्या खालचा आहे.

एवढेच नव्हे, तर हे दोन्ही दर्जे अगदी विरुद्ध स्वरूपाचे आहेत, असे

दाखवण्यात आले आहेत. ही वस्तुस्थिती लक्षात घेतली तर कोणालाही असे वाटेल की, शूद्रांविरुद्ध जे त्रैवर्णिक जातींना हक्क देण्यात आले आहेत ते एका स्वरूपाचे असावेत. परंतु तशी वस्तुस्थिती नाही.

खरी वस्तुस्थिती अशी आहे की, शूद्रांच्या विरुद्ध क्षत्रिय व वैश्य यांना जे हक्क देण्यात आले आहेत ते मामुली स्वरूपाचे आहेत. परंतु शूद्रांविरुद्ध ब्राह्मणाला जे हक्क व अधिकार देण्यात आले आहेत ते विशेष स्वरूपाचे आहेत.

उदाहरणार्थ, ब्राह्मण, क्षत्रिय व वैश्य यांच्या बाबतीत शूद्राने एखादा गुन्हा केला तर क्षत्रिय व वैश्य हे ज्या स्वरूपाची शिक्षा शूद्राला द्यावी असे सांगतील, तिच्यापेक्षा अधिक कडक स्वरूपाची शिक्षा शूद्राला द्यावी असे ब्राह्मण सांगेल, यज्ञयाग करण्यासाठी ब्राह्मणाला शूद्राच्या मालमत्तेसाठी जरुरी भासली तर ब्राह्मण ती मालमत्ता हवी तेव्हा ताब्यात घेऊ शकतो व असे करण्याने ब्राह्मणाकडून कोणत्याही स्वरूपाचा गुन्हा होत नाही.

शूद्राने मालमत्ता संपादन केली तर ती ब्राह्मणाच्या डोळ्यांत खुपते, म्हणून शूद्राने मालमत्ता कधीच संपादन करू नये. ज्या देशाचा राजा शूद्र आहे त्या राज्यात ब्राह्मणाने वस्ती करू नये.

शूद्राच्या बाबतीत ब्राह्मणांला इतक्या तीव्र स्वरूपाचे हक्क व अधिकार का दिले आहेत? शूद्र हा आपल्या जन्माचा वैरी आहे, असे समजून वागण्यास ब्राह्मणाला काही विशेष कारण होते काय?

... ब्राह्मणांची नैतिकभावना नष्ट झालेली

या मुद्द्यांपेक्षा अधिक महत्त्वाचा आणखी एक मुद्दा आहे. शूद्रासंबंधी अनेक प्रकारचे विरुद्ध स्वरूपाचे कायदे धार्मिक ग्रंथात जे सांगितले आहेत, त्याबद्दलचे सामान्य दर्जाच्या ब्राह्मण गृहस्थाला काय वाटत असावे? कायदे करताना ग्रंथकारांनी असामान्य बुद्धिमत्ता दाखवली आहे. तसेच त्यावेळी त्यांची वृत्ती लज्जास्पद स्वरूपाची होती, हे कोणीही कबूल करेल.

सामान्य दर्जाचा ब्राह्मण गृहस्थ ही वस्तुस्थिती मान्य करेल काय? हे शूद्रांसंबंधी धर्मग्रंथात जे विरुद्ध स्वरूपाचे कायदे सांगितले आहेत त्यांची जंत्री सदर ब्राह्मणांकडे असली, तर त्याच्या मनात शूद्रांसंबंधी कसलाही अनुकूल भाव उत्पन्न होणार नाही, हे साहजिकच आहे.

याचे पहिले कारण असे की, हे कायदे प्राचीन काळापासून समाजात रूढ झाले आहेत व परंपरेने त्यांना समाजात कायमचे स्वरूप प्राप्त झाले आहे. म्हणून याबाबतीत ब्राह्मणांची नैतिकभावना पूर्णपणे नष्ट झाली आहे; त्यामुळे हे कायदे नैतिक दृष्टीने बरे आहेत की वाईट आहेत, ते कोणी तयार केले; केव्हा व का केले, असल्या प्रकारचे प्रश्न त्यांच्या मनात कधीच उद्‌भवणार नाहीत.
दुसरे कारण असे की, शूद्रांसंबंधी जे विरुद्ध स्वरूपाचे कायदे धर्मग्रंथात सांगितले आहेत, त्याबद्दलची जाणीव ज्या ब्राह्मणांना आहे ते असे म्हणतात की, अशाच स्वरूपाच्या कायद्यांबद्दल आपणाला विशेष काय वाटावे किंवा त्यात लाज बाळगण्यासारखे तर काय आहे? ब्राह्मणांमधील ही मनोवृत्ती किती दांभिक आहे, हे स्पष्ट करून दाखवणे जरूर आहे.

स्वतःची अब्रू आणि सद्सद्विवेकबुद्धी याची बाजू सावरून धरण्यासाठीच ब्राह्मण लोक ही मनोवृत्ती दाखवतात. एरव्ही ती मनोवृत्ती कुचकामी आहे. परंतु या मनोवृत्तीचा समाचार घेणे जरूर आहे.

शूद्रांसंबंधी जे कायदे अस्तित्वात आहेत तशा स्वरूपाचे कायदे जगातील कोणत्याही भागात अस्तित्वात नाहीत, हे स्पष्ट करून सांगणे अत्यंत जरूर आहे. हक्क आणि अपात्रता यांच्या बाबतीत ब्राह्मणांनी तयार केलेले कायदे आणि जगातील देशात लागू असलेले कायदे यांची तुलना करणे शक्या नाही. ब्राह्मणी कायदे आणि रोमन कायदे यांची तुलना केली, तर या विधानाची सत्यता समजून येईल.

(४)

रोमन कायद्यांच्या अन्वये कोणत्या वर्गाला हक्कप्रदर्शक अधिकार व कोणत्या वर्गाला अपात्रदर्शक अधिकार देण्यात आले होते, त्याबद्दल प्रथमतः तुलनात्मक दृष्टीने विचार करू या.

रोमन कायदेपंडितांनी मनुष्याचे पाच वर्ग केला होते.

- अमीर-उमराव आणि सामान्य लोक
- स्वतंत्र लोक व गुलाम लोक
- नागरिक आणि परदेशी लोक

- जन्मतःच हक्क मिळवणारे लोक आणि जन्मानंतर काही मार्गांनी हक्क मिळवणारे लोक
- ख्रिस्ती लोक व धर्महीन लोक

रोमन कायद्याचा दाखला

रोमन कायद्यांप्रमाणे पुढील लोकांना अधिकार देण्यात आले होते : अमीर-उमराव, स्वतंत्र लोक, नागरिक, जन्मतः हक्क मिळवणारे लोक आणि ख्रिस्ती लोक. रोमन कायद्यांप्रमाणे या लोकांना अपात्रतादर्शक अधिकार देण्यात आले होते. सामान्य लोक, गुलाम लोक, परदेशी लोक, जन्मल्यानंतर काही मार्गांनी हक्क मिळवणारे लोक आणि धर्महीन लोक.

रोमन कायद्यांप्रमाणे जो स्वतंत्र नागरिक समजला जात होता, त्याला नागरिक व राजकीय हक्क होते. नागरिक हक्कांपासून विवाह आणि व्यापार करण्याचे हक्क मिळत असत. विवाह करण्याचे जे हक्क असत, त्यामुळे नागरिक कायदेशीर विवाह करत. असे विवाह केलेल्या नागरिकाला पितृत्वाचे अधिकार मिळत, मृत्युपत्र न करता जो मेला अशा नातलगाची स्थावर-जंगम मिळकत विवाहित नागरिकाला मिळत असे. रोमन कायद्याप्रमाणे व्यापार करण्याचे जे मार्ग होते, ते सर्व नागरिकांना मोकळे होते. निवडणुकीत मतदान करणे आणि अधिकार गाजवण्याच्या जागांचा स्वीकार करणे, असले हक्क रोमन नागरिकाला राजकीय हक्क म्हणून उपभोगता येत असत.

गुलाम हा आपल्या धन्याची मालमत्ता म्हणून समजला जाई. त्याला कोणत्याही प्रकारचे हक्क उपभोगण्याची शक्यता नव्हती. स्वतंत्र माणूस व गुलाम यांच्या दर्जात जी तफावत माहे, ती अतुलनीय आहे.

परदेशी लोकांना नागरिकत्वाचे हक्क नव्हते. म्हणून त्यांना राजकीय किंवा नागरिक हक्क नव्हते. एखादा नागरिक एखाद्या परदेशी माणसाचा पालक असला तर त्या परदेशी माणसाला कायद्याची मदत व संरक्षण मिळू शकत असे.

जन्मल्यानंतर काही मार्गांनी हक्क मिळणारे जे लोक असतात, त्यांचा कोणीतरी पालक असतो. या वर्गात गुलाम, मुले, पत्नी, कोर्टाने धनकोच्या स्वाधीन केलेला ऋणको आणि भाडोत्री पहेलवान (Gladiator) यांचा समावेश होतो.

या लोकांना स्वतंत्रपणे राहता येत नसे, दुसऱ्याची मालमत्ता मिळू शकत नसे, त्यांच्यावर कोणी अन्याय केला किंवा त्यांना कोणी इजा केली त्याबद्दल स्वतंत्रपणे त्यांना त्याची दाद लावून घेता येत असे.

ख्रिस्तीधर्माचा प्रसार

पहिल्यांदा रोमन लोक धर्महीन होते. धार्मिक भेदामुळे कोणाला कमी व कोणाला अधिक सामाजिक अधिकार व हक्क अस्तित्वात नव्हते. ख्रिस्ती धर्माचा रोमन लोकांत प्रसार झाल्यानंतर धार्मिक भावनेच्या कसोटीवर सामाजिक अधिकार व हक्क वाटण्यात आले.

जे ख्रिस्ती धर्म पाळू लागले, त्यांना हे अधिकार व हक्क देण्यात आले. ख्रिस्ती बादशहांच्या कारकिर्दीत धर्महीन म्हणून जे बडे निरनिराळ्या पंथांचे लोक होते, त्यांतील लोकांवर आणि ज्यू लोकांवर अत्यंत त्रासदायक नियंत्रणे लादण्यात आली. त्यांना वारसा हक्क देण्यात आला नव्हता तसेच त्यांना (कोर्टात) न्यायालयात साक्षीदार होऊ देत नसत, ते जुन्या मतांचे आणि अत्यंत सोवळे ख्रिस्ती होते, त्यांनाच सामाजिक हक्कांचा संपूर्णपणे उपभोग घेता येत असे.

रोमन कायद्यांखाली जे अधिकार व हक्क देण्यात आले होते व अपात्रतादर्शक बंधने निरनिराळ्या लोकांवर लादण्यात आली होती. त्याची थोडीशी माहिती येथे दिली आहे. ती लक्षात येऊन हिंदू लोक असे म्हणतील की, 'हिंदू धर्मग्रंथात जे अधिकार व हक्क असेच अपात्रतादर्शक अधिकार सांगण्यात आले आहेत त्यांना जगातील इतर देशांत जोड मिळते व रोमन लोकांचे उदाहरण लक्षात घेता हिंदूंचे वरील विधान खरे वाटू लागते.'

परंतु हिंदू धर्मग्रंथात सांगितलेली अपात्रतादर्शक बंधने रोमन कायद्याने सांगितलेल्या अपात्रतादर्शक बंधनापेक्षा अधिक घोर निर्दय स्वरूपाचे आहेत, ही हिंदूंना कबूल करावी लागेल. अपात्रदर्शक बंधने लादणाऱ्या रोमन कायद्यांची उभारणी काही तत्त्वांवर केली आहे. त्याचप्रमाणे अपात्रतादर्शक बंधने लादणाऱ्या हिंदू धर्मग्रंथातील कायद्यांची उभारणी काही तत्त्वांवर केली आहे. या तत्त्वांची परस्परांशी तुलना केली तर हिंदू धर्मग्रंथातील उपरोक्त तत्त्वे अत्यंत हीन दर्जाची आहे, हे कोणाच्याही सहज लक्षात येईल.

रोमन कायद्यान्वये जे पात्रतादर्शक हक्क व अपात्रतादर्शक बंधने सांगण्यात आली आहेत ती कोणत्या पायावर उभारलेली आहेत? रोमन कायद्याचा ज्याने अभ्यास केलेला आहे, असा एखादा माणूस सांगू शकेल की, पात्रतादर्शक हक्क व अपात्रतादर्शक बंधने यांचा पाया मनुष्याचा सामाजिक दर्जा आणि मनुष्याचा कायद्याच्या दृष्टीने असणारा नावलौकिक, रोमन कायद्यान्वये मनुष्याचा सामाजिक दर्जा स्वतंत्रता, नागरिकपणा आणि कुटुंबसंबंध या तीन गोष्टीवर अवलंबून असे.

स्वतंत्रता या वर्गात सामाजिक लोक येत, गुलाम येत नसत. स्वतंत्र माणूस जर रोमन नागरिक असेल तर त्याला सामाजिक दर्जाचे सर्व हक्क उपभोगता येत असत. हे हक्क ज्याला असत तो राजकीय किंवा सामाजिक दर्जाचे हक्क भोगू शकत असे. कुटुंबासंबंधी या वर्गात काही विशेष दर्जाची कुटुंबे असत त्या कुटुंबातील लोकांना काही विशेष प्रकारचे हक्क असत. जो नागरिक या कुटुंबापैकी असे त्याला या कुटुंबाचे सर्व हक्क उपभोगता येत असत.

एखाद्या रोमन गृहस्थाचा सामाजिक दर्जा काही कारणांमुळे कमी होत असे, किंवा संपूर्ण नष्ट होत असे? त्याला जर युद्धात कैदी म्हणून पकडून नेले किंवा त्याच्यावर गुलामगिरी लादली गेली तर त्याचे स्वातंत्र, नागरिकत्व आणि कुटुंबबंधन ही संपूर्णपणे नष्ट होत असत. परंतु तो शत्रूच्या तावडीतून सुटून परत आला, तर त्याला त्याचे स्वातंत्र, नागरिकत्व, कुटुंबसंबंध हे तिन्ही परत देण्यात येत असत.

एखाद्या नागरिकाने स्वतःवर दुसऱ्या राजाचे निमंत्रण कबूल केले तर त्याचे नागरिकत्व आणि कुटुंबसंबंध याबद्दलचे हक्क नष्ट होत असत; परंतु त्याचे वैयक्तिक स्वातंत्र अबाधित राहत असे. अशा परिस्थितीत त्याला इतर नागरिकांबरोबर सार्वजनिक पाणवठ्यावर पाणी भरू देत नसत. त्याला कोणी विस्तव देत नसत. त्याच्यावर असला बहिष्कार घालण्याचा हेतू हा की, त्याने रोमन राज्याच्या बाहेर जाऊन राहावे. तो स्वतः रोमन राज्याच्या बाहेर निघून गेला नाही तर त्याला रोमन साम्राज्याबाहेर हद्दपार करण्यात येत असे. वैयक्तिक स्वातंत्र व नागरिकत्व यांना काही बाधा न येतासुद्धा एखादा माणूस कुटुंबसंबंध तोडू शकत असे. उदाहरणार्थ एखादा माणूस दुसऱ्या गृहस्थाच्या पालकत्वाखाली आला किंवा एखाद्या गृहस्थाने आपल्या मुलाचे पालकत्व सोडले तर त्या माणसाचे किंवा मुलाचे वैयक्तिक स्वातंत्र व नागरिकत्व नष्ट होत नसत.

नागरिकत्व जन्मावरून

नागरिकत्व हे प्रथम जन्मावरून मिळत असे. एखाद्या गृहस्थाने कायदेशीर लग्न केले असेल व त्याची पत्नी गरोदर झाली तेव्हा तो जर नागरिक असेल, तर त्याच्या मुलाला त्याच्या वडिलांचे नागरिकत्व प्राप्त होत असे. बेकायदेशीर लग्न झालेल्या जोडप्याला जर मूल झाले तर त्या मुलाला त्याच्या आईचे हक्क प्राप्त होत असत.

एखाद्या रोमन नागरिकाच्या गुलामाला काही विशिष्ट विधी करून नागरिकत्व देता येत असे. हा नियम पुढे बदलण्यात आला. या बदललेल्या नियमाप्रमाणे

गुलामगिरीतून मुक्त केलेला गुलाम काही विधी केल्यानंतर संपूर्णपणे नागरिक होत नसे. तर त्याला परदेशी माणसाचा दर्जा प्राप्त होत असे.

जस्टिनियन (Justinian I) बादशहाने उपरिनिर्दिष्ट बदललेला नियम नष्ट केला. त्याने पूर्वीचा नियम चालू केला. या नियमाप्रमाणे गुलामगिरीतून मुक्त केलेला गुलाम रोमन नागरिकत्वाचे सर्व हक्क उपभोगू शकत असे.

नागरिकत्वाचे हक्क बहुधा मेहरबानीखातर देण्यात येत असत. एखादी व्यक्ती किंवा सबंध जात यांना असले हक्क देण्याचा ठराव रोमन लोकांनी सार्वजनिक सभा किंवा कायदेमंडळ अथवा रोमन बादशहा हे मंजूर करत असत. ही नागरिकत्वाचे हक्क देण्याची पद्धत आणि अलीकडची परदेशी माणसांना नागरिकत्व देण्याची पद्धत यासारख्या स्वरूपाच्या होत.

एखाद्याचे नागरिकत्व तीन तऱ्हांनी नष्ट होत असे. वैयक्तिक स्वातंत्र्य नष्ट झाल्यामुळे, उदाहरणार्थ, एखादा रोमन गृहस्थ युद्धात कैदी म्हणून पकडला गेला तर एखाद्याने रोमन नागरिकत्व सोडून दिले व दुसऱ्या राज्याचे नागरिकत्व मिळवले तर आणि कोणी काही अपराध केला असेल तर त्याला शिक्षा म्हणून काही दिवस किंवा कायमचेच हद्दपार करणे.

रोमन कायद्यान्वये एखाद्याला सामाजिक दर्जा असला तर त्याला सर्व सामाजिक व राजकीय हक्क उपभोगता येत असत. म्हणजे त्याला मतदान करता येत असे त्याला एखाद्या सरकारी पदाचा अधिकार स्वीकारता येत असे. कायद्याच्या दृष्टीने एखाद्याचा दर्जा काय आहे यावर त्याचे राजकीय हक्क अवलंबून असत. ज्याला सामाजिक दर्जा व कायद्याच्या दृष्टीने असलेला दर्जा, ही दोन्ही असत त्याला सामाजिक व राजकीय हक्क उपभोगता येत असत, ज्याला फक्त सामाजिक दर्जा असे त्याला फक्त सामाजिक हक्क उपभोगता येत असत, त्याला राजकीय हक्क नसत. ज्याला कायद्याच्या दृष्टीने दर्जा असे त्याला राजकीय हक्क असत.

कायद्याच्या दृष्टीने असलेला दर्जा दोन तऱ्हांनी नष्ट होत असे. वैयक्तिक स्वातंत्र नष्ट झाले तर व एखाद्या गुन्ह्याबद्दल शिक्षा झाली तर, वैयक्तिक स्वातंत्र नष्ट झाले तर कायद्याच्या दृष्टीने असलेला दर्जा संपूर्णपणे नष्ट होत असे. केलेल्या गुन्ह्याचे स्वरूप जसे कमी-अधिक गंभीर असेल त्या मानाने गुन्हेगाराला कमी-अधिक स्वरूपाची शिक्षा देण्यात येत असे. दिलेली शिक्षा ज्या स्वरूपाची असेल त्या मानाने गुन्हेगाराचा कायद्याच्या दृष्टीने असलेला दर्जा कमी करण्यात येई. रोमन कायद्याप्रमाणे प्रतिवादीला निरनिराळ्या स्वरूपाची नुकसान भरपाई द्यावी लागत

असे. त्याचप्रमाणे त्यांचे राजकीय हक्क नष्ट करण्यात येत असत. यामुळे त्याला मतदान करता येत नसे किंवा एखाद्या पदाचा अधिकार स्वीकारता येत नसे.

रोमन कायद्यान्वये निरनिराळ्या लोकांना जे हक्क दिले होते व काहींवर अपात्रतादर्शक निर्बंध लादलेले होते. माहितीवरून दिसून येईल की, हे हक्क व निर्बंध एकाच पायावर आधारलेले होते, म्हणजे एका जातीचे हक्क एका पायावर व दुसऱ्या जातीचे हक्क भिन्न पायांवर आधारलेले नव्हते. हीच गोष्ट अपात्रतादर्शक निर्बंधाबद्दलची.

ब्राह्मणी धर्मग्रंथात रेखीव व्यवस्था नाही

हे हक्क व निर्बंध अंमलात आणण्याच्या अगर न आणण्याच्या काही मर्यादा कायद्याने ठरवलेल्या होत्या. अशा प्रकारची रेखीव व्यवस्था ब्राह्मणी धर्मग्रंथात आढळत नाही. अधिकार, हक्क व अपात्रतादर्शक निर्बंध यांची उभारणी जातीय पायावर केलेली आहे, असे ब्राह्मणी धर्मग्रंथावरून दिसून येते. एवढेच नव्हे तर, सर्व प्रकारचे अधिकार व हक्क त्रैवर्णिक जातींना देण्यात आलेले आहेत आणि सर्व प्रकारचे अपात्रतादर्शक निबंध फक्त शूद्र जातीच्या वाट्याला टाकलेले आहेत. हे ब्राह्मणी धर्मग्रंथाचे वैशिष्ट्य होय.

हा विचार ब्राह्मणी धर्मग्रंथाला मानणारे लोक मान्य करणार नाहीत. रोमन कायद्यान्वये अधिकार, हक्क व अपात्रतादर्शक निर्बंध यांची उभारणी जातीय पायावर केलेली आहे, असे ते प्रतिपादन करतील. त्यांचे हे म्हणणे अमीर-उमराव लोक व सामान्य लोक यांच्या बाबतीत खरे आहे. तथापि इतर बाबतीत त्यांचे म्हणणे खरे नाही; हे पुढील विवेचनावरून दिसून येईल.

पहिल्या प्रथम हे लक्षात ठेवले पाहिजे की, सामान्य लोक गुलाम नव्हते त्यांना सामाजिक व राजकीय हक्क असत त्यांच्याकडून काही स्वरूपाचे गुन्हे झाले तर त्या हक्कात फेरबदल होत असत. परंतु ते फेरबदल कायम स्वरूपाचे नसत. सामाजिक बाबतीत त्यांच्यावर दोन निर्बंध होते. अमीर-उमरावांच्या मुलामुलींशी त्यांच्या मुलीमुलांची लग्ने बेकायदा ठरवलेली होती. हा सामान्य लोकांवरील निर्बंध इ.स.पू. ४४५मध्ये दूर करण्यात आला. याबाबतीत जो कायदा करण्यात आला, त्याअन्वये अमीर-उमराव व सामान्य लोक यांचे विवाह कायदेशीर ठरवण्यात आले. सामान्य लोकांवर दुसरा एक निर्बंध होता. या निर्बंधान्वये सामान्य लोकांना रोमच्या देवळात पुरोहित आणि धर्माधिकारी होता येत नसे. हा निर्बंध इ.स.पू. ३००मध्ये दूर करण्यात आला!

पहिल्यांदा सामान्य लोकांना मताधिकार आणि पदाधिकार हे नव्हते रोमचा सहावा राजा सर्वियस टुलियस (Servius Tulius), याच्या कारकीर्दीत सामान्य लोकांना मताधिकार देण्यात आला. रोममध्ये प्रजासत्ताक राज्यपद्धती इ.स.पू. ५०९मध्ये सुरू झाली. नंतर काही वर्षांनी सामान्य लोकांना पदाधिकारही देण्यात आला. सामान्य लोकांना पदाधिकार मिळाल्यानंतर इ.स.पू. ४९४मध्ये सामान्य लोकांची न्यायालये स्थापन करण्यात आली.

हॉर्टेन्सिया कायदा मंजूर

इ.स.पू. ४२१पासून इ.स.पू. ३३६पर्यंतच्या काळात मोठमोठ्या दर्जाच्या सर्व जागा सामान्य लोकांना मिळाल्या इ.स.पू. २८७मध्ये लेक्स हॉर्टेन्सिया (Lex Hortensia) कायदा मंजूर करण्यात आला. या कायद्यान्वये असे जाहीर करण्यात आले की, सामान्य कायदेमंडळात जे कायदे मंजूर करण्यात येतील ते सर्व रोमन लोकांना लागू होतील, सामान्य लोक व अमीर-उमराव यांच्यामधील सामाजिक व राजकीय बाबतीतील भेदाभेद या कायद्याने संपूर्णपणे नष्ट केले.

अमीर-उमराव लोक व सामान्य लोक हे राजकीय हक्कांच्या बाबतीत समानतेच्या भूमिकेवर कसे आले. याचा थोडासा इतिहास वर सांगितला.

अमीर-उमराव लोक व सामान्य लोक हे सामाजिक व राजकीय हक्कांच्या बाबतीत समान पायरीवर आले; एवढेच नव्हे तर सामान्य लोकांना अमीरपद मिळवण्याचा मार्ग मोकळा झाला. उत्तम कुळात जन्म होणे आणि जवळ खूप पैसा असणे, या दोन गोष्टींमुळे रोमन समाजात दर्जा व वैयक्तिक प्रतिष्ठा मिळत असे.

न्यायाधिशाच्या उच्च प्रतीच्या जागा ज्यांना मिळत त्यांचे वैयक्तिक महत्त्व त्या जागांमुळे वाढत असे. जो गृहस्थ न्यायाधीश असे त्याचे त्या पदामुळे मिळालेले महत्त्व त्याच्या मुलांना मिळत असे व ते महत्त्व त्याच्या घराण्यात चालू राहात असे. सामान्य लोकांना न्यायाधीशाच्या जागा मिळू लागल्यामुळे त्यातील न्यायाधीश व घराणे ही महत्त्पदाला चढली. कित्येकांनी अमीरपद मिळवले. काहींनी अमीरपणाच्या बाबतीत मूळच्या अमिरांवर ताण केली.

पात्रतादर्शक अधिकार व अपात्रतादर्शक अधिकार यांची विभागणी रोमन कायद्याने जातीय पायावर केलेली होती असे जरी गृहीत धरले, तरी हे लक्षात ठेवले पाहिजे की, सामान्य लोकांवर अपात्रतादर्शक असे जे निर्बंध लादलेले होते ते कायमचे नव्हते. ते निर्बंध काहीकाळ अस्तित्वात होते. पण ते कालानुक्रमे नाहीसे झाले.

ही वस्तुस्थिती लक्षात घेतल्यानंतर ब्राह्मण धर्मग्रंथांना उचलून धरणाऱ्या लोकांना हे कबूल करावे लागेल की, हक्क, अधिकार आणि निर्बंध यांची वाटणी ब्राह्मणी धर्मग्रंथाप्रमाणेच रोमन कायद्यांनी जातीय पायावर केलेली आहे. हे मत सपशेल चुकीचे आहे. रोमन कायद्याने श्रीमंत लोक व सामान्य लोक यांच्यामधील सामाजिक व राजकीय बाबतीत नोंद नष्ट करून त्यांना एका पायरीवर आणून ठेवले. त्याप्रमाणे त्रैवर्णिक जाती व शूद्र जात यांच्यात असलेले भेद ब्राह्मणी धर्मग्रंथकारांनी नष्ट करून त्रैवर्णिक जाती व शूद्र यांना एका समान पायरीवर आणून का सोडले नाही? या प्रश्नाचे उत्तर देण्याची जबाबदारी ब्राह्मणी धर्मग्रंथांना उचलून धरणाऱ्या लोकांवर आहे.

रोमन व ब्राह्मणी कायद्यांतील भेद

या विवेचनावरून दिसून येईल की, 'अधिकार', 'हक्क' व 'निर्बंध' यांची जी वाटणी जातीय पायावर केलेली आहे ती ब्राह्मण धर्मग्रंथातील कायद्यांनी, रोमन कायद्यांनी नव्हे. ब्राह्मणी कायदे आणि रोमन कायदे यांच्यात दुसरे दोन महत्त्वाचे भेद आहेत. फौजदारी खटल्याच्या बाबतीत रोमन कायदे सर्व नागरिकांना समानतेने वागवत असत. म्हणजे फौजदारी खटल्याच्या बाबतीत अमीर व सामान्य लोक यांना समसमान हक्क होते. गुन्हेगार कोणताही नागरिक असो, अमीर असो वा सामान्य दर्जाचा असो, त्याला त्याच्या गुन्ह्याप्रमाणे दंड व शिक्षा होत असे. एकाच तऱ्हेचा गुन्हा असला व तो अमिराने केलेला असला तर त्याबद्दल एक शिक्षा व तोच गुन्हा सामान्य नागरिकाने केलेला असला तर त्याला निराळ्या तऱ्हेची शिक्षा, ही पद्धत रोमन कायद्याने मान्य केली नव्हती.

ब्राह्मणी कायद्यांनी ही पद्धत मान्य केली होती, हे धर्मसूत्रे व अनेक स्मृती यांच्यावरून दिसून येते. वादी व प्रतिवादी ज्या श्रेष्ठ व कनिष्ठ जातीचे असतील त्यांच्या जातीच्या श्रेष्ठ-कनिष्ठपणावर गुन्ह्याबद्दल कमी-जास्त शिक्षा ब्राह्मणी कायद्यांनी सांगितली आहे. वादी शूद्र असला व प्रतिवादी त्रैवर्णिक जातीतील एका जातीचा असला तर जी शिक्षा ब्राह्मणी कायदे अशा प्रतिवादीला देतात तिच्यापेक्षा जास्त कडक शिक्षा ते शूद्र प्रतिवादीस देतात. जर त्रैवर्णिक जातीचा वादी व शूद्र प्रतिवादी असेल तर, एवढेच नव्हे तर गुन्हा एकाच स्वरूपाचा असला व तो त्रैवर्णिकांपैकी एका जातीतील गृहस्थाने आणि शूद्राने केलेला असला तर त्रैवर्णिक जातीतील गुन्हेगाराला जी शिक्षा ब्राह्मणी कायदे सांगतात त्याच्या अनेक

पटीने कडक शिक्षा ते शूद्र गुन्हेगाराला सांगतात. फक्त शूद्र गुन्हेगारांना ब्राह्मणी कायद्यांत अमानुष शिक्षा सांगितल्या आहेत. ब्राह्मणी व रोमन कायदे यातील हा दुसरा महत्त्वाचा फरक आहे.

याशिवाय ब्राह्मणी कायदे व रोमन कायदे यांच्यात असलेला एक विशेष स्वरूपाचा फरक आहे. तो म्हणजे अपात्रतादर्शक निर्बंध नष्ट करण्याबद्दलचा. रोमन कायद्याने निर्माण केलेले निर्बंध कायम स्वरूपाचे नव्हते. काही विशिष्ट परिस्थिती अस्तित्वात असेपर्यंत त्या निर्बंधांची अंमलबजावणी होत असे.

ती विशिष्ट परिस्थिती नष्ट झाली की ते निर्बंध आपोआप नष्ट होत असत. आणि निर्बंध नष्ट झाले की ज्यावर ते लादण्यात आले होते, त्या माणसाला आपली स्वतःची प्रगती घडवून आणून समाजात मानाचा दर्जा प्राप्त करून घेण्यास मोकळीक मिळत असे.

ज्या विशिष्ट परिस्थितीमुळे निर्बंध अस्तित्वात आले ती परिस्थिती कायम स्वरूपाची राहावी अशी खटपट रोमन कायद्याने कधीच केली नाही. उलट अंशी ज्या परिस्थितीवर निर्बंध टिकून राहत ती परिस्थिती दूर करण्याचे रोमन कायद्याने प्रयत्न केले व ते प्रयत्न यशस्वी झाले. ही गोष्ट सामान्य लोक, गुलाम, परदेशी लोक आणि धर्महीन लोक यांना रोमन कायद्याने जे वेळोवेळी निरनिराळे हक्क दिले, त्यावरून दिसून येते.

रोमन कायद्याने अपात्रतादर्शक निर्बंध प्रथम जरी काही लोकांवर लादले तर ते कालांतराने त्यांनीच नष्ट केले. धर्मसूत्रे व स्मृती यांनी शूद्रांवर अपात्रतादर्शक निर्बंध एकदा जे लादले ते कायमचेच, त्या निर्बंधात कधी काळी काही फेरफार करावा, अशी त्यांनी मुळीच तरतूद ठेवलेली नाही.

या सर्व गोष्टी लक्षात घेतल्या तर धर्मसूत्रे व स्मृती यांनी शूद्रांना कायमचेच गुलामगिरीत खितपत पडावे, अशी जी तरतूद केलेली आहे ती किती अमानुष आहे, हे कळून येईल.

याहीपेक्षा कठोर कसाईकरणी धर्मसूत्रे व स्मृती यांनी केली आहे ती ही की, शूद्रांवर जे निर्बंध लादलेले आहेत ते कोणत्या रीतीने पाळावेत, याबद्दलच्या काही अटी सांगितलेल्या आहेत. या अटीला बाधक असे जर कोणी काही कृत्य केले तर ते कृत्य गुन्हेगारीचे ठरवले आहे. त्या गुन्ह्याबद्दल जबरदस्त शिक्षा सांगितली आहे.

उदाहरणार्थ, वैदिक मंत्र म्हणण्याची शूद्राची योग्यता नाही. म्हणून त्याला वैदिक यज्ञ करण्याचा अधिकार नाही.

> वेदाध्ययन करणे किंवा वेदमंत्रांचे घोष ऐकणे, हे शूद्राला निषिद्ध आहे व हे कृत्य गुन्हेगारीचे आहे. शूद्राने वेदाध्ययनाचा गुन्हा केला तर त्याची जीभ तोडावी. त्याने वेदमंत्रांचे घोष ऐकले तर त्याच्या कानात तापवून वितळवलेल्या शिसाचा रस ओतावा. शूद्राने आपल्यावरील निर्बंध झुगारून देण्यास घडपडू नये, म्हणून त्याला दहशत घालण्यासाठीच धर्मसूत्रांनी अशा प्रकारच्या क्रूर शिक्षा शूद्रांना सांगितलेल्या आहेत.

शूद्र हा शूद्रच आहे...

ब्राह्मणी धर्मग्रंथकारांनी शूद्रावर इतके अमानुष निर्बंध कोणत्या कारणास्तव लादले असतील बरे? शूद्राबद्दल त्याचा इतका खुनशी दृष्टिकोन का होता?

दुसरे असे की, ब्राह्मणी धर्मग्रंथाने शूद्रांवर कोणते निर्बंध लादले आहेत, याबद्दल पाढा वाचतात. ते म्हणतात, "शूद्रांना उपनयनविधीचे अधिकारीपद स्वीकारण्याचा आणि मालमत्ता जमवण्याचा अधिकार नाही."

पण हे कोणत्या कारणास्तव, याबद्दल ब्राह्मणी ग्रंथ कधी उलगडा करत नाहीत. त्यांचा सर्व जमाना तिस्मारखांचा आहे. शूद्राचे वैयक्तिक वर्तन समाजाला घातक आहे म्हणून त्याच्यावर निर्बंध लादले आहेत, अशातला हाही प्रकार नाही. 'शूद्र हा शूद्र आहे', म्हणूनच तो सर्व गोष्टीला अपात्र व त्याबद्दल त्याला शिक्षा ही केलीच पाहिजे अशा प्रकारची मनोवृत्ती ब्राह्मणी ग्रंथांनी दाखवलेली आहे. पण ही मनोवृत्ती गूढ वाटते. हे गूढ उकलण्यासाठी आपणाला ब्राह्मणी ग्रंथाची काही मदत होणार नाही. ती मदत दुसरीकडून मिळवली पाहिजे.

●●●

शूद्र आणि आर्य संघर्ष

शूद्र हे पूर्वी कोण होते आणि त्यांना वर्णसंस्थेत चवथे स्थान कसे प्राप्त झाले, हे शोधून काढण्यास ब्राह्मणी ग्रंथकार आपले मार्गदर्शक होऊ शकत नाहीत. युरोपीय ग्रंथकारांनी शूद्रोत्पत्तीसंबंधी एक ठाम सिद्धान्त बसवलेला आहे. या सिद्धान्ताची अंगे आहेत. त्याबद्दल सर्व युरोपीय ग्रंथकारांचे एकमत आहे, असे नाही. उलट अशा सिद्धान्ताच्या काही अंगाबद्दल त्यांच्या पूर्ण एकमत आहे, ते याप्रमाणे –

- ज्यांनी वैदिक वाङ्मय तयार केले ते लोक आर्य वंशाचे होते.
- हे लोक मूळचे भारताबाहेरचे होते. त्यांनी भारतावर स्वारी केली.
- भारताचे मूळ रहिवासी 'दास' व 'दस्यू' या नावाने ओळखले जात असत. त्यांचा वंश व आर्यांचा वंश यांच्यात फरक होता.
- आर्यांचा रंग गोरा होता. दास व दस्यू यांचा रंग काळा होता.
- आर्यांनी दास व दस्यू यांना जिंकून अंकित केले.
- दास व दस्यू यांना जिंकल्यानंतर त्यांना आर्यांनी गुलाम केले व 'शूद्र' हे नाव दिले.
- आर्यांना काळ्या वंशातील लोकांबद्दल तिरस्कार उत्पन्न झाला व वर्णभेदाच्या पायावर त्यांनी चातुर्वर्ण्य उभारले. हेतू हा की, आर्यांचा गोरा वंश आणि दास व दस्यू यांचा काळा वंश हे परस्परांपासून भिन्न राहावेत.

भारतीय-आर्य समाजात शूद्र कसे उत्पन्न झाले व त्यांना कोणते स्थान मिळाले, याबद्दलचा युरोपीय लोकांचा जो सिद्धान्त आहे, त्यातील मूलभूत तत्त्वे वर सांगितली आहेत. हा सिद्धान्त खरा आहे की खोटा आहे, हे आताच सांगता येत नाही. याच बाबतीत ब्राह्मणी ग्रंथकारांनी अनेक सिद्धान्त मांडले आहेत.

शूद्रोत्पत्ती ही एक सामाजिक बाब आहे असे युरोपीय ग्रंथकार मानतात. उलटपक्षी, ती एक परमेश्वरी इच्छेनुसार झालेली घटना आहे, असे ठरवण्यासाठी ब्राह्मणी ग्रंथकार आपल्या सर्व सिद्धान्ताची उभारणी करतात; ते सिद्धान्त लोकांच्या मनावर चांगले ठसवून देण्यासाठी त्यांनी बरीच लांबलचक व कंटाळवाणी खुलासेवजा तर्कटे मांडली आहेत. शूद्रोत्पत्ती ही एक सामाजिक घटना आहे, हा युरोपीय ग्रंथकारांचा सिद्धान्त आपणापुढे आहे, ही समाधानाची गोष्ट आहे. कारण तो सिद्धान्त सामाजिक घटनेबद्दल जे तर्कशुद्ध स्पष्टीकरण हवे असते ते स्पष्टीकरण देण्याचा प्रयत्न तरी करत आहे.

उलटपक्षी, ब्राह्मणी ग्रंथकारांचे सिद्धान्त म्हणजे मूर्ख माणसाच्या बाष्कळ बडबडण्याचा अर्क वाटतात. शूद्रोत्पत्ती हा एक मोठा विचार करण्यासारखा प्रश्न आहे. ही दृष्टी ब्राह्मणी ग्रंथकारात नाही. म्हणून ते त्या प्रश्नाला मुळी स्पर्शही करत नाहीत. युरोपीय ग्रंथकारात ती दृष्टी आहे व त्या दृष्टीनेच त्यांनी तो प्रश्न हाताळला आहे. म्हणून त्यांचा सिद्धान्त शूद्रोत्पत्तीचे संशोधन करण्यास बराच मार्गदर्शक वाटतो.

युरोपीय ग्रंथकारांचा सिद्धान्त कितपत खरा किंवा खोटा आहे, हे पाहण्यासाठी त्यातील एकूण एक मुद्दा पुराव्यानिशी अभ्यासून पाहणे इष्ट आहे.

'आर्यवंश' या नावाचा एक वंश अस्तित्वात होता, या पायावर युरोपीय ग्रंथकारांनी आपल्या सिद्धान्ताची उभारणी केली आहे. या मुद्द्याचा प्रथम विचार करणे जरूर आहे.

> हा 'आर्यवंश' म्हणजे काय? या प्रश्नाची छाननी करण्याच्या अगोदर 'वंश' म्हणजे काय, हे आपण प्रथम समजावून घेतले पाहिजे. हा मुद्दा समजावून घेण्याचे कारण असे की, 'वंश' व 'लोक' या दोन शब्दांनी काही लोकांना ओळखण्यात येते, ती चूक आपल्या हातून होऊ नये. कारण बरेच ग्रंथकार ज्यू ते 'लोक'मध्ये असले तरी त्यांना 'वंश' यात धरतात. वास्तविक ज्यू या शब्दाने 'वंश' याचा बोध होत नाही. तरी पण तसा समज प्रचारात आहे.

याबाबतीत ज्यांची मते अधिकृत समजली जातात यात प्रो. रिप्ले हा ग्रंथकार आहे. ज्यूबद्दल ते म्हणतात –

'ज्यू' या शब्दाने लोक याबद्दल बोध होतो, वंश असा बोध होत नाही. आपल्या एकंदर विवेचनाचा हाच शेवटचा मथितार्थ होय, हा मथितार्थ काहीसा परस्पर भिन्न स्वरूपाचा आहे, असे वाटते. तरी पण तोच मथितार्थ खरा आहे, असे आपण ठाम समजून चालू या. हा मथितार्थ खरा आहे, याचा पुरावा आपणाला ज्यू लोकांच्या चेहऱ्याच्या आकारात मिळतो. त्यांच्यामध्ये इतर काही विशिष्ट गुण दिसून येतात. पण ते गुण ज्यू लोकांनी पिढ्यान्‌पिढ्या खस्ता खाऊन आत्मसात केले आहेत. आपले रक्त निर्भेळ राखून ठेवले म्हणून त्यांच्यात सदर गुण उत्पन्न झाले, हे खरे नव्हे म्हणजे असे की, हे गुण त्यांना आनुवंशिक रीतीने प्राप्त झालेले नाहीत."

वंश म्हणजे काय?

वंश म्हणजे काय? आनुवंशिकपणे मिळालेले काही विशिष्ट गुणधर्म ज्यांच्यामध्ये दिसून येतात, अशा लोकांचा समाज, अशी 'वंश' शब्दाची व्याख्या करता येईल. एके काळी अशी समजूत होती की, एखाद्या वंशाची पाहणी करावयाची तर त्या वंशातील काही विशिष्ट गुणधर्म लक्षात घेतले पाहिजेत

- डोक्याचा आकार
- केस व डोळे यांचा रंग
- अंगाच्या कातडीचा रंग
- शरीराचा बांधा हे ते विशिष्ट गुणधर्म होत.

अलीकडील विद्वानांचे सर्वसाधारणपणे असे मत ग्राह्य मानले जाते की, शरीराच्या कातडीचा रंग आणि शरीराचा बांधा हे शरीराचे गुणधर्म हवा व प्रदेश यांच्यावर अवलंबून असतात. म्हणून शरीराचा रंग व बांधा ही एखाद्या लोकांचा वंश ठरवण्याच्या बाबतीत उपयोगी पडत नाहीत.

कोणत्याही हवेत व प्रदेशात राहणारे लोक कोणत्या वंशाचे आहेत, हे शोधून काढण्यास त्यांच्या डोक्यांचा आकार उपयोगी पडतो. डोक्याचा आकार म्हणजे डोक्याची लांबी, रुंदी आणि उंची यांचे सर्वसाधारण प्रमाण एखाद्या समाजातील लोकांचा वंश कोणता आहे, हे ठामपणे ठरवण्यास उपयोगी पडतो. म्हणून वंश ठरवण्याचा खात्रीलायक उपाय हाच होय, असे मानववंशशास्त्रज्ञ समजतात.

डोक्याच्या आकारावरून एखाद्या माणसाचा वंश कसा शोधून काढावा, याबद्दलचे एक अचूक शास्त्र मानवशास्त्रज्ञांनी तयार केले आहे. त्याला 'वंश दिग्दर्शक शास्त्र' म्हणतात. डोक्याचा आकार मोजण्याचे दोन प्रकार या शास्त्राने शोधून काढले आहेत. 'शीर्षसूची' आणि 'वदनसूची' असे हे प्रकार होत. सूची मानवाचा वंश ठरवते.

कानाच्यावरची डोक्याची रुंदी आणि कपाळापासून खोंचीपर्यंत डोक्याची लांबी, यांचे शतांशात जे प्रमाण येते ते 'शीर्षसूची' होय आणि डोके आणि चेहरा यांच्यामधील प्रमाणाच्या संबंधी या दोन प्रकारांवरून बरेच निष्कर्ष काढले आहेत.

दुसऱ्या प्रकारावरून एक असा निष्कर्ष काढला आहे की, ज्याचे डोके रुंद आहे त्याचा चेहरा गोल असतो. म्हणजे त्याच्या गालाच्या हाडांच्या मागल्या बाजूपर्यंतची रुंदी त्याच्या हनुवटीपासून कपाळापर्यंतच्या लांबीपेक्षा जास्त असते, लांब डोके व उभट चेहरा आणि आखूड डोके व गोल चेहरा असा सर्वसाधारण ठोकताळा शास्त्रज्ञांनी बसवला आहे.

प्रोफेसर रिप्ले (W. Z. Ripley) वंशशास्त्रावरचे अद्वितीय अभ्यासक आहेत. त्यांच्या मते युरोपीय लोक तीन वंशाचे आहेत. याबाबतीत त्यांनी जे निष्कर्ष काढले आहेत ते पुढील पानावरील कोष्टकात दिले आहेत.

शारीरिक दृष्टीने पाहिले तर आर्य वंश अस्तित्वात आहे, असे वाटते काय? या विषयावर दोन प्रकारची मते प्रदर्शित केली जातात. एक मत आर्य वंश अस्तित्वात आहे, असे मानते. ते मत असे –

"डोळ्यांत भरणाऱ्या अशा आर्य वंशातील लोकांच्या शारीरिक खुणा म्हणजे चाफेकळीसारखे नाक, लांबट आणि प्रमाणबद्ध अरुंद चेहरा, पूर्णपणे वाढ झाल्यामुळे उठावदारपणे दिसणारे सर्व अवयव आणि चेहऱ्याची सूबक व मनोवेधक ठेवण, त्यांचा बांधा उंच असतो व त्यांच्या शरीराची एकंदर ठेवण प्रमाणबद्ध असते. त्यांच्या शरीरात स्थूलपणापेक्षा सडपातळपणा जास्त असतो."

'आर्य' शब्द तीन अर्थांनी

या बाबतीतले दुसरे मत प्रोफेसर मॅक्स म्युलर यांचे आहे. वाङ्मय शास्त्रावर त्यांनी जी भाषणे केली, त्यात त्यांनी असे मत मांडले की, 'आर्य' हा शब्द निरनिराळ्या तीन अर्थांनी वैदिक वाङ्मयात वापरला आहे. (W.Z. Ripley, The Races

युरोपीय लोकांच्या वंशांचे प्रकार

	डोके	चेहरा	केस	डोळे	शरीरबांधा	नाक
ट्युटॉनिक (Teutonic)	लांब	लांब	साधारण काळे	निळे	उंच	साधारण अणकुचीदार
अल्पाइन (Alpine)(सेल्टिक) (Celtic)	गोल	गोल	साधारण	करडे तांबडे	मध्यम	रुंद व जाड दणकट
मेडिटॅरेनियन (Mediterranean)	लांब	लांब	गडद पिंगट किंवा काळे	काळे	मध्यम नाजूक	साधारण रुंद

of Europe, p. 121,) ते म्हणतात, "'अर' किंवा 'आर' हे जगातील फार जुने नाव पृथ्वीला देण्यात आले होते, असे या शब्दांवरून मला वाटते. या शब्दांचा अर्थ नांगरलेली जमीन असा होतो. हे शब्द संस्कृत वाङ्मयातून लुप्त झाले आहेत. पण ग्रीक वाङ्मयाने त्यांना जपून ठेवले आहे. ग्रीक वाङ्मयात 'इरा' हा शब्द आहे. जमीन धारण करणारा किंवा जमीन पेरणारा या अर्थांनी ते शब्द आर्यांनी वापरले असावेत. 'विस्' या शब्दापासून 'वैश्य' हा शब्द झाला. त्याचा अर्थ घरवाला माणूस 'इडा' ही मनुची कन्या. नांगरलेल्या जमिनीला 'इडा' असेही म्हणत असत. कदाचित 'इडा' हा शब्द 'आर' याचा अपभ्रंश असावा,

जमीन नांगरणे किंवा पेरणे या अर्थाने 'आर्य' या शब्दाचा दुसरा उपयोग केला आहे. त्याबद्दल प्रो. मॅक्स म्युलर म्हणतात –

"जो नांगरतो किंवा पेरतो असा 'आर्य' या शब्दाचा धातुवाहक अर्थ होतो असे माझे मत आहे. आर्य लोकांचे शेजारी 'तुराणियन' लोक होते. 'तुराणियन' याचे नाव तुरा घोडेस्वाराच्या चापल्यापासून पडले. 'तुराणियन' लोकांपासून आपण वेगळे आहोत, हे दाखवण्याच्या बुद्धीने आर्यांनी 'आर्य' या शब्दाची योजना जमीन नांगरणारे किंवा पेरणारे, या अर्थाने स्वतःसाठी केली असावी,

आर्य लोकांत वैश्यांचा फार मोठा भरणा होता. आर्य हा शब्द वैश्यांना लावत असत. हा तिसरा अर्थ प्रो. मॅक्स म्युलर यांनी पाणिनीच्या (३-१-१०३) आधारावरून काढला आहे. याचा चौथा अर्थ 'उत्तम जन्माचा'. हा बऱ्याच पुढील काळात रूढ झाला.

...तसा आर्यवंश अस्तित्वात नाही

आर्यवंश याबद्दल प्रो. मॅक्स म्युलर यांचे मत आपणाला समजावून घ्यावयाचे आहे. त्यांचे मत (Biography of Words, PP. 89 and 120-21) याप्रमाणे आहे.

"निर्भेळ रक्तावरून आर्यवंश पाहू म्हटले तर तसा 'आर्यवंश' मुळी अस्तित्वातच नाही. शास्त्रशुद्ध भाषेच्या दृष्टीने पाहिले तर आर्य हा शब्द कोणत्याही वंशाला लागू करता येत नाही. 'आर्य' या शब्दाने फक्त भाषेचा बोध होतो. वंशाचा नाही. आपण कधी कधी 'आर्यवंश' या अर्थाने बोलतो तेव्हा त्याचा अभिप्रेत अर्थ असा होतो की, आपण आर्य भाषा या अर्थाने बोलत आहोत. हा फरक आपण समजून घेतला पाहिजे.

मी जेव्हा आर्यांच्याबद्दल बोलतो तेव्हा पुन पुनः सांगितले आहे की, माझ्या बोलण्याचा रोख आर्यांचे रक्त, त्यांची हाडके, त्यांचे केस व डोक्याची कवटी, या गोष्टीकडे नसतो. तर जे लोक आर्य भाषा बोलतात ते लोक होत. 'हिंदू', 'ग्रीक', 'रोमन', 'जर्मन', 'सेल्टस्' आणि 'स्लाव्हज' इत्यादी लोकांच्या बाबतीत हाच नियम लागू पडतो. त्यांच्यासंबंधी मी जेव्हा बोलतो तेव्हा मी त्यांच्या शारीरिक वैशिष्ट्यांबद्दल बोलत नसतो. निळ्या डोळ्यांचे आणि रेशमी केसांचे स्कँडिनेव्हियन यांनी इतर लोकांना जिंकले असेल किंवा इतर लोकांनी त्यांना जिंकले असेल व त्यांच्यावर आपली भाषा लादली असेल.

'हिंदू', 'ग्रीक', 'रोमन', 'सेल्टस्' आणि 'स्लाव्ह' ही नावे जेव्हा उच्चारतो तेव्हा मी त्यांच्या भाषेला अनुलक्षून बोलतो, माणसांना अनुलक्षून नाही, हा एकच अर्थ मनात ठेवून मी असे म्हणतो की, आर्य भाषा व चालचलन यांचा जुन्या काळचा जो एक ठप्पा होता त्याचे प्रतिबिंब गोरे गोमटे दिसणारे 'स्कँडिनेवियन' लोकांत जितके दिसते त्यापेक्षा काळेकुट्ट दिसणारे हिंदू लोक यांच्यात जास्त प्रमाणात दिसते. ही माझी भाषा जरा कडक वाटेल, परंतु असल्या महत्त्वाच्या बाबीसंबंधी भाषा तोलून-मोजून वापरणे शक्य नसते. एखादा मानववंशशास्त्रज्ञ आर्यांचे रक्त, नेत्र, केस इत्यादी गोष्टींबद्दल बोलू लागला तर तो एक महापातक करत आहे असे मला वाटते. आपल्या भाषेतील निरनिराळ्या वर्गांमध्ये भर टाकून उपयोगी पडणारी नवी शब्दसंपत्ती आपण निर्माण करून ठेवली आहे. तशीच शब्दसंपत्ती मानववंशशास्त्रज्ञांनी तयार करावी, म्हणजे डोक्याची कवटी, केस व रक्त यांच्या निरनिराळ्या वर्णभेदांना लागू पडणारे योग्य ते शब्द अस्तित्वात येतील."

प्रो. मॅक्स म्युलर आर्य वंशाचे अस्तित्व एके काळी मान्य करत होते व त्या मताचा प्रसारही ते प्रामुख्याने करत होते. ही गोष्ट लक्षात धरली तर त्यांचे जे उद्गार दिलेले आहेत, ते अत्यंत महत्त्वाचे आहेत, यात शंका नाही.

आर्य वंश म्हणजे काय?

विशिष्ट प्रकारचे अवयव असलेल्या आर्य लोकांचा वंश आणि सर्वसाधारण एक भाषा बोलणाऱ्या आर्य लोकांचा वंश या दोन्ही अर्थाने आर्य वंशाचे अस्तित्व प्रो. मॅक्स म्युलर यांनी कबूल केले आहे, त्यांची ही दोन्ही मते परस्पर विरुद्ध आहेत, हे उघड आहे.

‘आर्य’ शब्दाचा वापर

वैदिक वाङ्मयाचा अभ्यास करणाऱ्या पंडितांना आर्यवंश म्हणजे काय याचा एक ठाम निष्कर्ष काढता आलेला नाही, हे प्रो. मॅक्स म्युलर यांच्या वरील परस्परविरुद्ध दोन मतांवरून दिसून येते. या परस्परविरुद्ध मतांतील वाद पाहिल्यानंतर कोणालाही असे विचारावेसे वाटते की, या मतांचा वैदिक वाङ्मयात काही पुरावा मिळतो काय? या मतांचा पुरावा शोधण्यासाठी आपण वैदिक वाङ्मय चाळून पाहिले तर असे दिसते की, ‘अर्य’ व ‘आर्य’ हे दोन शब्द ऋग्वेदात सापडतात.

‘अर्य’ हा शब्द ऋग्वेदात ८८ ठिकाणी वापरला आहे. शत्रू, सभ्य माणूस, हिन्दुस्थानाचे नाव आणि मालक, वैश्य किंवा रहिवाशी, अशा निरनिराळ्या अर्थांनी ‘अर्य’ हा शब्द ऋग्वेदात वापरला आहे.

“आर्य” हा शब्द ऋग्वेदात ३१ ठिकाणी वापरला आहे. परंतु तो आर्य वंश या अर्थाने एकाही ठिकाणी वापरला नाही. या विवेचनावरून असे स्पष्ट होते की, ‘अर्य’ व ‘आर्य’ हे शब्द वंशवाचक अर्थाने ऋग्वेदात मुळीच वापरले नाहीत.

आर्यवंशातील लोकांची डोकी लांब असतात असे वर्णन मानववंशशास्त्रज्ञ करतात. आर्यवंशातील अस्तित्व सिद्ध करण्यास हे वर्णन पुरेसे दिसत नाही. याशिवाय दुसरे सबळ पुरावे पुढे आणले पाहिजेत. कारण लांब डोक्याचे लोक दुसऱ्याही वंशात आहेत, हे प्रो. रिप्ले यांनी दिलेल्या कोष्टकावरून दिसून येईल. या कोष्टकात दिलेले जे दोन वंश आहेत, की ज्यांचे लोक लांब डोक्याचे असे समजले जाते त्यांपैकी कोणता वंश आहे, हा विचार करण्यासारखा प्रश्न आहे.

(२)

आर्यवंशाबद्दल युरोपीय ग्रंथकारांचे दुसरे असे सिद्धान्त आहेत की, आर्य लोक बाहेरून भारतात आले आणि त्यांनी मूळच्या रहिवाशांवर स्वाऱ्या करून त्यांना जिंकले. या दोन सिद्धान्ताचा विचार पृथकपणे करणे बरे होईल.

आर्यवंशाचे लोक कोणत्या प्रदेशातून भारतात आले असावेत? आर्य लोकांचे मूळस्थान कोणत्या प्रदेशात होते, हे शोधून काढण्यासाठी अनेक प्रकारची मते व दृष्टिकोन पुढे मांडण्यात आले आहेत. त्यांची संख्या पाहून कोणाचेही मन भांबावून जाईल, आर्यांचे मूळस्थान शोधून काढावयाचे तर ते मानववंशाची प्राथमिक भाषा असेल त्यावरून शोधून काढावे लागेल, असे मत प्रो. बेन्फे यांनी मांडले आहे. या प्रश्नासंबंधी प्रो. बेन्फे यांचे जे विचार आहेत त्याचा सारांश प्रो. आयझॅक टायलर

यांनी पुढील शब्दांत दिलेला आहे –

"आर्य वंशाचे जेवढे लोक जगात पसरले आहेत. ते हल्ली ज्या भाषा बोलतात त्या सर्व भाषांची मातृभाषा एक असली पाहिजे या मातृभाषेचा कोश तपासून पाहिला तर त्यातील काही शब्दांवरून आर्यवंशाचे मूळस्थान कोणते हे शोधून काढता येईल," अशा प्रकारचे प्रो. बेन्फे यांचे मत आहे. या मताला पुष्टी देण्यासाठी त्यांनी पुढील मुद्दा मांडला आहे.

आर्यांच्या भाषेत सिंहाचे वर्णन नाही

अस्वल व लांडगा यांसारखी काही जनावरे आणि 'बीच' व 'बर्च' यांसारखी काही झाडे आर्यवंशातील अगदी पहिल्या प्रथम लोकांना माहीत असली पाहिजेत. ही जनावरे व झाडे समशीतोष्ण प्रदेशात म्हणजे युरोपात उत्पन्न होतात. सिंह व वाघ ही जनावरे व पाम वगैरे झाडे, ही दक्षिण आशियाच्या हवेतच उत्पन्न होतात; ती भारतीय व इराणी लोकांनाच माहीत आहेत.

सिंह, वाघ व उंट ही जनावरे व पाम वगैरे झाडे ही आशियात उत्पन्न होतात. त्यांची नावे आर्य वंशाच्या मातृभाषेत आढळत नाहीत.

यावरून असे दिसते की, कास्पियन समुद्राच्या पूर्वेकडील प्रदेशातून आर्य लोक वसाहतीसाठी दुसरीकडे गेले. हा सिद्धान्त सबळ वाटत नाही. ग्रीक व भारतीय लोकांनी 'सिंहा'ला जे नाव दिले त्या नावाचे आर्यांच्या मातृभाषेतील एकाही शब्दाशी साम्य जुळत नाही. ग्रीक व भारतीय हे जर आर्य वंशाचे धरले जातात तर त्यांच्या भाषेत सिंहाचे जे नाव आहे ते आर्यांच्या मूळ भाषेतील शब्दांशी जुळावयास पाहिजे.

प्रो. बेन्फे यांच्या सिद्धान्ताला अनेक विद्वानांनी पाठिंबा दिला. त्यांपैकी 'गीजर' हा प्रमुख होता. मात्र प्रो. बेन्फे यांचे मत असे होते की, आर्यांचे मूळस्थान काळ्या समुद्राच्या उत्तरेकडील प्रदेश होय. आणि गीजर यांनी असे मत प्रदर्शित केले की, आर्यांचे मूळस्थान. जर्मनीचा मध्य प्रदेश किंवा पश्चिम प्रदेश होता. गीजर याने बेन्फेच्या सिद्धान्तात बरीच महत्त्वाची भर टाकली आहे यात शंका नाही.

आर्यांच्या मातृभाषेत काही झाडांना जी नावे आहेत त्या नावांशी जुळणारे शब्द व नावे या झाडांना इतर आर्य भाषेत सापडतात. यावरून गीजरने आपला सिद्धान्त बळकट केला. याशिवाय फर, लोहाळे, राख, बर्च, बीच, ओक यांची जी नावे आहेत, त्यांचा संबंध आर्य भाषेतील मूळ धातूकडे पोहोचतो..."

कॉकेशिया प्रदेश हे आर्यांचे मूळस्थान

कॉकेशिया पर्वताचा प्रदेश हे आर्यांचे मूळस्थान होय, असे मत मांडणाऱ्या विद्वानांचा दुसरा पक्ष आहे त्याचे मागणे असे आहे की, कॉकेशिया पर्वताच्या प्रदेशात राहणारे लोक आर्यांप्रमाणेच मऊ व कुरळ्या केसाचे, सरळ व अणकुचीदार नाकाचे आणि मनोवेधक चेहऱ्याचे आहेत. म्हणूनच कॉकेशिया पर्वताचा प्रदेश हे आर्यांचे मूळस्थान असले पाहिजे.

या मुद्द्यासंबंधी प्रो. रिप्ले यांचे याप्रमाणे म्हणणे आहे, (Ripley, The Race of Europ, pp. 436-37) : "निळ्या डोळ्यांचे व सुंदर आकारची डोकी असणारे जे आर्य लोक आहेत. त्यांचे मूळ पूर्वज कॉकेशियन प्रदेशात राहत होते, असे म्हणणे गैर आहे, हे दोन गोष्टींवरून सिद्ध करता येते. पहिली गोष्ट अशी की, काळ्या व कुरळ्या केसांच्या व सुंदर चेहऱ्याच्या आर्यांचे पुढील वंशज 'ओसेटस' असावेत. 'ओसेटिअन' हे आर्य असोत वा नसोत. एवढी गोष्ट खरी की, ते आसपासच्या इतर लोकांच्या मानाने फारसे महत्त्वाचे व वजनदार लोक नाहीत.

कॉकेशियन प्रदेश सौंदर्ययुक्त स्त्री-पुरुष उत्पन्न करतो, अशी त्याची ख्याती आहे. 'ओसेटस' लोक सुंदर तर नाहीतच पण लढवय्येही नाहीत. ते जर लढवय्ये असते तर रशियन गुलामगिरीच्या साखळ्या तोडून स्वतंत्र होण्याचा एक तरी प्रयत्न त्यांनी केला असता.

कॉकेशियन लोक भिन्न भिन्न वंशाचे

कॉकेशियन लोक हे विशेष चेहऱ्यामोहऱ्याचे व बांध्याचे लोक आहेत असे कोणी समजू नये. डोळ्यांत भरण्यासारखे त्यांच्यात काही नाही आणि लोकांत दिसून येणारा चेहरामोहरा 'कॉकेशियन' लोकांत कसा आढळेल बरे? कॉकेशियन लोक म्हणजे निरनिराळ्या भाषा बोलणारे, अनेक धर्म पाळणारे आणि भिन्न भिन्न रीती पाळणारे लोक आहेत. ते एका प्रकारचे लोक नाहीत, तर ते अनेक लोकांची खिचडी आहेत.

अशी स्थिती असता 'कॉकेशिया' प्रदेश हा एखाद्या विशिष्ट लोकांचा मूळचा प्रदेश होय असे कसे म्हणता येईल? उलट अंशी या प्रदेशात अनेक लोक येऊन राहिले व मेले आणि त्यांच्या बरोबर त्यांच्या भाषा व रीतीभाती मातीत गाडल्या गेल्या. या सर्व गोष्टींवरून हेच सिद्ध होते की, कॉकेशियन प्रदेश हा एखाद्या लोकांचे मूळस्थान नसून 'कबरस्थान' झालेला आहे. मग तो आर्यांचे मूळस्थान कसे होऊ शकेल?"

आर्यांचे मूळस्थान 'ऑक्टिक' प्रदेशात होते, असे श्री. टिळक यांनी आपले मत मांडले आहे. उत्तर ध्रुवाकडील प्रदेशात खगोलाची आणि हवामानाची जी परिस्थिती आहे, ती लक्षात घेऊन श्री. टिळक यांनी आपला वरील सिद्धान्त मांडला आहे ते म्हणतात (The Arctic Home in the Vedas by Mr. B.G. Tilak, pp. 58- 60) –

"ही दोन प्रकारची दृश्ये आपणापुढे उभी राहतात. उत्तर ध्रुवाच्या प्रदेशात उभे राहणाऱ्या माणसापुढील दृश्य आणि उत्तर ध्रुव व आकर्टिक वर्तुळ यांमधील प्रदेशात राहणाऱ्या माणसापुढील दृश्य" या दोन दृश्यांची वर्णने श्री. टिळक याप्रमाणे करतात.

१) उत्तर ध्रुव

- सूर्योदय दक्षिणेस होतो.
- तारे उगवत व मावळत नाहीत : ते क्षितिजापासून जितके वर असतील त्या पातळीत फिरतात; त्यांची एक फेरी २४ तासांची असते, आकाशाच्या उत्तरेकडील अर्धा भाग हा सरळ डोक्यावर येतो. ते सर्व वर्षभर दृश्य असते. आकाशाच्या दक्षिणेकडील अर्धा भाग सदोदित अदृश्य असतो.
- एक रात्र व एक दिवस मिळून वर्ष तयार होते. रात्र आणि दिवस हे सहा-सहा महिन्यांचे असतात.
- वर्षातून फक्त एक सकाळ व एक सायंकाळ असते. म्हणजे वर्षातून सूर्य फक्त एकदा उगवतो व एकदा मावळतो. परंतु सकाळचा व संध्याकाळचा प्रकाश सुमारे दोन महिने टिकतो. सकाळचा व संध्याकाळचा हा तांबूस प्रकाश एकाच दिशेला पसरलेला असतो असे नाही. कुंभाराच्या चाकाप्रमाणे तो फिरतो, त्याची एक फिरकी २४ तासांची असते. सूर्याचे बिंब क्षितिजावर येईपर्यंत सकाळच्या प्रकाशाचे फिरणे चालू असते. त्यानंतर सूर्याचे फिरणे सहा महिने चालते; म्हणजे असे की, उत्तर ध्रुवावर बघणाऱ्या माणसाभोवती सूर्य फिरत राहतो. त्याची एक फेरी २४ तासांची असते.

२) उत्तर ध्रुव – आर्क्टिक वर्तुळ प्रदेश

- सूर्य नेहमी बघणाऱ्या माणसाच्या डोक्याच्या दक्षिणेस राहील. हाच प्रकार समशीतोष्ण प्रदेशात बघणारा माणूस पाहू शकेल. म्हणून हा प्रकार काही विशिष्ट स्वरूपाचा आहे, असे म्हणता येणार नाही.
- बहुतेक तारे क्षितिजापासून वर असतात व त्याच पातळीत फिरत असतात म्हणून ते नेहमी दृश्य असतात. बाकीचे तारे समशीतोष्ण प्रदेशातील ताऱ्याप्रमाणे उगवतात व मावळतात, परंतु ते तिरप्या पातळीतून फिरतात.
- वर्षांचे तीन भाग केलेले आहेत
- दक्षिणायनापासून सुरू होणारी एकच लांबलचक अखंड रात्र. ती २४ तासांहून जास्त व सहा महिन्यांहून कमी असते, हे कालप्रमाण स्थळ विषववृत्तापासून जवळ वा दूर असेल त्या मानाने बदलते.
- उत्तरायणापासून सुरू होणारा एकच लांबलचक दिवस
- वर्षाच्या बाकीच्या भागात रात्र व दिवस यांचे रहाट-गाडगे चालू होते. त्या दोघांचा मिळून काल २४ तासांपेक्षा कमी होत नाही. लांबलचक रात्रीनंतर जो दिवस उगवतो तो पहिल्यांदा रात्रीपेक्षा कमी वेळेचा असतो; परंतु त्याची वेळ वाढत वाढत जाऊन शेवटी तो दिवस दीर्घकालाचा होतो. दीर्घकालाचा दिवस संपल्यानंतर रात्र सुरू होते. परंतु रात्रीचा काळ वाढत वाढत जाऊन शेवटी ती रात्र दिवसापेक्षा लांबलचक होते आणि ती संपली की वर्ष पुरे होते.
- लांब व अखंड रात्र संपत येत असता उषःकाल सुरू होतो. उषःकाल पुष्कळ दिवस राहतो. उत्तर ध्रुवाकडील प्रदेशात त्याचे वयोमान व महत्त्व कमी असते. हे सर्व, तो प्रदेश विषुवृत्तापासून दूर आहे की जवळ आहे याच्या प्रमाणावर अवलंबून असते. उषःकालाच्या प्रकाशाचे परिभ्रमण उत्तर ध्रुवाकडील प्रदेशात बराच वेळ दिसू शकेल. साधारण दिवस व रात्र यांच्या दरम्यान उगवणारे उषःकाल है समशीतोष्ण कटिबंधातील प्रदेशात दिसणाऱ्या उषःकालाप्रमाणे फक्त काही तास चालू असतात. क्षितिजावर पूर्णपणे आल्यानंतर सूर्य ध्रुवावर उभे राहून बघणाऱ्या माणसाभोवती दिवसभर फिरत राहील, तो रात्री क्षितिजाच्या पूर्णपणे खाली राहील. वर्षाच्या बाकीच्या भागात सूर्य उगवेल व मावळेल. तो क्षितिजापासून वर २४ तासांपैकी काही तास राहील. सूर्य क्रांतिवृत्तापासून जसा लांब व जवळ असेल तसा त्याचा क्षितिजावरचा काळ बदलत राहील."

श्री. टिळक यांनी शेवटी याप्रमाणे निष्कर्ष काढलेला आहे.

"येणेप्रमाणे आपणापुढे दोन्ही प्रकारची दृश्ये उभी राहतात. ही दृश्ये ध्रुवाकडील प्रदेशात आणि उत्तर ध्रुव व आर्क्टिक वर्तुळ यांच्यामधील प्रदेशावरून पाहावयास मिळतात. ती पृथ्वीच्या इतर कोणत्याही भागावरून पाहावयास मिळत नाहीत. ध्रुवाजवळच्या प्रदेशात लाखो वर्षांपूर्वी जे हवामान होते ते आज कदाचित तसेच मूळच्या स्वरूपात राहिलेले नसेल; परंतु पृथ्वीचे ध्रुव लाखो वर्षांपूर्वी ज्या स्थितीत होते त्याच स्थितीत आजही आहेत. म्हणून लाखो वर्षांपूर्वी खगोलात जी दृश्ये दिसत होती ती आजही दिसू शकतील व पुढेही अनंत काळापर्यंत दिसू शकतील."

टिळकांची विचारसरणी

आर्क्टिक प्रदेशात खगोलातील दृश्ये कशाप्रकारे दिसत होती याची माहिती श्री. टिळकांनी सांगितली आहे. त्या माहितीला उचलून धरण्यासाठी त्यांनी याप्रमाणे विचारसरणी मांडली आहे –

"येथे वर्णन केलेली दृश्ये वैदिक वाङ्मयात आढळून आली तर ती दृश्ये ध्रुवाकडील प्रदेश किंवा उत्तर ध्रुव व आर्क्टिक वर्तुळ यांच्यामधील प्रदेशावरून दिसत होती, असे समजण्यास प्रत्यवाय नाही, वैदिक ऋचा रचणाऱ्या कवींना जरी ही दृश्ये प्रत्यक्ष पाहावयास मिळाली नाहीत तरी ती वंशपरंपरेने आर्य समाजात दंतकथेच्या स्वरूपात वावरली होती म्हणूनच कवींनी त्यावर कवने रचून त्यांना वैदिक वाङ्मयात अढळ स्थान देऊन टाकले वाङ्मयात याबद्दलचे बरेच उल्लेख मिळतात. आपल्या सोयीसाठी ते सर्व उल्लेख दोन वर्गात टाकू या.

जे उल्लेख व संदर्भ लांब रात्र व लांब उषा यांची वर्णन करणारी आहेत ते एका वर्गात व जे उल्लेख व संदर्भ लांब रात्र व उषा याबद्दलच्या ज्या आख्यायिका व दंतकथा आहेत यांच्याबद्दल वर्णन करणारी आहेत ते दुसऱ्या वर्गात. दुसऱ्या वर्गात येणारे उल्लेख संदर्भ पहिल्या वर्गात येणाऱ्या उल्लेखांना व संदर्भांना अप्रत्यक्षपणे दुजोरा देणारे आहेत."

नैसर्गिक दृश्ये, अलौकिक कथा व दंतकथा यांची जी वर्णने वैदिक वाङ्मयात पाहावयास मिळतात ती उत्तर ध्रुवाजवळच्या प्रदेशात जी नैसर्गिक दृश्ये पाहावयास मिळतात त्यांच्याशी हुबेहुब जुळतात, अशी श्री. टिळकांची समजूत झालेली दिसते. या मुद्द्यावरून त्यांनी असा निष्कर्ष काढला की, आर्क्टिक प्रदेश हाच वैदिक कवींचा म्हणजे वैदिक आर्यांचा मूळचा प्रदेश असला पाहिजे.

आर्य लोकांत घोड्याला महत्त्व

श्री. टिळकांचा सिद्धान्त मौलिक आहे खरा, तथापि त्यात एक न्यून राहिले आहे. ते न्यून पुढे सांगितले आहे. 'घोडा' हे वैदिक आर्यांचे आवडते जनावर होय. हे जनावर आर्यांचे आयुष्य व धर्म यांच्याशी जाम जखडले गेले होते. अश्वमेध यज्ञातील घोड्याशी संभोग करण्याकरिता राजाच्या राण्यांमध्ये नेहमी चुरस चालू असे (यजुर्वेद आणि माधवाचार्यांचे भाष्य पाहा).

या गोष्टींवरून असे दिसते की, घोड्याला वैदिक आर्य लोकांत अत्यंत महत्त्वाचे स्थान प्राप्त झाले होते. आर्क्टिक प्रदेशात जर वैदिक आर्यांचा मूळचा प्रदेश असता तर तेथे घोडे अस्तित्वात असले पाहिजेत, परंतु आर्क्टिक प्रदेशात घोडे होते काय? असा प्रश्न येथे उत्पन्न होतो. या प्रश्नाचे उत्तर नकारार्थी मिळाले तर आर्यांचे मूळस्थान आर्क्टिक प्रदेशात होते, हा श्री. टिळकांचा सिद्धान्त लंगडा पडतो.

(३)

युरोपीय ग्रंथकारांचा दुसरा मुद्दा असा की, आर्य लोकांनी भारतावर स्वारी केली व मूळच्या वन्यावस्थेतील रहिवाशांना त्यांनी जिंकून आपले गुलाम केले. या मुद्द्याला आधार कोणता आहे, असा प्रश्न उपस्थित होतो? ऋग्वेदात या मुद्द्याला यत्किंचितही पुरावा मिळत नाही.

'आर्य' शब्द फक्त ३३ वेळा

याबाबतीत पी. टी. अय्यंगार यांचे मत याप्रमाणे आहे. (Life in Ancient India in the age of the Mantras, pp 11-12) :

"'आर्य', 'दास' व 'दस्यू' हे शब्द ज्या मंत्रांमध्ये वापरले आहेत, त्या मंत्रांची विचारपूर्वक छाननी केली तर असे दिसून येते की, हे शब्द वंशवाचक अर्थाने वापरले नाहीत तर धार्मिक पंथवाचक या अर्थाने वापरले आहेत. हे शब्द बहुधा ऋग्वेद संहितेत वापरले आहेत. ऋग्वेद संहितेतील मंत्रांची शब्दसंख्या १,५३,९७२ आहे. त्यात 'आर्य' हा शब्द फक्त ३३ वेळा वापरला आहे. हा शब्द अगदी कमी प्रमाणात ऋग्वेद संहितेत वापरला गेला आहे.

ही एकच गोष्ट असे दाखवते की, आर्यांनी भारतावर स्वारी करून तेथील मूळ रहिवाशांचा संपूर्णपणे नाश केला, ही गोष्ट खरी नसावी. ती गोष्ट जर खरी असती तर आर्यांनी तिचा आत्माश्लाघापर उल्लेख अनेक वेळा ऋग्वेदसंहितेत

केला असता. कारण जेते लोक आपल्या पराक्रमाचे पोवाडे नेहमी गातात. हे सर्व विदित आहे."

आर्यांचा मूळ प्रदेश भारताच्या बाहेर होता, या सिद्धान्ताला उचलून धरणारा पुरावा वैदिक वाङ्मयात मिळत नाही. ऋग्वेदात सात नद्यांबद्दलचा उल्लेख आहे (१०-७५-५) या उल्लेखातील भाषा विशेष महत्त्वाची आहे.

वैदिक आर्यांचे मूळस्थान भारतातच

याबाबतीत प्रो. डी. एस. त्रिवेदी (The Original I cme of the Aryans by D. S. Trivedi. Annals of the Bhandarkar Oriental Research Institute, Vol, xx p. 62) म्हणतात की, वैदिक वाङ्मयात नद्यांचे उल्लेख 'माझी गंगा, माझी यमुना, माझी सरस्वती' अशा शब्दांनी केले आहेत. परके लोक नद्यांना इतक्या प्रेमळ व जिव्हाळ्याच्या शब्दांनी कधी संबोधततील काय? मात्र तो जर नद्यांच्या सहवासात पुष्कळ काळ राहिलेला असेल तर त्याला नद्यांबद्दल आपुलकी वाटेल. एकूण काय की, वैदिक आर्यांचे मूळस्थान भारताबाहेर आहे, हे सिद्ध करण्यास पुरेसे पुरावे वैदिक वाङ्मयात मिळत नाहीत.

उलटपक्षी, वैदिक आर्यांचे मूळस्थान भारतातच असावे हे सिद्ध करण्यास पुरावे वैदिक वाङ्मयात मिळतात.

'दास' आणि 'दस्यू' हे आर्यांचे शत्रू आहेत, असे ऋग्वेदात बरेच उल्लेख मिळतात. या शत्रूंना ठार करण्यास आणि त्यांचे निर्दालन करण्यास या अशी प्रार्थना ऋषी करत होते, याबद्दलचे उल्लेख कित्येक वेदमंत्रात मिळतात. या सर्व उल्लेखावरून असे वाटण्याचा संभव आहे की, आर्यांनी भारतावर स्वारी करून तो देश जिंकला आणि 'दास' व 'दस्यू' या मूळच्या रहिवाशांना जिंकून आपले गुलाम केले. पण हा संभव खरा धरण्याच्या अगोदर या मुद्द्यांचा विचार केला पाहिजे.

पहिला मुद्दा असा की, वैदिक आर्य एका बाजूला राहून त्यांच्यात मोठ्या लढाया झाल्या अशा प्रकारचा उल्लेख ऋग्वेदात मुळीच सापडत नाही. आर्य हा शब्द ऋग्वेदात ३३ ठिकाणी वापरला आहे. त्यातून आठ ठिकाणी तो शब्द 'दास' या शब्दाच्या विरुद्ध वापरला आहे व ७ ठिकाणी तो शब्द 'दस्यू' या शब्दाच्या विरुद्ध वापरला आहे. यावरून असे दिसते की, आर्य व दास आणि दस्यू यांच्यात एकाएकी दंगेधोपे उत्पन्न झाले असतील.

आर्य, दास व दस्यू हे शब्द ऋग्वेदात जेथे वापरले आहेत त्या ठिकाणच्या संदर्भावरून असे अनुमान मुळीच काढता येत नाही की, आर्यांनी दास व दस्यू यांच्यावर स्वाऱ्या करून त्यांना पादाक्रांत केले व आपले गुलाम बनवले.

दुसरा मुद्दा असा की आर्य व दास यांच्यातील वाद कसल्याही प्रकारचा असो; सन्मानपूर्वक शांतता प्रस्थापित करण्याच्या हेतूने त्यांनी आपसात तह घडवून आणला असावा हा मुद्दा सिद्ध करणारे बरेच उल्लेख ऋग्वेदात मिळतात. या उल्लेखांचा सारांश असा की, आर्य व दास यांना समान असा कोणी शत्रू मिळाला की, त्याचा पाडाव करण्यासाठी आर्य व दास एक होत असत व एकजुटीने शत्रूशी लढाई करत. यासंबंधी ऋग्वेदातील ऋचा लक्षात घ्याव्यात –

६-३३-३

७-८३-१

८-५१-९

१०-१०२-३

तिसरा मुद्दा असा की, आर्य व दास यांच्यातील वाद कितीही तीव्र स्वरूपाचा असला तरी तो वंशवाचक स्वरूपाचा नव्हताः तो वाद भिन्नतेमुळे उत्पन्न झाला होता. तो वंशवाचक स्वरूपाचा नसून धार्मिक स्वरूपाचा होता, ही गोष्ट ऋग्वेदावरून स्पष्ट होते.

ब्राह्मणांना दान देत नाहीत

दस्यूबद्दल ऋग्वेदात याप्रमाणे म्हटले आहे (lyyengar - Life in Ancient India in the age of the Mantras, p 13) –

दस्यू अव्रत (आर्य जेथे विधी करतात ते विधी करण्यास अपात्र आहेत. ऋग्वेद १-५१-८-९: १-१३२-४: ४-४१-२; ६-१४-३) ते अपव्रत ऋग्वेद (५-४२-२) व अन्यव्रत (ऋग्वेद ७-७९-११: १०-२२-८) म्हणजे आर्य लोकांच्या विधीहून निराळे विधी पाळणारे आहेत.

ते अर्निच्छा (ऋग्वेद ५-१८९-३) म्हणजे व्रताचरणात अग्नी न पूजणारे आहेत ते अयज्यु, अयज्वन, (ऋग्वेद १-१३१-४४; १-३३-४; ८-५९-११) म्हणजे यज्ञ न करणारे आहेत. ते अब्रह्म (ऋग्वेद ४-१५-९; १०-१०५-८) म्हणजे प्रार्थना न करणारे किंवा यज्ञात पुरोहित आणणारे असे आहेत. ते अनुचा (ऋग्वेद १०-१०५-८) म्हणजे ऋचा न आणणारे असे आहेत.

ते ब्रह्मद्विष (ऋग्वेद ५-४२-९) म्हणजे प्रार्थना करण्याचा कंटाळा करणारे किंवा ब्राह्मणांचा द्वेष करणारे असे आहेत. ते अनिंद्र ऋग्वेद (१-१३३-१; ५-२-३; ७-१८-६; १०-२७-६; १०-४८-७) म्हणजे त्यांना इंद्र नाही किंवा ते इंद्राचा तिरस्कार करणारे आहेत. ते दुधाची धार काढणारे आणि अग्नीवर अन्न शिजवणारे नाहीत (ऋग्वेद ३-५३-४) ते ब्राह्मणांना दान देत नाहीत. (ऋग्वेद ५-७-१०)"

याशिवाय ऋग्वेद १०-२२-८ मधील उल्लेख विशेष महत्त्वाचा आहे तो याप्रमाणे आहे : "जे यज्ञ करत नाहीत किंवा ज्यांचा इतर धार्मिक गोष्टी करण्याबद्दल काडी इतकाही विश्वास नाही, अशा दस्यूंमध्ये आपण राहत आहोत त्यांचे धार्मिक विधी अगदी निराळ्या स्वरूपाचे आहेत मनुष्य या पदवीला ते लायक नाहीत, शत्रूचा नाश करणाऱ्या परमेश्वरा! दासांचा सत्यानाश करून टाक"

ऋग्वेदातील जे निरनिराळे उल्लेख वर सांगितले आहेत त्यांवरून हेच सिद्ध होते की, आर्यांनी अनार्य, दास व दस्यू यांच्यावर स्वारी करून त्यांना आपले गुलाम केले, या सिद्धान्ताला ऋग्वेदात सबळ पुरावा मिळत नाही.

(४)

आर्य लोक, त्यांची भारतावरील स्वारी व त्यांनी दास व दस्यू यांच्यावर लादलेली गुलामगिरी, याबद्दल आतापर्यंत माहिती दिली. आर्य लोकांच्या बाजूला प्रामुख्य देऊन ही माहिती दिली आहे. दास व दस्यू यांच्या बाजूला प्राधान्य देऊन वरील मुद्द्यांसंबंधी विचार करणे इष्ट आहे, दास व दस्यू ही नावे कोणत्या अर्थांनी वापरली आहेत? ती नावे वंशवाचक अर्थाने वापरली आहेत काय?

दास, दस्यू हे शब्द वंशवाचक अर्थाने वापरले आहेत, असे मत असणारे या गोष्टींवर भर देतात –

१) मिध्रावक आणि अनस हे दोन शब्द दस्यूंची विशेषणे म्हणून ऋग्वेदात.

२) दास हे कृष्ण वर्णाचे आहेत, असे ऋग्वेदात आलेले दासांचे वर्णन

मिध्रावक हा शब्द ऋग्वेदात चार ठिकाणी वापरला आहे ती ठिकाणे याप्रमाणे :

१-१७४-२

५-३२-८

७-६-३

७-१८-३

मिध्रावक या विशेषणाचा अर्थ रांगडी भाषा बोलणारा असा आहे. रांगडी भाषा ही वंश भिन्नता दाखवणारी खूण धरता येईल काय? रांगडी बोली वंशभिन्नता प्रस्थापित करते, असे मानणे म्हणजे शुद्ध पोरखेळ होय.

'अनस' शब्दाचा अर्थ

'अनस' हा शब्द ऋग्वेद (५-१९-१०) वापरलेला आहे. या शब्दाचे भिन्न अर्थ करणारे दोन पंथ आहेत. एक पंथ प्रो. मॅक्स म्युलरचा, दुसरा सायनाचार्याचा!

प्रो. मॅक्स म्युलरच्या मते 'अनस'चा अर्थ नाक नसलेला किंवा छोटे नाक असलेला माणूस असा होतो. आर्य वंश व दास वंश हे परस्परांमधून भिन्न होते, या सिद्धान्ताचा पुरावा म्हणून 'अनस' हा शब्द व त्याचा वरील अर्थ ही पुढे मांडण्यात येतात.

सायनाचार्याच्या मते 'अनस' म्हणजे 'बिन तोंडाचा' म्हणजे चांगली बोली न बोलणारा. प्रो. मॅक्स म्युलर व सायनाचार्य हे 'अनस' हा शब्द निरनिराळ्या पद्धतीने उच्चारतात, म्हणून त्यांचे अर्थ भिन्न झाले आहेत 'अ + नस' असा उच्चार प्रो. मॅक्स म्युलर करतो; तर 'अन् + अस' असा उच्चार सायनाचार्य करतो.

प्रो. मॅक्स म्युलरच्या उच्चाराप्रमाणे 'अनस'चा अर्थ नाक नसलेला असा होतो. प्रो. मॅक्स म्युलर व सायनाचार्य यांच्या उच्चारांपैकी कोणाचा उच्चार बरोबर धरावा, सायनाचार्याचा उच्चार चुकीचा आहे, असे अनुमान करण्याचे काही कारण नाही. उलटअंशी त्याचाच उच्चार बरोबर आहे असे मानण्यास बरेच पुरावे आहेत. एक पुरावा असा की, सायनाचार्याच्या उच्चाराप्रमाणे 'अनस' या शब्दाचा अर्थ अर्थहीन वाटत नाही.

दुसरे कारण असे की, दस्यू हे बिननाकाचे लोक आहेत, असा उल्लेख वैदिक वाङ्मयात कोठेही सापडत नाही, असे असता बिननाकाचे लोक असा अर्थ होईल अशा हेतूने 'अनस' या शब्दाचा उच्चार करणे उचित नाही. 'अनस' हा शब्द 'मिध्रावक' या शब्दाचा समानार्थी शब्द आहे, असे समजूनच 'अनस'चा उच्चार केला पाहिजे. या विवेचनावरून हेच दिसून येते की, 'दस्यू' हे आर्य वंशाव्यतिरिक्त इतर वंशाचे लोक होते, असा निष्कर्ष काढता येत नाही.

दास हे 'कृष्णयोनी' आहेत, असे ऋग्वेदात वर्णन आहे (६-४८-२१) या वर्णनावरून काही निष्कर्ष काढण्याच्या अगोदर इतर काही गोष्टींचा विचार करणे जरूर आहे. पहिली गोष्ट अशी की, 'कृष्णयोनी' हे दासांचे वर्णन ऋग्वेदात फक्त

एकाच ठिकाणी (६-४८-२१) आले आहे. दुसरी गोष्ट अशी की, हे वर्णन खरेखुरे आहे की, केवळ अलंकारिक स्वरूपाचे आहे, हे समजून घेतले पाहिजे.

तिसरी गोष्ट अशी की, 'कृष्णयोनी' हे शब्द ऋग्वेदात वापरलेत ते दास हे खरोखरच काळ्या रंगाचे होते ही वस्तुस्थिती दाखवण्यासाठी की, दास कृष्णवर्णी नसतानाही त्यांना ते शब्द अपमान करण्याच्या हेतूने वापरले होते, हे समजणे कठीण आहे. या सर्व मुद्द्यांची बरोबर फोड करून सांगितल्याशिवाय दास हे 'कृष्णयोनी' आहेत असे ऋग्वेदात म्हटले आहे, केवळ ते कृष्णवर्णी वंशाचे असावेत असा निष्कर्ष काढणे योग्य होणार नाही.

याबाबतीत ऋग्वेदातील ऋचा लक्षात घ्याव्यात –

- ऋग्वेद ६-२२-१० "हे वज्रि, तू तुझ्या शक्तीने दासांना आर्य करून टाकलेस. दुष्ट लोकांना तू सुष्ट केलेस. ती तुझी शक्ती आम्हांला दे. म्हणजे तिच्या प्रभावाने आम्ही आमच्या शत्रूंना पादाक्रांत करू."
- ऋग्वेद १०-४९-३ इंद्र म्हणतो, "मी दस्यूंचे आर्यत्व नष्ट केले आहे"
- ऋग्वेद १-१५१-८ "हे इंद्रा! आर्य कोण आहेत व दस्यू कोण आहेत, हे तू शोधून काढ आणि आर्य व दस्यू यांना परस्परांपासून दूर ठेव."

ऋचांपासून असे स्पष्ट होते की, 'आर्य' व 'दास' आणि 'दस्यू' यांच्यात जो भेद होता तो शारीरिक स्वरूपाचा किंवा वंशसूचक वर्णाचा नव्हता, अशी वस्तुस्थिती होती म्हणून 'दास' व 'दस्यू' यांना आर्य होता येत असे. ही वस्तुस्थिती लक्षात घेतली तर आर्य व दास यांना परस्परांपासून दूर ठेवण्याचे काम इंद्राला दिले होते, त्याचे औचित्य कळून येते.

(५)

युरोपीय ग्रंथकारांचा आर्य वंशाबद्दल जो सिद्धान्त आहे, त्याचे विवेचन या भागात केले आहे. त्यावरून असे दिसून येईल की, हा सिद्धान्त सर्व बाजूंनी लंगडा पडतो. एखादा सिद्धान्त मांडावयाचा तर त्याबद्दल युरोपीय ग्रंथकार किती कसोशीने संशोधन करतात व संशोधित मुद्द्यांचे पृथःक्करण किती बारकाईने करतात, हे विदित आहे. असे असताही आर्यवंशाबद्दल त्यांनी जो सिद्धान्त मांडला आहे तो सर्व बाजूंनी लंगडा कसा ठरला, याचे कोणालाही आश्चर्य वाटेल, हा सिद्धान्त सर्व बाजूंनी चुकीचा का ठरला, याबद्दल महत्त्वाची कारणे देणे जरूर आहे. या सिद्धान्ताची जो कोणी बारकाईने तपासणी करेल त्याला हे दिसून येईल की, हा सिद्धान्त मुळातच दोन रोगांनी पछाडलेला आहे.

काही गोष्टी गृहीत धरावयाच्या व त्या गृहीत गोष्टींवरून काही अनुमाने काढावयाची, अशा रीतीने त्या सिद्धान्ताची उभारणी केली आहे. अशा तऱ्हेची उभारणी हा त्या सिद्धान्ताचा पहिला रोग होय. या सिद्धान्ताची उभारणी केली असल्यामुळे ती उभारणी शास्त्रीय पद्धतीने केलेल्या संशोधनाच्या कसोटीस लागत नाही. हा त्या सिद्धान्ताचा दुसरा रोग होय. सत्य गोष्टींची रचना करून त्या रचनेतून या सिद्धान्ताची उत्क्रांती होऊ दिलेली नाही. उलटअंशी, सिद्धान्ताचे स्वरूप अगोदर आखण्यात आले व त्यानंतर ते स्वरूप सिद्ध करण्यासाठी सत्य गोष्टीची निवड करण्यात आली.

मूळ वंश भारतीय-जर्मन लोकांचा

युरोपीय ग्रंथकारांचा आर्यवंशाबद्दलचा सिद्धान्त म्हणजे केवळ एक गृहीत गोष्ट आहे. यापेक्षा त्याला जास्त महत्त्व देता येत नाही, डॉ. बॉप (Dr. Bopp) यांनी Comparative Grammar (तुलनात्मक व्याकरण) या नावाचे एक युगप्रवर्तक पुस्तक लिहून १८३५मध्ये प्रसिद्ध केले. आपल्या भाषाविषयक गाढ अभ्यासानंतर डॉ. बॉप यांनी जे एक भाषाविषयक अनुमान काढले ते त्यांनी या पुस्तकात दिले आहे.

युरोपीय ग्रंथकारांचा आर्यवंशाबद्दलचा सिद्धान्त डॉ. बॉप यांच्या या अनुमानावर आधारलेला आहे. युरोपखंडात बोलल्या जाणाऱ्या भाषांपैकी बऱ्याचशा भाषा आणि आशियाखंडात बोलल्या जाणाऱ्या भाषांपैकी काही भाषा यांचे मूळस्थान कोणत्यातरी एका जुन्या भाषेत असले पाहिजे, असे अनुमान त्यांनी आपल्या पुस्तकात मांडले होते.

त्यांचे अनुमान ज्या युरोपीय व आशियन भाषांना लागू पडते त्या भाषांना हिंदी-जर्मन भाषा असे नाव दिले आहे. सांघिक दृष्टीने त्या भाषांना 'आर्य भाषा' असेच संबोधण्यात येते. कारण 'वैदिक भाषा' म्हणजे आर्यांची भाषा आणि आर्य लोक म्हणजे भारतीय-जर्मन लोकांचा मूळचा वंश असा सर्वसाधारणपणे समज दृढ झाला आहे. हा समज युरोपीय ग्रंथकारांच्या सिद्धान्ताचे प्रमुख अंग होऊन बसला आहे.

आर्य वंश अस्तित्वात होता व त्या वंशात ऐक्यभाव होता, असे दोन निष्कर्ष हे सर्वसाधारण समाजापासून काढण्यात आले आहेत. एका मूळच्या भाषेपासून इतर भाषा उत्पन्न झाल्या असे मानण्यात येते. तर त्या भाषा बोलणारे लोकही एकाच वंशापासून उत्पन्न झाले असावेत; कारण तो वंश मूळची भाषा बोलत असला

पाहिजे, आणि ज्या अर्थी मूळची भाषा बोलणारे लोक आर्य वंशाचे होते, त्या अर्थी तर भाषा बोलणारे लोकही आर्य वंशाचेच उरतात.

यावरून असे ठरते की, आर्य वंशाचे अस्तित्व शोधून काढले आहे ते अनुमान केवळ धपक्याने, भरीव पुराव्यावरून नव्हे. या अनुमानावरून दुसरे अनुमान असे काढण्यात आले आहे की, आर्यवंशातील लोकांचे मूळस्थान एक असावे, कारण आर्यांचे वसतिस्थान एकच होते. म्हणूनच मूळची भाषा व्यवहारात वापरता येत असावी, असे मानण्यात येते, या विवेचनावरून असे दिसून येईल की, आर्यांचे मूळस्थान हे एक अनुमान आहे, व ते इतर अनुमानांच्या आधाराने उभारले आहे.

आर्यांनी भारतावर स्वारी केली, हे युरोपीय ग्रंथकारांच्या सिद्धान्ताचे एक अंग आहे. ते अंगसुद्धा भरपूर पुराव्यावरून अस्तित्वात आणलेले नाही. पुराव्याच्या अभावी ते अंग एक कल्पित भाग वाटतो. भारतीय-जर्मन लोक हे मूळच्या आर्य वंशाचे शुद्ध रक्ताचे वंशज होत, असे अनुमान युरोपीय ग्रंथकारांचे आहे.

या अनुमानाला पुष्टी देण्यासाठी भारतावरील आर्यांची स्वारी कल्पनेने निर्माण करणे जरूर पडले, कारण स्वारी करून आर्यांनी दास व दस्यू यांना गुलाम केले व आपल्या आर्य वंशाची रक्तशुद्धी अबाधित ठेवली, असे त्यांना पटवून द्यावयाचे होते. आर्यांचे मूळस्थान युरोपमध्ये कोठेतरी आहे, असे प्रथम अनुमान काढण्यात आले होते. ही सर्व अनुमाने लक्षात घेतल्यानंतर असा प्रश्न उपस्थित होतो की, आर्य भाषा भारतात कशी आली असावी? आर्य लोक भारतात दुसरीकडून येऊन राहिले, असे सांगून या प्रश्नाचे उत्तर देता येते. आर्यांनी भारतावर स्वारी केली, ही कल्पना निर्माण करणे युरोपीय ग्रंथकारांना कसे जरूर पडले, हे या विवेचनावरून दिसून येईल.

युरोपीय ग्रंथकारांचे तिसरे अनुमान असे आहे की, आर्य लोक तर वंशातील लोकांपेक्षा श्रेष्ठ दर्जाचे होत. आर्य लोक म्हणजे युरोपात जन्मलेले लोक व ते आशियातील लोकांपेक्षा श्रेष्ठ दर्जाचे आहेत, असे भासवणे युरोपीय ग्रंथकारांना जरूर पडले. युरोपीय आर्य आशियातील लोकांपेक्षा श्रेष्ठ कसे, हे दाखवावयाचे तर पहिल्याने दुसऱ्याला लढाईत निकले, हे दाखवणे इष्ट वाटले. म्हणूनच आर्यांनी भारतावर स्वारी केली व तेथील दास व दस्यू यांना जिंकून गुलाम केले, ही कल्पना निर्माण करावी लागली.

युरोपीय ग्रंथकारांचे चवथे अनुमान असे आहे की, युरोपीय लोक हे अत्यंत गोरे असल्यामुळे काळ्या वर्णाच्या लोकांबद्दल त्यांना तिटकारा होता. आर्य हे युरोपीय होते असे गृहीत धरल्यानंतर त्यांना काळ्या वर्णाबद्दल तिरस्कार होता,

हे ओघानेच येते.भारतात जे आर्य आले त्यांना काळ्या वर्णाचा तिरस्कार वाटत होता, हे आपल्या सिद्धान्तात युरोपीय ग्रंथकारांनी दाखवलेले आहे. भारतीय-आर्य भारतात येऊन स्थायिक झाल्यानंतर त्यांनी चातुर्वर्ण्यांची उभारणी वर्ण म्हणजे रंग या भावनेवर केली आहे. अशी युरोपीय ग्रंथकारांची समजूत आहे.

युरोपीय ग्रंथकारांचे म्हणणे खोटे

युरोपीय ग्रंथकाराची उपरिनिर्दिष्ट अनुमाने कशी चुकीची आहेत, याबद्दल स्पष्ट खुलासा केलेला आहे. शारीरिक दृष्टीने आर्यवंशाची पाहाणी करावयाची आणि भाषाविषयक दृष्टीने आर्यवंशाची पाहणी करावयाची या दोन गोष्टी भिन्न आहेत. शारीरिक दृष्टीने पाहता आर्यवंशाचे मूळस्थान एका ठिकाणी होते, आणि भाषाविषयक दृष्टीने पाहता आर्यवंशाचे मूळस्थान निरनिराळ्या ठिकाणी होते, अशा गोष्टी असणे शक्य आहे.

आर्यवंशाचे जे लोक भाषा बोलतात त्यांची रचना सर्वसाधारणपणे सारख्या स्वरूपाची आहे व त्या भाषांची मूळ जननी एक भाषा होती, या पायावर युरोपीय ग्रंथकारांनी आपल्या सिद्धान्ताची उभारणी केली आहे. आर्य बाहेरच्या देशातून भारतात आले व त्यांनी भारतावर स्वारी केली, ही विधाने भरपूर पुरावे देऊन ग्रंथकारांनी सिद्ध करून दाखवली नाहीत. 'दास' व 'दस्यू' हे भारतातील लोक होते हे युरोपीय ग्रंथकारांचे जे म्हणणे आहे ते साफ खोटे आहे.

वर्णभेदाने पछाडल्यामुळे आर्यांनी चातुर्वर्ण्य निर्माण केले, हे युरोपीय ग्रंथकारांचे विधान तर धादांत खोटे आहे. वर्णभेदांमुळेच वर्गभेद करण्यात आले असे मानले तर चातुर्वर्ण्यात जे चार वर्ग आहेत, त्या चारी वर्गांचे चार निरनिराळे रंग असावयास पाहिजे होते. हे चार रंग धारण करणारे चार वर्ग कोणते व त्यांची चातुर्वर्ण्यात कशी गणना केली गेली, याबद्दल कोणत्याही ग्रंथकाराने स्पष्ट खुलासा केला नाही. आर्य हे शुभ्र वर्णाचे व दास हे कृष्ण वर्णाचे आहेत, असे गृहीत धरूनच युरोपीय ग्रंथकारांनी आपल्या सिद्धान्ताची उभारणी केली.

आर्यवंशाचे अस्तित्व सिद्ध करणारा सिद्धान्त मांडणारे ग्रंथकार आपली बाजू सबळ करण्यासाठी इतके उतावीळ झाले आहेत की, आपण याबाबतीत कोणत्या घोडचुका करत आहोत, हे पाहण्याचेही त्यांना भान राहिले नाही. जी गोष्ट सिद्ध करावयाची आहे ती सिद्ध करण्यासाठीच त्यांनी त्या गोष्टीला पुष्टिदायक असे पुरावे वेदांमधून निवडून घेऊन त्यांचा उपयोग केला आहे.

'पक्षप्रतिज्ञा उत्तम रीतीने मांडणे हा शास्त्रशुद्ध पद्धतीचा आत्मा आहे.' असे प्रो. मायकल फॉस्टर यांनी कोठे तरी म्हटले आहे. पक्षप्रतिज्ञा बरोबर मांडली नाही, तर पुढील संशोधन योग्य रीतीने होणे शक्यच नाही. परंतु तेही तितकेच खरे आहे की, जेथे एखादी पक्षप्रतिज्ञा सिद्ध करण्याची तीव्र इच्छा आहे तेथे पक्षप्रतिज्ञा शास्त्रशुद्ध पद्धतीला विषसमान होऊन बसते. याचे उत्तम उदाहरण आर्यवंशाबद्दल मांडलेला युरोपीय ग्रंथकारांचा सिद्धान्त होय.

द्विराष्ट्रवादाला मान्यता

आर्यवंशाबद्दल जो सिद्धान्त मांडला आहे तो इतका खुळचट आहे की, वास्तविक तो फार दिवसांपूर्वीच नष्ट व्हावयास पाहिजे होता. असे न होता या सिद्धान्ताची लोकांवर इतकी छाप पडली आहे की, सांगता सोय नाही. याची कारणे दोन आहेत.

या सिद्धान्ताला ब्राह्मणग्रंथकारांनी उचलून धरले हे एक कारण, एशियन लोकांपेक्षा युरोपीय लोक श्रेष्ठ आहेत असे या सिद्धान्तात म्हटले आहे. ब्राह्मणग्रंथकार हा हिंदू असूनसुद्धा हा सिद्धान्त मान्य करण्यास ते कसे तयार झाले, हे एक मोठे आश्चर्य आहे.

हा सिद्धान्त मान्य केल्यामुळे ब्राह्मण लोक युरोपीय लोकांपेक्षा कनिष्ठ आहेत, अशी ब्राह्मणग्रंथकारांनी कबुली दिली आहे. या सिद्धान्ताला विरोध न करता ब्राह्मणग्रंथकारांनी त्याला मोठ्या खुशीने उचलून धरले. याची कारणे उघड आहेत. ब्राह्मणांची द्विराष्ट्रवादाला मान्यता आहे. आपण आर्यवंशाचे आहोत आणि बाकीचे हिंदू अनार्य वंशाचे आहेत, असा ब्राह्मणांचा दावा आहे.

युरोपीय ग्रंथकारांचा सिद्धान्त आपण उचलून धरला तर त्यामुळे आपण युरोपीय वंशाचे नातलग ठरतो व त्या मानाने युरोपीय लोकांप्रमाणे अनार्यांबद्दल अनियंत्रित सत्ता गाजवायला आपणाला अधिकार मिळतो. असा ब्राह्मणांचा समज झाला असावा. म्हणून त्यांनी युरोपियनांचाच सिद्धान्त शिरोधार्य मानला असावा.

आर्यांनी भारतावर स्वारी करून तेथील अनार्यांना जिंकले हा जो सिद्धान्ताचा भाग आहे तो तर ब्राह्मणांना फारच आवडला आहे. कारण ब्राह्मणेतरांवर पूर्वी ब्राह्मणांचे जे श्रेष्ठत्व अनेक वर्षांपासून स्थापन झाले आहे त्याला पुष्टिदायक पुरावा त्या भागात मिळतो; म्हणून त्या भागाला ब्राह्मण लोक विशेष महत्त्व देतात.

आर्य वंशाबद्दलचा सिद्धान्त यापूर्वीच कनिष्ठ झाला नाही याचे दुसरे कारण असे की, वर्ण म्हणजे रंग असे मत युरोपीय ग्रंथकारांनी वेळोवेळी प्रकट केले;

त्या मताला ब्राह्मणग्रंथकारांनी उचलून धरले हा सिद्धान्त बळकट होण्याचे मुख्य कारण हेच आहे. वर्ण म्हणजे रंग असे जोपर्यंत मत प्रचलित राहील तोपर्यंत युरोपीय ग्रंथकारांचा सिद्धान्त अबाधित राहील याबद्दल शंका नाही.

आर्यवंशाच्या सिद्धान्ताचा जो भाग आहे तो अत्यंत महत्त्वाचा आहे व म्हणून याबद्दल जास्त खोल विचार करणे जरूर आहे. या भागाचा विचार तीन निरनिराळ्या दृष्टीने केला पाहिजे – युरोपीय वंशाचे लोक गोरे होते की काळे? भारतीय-आर्य लोक गोरे होते काय? आणि वर्ण याचा मूळचा अर्थ काय?

आर्यांमध्ये वर्णभेदाचा भाव

फार प्राचीन काळाच्या युरोपीय लोकांचा वर्ण कोणता होता याबद्दल साधक बाधकपणे प्रो. रेप्ले यांनी आपले असे ठाम मत बनवले आहे की, तो वर्ण काळा होता, ते म्हणतात (Race of Europe by Prof. Ripley, p. 466) –

"आतापर्यंत अनेक पुराव्यांची छाननी करून आपली अशी खात्री पटली आहे की, फार प्राचीन काळचे युरोपिथिन लोक लांब डोक्याचे व कृष्णवर्णाचे होते. दक्षिण फ्रान्समध्ये क्रो-मॅग्नॉन (Cro-Magnons) जातीचे जे लोक सध्या राहतात, त्यांचे इतिहासपूर्व जुनाटपण आपण सिद्ध केले आहे. या जातीतील जे शेतकरी आहेत, त्यांचे काळे केस व डोळे उठावदारपणे भरतात. या लोकांची व ब्रिटिश बेटातील लोकांची तुलना करून पाहिले तर असे दिसून येते की, वेल्स, आर्यलँड आणि स्कॉटलँड या देशातील भुरक्या केसांचे लोक हेच ब्रिटनच्या प्राचीन काळच्या लोकांचे वंशज असावेत असे वाटते.

याशिवाय गर्फाग्नॉन (Garfagnana) या विचित्र प्रदेशाकडे पाहिले तर आपणाला तेच दिसून येते. उत्तर इटालीतील पूर्वी होऊन गेलेले लिगुरियन्स (Ligurians) नावाचे लोक गर्फाग्नॉन येथेच फार दिवस राहिले होते. या प्रदेशातील रहिवाशांचा रंग काळाकुट्ट होता. सर्वसाधारण दृष्टीने पाहिले किंवा प्रादेशिक परिस्थितीप्रमाणे पाहिले तरी असे दिसून येते की, युरोपातील फार प्राचीन काळचे लिगुरियन लोक हे रंगाने काळे असले पाहिजेत. या लोकांमध्ये भूमध्य समुद्राच्या रहिवाशांच्या रंगरूपाची छटा होती. स्कँडिनेव्हियन रहिवाशांच्या रंगरूपाची छटा नव्हती.

आर्य लोकांत वर्णभेदाचा भाव होता हे दाखवणारे काही पुरावे वेदात मिळतात की नाही हे पाहू गेलो तर ऋग्वेदातील काही भागांतच याबद्दल उल्लेख आढळतो.

‘श्याव्य’ आणि ‘रुशती’ यांचे लग्न अश्विनकुमारांनी जुळवले असा उल्लेख ऋग्वेदात (१-११७-८) आहे. शाव्य हा काळा होता. व रुशती ही निमगोरी होती.

वंदन यांचे प्राण वाचवले म्हणून अश्विनकुमारांनी ऋग्वेदात (१-११७-५) प्रार्थना केली आहे. वंदन याचा रंग पिवळा होता.

“काही विशिष्ट गुणांनी युक्त आणि तांबूस-पिंगट रंग असणारा असा मुलगा मला दे! अशी देवाची प्रार्थना एक आर्य करत आहे, असा उल्लेख ऋग्वेदात (२-३-९) सापडतो.

या उल्लेखावरून दिसून येईल की, वैदिक आर्यांमध्ये वर्णभेदाचा भाव उत्पन्न झाला नव्हता. वैदिक आर्य स्वतः एका रंगाचे नव्हते. तर मग त्यांच्यातच वर्णभेद भाव कोठून उत्पन्न होणार? वैदिक आर्यांचे रंग निरनिराळे होते. काहीचे रंग तांबूस होते. काहींचे पांढरे आणि काहींचे काळे. दशरथाचा मुलगा ‘राम’ याचे वर्णन श्याम म्हणजे काळ्या रंगाचा असे केले आहे.

यादव वंशातील ‘कृष्ण’ याचेही वर्णन तसेच केले आहे. राम-कृष्ण हे दोघेही वेगवेगळ्या आर्य वंशाचे होते. ऋग्वेदातील पुष्कळ ऋचा ‘दीर्घतमस’ ऋषींनी रचिल्या आहेत. त्याच्या नावावरून हे वाटते की तो काळा असावा व त्याच्या काळ्या रंगावरून त्याला दीर्घतमस असे नाव पडले असावे, कण्वऋषी आर्य होता. त्याची किर्ती दिगंत पसरली होती. ऋग्वेदात (१०-३१-११) त्यांचे जे वर्णन आले आहे त्यावरून असे वाटते की, तो रंगाने काळा असावा.

आता शेवटचा मुद्दा वर्ण पाचा अर्थ काय? हे पाहू या. हा शब्द ऋग्वेदात कोणत्या अर्थाने वापरला आहे ते आपण प्रथम पाहू. वर्ण हा ऋग्वेदात २२ ठिकाणी वापरला आहे. त्यांपैकी १७ ठिकाणी तो शब्द उषा, अग्नी, सोम या देवतांना उद्देशून तेज, अंगे, किंवा रंग या अर्थाने वापरला आहे. तो शब्द ऋग्वेदात देवतांना उद्देशून वापर असल्यामुळे तो शब्द मनुष्यप्राण्याला उद्देशून वापरला तर त्याचा अर्थ काय होईल? हे पडताळून पाहणे धोक्याचे आहे. मनुष्यप्राण्याला उद्देशून वर्ण हा शब्द ऋग्वेदात चार-पाच ठिकाणी वापरला आहे. ती ठिकाणे दिली आहेत –

ऋग्वेद, १-१०४-२

ऋग्वेद, १-१७९-६

ऋग्वेद, २-१२-४

ऋग्वेद, ३-३४-५

ऋग्वेद, ९-७१-२

'वर्ण' हा शब्द शरीराचा रंग किंवा कांती दाखवण्याच्या हेतूने ऋग्वेदात वापरला आहे, असे या संदर्भावरून दिसते काय? ऋग्वेदातील ३-३४-५ ही ऋचा काहीशी संशयास्पद स्वरूपाची दिसते.

'वर्ण' अंधार सुचवण्यासाठी

'शुक्ल वर्ण वाढवला गेला' असे शब्द या ऋचेत आहेत. या शब्दांचे अर्थ दोन्ही तऱ्हेने करता येतील. आपले तेज दूरवर फेकून त्यामुळे पांढरा रंग वाढवण्यास इंद्राने उषेला भाग पाडले हा एक अर्थ होईल. ऋचा रचणारा ऋषी गोऱ्या रंगाचा होता म्हणून त्याचे श्वेतवर्णी लोक संख्येने वाढले.

दुसरा अर्थ ओढून-ताणून आणावा लागतो, कारण तो सर्वांशी संयुक्तिक वाटत नाही. उषेचे तेज हे कारण व त्यामुळे झालेली गोऱ्या रंगाची वाढ हे कार्य संयुक्तिक वाटते. म्हणून पहिला अर्थ जास्त संयुक्तिक वाटतो.

'असुर वर्ण टाकतो' हा शब्दप्रयोग ऋग्वेदातील ९-७१-२ या ऋचेत आहे. पुरुषसूक्तातील इतर ऋचांच्या संदर्भाशी ताडून ही ऋचा वाचली तर तिचा अर्थ स्पष्ट होत नाही. पुरुषसूक्त हे सोमपवनांपैकी आहे ही गोष्ट लक्षात धरली तर 'असुर वर्ण टाकतो' या शब्दप्रयोगाचा अर्थ सोमरसासंबंधी असला पाहिजे, 'वर्ण' हा शब्द या ठिकाणी 'रूप' या अर्थाने वापरला आहे. ऋचेतील दुसऱ्या भागात असे म्हटले आहे की, तो आपल्या अंगावरील काळ्या रंगाची पांघरूण फेकून देतो आणि त्याऐवजी चकाकणारे पांधरूण अंगावर घेतो. यावरून हे स्पष्ट होते, 'वर्ण' हा शब्द अंधार सुचवण्याच्या दृष्टीने वापरला आहे.

ऋग्वेदातील १-१७९-६ ही ऋचा आपणाला यांबाबतीत बरीच मार्गदर्शक आहे. प्रजा, मुलेबाळे आणि शक्ती मिळवण्याच्या हेतूने अगस्त्य ऋषीने लोपोमुद्रेशी संभोग केला आणि त्यानंतर दोन वर्णांची भरभराट होत गेली असा या ऋचेत उल्लेख आहे. दोन वर्ण कोणते यांबद्दल काही बोध नाही. कारण तथापि 'आर्य' व 'दास' हेच दोन वर्ण या ऋचेत गृहीत धरले असावेत असे वाटते. 'वर्ण' या अर्थाने नव्हे, तर 'रंग' या अर्थाने 'वर्ण' हा शब्द ऋचेत वापरला आहे, यात शंका नाही.

ऋग्वेदातील १-१०४-२ व २-१२-४ या दोन ऋचांमध्ये वर्ण हा शब्द दास याला उद्देशून वापरला आहे. येथे असा प्रश्न उपस्थित होतो की, दास याला उद्देशून वर्ण हा शब्द वापरला तर तो कोणत्या अर्थी? वर्ण या शब्दावरून दासांच्या स्वतंत्र

अंगकांतीचा बोध होतो की दासांच्या स्वतंत्र वर्गाचा बोध होतो? या दोन्हीपैकी कोणता अर्थ जास्त अधिकृत समजावा हे ओळखण्यास काहीच साधन नाही.

'वर्ण' हा शब्द ऋग्वेदात वापरला आहे. पण त्याचे निरनिराळ्या ठिकाणी निरनिराळे अर्थ होतात व त्यामुळे ऋग्वेदातील त्या शब्दाचा, आपल्या संशोधनाला काही उपयोग नाही. तो शब्द भारतीय-इराणी वाङ्मयात वापरला आहे का? असल्यास कोणत्या अर्थाने याबद्दल आता विचार करू या. (या मुद्द्याबद्दलची माहिती माझे मित्र दस्तुर बोड यांनी दिली आहे. भारतीय-इराणी वाङ्मयाचे ते तज्ज्ञ आहेत.)

झेंद-अवेस्तामधील संदर्भ

'वर्ण' हा शब्द 'झेंद अवेस्ता' (Zend Avesta) या पारशी धर्मामध्ये वापरला आहे, हे एक सुदैव होय. पण त्याचे रूपांतर 'वरण' किंवा 'वरेण' असे 'झेंद अवेस्ता'त आढळते. 'श्रद्धा धर्मिक तत्त्व, धर्मपंथाबद्दलची आवड-निवड' या अर्थांनी तो शब्द झेंद अवेस्तात वापरला आहे. 'वरण' किंवा 'वरेण' हे शब्द 'वार' या धातूपासून उत्पन्न झाले आहेत. 'वार' याचा अर्थ श्रद्धा बाळगणे, विश्वास ठेवणे असा आहे. 'वरण' किंवा 'वरेण' हे शब्द 'वार' गाथांमध्ये सहा वेळा वापरले आहेत. त्यांचा अर्थ श्रद्धा, धर्मपंथ, किंवा धर्मश्रद्धा असा होतो.

तो शब्द 'गाथा अहुनावैती'च्या 'यास्न' या ग्रंथात हा ३०, श्लोक २ यात वापरलेला आहे त्या श्लोकांचा अर्थ याप्रमाणे आहे –

"मी जे श्रेष्ठतम सत्य जाहीर करत आहे, ते लक्षपूर्वक ऐका व त्याचे मनन करा. प्रकाशित झालेल्या मनाने तुम्ही आत्मचिंतन करा. प्रत्येक माणसाने स्वतःसाठी धर्मश्रद्धा (अवरणेनौ) शोधून घ्यावे. आम्ही जे शिकवत आहोत, त्याबद्दल प्रत्येकाने व्यक्तिशः मृत्यूपूर्वी जागरुकता दाखवली पाहिजे.

एखाद्या पुरुषाने अगर स्त्रीने आपल्या सद्सद्विवेकबुद्धीला आणि तर्कशक्तीला जी धर्मतत्त्वे पटतील त्या धर्मतत्त्वांना स्वतः निवडून काढावीत व ती नीटपणे पाळावीत, अशा आशयाचे उपदेश झरतुष्ट्र यांनी केले आहेत. ते उपदेश अनेक गाथांमध्ये ग्रंथित केले आहेत. या गाथेत वापरलेला शब्द 'अवरणेनौ विचिथाह्या' असे आहेत. 'अवरणेनौ' या शब्दाचा अर्थ धर्मश्रद्धा असा आहे. 'विचिथाह्या' या शब्दाचा अर्थ तर्काला पटवून निवडलेला, योग्य प्रकारची निवड करण्याची शक्ती असा आहे.

वर्ण हा शब्द 'गाथा अहुनावैती-यास्न' हा एक ३१, श्लोक ११ यातही वापरला आहे. या श्लोकात असलेला शब्द 'वरणेंग' हा आहे. 'वरेण' म्हणजे (धर्म) श्रद्धा या शब्दाच्या द्वितीयचे अनेकवचन 'वरणेंगे' असे होते. मनुष्याची उत्पत्ती कशी झाली, याबद्दलचा सिद्धान्त झरतुष्ट्र याने या श्लोकात मांडला आहे. मनुष्याच्या उत्पत्तीचे कार्य पूर्ण कसे झाले हे सांगितल्यानंतर झरतुष्ट्र याने या श्लोकाच्या शेवटच्या ओळीत असे म्हटले आहे की, धर्मश्रद्धा स्वेच्छेने निवडून तिचे ग्रहण करण्याची शक्ती माणसाला (परमेश्वराने) दिली आहे.

'वर्ण' हा शब्द 'गाथा उष्तावैती-यास्न' हा ४५ श्लोक ९ यातही वापरला आहे. प्रत्यक्ष शब्द 'वरेण' असा आहे. या श्लोकाच्या शेवटच्या ओळीत झरतुष्ट्र म्हणतो की, दुष्टपणा म्हणजे दुष्ट जीभ दुष्ट हेतूने प्रेरित होऊन जर दुष्ट धर्मश्रद्धा एखाद्याने निवडली तर त्याची जीभ दुष्ट होते. (जीभेतून दुष्टपणा बाहेर पडतो.)

'वर्ण' हा शब्द 'गाथा उष्तावैती-यास्न' हा ४५ श्लोक २ यातही वापरला आहे. प्रत्यक्ष शब्द 'वरेण' म्हणजे धर्मश्रद्धा असा आहे. बरे आणि वाईट म्हणजे काय याबद्दल झरतुष्ट्र यांचे तत्त्वज्ञान आणि मानवी दुहेरी घडण कशी झाली आहे, याबद्दलचा याचा खुलासा या श्लोकांत ग्रंथित केला. सुष्ट मनोवृत्ती आणि दुष्ट मनोवृत्ती यांचा परस्परांत संवाद चालला आहे, याची माहिती या श्लोकांत दिली आहे, त्या दोन मनोवृत्ती संवादात म्हणतात की, 'विचार' बोलणे चालणे, बुद्धिमत्ता, धर्मश्रद्धा, कृती, सद्सद्विवेकबुद्धी, आत्मज्ञान यांपैकी एकाही गोष्टीत आपण दोघींचे एकमत कधीच होत नाही."

'वर्ण' हा शब्द 'स्पेंता-मैन्यू-यास्न' हा ४८ श्लोक ४ यातही वापरला आहे. प्रत्यक्ष शब्द 'वरणेग' म्हणजे धर्म, धर्मश्रद्धा (मूळ धातू 'वेरे', पर्शियन शब्द 'गोविदन' एखाद्या गोष्टीवर श्रद्धा ठेवणे.) हा आहे.

या श्लोकात झरतुष्ट्र म्हणतो, "जो मनुष्य आपले मन जास्त शुद्ध पवित्र ठेवील व कृतीने आणि वाचेने आपली सद्सद्विवेकबुद्धी निर्मळ ठेवील, अशा मनुष्याची धर्मश्रद्धा अशी असेल त्याप्रमाणे त्याची इच्छा राहील."

'वर्ण' हा शब्द 'गाथा स्पेंता-मैनू-यास्न' हा ४९ श्लोक ३ यातही वापरला आहे, प्रत्यक्ष शब्द 'वरणेयी' असा चतुर्थी विभक्तीतला आहे त्याचा अर्थ 'धर्म' असा आहे. त्याच श्लोकांत 'त्केशा' हा शब्द, धर्म, धर्मपंथ, धर्मबंधन या अर्थी वापरला आहे. 'वरेणाई' आणि 'त्केशा' हे दोन शब्द याच श्लोकात धर्म या अर्थाने वापरले आहेत.

'अहुरत्केशा' म्हणजे 'अहुरी धर्म' हा शब्दप्रयोग या श्लोकात आहे यावरून असे स्पष्ट होते की, 'त्काइश' हा शब्द धर्म या अर्थाने वापरला आहे. 'त्केशा' याचे पहलवी भाषेत 'केश' म्हणजे धर्म असे भाषांतर केले आहे.

'वेंदिदाद' हे पुस्तक अवेस्ता भाषेत लिहिले आहे. स्वच्छता पाळण्याबद्दल झरतुष्ट्राने जे नियम सांगितले आहेत, ते या पुस्तकात ग्रंथित केले आहेत. या पुस्तकात 'अन्यो वरेण' असे शब्द आढळतात.

'अन्यों' म्हणजे दुसरा व 'वरेण' म्हणजे धर्म असे या शब्दाचे अर्थ आहेत. दुसऱ्या धर्मश्रद्धेचा माणूस म्हणजे 'अन्योवरेण' असे या पुस्तकात म्हटले आहे. 'अन्योत्काईशा' म्हणजे दुसऱ्या धर्माचा माणूस असे शब्द याच पुस्तकात आढळतात.

'वेरे' या धातूपासून अनेक रूपे घेतलेले शब्द गाथांमध्ये आढळतात. उदाहरणार्थ, अहुनावैती गाथा यास्न हा ३१, श्लोक ३, झरतुष्ट्र म्हणतो, 'या ज्वंतो व्हिस्पेंग वाउराय.' 'वाउराय' हे क्रियापद आहे. परमेश्वरावर श्रद्धा ठेवण्याबद्दल मी सर्व प्राणिमात्रांची मनधरणी करेन! असा 'वाउराय' याचा अर्थ आहे.

'यास्न' हा २८, श्लोक ५ यात 'वाउसेई-मैदी' म्हणजे 'आपण श्रद्धा शक्यतोवर द्यावी' या अर्थाने हे क्रियापद वापरले आहे 'दुझ वरनैश' हे एक 'वरेण' याचे मनोरंजक रूप गाथा वहिष्टैष्टिश, यास्न हा ५३ श्लोक ९ यात वापरलेले आढळते. ते साहित्य या अर्थाने तृतीयेचे अनेकवचन आहे. 'दुझ' म्हणजे दुष्ट, खोटा आणि 'वेरणाई' म्हणजे श्रद्धाळू, 'दुझ-वरेनैश' या शब्दाचा अर्थ 'खोट्या किंवा दुष्ट धर्माचा अनुयायी अथवा खोटा किंवा दुष्ट श्रद्धावान माणूस' असा होतो.

'यास्न' १२ यात झरतुष्ट्राची धर्मश्रद्धेबद्दल काय प्रचीती होती, हे सांगितले आहे. यास्न हा १२ याचा 'माझ्दयास्नो झरतुष्ट्रिश' हा एक भाग आहे. याचा अर्थ ('माझूद' म्हणजे पूजा करणार) झरतुष्ट्रप्रणित धर्माची पूजा करणारा असा आहे. या भागात 'फ्रावरणे' म्हणजे 'मी माझी धर्मश्रद्धा जाहीर करतो' असा शब्द आढळतो.

हा शब्दप्रयोग बहुतेक सर्व झरतुष्ट्रप्रणीत प्रार्थनेत आढळतो. यास्न १२मध्ये 'या-वरेण' हे एक दुसरे रूप आढळते. 'या' म्हणजे जो आणि 'वरेण' म्हणजे 'धर्म' 'यावरेण' हे रूप यास्न १२मध्ये नऊ वेळा वापरले आहे. आणि ते प्रत्येक वेळी धर्म किंवा धर्मश्रद्धा या स्पष्ट अर्थाने वापरले आहे. 'वरेण' आणि 'त्काईशा' हे शब्द धर्म या अर्थाने एकत्रपणे वापरले आहेत.

'झरतुष्ट्र' हे 'वरनेम्च त्काईशेमच याझ मैदे' असा यास्न १६मध्ये मनोरंजक संदर्भ आढळतो. झरतुष्ट्राचा 'वरेण' आणि 'त्काईशा' यांची या संदर्भात पूजा

केली आहे. समान अर्थाचे आणि परस्परावलंबी असे हे दोन शब्द या संदर्भात वापरले आहेत. झरतुष्ट्र याची श्रद्धा व धर्मभावना व्यक्त करण्याकरिता होय, हे त्या शब्दांच्या उपयोगावरून दिसून येते. या संदर्भाचा अर्थ असा आहे की, 'आम्ही झरतुष्ट्राच्या श्रद्धेची आणि धर्माची पूजा करतो.'

'वर्ण' या शब्दाचा उपयोग 'झेंद अवेस्ता'मध्ये कसे कसे केले आहेत, याचे पुरावे दिले आहेत. एका विशिष्ट धर्माची पूजा करणारा वर्ग या अर्थाने वर्ण हा 'झेंद अवेस्ता'मध्ये वापरला आहे. हे या संदर्भावरून स्पष्ट होते. रंग किंवा अंगकांती सुचवण्याच्या हेतूनेच 'वर्ण' हा शब्द 'झेंद अवेस्ता'मध्ये वापरला नाही, हे ओघानेच सिद्ध होते.

युरोपीय ग्रंथकारांनी आर्यवंश, दास, दस्यू यासंबंधी सिद्धान्त मांडला व त्याला ब्राह्मणग्रंथकारांनी शीरोधार्य मानले. त्या सिद्धान्ताचे सांगोपांग विवेचन येथे केले आहे. त्या विवेचनावरून जे निष्कर्ष निघतात त्यांचा सारांश याप्रमाणे निघतो.

- आर्यवंश अस्तित्वात होता. याबद्दल वेदांमध्ये पुरावे मिळत नाहीत.
- आर्यवंशीय लोकांनी भारतावर स्वारी केली व तेथील मूळचे रहिवाशी दास व दस्यू यांना आर्यांनी जिंकले याबद्दल वेदान्त काही पुरावा मिळत नाही.
- आर्य, दास व दस्यू यांच्यात वांशिक भेद होता, हे दाखवणारा पुरावा वेदांमध्ये नाही.
- आर्य रंगाने दास्य व दस्यू यांच्याहून निराळे होते, असे दाखवणारा पुरावा वेदांमध्ये नाही.

●●●

आर्यांचा परस्परांतील संघर्ष

आर्यांच्या एकंदर परिस्थितीबद्दल युरोपीय विद्वानांनी जो सिद्धान्त मांडला आहे व त्या सिद्धान्ताला मोठ्या आवडीने ब्राह्मणग्रंथकारांनी उचलून धरले आहे. याबाबतीत पुष्कळ पुरावे मांडून असे आपण सिद्ध केले आहे की, तो सिद्धान्त सर्व बाजूने लंगडा आहे. तथापि लोकांच्या मनावर या सिद्धान्ताची अशी काही जबरदस्त पकड बसली आहे की, सिद्धान्ताच्या विरुद्ध असलेली सर्व माहिती जरी पुराव्यानिशी त्या लोकांच्यापुढे ठेवली तरी त्यांची मने तो सिद्धान्त खोटा आहे, असे कबूल करण्यास तयार होणार नाहीत.

उलट अंशी त्या लोकांची अशी समजूत होईल की, सिद्धान्त खोटा ठरवण्याचा हा सारा खटाटोप तो सिद्धान्त हाणून पाडण्याच्या प्रेरणेने केला आहे. पण तो सिद्धान्त म्हणजे एक काळसर्प आहे असे समजून त्याला ठार करणे जरूर आहे.

आर्यांनी भारतावर स्वारी केली व दास व दस्यू यांना जिंकले. या सिद्धान्ताला जे लोक उचलून धरतात त्यांनी ऋग्वेदातील काही ऋचांकडे कानाडोळा केला आहे. या ऋचा अत्यंत महत्त्वाच्या आहेत. या ऋचा लक्षात न घेता त्या सिद्धान्ताची ज्यांनी उभारणी केली त्यांचा सारा खटाटोप व्यर्थ आहे असे त्या ऋचा वाचल्यानंतर लक्षात येते. त्या ऋचा येथे देत आहेत.

- ऋग्वेद, ६-३३-३ “हे इंद्रा! आमचे शत्रू (विरोधक) दास व आर्य या दोघांनाही तू ठार केले आहेस”
- ऋग्वेद, ६-६०-३ “सन्मार्ग आणि सद्धर्म यांचे पालन करणारे इंद्र व अग्नी यांनी आम्हांला घायाळ (दुखापत) करणाऱ्या दास व आर्य यांना नेस्तनाबूत केले”

- ऋग्वेद, ७-८१-१ "सुदासाचे शत्रू दास व आर्य यांना इंद्र व वरुण यांनी ठार मारले व त्यांनी दास व आर्य यांच्यापासून सुदामाचे रक्षण केले"
- ऋग्वेद ८-२४-२७ "हे इंद्रा! सिंधू नदीच्या तीरावर राहणाऱ्या क्रूर राक्षसांच्या आणि आर्यांच्या तावडीतून तू आम्हांला मुक्त केलेस. तू दासांच्या हातून त्यांची शस्त्रे हिरावून घे."
- ऋग्वेद, १०-३८-३ "हे परमपूज्य इंद्रा! धर्मलंड (धर्माची पर्वा न करणारा) दास व आर्य हे आमचे शत्रू आहेत. त्यांचा सहजपणे पाडाव करण्याचे सामर्थ्य आमच्यात येवो. तू आम्हांला आशीर्वाद दे. तुझ्या साहाय्याने आम्ही त्या शत्रूंना ठार करू."
- ऋग्वेद, १०-८६-१९ "हे ममेयू! जो तुझी प्रार्थना करतो त्याला तू सर्व प्रकारचे सामर्थ्य देतोस, आमचे शत्रू आर्य व दस्यू यांचा आम्ही तुझ्या मदतीने संहार करू"

या ऋचांतील स्पष्ट अर्थ ज्याच्या मनात उतरेल त्याची पूर्णपणे खात्री पटेल की, युरोपीय ग्रंथकारांचा जो सिद्धान्त आहे, तो या ऋचांतील अर्थामुळे सपशेल चुकीचा ठरतो. या ऋचा आर्य ऋषींनी तयार केलेल्या असल्या पाहिजेत. त्या ऋचांतील अर्थ आर्यवंशाविरुद्ध आहेत. या दोन गोष्टी लक्षात घेतल्या तर असे अनुमान काढता येते की, आर्यांचे दोन वर्ग होते. ते परस्परांपासून सर्व दृष्टीने भिन्न होते व म्हणूनच ते वैरभावाने परस्परांशी वागत व भांडत होते. आर्यांचे दोन वेगवेगळे वर्ग अस्तित्वात होते, ही काही कपोलकल्पित गोष्ट नाही किंवा या ऋचांतील शब्दांचे अर्थ फिरवून जी गोष्ट सिद्ध केलेली नाही. आर्यांचे दोन वेगवेगळे वर्ग अस्तित्वात होते हे सत्य आहे व ते सत्य सिद्ध करणारे अनेक पुरावे आहेत.

(२)

आर्यांचे दोन वेगवेगळे वर्ग अस्तित्वात होते. त्याचा एक पुरावा असा की, निरनिराळ्या वेदांना पवित्र मानण्याबद्दल आर्यांमध्ये पुष्कळ दिवस वितंडवाद चालला होता. वेदांचा ज्यांनी कसून अभ्यास केला आहे; त्यांची खात्री झाली आहे की, खरे पाहिले असता 'ऋग्वेद' व 'अथर्ववेद' हे दोन ग्रंथ वेद या पदवीला योग्य आहेत. 'सामवेद' व 'यजुर्वेद' हे ऋग्वेदाचे केवळ निरनिराळे भाग होत. ऋग्वेदाला जितके पवित्र मानावे, तितकेच अथर्ववेदाला पवित्र मानावे, या गोष्टीच्या ब्राह्मण लोकांनी

पुष्कळ वर्षे विरोध केला होता, ही गोष्ट वेदाध्यासी पंडितांना माहीत आहे. ऋग्वेद व अथर्ववेद यांना समसमान पवित्रपणा देण्यास ब्राह्मण का तयार नव्हते? अथर्ववेदाला अपवित्र मानून ऋग्वेदाला पवित्र मानण्याकडे ब्राह्मणांची मनोवृत्ती का धावत होती?

'ऋग्वेद' व 'अथर्ववेद' वेगवेगळ्या आर्यांनी रचला

माझ्या मते या प्रश्नाचे उत्तर असे आहे की, 'ऋग्वेद' हा एका वर्गातील आर्यांनी रचला व 'अथर्ववेद' हा दुसऱ्या वर्गातील आर्यांनी रचला आणि हे दोन्ही वर्ग परस्परांत मिसळून आर्यांचा एकच वर्ग झाला, तेव्हा ऋग्वेद व अथर्ववेद यांना समसमान पवित्रपणा देण्यात आला.

याशिवाय दुसरे पुरावे सर्व ब्राह्मणी वाङ्मयात इतस्ततः विखुरलेले आढळून येतात. हे पुरावे विशेषतः विश्वोत्पत्तीसंबंधी जे दोन सिद्धान्त मांडण्यात आले आहेत, त्यात दिसून येतात. या दोन सिद्धान्तावरून असे सूचित होते की, ते आर्यांच्या दोन वर्गांनी मांडले असावेत. म्हणजे आर्यांचे दोन वर्ग अस्तित्वात होते, असे पर्यायाने या दोन सिद्धान्तावरून ध्वनित होते. विश्वोत्पत्तीसंबंधीचा जो एक सिद्धान्त ब्राह्मणी वाङ्मयात आढळतो. त्याचे विवेचन करू या.
प्रथमतः वेदापासून सुरुवात करू या. तैत्तिरीय संहितेत असलेले उल्लेख 'तैत्तिरीय संहिता', ६-५-६-१ (Muir, Vol 1. p. 2)

> 'आपल्याला पुत्र व्हावेत अशी अदितीला इच्छा झाली, तेव्हा देवतांना नैवेद्य दाखवण्यासाठी तिने 'ब्रह्मोदन भात' शिजवून तयार केला. देवतांनी तो भात खाऊन त्यातील थोडासा भात आदितीसाठी शिल्लक ठेवला. देवतांचा प्रसाद म्हणून तो भात तिने खाल्ला. तिला गर्भ राहिला. ती प्रसूत झाली. तेव्हा तिला चार आदित्य झाले.'
> तिने दुसऱ्यांदा ब्रह्मोदन भात शिजवून तयार केला. ती मनात म्हणाली, 'पूर्वी देवतांनी दिलेल्या भाताच्या प्रसादामुळे मला चार मुलगे झाले. आता हा जो भात मी शिजवून तयार केला आहे, त्यातील एक भाग मी प्रथम खाल्ला (देवतांना नैवेद्य दाखवण्याअगोदर) तर मला अधिक उत्तम प्रकारचे मुलगे होतील,'

असा विचार करून तिने तो भात देवतांना दाखवण्याअगोदर खाल्ला. तिला गर्भ राहिला, पण तो अपूर्णावस्थेतच बाहेर पडला. तिने आदित्यांसाठी तिसऱ्यांदा भात तयार केला. तो भात शिजवत असता ती मनात असा मंत्रोच्चार करत होती की, 'हे जे धर्मकृत्य मी करत आहे त्याची फळे मला उपभोग करण्यास मिळोत!'
आदित्य म्हणाले, "आपण वर मागू या. या भातापासून ज्याची उत्पत्ती होईल, तो सर्वस्वी आमचा राहो. त्याच्यापासून ज्याची उत्पत्ती होईल, तो भरभराटीस चढेल. तो आमच्या सुखांचे मूळ होवो. या घटनेनंतर आदित्य विवस्वान याचा जन्म झाला. हा त्याचा वंशज होय, ते वंशज म्हणजे मानव, मानवांपैकी जो कोणी यज्ञकर्म करेल तो भरभराटीस चढेल आणि तो देवतांना नैवेद्य समर्पण करून संतुष्ट राहील."

आर्यांचे दोन वेगवेगळे वर्ग होते, याबद्दलचे बरेच पुरावे ब्राह्मणग्रंथातही आहेत. ते पुरावे म्हणजे विश्वोत्पत्तीसंबंधी या ग्रंथात मांडलेले सिद्धान्त. विश्वोत्पत्तीसंबंधी शतपथ ब्राह्मण या ग्रंथात पुढील कथा आढळतात.

१) शतपथ ब्राह्मण, १-८-१-१ (Muir, Vo.l. pp. 181-184) : पाण्याने हात धुण्याची मनुष्यांना सवय होती म्हणून त्यांनी मनुसाठी हात धुवावयास पाणी आणले, कारण मनु पाण्याने हात धुत असता त्याच्या हातात मासा आला.

मासा म्हणाला, "मला जपून ठेव, मी तुला एखाद्या संकटातून वाचवीन."

मनुने विचारले, "तू मला कसल्या संकटातून वाचवशील?"

माशाने उत्तर दिले, "पुढे जलप्रलय होणार आहे. त्यात सर्व प्राणिमात्रांचा नाश होईल. त्या जलप्रलयापासून मी तुझे रक्षण करीन."

मनुने विचारले, "तुला मी कसे जपून ठेवू?"

मासा म्हणाला, "आम्ही मासे जोपर्यंत लहान असतो तोपर्यंत आमचे जीवित मोठ्या धोक्यात असते, कारण मोठा मासा लहान माश्याला खातो. प्रथम तू मला घटात जपून ठेव. मी वाढलो व घटात मावेनासा झालो म्हणजे तू मला घटातून काढ व एक खंदक खणून त्यात मला जपून ठेव. मी खंदकात न मावण्याइतका मोठा झालो तर मला महासागरात नेऊन सोड. त्यानंतर मी संकटातून मुक्त झालो असे होईल." लगेच मासा मोठा झाला. कारण तो स्वतःचे अंग हवे तेवढे फुगवू शकतो.

तो मासा म्हणाला, "अमूक एक वर्षी जलप्रलय होईल, जलप्रलयाचे पाणी वर चढू लागले की तू एका होडीत जाऊन बैस. त्या होडीतून मी तुझी सुटका करेन." माशाने सांगितलेल्या रीतीने मनुने माशाला जपून ठेवले व नंतर त्याने माशाला महासागरात नेऊन सोडले.

माशाने सांगितलेल्या वर्षी जलप्रलयाचे पाणी वरवर चढू लागले तेव्हा मनुने होडी सुरू केली. मासा होडीकडे पोहत आला. मनुने होडीची पुढची बाजू माशाच्या शिंगाला बांधली. या कृतीमुळे मनु होडीसह उत्तरेकडील पर्वत ओलांडून पुढे गेला.

मासा मनुला म्हणाला, "मी तुझी संकटातून मुक्तता केली आहे. आता तू होडी एखाद्या झाडाला बांध जलप्रलयाचे पाणी जसजसे ओसरत जाईल, त्या मानाने तू होडीचा दोरखंड झाडापासून खाली खाली सरकत नेऊन बांध. तो दोरखंड तू जर झाडापासून सोडलास तर तू होडीसकट लांब वाहत जाशील. झाडाला दोरखंड तसाच ठेवून सरकत सरकत खाली आणलास तर पाणी पूर्ण खाली ओसरत आल्यावर तू होडीसकट डोंगर माथ्यावर येशील."

माशाने सूचना दिल्याप्रमाणे मनुने पाणी जसे खाली खाली होत गेले तशी आपली होडी खाली आणली. मनुने हे 'अवरोहण' त्या उत्तर दिशेकडील पर्वताचे नाव होऊन बसले. जलप्रलयात सर्व प्राणिमात्रांचा संहार झाला होता, तेव्हा मनु हा एकटाच पर्वतावर राहिला. आपल्याला संतती व्हावी, अशी त्याला इच्छा झाली. म्हणून त्याने संततिप्राप्तीसाठी अनेक धार्मिक कृत्ये, प्रार्थना केल्या व घोर तपश्चर्या केली. त्याने पाक या नावाचा नैवेद्य तयार करून तो यज्ञात अर्पण केला. शुद्ध लोणी, घट्ट दूध, दही तयार होण्याच्या अगोदरचे दुधाचे पाणी व दही यांचे 'अर्घ्य' मनुने सागराच्या पाण्यात दिले. त्यानंतर एका वर्षात एक स्त्री उत्पन्न झाली, तिचा देह तेलकटपणाने चकचकत होता. तिच्या पायाला शुद्ध लोणी चिकटले होते. तिला मित्र आणि वरुण भेटले.

ते तिला म्हणाले, "तू कोण आहेस?"

ती उत्तरली, "मनुची मुलगी!"

ते म्हणाले, "तू आमची आहेस असे म्हण!"

ती म्हणाली, "नाही, ज्याने मला जन्म दिला त्याची मी!"

तिच्यात आपला वाटा असावा, अशी त्यांनी इच्छा धरली. त्याबद्दल तिने वचन दिले किंवा तिने वचन दिले नाही. परंतु ती पुढे निघून गेली ती मनुजवळ आली.

मनु तिला म्हणाला, "तू कोण आहेस?"

ती उत्तरली, "तुझी मुलगी."

मनु म्हणाला, "हे माझ्या देदीप्यमान मुली! तू ठीक आहेस ना?"

ती म्हणाली, "लोणी, घट्ट दूध, दही होण्यापूर्वीचे दुधाचे पाणी, दही यांचे अर्घ्य महासागराच्या पाण्यात देऊन तू मला जन्म दिलास. तू उच्चारलेला आशीर्वाद म्हणजे मी. तू माझा यज्ञात उपयोग कर. तू माझा यज्ञात उपयोग केलास तर तुला अगणित संतती आणि गुरे-ढोरे मिळतील. माझ्यातर्फे तू जो काही आशीर्वाद मागशील तो तुला मिळेल."

तिने सांगितल्याप्रमाणे मनुने तिला यज्ञविधी चालू असतानाच मध्यंतरी यज्ञात नेऊन सोडले. संततीची इच्छा मनात धरून तो तिच्यासह प्रार्थना करत अनेक धर्मकृत्ये करत, घोर तपश्चर्या करत राहिला. तिच्यापासून त्याला जी संतती झाली ती मनुची संतती होय. तिच्यापासून जे जे आशीर्वाद देवाजवळ मागितले ते ते तिला मिळाले.

ती म्हणजे 'इडा' होय, ज्याला ही माहिती आहे तो 'इडा'बरोबर जर राहिला तर मनुला जशी संतती झाली तशी संतती त्याला होईल. तो तिच्याबरोबर जो आशीर्वाद देवाजवळ मागेल ते सर्व त्याला मिळतील.

२) शतपथ ब्राह्मण, ६-१-२-११ (Muir Vol. 1, p.30) : यावरून ते म्हणतात, "प्रजापतीने सर्व जग निर्माण केल्यानंतर तो पृथ्वीतलावर उभा राहिला. पृथ्वीतलावरील ही झुडपे शिजवून त्याच्यासाठी अन्न तयार केले. त्याने ते अन्न खाल्ले. त्यामुळे त्याला गर्भ राहिला, त्याच्या शरीराच्या वरच्या भागातून बाहेर पडत असलेल्या वाऱ्यापासून प्रजापतीने देव उत्पन्न केले आणि शरीराच्या खालच्या भागातून बाहेर पडत असलेल्या वाऱ्यापासून त्याने मर्त्य संतती उत्पन्न केली. त्याने हव्या त्या रीतीने विश्वाची व त्यातील चराचर वस्तुमात्रांची उत्पत्ती केली. या जगात जे काही आहे त्या सर्वांची उत्पत्ती प्रजापत्तीने केली."

३) शतपथ ब्राह्मण, ७-५-२-६ (Muir, Vol, 1. p. 24) : "प्रथम प्रजापती हाच सर्व जग होता. कारण तोच प्रथम अस्तित्वात होता, मी आता अन्न उत्पन्न करावे आणि मला संतती व्हावी, अशी त्याला इच्छा उत्पन्न झाली. त्याने आपल्या श्वासोच्छ्वासापासून जनावरे, आत्म्यापासून मनुष्य, डोळ्यांपासून घोडा, श्वासोच्छ्वासापासून बैल, कानांपासून मेंढी व आवाजापासून बकरे उत्पन्न केले. ज्याअर्थी त्याने आपल्या श्वासोच्छ्वासापासून जनावरे उत्पन्न केली, त्याअर्थी 'माणसे' म्हणतात, हे श्वासोच्छ्वास म्हणजे जनावरे होत. आत्मा हा पहिला श्वासोच्छ्वास होय.

ज्याअर्थी त्याने आत्म्यापासून मनुष्याची उत्पत्ती केली आहे, त्याअर्थी ते म्हणतात, "मनुष्य हा जनावरांपैकी पहिले व सर्वांत अधिक बळकट जनावर होय." आत्मा

हाच संपूर्ण श्वासोच्छ्वास होय, कारण सर्व श्वासोच्छ्वास आत्म्यावर अवलंबून असतात, ज्याअर्थी त्याने आपल्या आत्म्यापासून ननुष्य निर्माण केला, त्याअर्थी ते म्हणतात, "मनुष्य हा सर्व जनावरे होय, कारण ती सर्व मनुष्यांची आहेत."

४) शतपथ ब्राह्मण, १०-१-३-१ (Muir. Vol. 1, p. 31) : प्रजापतीने सजीव वस्तूंची उत्पत्ती केली. त्याने आपल्या शरीराच्या वरच्या भागातून बाहेर पडत असलेल्या वाऱ्यापासून मर्त्य प्राणी उत्पन्न केले. त्यानंतर त्याने प्राणिमात्रांचे भक्षण करणारा मृत्यू उत्पन्न केला.

५) शतपथ ब्राह्मण, १४-४-२-१ (Muir. Vol. 1. p. 25) : हे विश्व प्रथम पुरुषाच्या रूपाने आत्मा म्हणून अस्तित्वात होते. नीट न्याहाळून पाहिल्यानंतर त्याला कळून आले की, तो आत्मा म्हणजे आपण स्वतःच होय. तो प्रथम म्हणाला, "हा मी आहे." त्यानंतर त्याचे नाव 'मी' झाले म्हणून जेव्हा जेव्हा माणसाला कोणी विचारले तर तो "हा मी आहे," असे तो म्हणतो. त्यानंतर त्याला जे दुसरे नाव असते त्याचा तो उच्चार करतो. ज्याअर्थी त्याने याच्यापूर्वी सर्व पापे जाळून नष्ट केली, त्याअर्थी त्याला 'पुरुष' असे संबोधण्यात येऊ लागले. हे ज्याला माहीत आहे तो माणूस प्रजापतीच्या अगोदरपासून असण्याची इच्छा धरणाऱ्या माणसाला जाळून नष्ट करेल. प्रजापती भ्याला म्हणून मनुष्य एकटाच असला की भितो.

यावरून असा अर्थ काढण्यात येतो की, "माझ्याव्यतिरिक्त दुसरी कोणतीच गोष्ट नाही मी कोणाला भ्यावे?" त्यानंतर त्याचे भय दूर पळाले. कारण त्याने का भ्यायला हवे होते?

लोक दुसऱ्या माणसाबद्दल भीती बाळगतात, तो सुखी झाला नाही म्हणून. माणूस एकटा असतो, तेव्हा तो सुखी होत नसतो. त्याने दुसऱ्या माणसांच्या संगतीची इच्छा धरली. तेव्हा त्याचे रूप असे झाले की, जणूकाही स्त्री व पुरुष हे परस्पराला घट्ट मिठी मारून बसलेले आहेत. त्याने आपल्या शरीरापासून त्या रूपाला दूर होण्यास लावले व त्या रूपाचे दोन भाग वेगवेगळे झाले याप्रमाणे पती व पत्नी हे उत्पन्न झाले. यावरून याज्ञवल्क्य याने म्हटले आहे की –

'आपले हे शरीर म्हणजे दुभंगलेल्या 'बी'मधील एक भाग होय.' म्हणून ती पोकळी स्त्रीने भरून काढली. त्याने तिला संभोग दिला. त्यांच्यापासून पुरुष उत्पन्न झाले. ती मनात म्हणाली, 'मला आपल्यापासून उत्पन्न करणारा प्रजापती हा मजबरोबर संभोग कसा काय करू शकला? अरेरे! मी अदृश्य होणे बरे' तिला गाय झाली व दुसरा भाग बैल झाला. त्याने तिच्याशी संभोग केला. त्यांच्यापासून घोडा व घोडी, गाढव व गाढवी उत्पन्न झाली. त्याने तिच्याशी संभोग केला. ज्यांची पायनखे अखंड आहेत, अशा जनावरांची पैदास त्यांच्यापासून झाली. एक शेळी झाली दुसरा बोकड झाला; एक मेंढी व दुसरा मेंढा झाला. त्याने तिच्याशी संभोग केला. बकरी व मेंढ्या यांची पैदास त्यांच्यापासून झाली. अशा रीतीने कीडा-मुंगीपर्यंतच्या सर्व प्राण्यांची उत्पत्ती नर-मादीच्या जोडीने झाली.

(३)

१) तैत्तिरीय ब्राह्मणात विश्वोत्पत्तीसंबंधी असलेले उल्लेख (तैत्तिरीय ब्राह्मण, २-२-९-१ (Muir. Vol. pp. 28-29)

'प्रथम हे विश्व काहीच नव्हते. आकाश, पृथ्वी, हवा यांपैकी काहीच अस्तित्वात नव्हते.'

त्याला नास्तित्वांच्या अवस्थेतून बाहेर पडण्याची इच्छा झाली. तेव्हा त्याने निश्चय केला – 'मी अस्तित्वात येवो' ते संतप्त झाले; त्याच्या संतप्तपणापासून धूर निघाला ते पुनः संतप्त झाले; त्याच्या संतप्तपणापासून प्रकाश तयार झाला. ते पुनः संतप्त झाले; त्याच्या संतप्तपणापासून ज्योत तयार झाली. ते पुनः संतप्त झाले; त्याच्या संतप्तपणापासून किरणे तयार झाली. ते पुनः संतप्त झाले; त्यांच्या संतप्तपणापासून ज्वाला तयार झाल्या. ते पुनः संतप्त झाले ते मेघाप्रमाणे गोठून गेले. त्याने आपले मूत्राशय रिकामे केले; त्यामुळे समुद्र उत्पन्न झाले म्हणून समुद्राचे पाणी पीत नाहीत. कारण ते समुद्राला जन्मस्थानाप्रमाणे लेखतात. म्हणून प्राणी उत्पन्न होण्याच्या अगोदर प्रथम पाणी बाहेर पडते. त्यानंतर 'दशहोत्री' उत्पन्न झाला. 'प्रजापती' हा 'दशहोत्री' होय. त्याच्या संतप्तपणाची शक्ती थोर आहे व त्यामुळे

प्राणिमात्रांची उत्पत्ती झाली, याबद्दलचे ज्ञान ज्याला आहे व जो त्या शक्तीची आराधना करतो, तो आयुष्यात यशस्वी होतो. पाणी म्हणजेच ते.

प्रजापती रडत रडत म्हणाला, "जर माझा जन्म कोणत्याही प्रकारचा आधार नसलेल्यापासून झाला तर माझा जन्म कोणत्या कार्याकरिता झाला?" जे पाण्यात पडले, त्याची पृथ्वी झाली, त्याला त्याने पुसून टाकले, त्याची हवा झाली, ज्याला त्याने पुसून वर फेकले. त्याचे आकाश झाले. ज्या परिस्थितीमुळे तो रडला, त्यापासून दोन्ही जगाला 'रोदसी' हे नाव प्राप्त झाले. याचे ज्ञान ज्याला आहे, त्याच्या घरात ते रडत नाही. हा या जगाचा जन्म आहे. या जगाचा असा जन्म झाला, याचे ज्याला ज्ञान आहे त्याला दुःखाची पीडा होत नाही. त्याने पृथ्वीला आधार केले.

पृथ्वीला आधार दिल्यानंतर त्याला इच्छा झाली, 'मला संतती होवो,' त्याने घोर तपश्चर्या केली. त्याला गर्भ राहिला त्याने आपल्या पोटापासून असुर उत्पन्न केले. त्याने असुरांना मातीच्या भांड्यातून दूध प्यायला दिले. त्याने आपले शरीर दूर भिरकावून दिले, अंधार उत्पन्न झाला. त्याला इच्छा झाली 'मला संतती होवो' त्याने घोर तपश्चर्या केली त्याला गर्भ राहिला. त्याने आपल्या लिंगापासून सजीव प्राणी उत्पन्न केले म्हणून त्यांची संख्या फार आहे. कारण त्याने त्यांना आपल्या लिंगापासून उत्पन्न केले. त्याने त्यांना लाकडाच्या भांड्यातून दूध पाजले. त्याने आपले शरीर दूर भिरकावून दिले, चंद्रप्रकाश पडला.

त्याला इच्छा झाली, 'मला संतती होवो,' त्याने घोर तपश्चर्या केली. त्याला गर्भ राहिला. त्याने आपल्या काखेतून ऋतू उत्पन्न केले. त्याने चांदीच्या भांड्यातून त्यांना लोणी पाजले त्याने आपले शरीर दूर भिरकावून दिले, दिवस व रात्र यांना जोडणारा काळ म्हणजे सकाळ व संध्याकाळ उत्पन्न झाली, त्याला इच्छा झाली, 'मला संतती होवो' त्याने घोर तपश्चर्या केली त्याला गर्भ राहिला. त्याने आपल्या मुखापासून देव उत्पन्न केले, त्याने त्यांना सोनेरी भांड्यातून दूध पाजले. त्याने आपले शरीर दूर भिरकावून दिले. दिवस उत्पन्न झाला.

ही प्रजापतीची दूध पिणारी मुले होत. याचे ज्ञान ज्याला आहे तो संततीपासून दूध काढतो, 'दिवस आमच्याकडे आला आहे,' या उद्गाराचा अर्थ असा की, देवांचा प्रमुख देव. याप्रमाणे जे देवांचा प्रमुख देव ओळखतो त्याला देवप्राप्ती होते. ही दिवस व रात्र यांची जन्मकथा होय.

हे जो जाणतो त्याला दिवस व रात्र यांत कशाचीही पीडा होत नाही. नास्तित्वातून मन (आत्मा) उत्पन्न केले. मनाने प्रजापतीला उत्पन्न केले. प्रजापतीने संतती उत्पन्न

केली. हे जे काही अस्तित्वात आहे ते सर्वस्वी मनावर आधारलेले आहे. हे तो ब्रह्मा आहे. त्याला 'स्वोवस्यस' म्हणतात. ज्याला हे माहीत आहे, त्याला उषा जास्त प्रकाशमान होत असलेल्या दिसतील; त्याला मनसोक्त संतती होते आणि ज्याच्याजवळ जनावरांची संतती खूप होते, तो परमेष्ठिन हे पद मिळवतो."

२) तैत्तिरीय ब्राह्मण, २-३-८-१ (Muir, Vol. 1. p. 23) : "प्रजापतीला इच्छा झाली, 'मला संतती होवो' त्याने घोर तपश्चर्या केली. त्याला गर्भ राहिला, त्याचा रंग पिवळसर, तांबूस, झाला, म्हणून गरोदर असलेल्या स्त्रीचा मूळचा पिवळा रंग तांबूस होतो. गरोदरपणात तो थकून गेला. थकल्यामुळे त्याचा रंग काळसर तांबूस झाला. त्याने श्वासातून असुर उत्पन्न केले. त्यामध्ये असुरांचा असुर-स्वभाव आला, असुर-स्वभाव ज्याला माहीत होतो, त्याचा श्वास चांगला चालतो. श्वास त्याला सोडून जात नाही.

(४)

असुरांची उत्पत्ती केल्यानंतर तो स्वतःला पिता समजू लागला, त्यानंतर त्याने पितर उत्पन्न केले. त्यामुळे तो पित्यांचा पिता झाला. पित्यांचे पितृत्व याप्रमाणे जो जाणतो, तो स्वतःचाच पिता होतो. पितृ त्याचे अर्घ्य सेवन करतात. पितृ निर्माण केल्यानंतर तो मनात विचार करू लागला. त्यानंतर त्याने पुरुष निर्माण केले. याप्रमाणे पुरुषांचे पौरुष्य उत्पन्न झाले. पुरुषांचे पौरुष्य जो जाणतो तो हुशार होतो. मन त्याला सोडून जात नाही. तो पुरुष निर्माण करत असता त्याला आकाशात दिवस दिसला, त्यानंतर त्याने देव निर्माण केले. हे देवाचे आदिदेवत्व होय. हे जो देवांचे प्रमुखत्व जाणतो, त्याला आकाशात दिवस दिसतो. देव, पुरुष, पितृ आणि असुर हे उत्पत्तीचे चार प्रवाह आहेत. या सर्वांत पाणी हे हवेप्रमाणे आहे."

३) तैत्तिरीय ब्राह्मण, ३-२-३-९ (Muir, Vol. p. 21) : "हा सूर नास्तित्वातून उत्पन्न झाला आहे."

विश्वोत्पत्तीबद्दलचा खुलासा तैत्तिरीय आरण्यकात मिळतो (तैत्तिरीय आरण्यक, १-१२-३-१ (Muir, Vol, 1. p. 21) –

"हे प्रवाही पाणी आहे. फक्त प्रजापतीचा जन्म कमळाच्या पानांवर झाला, त्याच्या मनात इच्छा उत्पन्न झाली, 'मी हे उत्पन्न करू दे.' म्हणून मनुष्य जे मनात योजतो ते तो भाषेने स्पष्ट करून सांगतो आणि कृतीने करवून दाखवतो. म्हणून हा श्लोक म्हटलेला आहे – 'इच्छा प्रथम त्याच्यात मनात उत्पन्न झाली, ते

म्हणजे मनाचे मूळ बीज. ते बीच मनुष्याच्या हृदयात आहे, असा शोध आपल्या शोधक बुद्धीने ऋषींनी लावला. अस्तित्व व नास्तित्व यांना साधणारा मनुष्याच्या हृदयातील बंध म्हणजे ते मनाचे मूळ बीज होय.' (ऋग्वेद, १०-१२९-४)

याप्रमाणे ज्याला ही माहिती आहे त्याच्याकडे त्याची इच्छा होताच तो येतो. घोर तपश्चर्या केल्यानंतर त्याने आपले शरीर हलवले. त्याच्या मासापासून 'अरुण', 'केतू' आणि ' वातरसन' ऋषी उत्पन्न झाले. त्याची नखे वैखनस आणि केस वालखिल्य निर्माण झाले, त्याचे शरीराचे प्रवाही प्राणी कासव झाले व ते कासव पाण्यात फिरू लागले.

तो कासवाला म्हणाला, 'तू माझ्या कातडीतून व मासातून उत्पन्न झाला आहेस' कासव उत्तरले, 'नाही. मी पूर्वी येथे होतो.' त्याच्या पूर्वीच्या अस्तित्वात पुरुषाचे पुरुषत्व असते. तो हजार डोक्यांचा, हजार डोळ्यांचा, हजार पायांचा असा पुरुष झाला (ऋग्वेद १०-९०-१).

(५)

प्रजापती त्याला म्हणाला, 'तुला माझ्या अगोदर उत्पन्न केले आहे तू प्रथम हे कर.' त्याने तेथून आपल्या ओंजळीत पाणी घेतले आणि ते पाणी 'हे सूर्या! ते असे असू दे,' असा मंत्र म्हणून पूर्व दिशेला ठेवले - तेथून सूर्य उत्पन्न झाला. ती पूर्व दिशा होती. नंतर अरुण केतूने ते पाणी 'हे अग्नी! ते असे असू दे' असा मंत्र म्हणत दक्षिण दिशेला ठेवले. तेथून असू अग्नी उत्पन्न झाला, ती दक्षिण दिशा होती. नंतर अरुण केतूने ते पाणी, 'हे वायो! असे असू दे', असा मंत्र म्हणत उत्तर दिशेला ठेवले.

इंद्र उत्पन्न झाला ती उत्तर दिशा होती, नंतर अरुण केतूने ते पाणी, 'हे पूषण! ते असे असू दे', असा मंत्र म्हणत मध्यभागी ठेवले. तेथून पूषण उत्पन्न झाला, ती ही खालची दिशा. नंतर अरुण केतूने ते पाणी, 'हे देवा! असे असू दे' असा मंत्र म्हणत वरती ठेवले तेथून, देव, पुरुष, पितृ, गंधर्व आणि अप्सरा ही उत्पन्न झाली. ती हीच वरची दिशा, त्या पाण्याचे जे थेंब निरनिराळ्या ठिकाणी पडले त्यातून असुर, राक्षस आणि पिशाच्च उत्पन्न झाले म्हणून त्यांचा नाश झाला, कारण त्यांना पाण्याच्या थेंबापासून उत्पन्न केले.

त्यामुळे श्लोक म्हणतात की, 'जेव्हा या पाण्यात ज्ञानसंपन्न आणि स्वयंभूला निर्माण करणारा गर्भ राहिला, तेव्हा त्या पाण्यापासून ते चराचर प्राणिमात्र उत्पन्न केले. हे सर्व पाण्यापासून उत्पन्न केले; म्हणून हे ब्रह्म स्वयंभू आहे, म्हणून सर्व जणूकाही मुक्त, जणूकाही अस्थिर होते. ते प्रजापती होता. स्वतःमधून स्वतःची उत्पत्ती

केल्यानंतर तो त्याच्यात शिरला. म्हणून हा श्लोक म्हणतात.' विश्व उत्पन्न केल्यानंतर सजीव प्राणी, मध्यंतरीच्या दिशा व दिशा उत्पन्न केल्यानंतर सर्व वस्तुमात्रांच्या अगोदर उत्पन्न झालेला प्रजापती स्वतःला बरोबर घेऊन स्वतःमध्ये शिरला.'

(६)

आर्यांचे दोन निरनिराळे वर्ग होते, याबाबतीत पुष्टिदायक पुरावे महाभारतातही सापडतात. ते पुरावे म्हणजे विश्वोत्पत्तीसंबंधी या ग्रंथात मांडलेले सिद्धान्त होत. विश्वोत्पत्तीसंबंधी मनुने जो सिद्धान्त तयार केला आहे तो महाभारतात ग्रंथित केला आहे. जो वनपर्वात आहे तो याप्रमाणे आहे (Muir, Vol. 1, pp. 199-201) –

'विवस्वताचे तपःसामर्थ्य प्रजापतीच्या तपःसामर्थ्यांप्रमाणे मोठे होते. विवस्वताचा मुलगा मनु हा एक मोठा ऋषी होता. उत्साह, तडफदारपणा, वैभव व तपोनिष्ठा याबाबतीत तो आपले वडील व आजोबा यांच्यापेक्षा श्रेष्ठ होता. एका पायावर उभे राहून, एक हात वर करून, मस्तक खाली नमवून आणि पापणीला पापणी न लावता डोळे अचलपणे उघडे ठेवून त्याने दहा हजार वर्षे घोर तपश्चर्या केली. त्याच्या अंगावर चिध्यांची वस्त्रे होती. त्याच्या केसांच्या जटा वर बांधल्या होत्या.

मनु तपश्चर्या करत असताना चिरणी नदीच्या तीरावर एक मासा आला. तो मनुला म्हणाला, "भगवान! मी एक लहान मासा आहे. मोठ्या माशांची मला फार भीती वाटते. त्यांच्यापासून तुम्ही माझे संरक्षण केले पाहिजे. कारण, तो मोठा मासा लहान माशाला खाऊन टाकतो. लहान मासा मोठ्या माशाचे अन्न आहे, हा सिद्धान्त अनादिकालापासून चालत आला आहे. मोठ्या माशाच्या भीतीच्या पुरात मी बुडत आहे. त्यातून तुम्ही मला तारा, मी तुमचे उपकार फेडीन." माशाचे हे भाषण ऐकून मनुला फार दया आली.

त्याने माशाला उचलून हातात घेतले. चंद्रज्योतीप्रमाणे चकाकणाऱ्या घटात पाणी ओतून मनुने माशाला घटात घातले. मनुने त्या माशाची पोटच्या पोराप्रमाणे जोपासना केली. तो मासा घटात दिवसेंदिवस मोठा होऊ लागला, बराच काळ लोटल्यानंतर तो इतका मोठा झाला की तो घटात मावेना.

तेव्हा मनुला पाहून तो म्हणाला, "मी यापेक्षा मोठे व्हावे असे मला वाटते, तर तुम्ही मला कोठे तरी नेऊन ठेवा.' तेव्हा मनुने माशाला घटातून बाहेर काढले आणि एका मोठ्या तळ्यात नेऊन सोडले. तेथे कित्येक वर्षे गेल्यानंतर मासा बराच मोठा झाला. तो इतका मोठा झाला की, ते तळे दोन योजने लांब व एक योजने रुंद होते तरी त्या कमलनयन माशाला त्या तळ्यात स्वैर संचार करण्यास अडचण भासू लागली.

तो मनुला पुनः म्हणाला, "सागरसम्राटांची आवडती राणी गंगा हिच्याकडे मला घेऊन चला. मी तिच्यात राहीन किंवा तुम्हाला जे योग्य वाटेल ते करा. मी तुमची आज्ञा स्वखुशीने पाळली पाहिजे. कारण, केवळ तुमच्या कृपाछत्राखाली मी इतका अवाढव्य वाढलो आहे."

माशाचे हे भाषण ऐकून मनुने त्याला नेऊन गंगा नदीत सोडले. तेथेही तो काही दिवसांनी खूप मोठा झाला.

तेव्हा तो मनुना म्हणाला, "मी आता इतका जाडजूड झालो आहे की, मला गंगेच्या पाण्यात जास्त हालचाल करता येत नाही. तरी कृपा करून तुम्ही मला येथून उचलून नेऊन समुद्रात सोडा."

माशाचे ते भाषण ऐकून मनुने त्याला उचलून नेऊन समुद्रात सोडले. मासा इतका मोठा झाला होता, तरी मनुच्या हस्तस्पर्शाने त्याचे वजन कमी झाले. त्याला स्पर्श करण्यास योग्य अशी त्याची अंगकांती झाली व त्याच्या शरीराचा दुर्गंध नाहीसा झाला. मनुने माशाला समुद्रात नेऊन सोडले.

तेव्हा तो मनुला म्हणाला, "हे प्रभुवरा! तुम्ही मला हर एक प्रयत्न करून वाचवले व वाढवलेत. पुढे जो संकटकाळ येणार आहे, तेव्हा तुम्ही कसे वागावे, याबद्दल मी तुम्हाला काही माहिती देतो. ती तुम्ही लक्षपूर्वक ऐका, लवकरच असा काळ येणार आहे की, तेव्हा जगातील सर्व चराचर वस्तुमात्र यांचा नाश होईल. जगातील पापे धुऊन काढून जगाला शुद्ध करण्याची वेळ आता जवळ येत आहे. म्हणून तुमच्या हिताची जी गोष्ट आहे, ती मी तुम्हाला सांगत आहे.

चराचर विश्वाला भीतिदायक असा काळ आला आहे. तुम्ही स्वतःसाठी एक मजबूत जहाज तयार करा. त्याला एक दोरखंड बांधून ठेवा. त्यात सात ऋषींबरोबर तुम्ही बसा. प्राचीन काळच्या ब्राह्मणांनी वर्णन केलेली जी बियाणे आहेत, त्यातून काही बियाणे निवडून घेऊन ती जपून ठेवा, नंतर ती जहाजात बरोबर घ्या. जहाजात बसून जहाज चालू लागले की तुम्ही चोहोकडे न्याहाळत बसा.

मी जेव्हा तुमच्याकडे येईन तेव्हा माझ्या डोक्यावर एक शिंग तुम्हाला दिसेल. मी सांगितलेप्रमाणे सर्व काही व्यवस्थित करा. मी आता तुमचा सादर निरोप घेतो. पुढे जो जलप्रलय होणार आहे त्यातील लाटा माझ्या साहाय्याशिवाय तुम्हाला उल्लंघता येणार नाहीत. मी जे काही आता सांगितले त्याच्यावर संपूर्ण विश्वास ठेवा,"

मनु उत्तरला, "तू जे सांगितले आहेस त्याप्रमाणे मी करेन." परस्परांचा निरोप घेऊन ते आपापल्या मार्गाला लागले.

माशाने सांगितल्याप्रमाणे मनुने स्वतःसाठी सुंदर जहाज तयार केले व त्यात बी-बियाणे ठेवून तो सप्तर्षींबरोबर बसला. त्याने आपले जहाज प्रचंड लाटा असलेल्या सागरात नेले. मनुने मनात माशाचे स्मरण केले. मनु आपली आठवण करत आहे, हे जाणून मासा मनुकडे अतिशय वेगाने धावत आला. त्याच्या डोक्यावर एक शिंग होते. पर्वताप्रमाणे अंग व एक शिंग असलेला तो मासा पाहून मनुने ओळखले की, तोच आपला मासा होय!

मनुने आपल्या जहाजाचे दोरखंड माशाच्या शिंगाला बांधले. त्या महासागरात पर्वतप्राय लाटांचे थैमान सुरू होते. आघातांमुळे कर्णभेदक आवाज सर्वत्र पसरत होता. अशा परिस्थितीत मासा मनुचे जहाज सहज लीलेने महासागराच्या पृष्ठभागावरून ओढू लागला. दारू पिऊन झिंगलेली स्त्री जशी गरगर फिरते, त्याप्रमाणे वादळांच्या माऱ्यामुळे ते जहाज झिंगत व गरगर फिरत होते. पृथ्वी व दिशा यांपैकी कोणी डोळ्यांना दिसत नव्हते.

पाणी, हवा आणि आकाश यांशिवाय जगात काहीच दिसत नव्हते. अशा अवस्थेत असलेल्या जगात सात ऋषी, मनु आणि मासा हेच फक्त दिसत होते. मासा पुष्कळ वर्षे न थकता ते जहाज समुद्राच्या पाण्यावरून ओढत होता. शेवटी ते जहाज हिमवताच्या अत्यंत उंचशा पठारावर आणले.

नंतर तो हळूच हसून ऋषींना म्हणाला, "विलंब न लावता हे जहाज तुम्ही या पठाराच्या सुळक्याला बांधा." त्यांनी तसे केले, हिमवताचे ते अत्यंत उंच सुळके अजून 'नौबंधन' या नावाने ओळखले जाते.

नंतर तो देवमासा (अनिमिष) ऋषींना म्हणाला, "मी प्रजापती ब्रह्मा आहे. माझ्यापेक्षा श्रेष्ठ कोणी नाही. मी माशांचे स्वरूप धारण करून आलो व तुम्हाला या मोठ्या संकटातून वाचवले. सजीव प्राणी, देव, असुर, पुरुष, विश्वे आणि चराचर वस्तू यांना मनु उत्पन्न करेल, माझ्या आशीर्वादाने आणि स्वतःच्या पोर तपश्चर्येमुळे विश्वनिर्मितीच्या बाबतीत अचूक दृष्टी प्राप्त होईल आणि ते विश्व निर्माण करताना तो गोंधळून जाणार नाही. असे म्हणून तो मासा क्षणात अदृश्य झाला.

ब्रह्मदेशाचे मानसपुत्र व कन्या

मनुला विश्व उत्पन्न करण्याची इच्छा झाली. पण तो मनात गोंधळून गेला. तेव्हा त्याने घोर तपश्चर्या केली. लगेच त्याला विश्वनिर्मितीची पूर्ण कल्पना आली. तो विश्वनिर्मितीच्या कामाला लागला. महाभारताच्या आदि पर्वात जी विश्वोत्पत्तीची कथा दिली आहे ती काहीशी निराळ्या स्वरूपाची आहे.

ती याप्रमाणे आहे (Muir, Vol. I. pp. 122-126) –

वैशंपायन म्हणाला, “स्वयंभूला नमस्कार केल्यानंतर देव आणि इतर वस्तुमात्र ही कशी निर्माण केली व त्यांचा नाश कसा होतो, याबद्दल नक्की माहिती मी तुला सांगतो. मरिची, अत्रि, अंगिरस, पुलत्स्य, पुलह आणि क्रतु हे ब्रह्मदेवाचे सहा मानस पुत्र होत. कश्यप मरिचीचा मुलगा होता. विश्वातील जीव-जीवाणू कश्यपासून उत्पन्न झाली. दक्षाला श्रेष्ठ दर्जाच्या तेरा कन्या झाल्या. अदिती, दिती, दनु, कला, दानायू, सिनुका, क्रोधा, प्रथा, विश्वा, विनता, कपिला, मुनी, क्रूद या मुलींना असंख्य वीर पुत्र आणि नातू झाले.

वृत्तीने शांत व तपाने तेजस्वी असा किर्तिवंत ऋषी दक्ष याचा जन्म ब्रह्मदेवाच्या उजव्या हाताच्या अंगठ्यापासून झाला. त्या मुनीच्या पत्नीचा जन्म ब्रह्मदेवाच्या डाव्या हाताच्या अंगठ्यापासून झाला. दक्षाला त्या पत्नीपासून पन्नास कन्या झाल्या, त्यांपैकी दहा कन्या त्याने धर्माला दिल्या, सत्तावीस कन्या इंदूला (सोमाला) दिल्या आणि स्वर्गीय पद्धतीप्रमाणे तेरा कन्या कश्यपाला दिल्या. पितामहाचा वंशज मनु हा देव व सर्व वस्तुमात्रांचा शास्ता होता. तो त्याचा (कोणाचा हे स्पष्ट नाही.) मुलगा होता. आठ वसू त्याचे पुत्र होत.

त्या आठ पुत्रांची माहिती सांगतो. ब्रह्मदेवाची उजवीकडील छाती विभागून त्यातून तेजस्वी धर्म (सत्पप्रवृत्ती) मनुष्याचे रूप घेऊन उत्पन्न झाला. धर्माने अखिल मानव जातीसाठी आपल्याबरोबर सुख आणले, त्याला तीन तेजस्वी पुत्र होते. ते म्हणजे सम, काम आणि हर्ष (शांती, प्रेम व आनंद) होत. ते सर्व प्राणिमात्रांना आनंद देतात आणि आपल्या शक्तीच्या जोरावर ते जगाचे पालन करतात. मनुची मुलगी 'अरुषा' ही त्या ऋषींची (च्यवन, भृगुचा मुलगा याची) पत्नी होती...

ज्यांच्या कर्तृत्वाची छाप जगावर पडली होती, असे ब्रहादेवाची आणखी दोन मुले होती, 'धात्री' व 'विधात्री' ही त्यांची नावे होत. ते मनुजवळ राहात होते. सौंदर्यशाली देवता लक्ष्मी ही त्यांची बहीण, कमळ हे तिचे घर, आकाशात भ्रमण करणारे घोडे हे तिचे मानसपुत्र होत. चराचर वस्तूंना अन्न खाण्याची इच्छा झाली, तेव्हा त्यांनी परस्परांना खाल्ले. त्यामुळे चराचर वस्तूंचा नाश करणारा अधर्म उत्पन्न झाला. त्याची बायको निर्रिती[१] आणि म्हणून राक्षसांना निर्रिती म्हणजे 'निर्रिती'ची संतती असे म्हणतात. तिला भयानक स्वरूपाचे तीन मुलगे होते. ते

---

१ निर्रिती : विनाशाची देवता तथा नैर्ऋत्य दिशेची प्रतिनिधी

दृष्कृत्ये करण्यास सवकले होते. भय, महाभय (भीती आणि भीतिजन्य भावना) आणि चराचरांचा शेवट करणारा मृत्यू (मरण). त्याला ना पत्नी, ना एखादा पुत्र, कारण तो अंत करणारा आहे."

"प्रचेतसाची दहा मुले मोठ्या ऋषीप्रमाणे मोठ्या वैभवात जन्मले होते. ते फार सद्‌गुणी व पवित्र होते, अशी त्यांची किर्ती होती. त्यांच्या तोंडातून बाहेर निघत असलेल्या अग्नीने त्यांनी तेजस्वी प्राणी पूर्वी जाळले होते. त्यांच्यापासून दक्ष प्रचेतस उत्पन्न झाला. दक्षापासून जगाचे पितर आणि हे प्राणी उत्पन्न झाले, मुनी दक्षाने विरणीबरोबर संभोग केला तेव्हा त्याला स्वतःप्रमाणे धर्माचरणात निष्ठावंत असलेले एक हजार मुलगे झाले.

सांख्याचे अद्वितीय तत्त्वज्ञान जे निर्वाण ते नारदाने त्यांना सांगितले, संतती उत्पन्न करण्याची इच्छा झाल्यावरून प्रजापती दक्षाने पुढे पन्नास कन्यांना जन्म दिला. त्याने त्यांपैकी दहा कन्या धर्माला दिल्या, तेरा कन्या कश्यपाला दिल्या आणि सत्तावीस कन्या की, ज्या काळाचे नियमन करत होत्या त्या इंदूला (सोमाला) दिल्या. तेरा पत्नींमध्ये अत्यंत श्रेष्ठ दर्जाची त्याची पत्नी दक्षयणी हिच्यापासून मरिचीचा मुलगा कश्यप याला इंद्र, अत्यंत उत्साही आदित्य आणि विवस्वत हे झाले, बलिष्ठ यम वैवस्वत या नावाचा मुलगा विवस्वताला झाला. ज्ञानी व सामर्थ्यवान मनु आणि किर्तिवान यम असे दोन मुलगे मार्तंडाला (म्हणजे विवस्वताला, सूर्याला) झाले. हा मनु सन्मार्गी होता. त्याच्या नावाने वंश सुरू झाला.

ब्राह्मण क्षत्रिय, आणि इतर मनुष्ये ही या मनुपासून उत्पन्न झाली. हे राजा! ब्राह्मणांशी संलग्न असे क्षत्रिय उत्पन्न झाले. मनुच्या मुलांपैकी जे ब्राह्मण होते त्यांनी देव व वेदांग यांना कवटाळले. वेण, धृष्ट, नरिश्यंत, नभग, इक्ष्वाकु, करुष, सर्याती, इला, प्रिशद्र आणि नभगरिष्ट अशी दहा मुले मनुला होती. प्रिशद्र हा क्षत्रियकर्मांची आवड असणारा होता. मनुला आणखी पन्नास मुलगे होते.

पण आपणाला माहीत आहे की, ते सर्व मुलगे आपापसात भांडून नाश पावले. सरतेशेवटी शहाणा पुरुरव इलापासून जन्मला आपणाला माहीत आहे की, इला ही पुरुरवाची आई व वडील अशी दोन्ही होती."

(७)

विश्वोत्पत्तीसंबंधी रामायणात उल्लेख सापडतात. त्यांपैकी एक उल्लेख दुसऱ्या कांडात आहे. तो खाली दिला आहे. (Muir, Vol. 1. p. 115) –

राम संतप्त झाला आहे हे पाहून वसिष्ठ उत्तरला, “या जगाचा नाश व पुनर्निर्मिती कशी होणार आहे, याची माहिती जबालीलासुद्धा आहे. पण तो तुझ्याशी जे बोलला तेच याच हेतूने की, तू त्याचे भाषण ऐकून परत जावेस. या जगाची उत्पत्ती कशी झाली याबद्दलचा वृत्तान्त –

हे पृथ्वीवल्लभा! तू माझ्याकडून समजावून घे. हे जग म्हणजे सर्व पाणी होते. त्यातून पृथ्वी तयार करण्यात आली. नंतर ब्रह्म स्वयंभू देवतांसह जन्माला आला पुढे त्याने वराहाचे रूप घेऊन पृथ्वीला वर उचलले आणि सर्व विश्व निर्माण केले. विश्वाबरोबर त्याने साधुसंतही उत्पन्न केले. शाश्वत, निश्चल आणि अमर असा ब्रह्मदेव आकाशातून उत्पन्न झाला. त्याच्यापासून मरिची व मरिचीपासून कश्यप उत्पन्न झाला. कश्यपापासून विवस्वत व विवस्वतापासून मनु हे उत्पन्न झाले. मनु हा पूर्वी चराचर विश्वाचा प्रभू (प्रजापती) होता. इक्ष्वाकु हा मनुचा मुलगा होता, मनुने ही समृद्ध पृथ्वी पूर्वी इक्ष्वाकुला दिली होती. इक्ष्वाकु हा अयोध्येचा पूर्वीचा राजा होता, हे लक्षात ठेव.”

या उल्लेखाशिवाय विश्वोत्पत्तीबद्दलचा दुसरा उल्लेख रामायणात आहे. तो तिसऱ्या कांडात आहे. तो खाली देत आहे. (Muir, Vol. 1. p.116) –

रामाचे शब्द ऐकल्यानंतर त्या पक्षाने (जटायूने) रामाचा स्वतःचा वंश, स्वतः तो आणि सर्व सचेतन प्राण्यांची उत्पत्ती याबद्दल माहिती सांगितली. तो रामाला म्हणाला, “ऐक, अगदी प्राचीन काळी जे प्रजापती (चराचर सृष्टीचे स्वामी) उत्पन्न झाले, त्यांची इत्थंभूत कथा मी तुला सांगतो. प्रथम कर्दमनंतर निकृत, शेन, समस्त्रय, उत्साही बाहुपुत्र, स्थानु, मरिची, अत्रि, बलिष्ठ क्रतु, पुलस्त्य, अंगिरस, प्रचेतस, पुलह, दक्ष, विवस्वत, अरिष्टनेमि आणि गौरवशाली कश्यप असे प्रजापती उत्पन्न झाले. कश्यप हा शेवटचा प्रजापती होय, प्रजापती दक्षाला साठ कन्या होत्या व त्यामुळे त्याची प्रसिद्धी सर्वत्र झाली होती. त्या कन्यांपैकी अदिती, दिती, दनु, कलका, ताम्र, क्रोधावास, मनु व अनला या उत्कृष्ट कुमारिकांशी कश्यप याने विवाह केला.

विवाहानंतर कश्यपाला आनंद झाला व तो आपल्या पत्नींना म्हणाला, “मजसारखे तिन्ही लोकांचे रक्षण करणाऱ्या अशा पुत्रांना तुम्ही जन्म दिला पाहिजे, अदिती, दिती, दनु व कलका यांनी या गोष्टीला संमती दिली. दुसऱ्या पत्नींनी या गोष्टीला संमती दिली नाही. आदित्य, वसु, रुद्र आणि दोन अश्विनकुमार, अशा तेहत्तीस देवांना अदितीने जन्म दिला.”

कश्यपाची पत्नी मनु हिने मनुष्य, ब्राह्मण, क्षत्रिय, वैश्य आणि शूद्र यांना जन्म दिला. वेदान्त असे म्हटले आहे की, "मुखापासून ब्राह्मण, छातीपासून क्षत्रिय, मांड्यापासून वैश्य आणि पायांपासून शूद्र उत्पन्न झाले. अनला हिने शुद्ध फळे असलेल्या झाडांना जन्म दिला."

(८)

याबाबतीत पुराणाचे काय मत आहे, हे समजून यावे म्हणून पुराणातील काही संदर्भ मी खाली देत आहे (Muir, Vol. 1. pp. 220-221) –

"या विश्वाचे अंडे उत्पन्न होण्याच्या अगोदर दिव्य ब्रह्म हिरण्यगर्भ अस्तित्वात होता. तो सर्व जगाचा शाश्वत, उत्पादक आणि ब्रह्मदेवाचा साकार व निराकार अवतार होता. परमेश्वर विष्णूपासून याचे अस्तित्व होते. तो ऋक, यजु, समन आणि अथर्ववेद यांच्याशी एकरूप होणारा आहे. ब्रह्मदेवाच्या उजव्या अंगठ्यापासून प्रजापती दक्ष उत्पन्न झाला. दक्षाला अदिती ही कन्या होती. तिच्यापासून विवस्वत उत्पन्न झाला. विवस्वतापासून मनु झाला. इक्ष्वाकु, नृग, धृष्ट, सर्याती, नरिश्यंत, प्रमसु, नभगनेदिष्ट, करुष आणि प्रिशध्र असे पुत्र मनुला झाले.

पुत्र व्हावा या इच्छेने मनुने मित्र आणि वरुण यांना यज्ञ केला. परंतु अग्निहोत्री पुरोहिताच्या चुकीने यज्ञाचा समारंभ शास्त्रोक्त झाला नाही. चुकीचे वेदमंत्र यज्ञात म्हटल्यामुळे मनुला पुत्र होण्याऐवजी कन्या झाली. तिचे नाव इला ठेवले.

त्यानंतर मित्र व वरुण यांच्या कृपाप्रसादाने इलाचे रूपांतर मुलात झाले व त्या मुलाचे नाव सुद्युम्न ठेवले. परंतु ईश्वराचा (महादेवाचा) कोप सुद्युम्नावर झाल्यामुळे त्याचे मुलीत पुनः रूपांतर झाले. व ती सोमाचा (चंद्राचा) मुलगा बुध याच्या आश्रमाजवळ भटकू लागली. तिचे रूप पाहून बुध तिच्यावर मोहित झाला. बुधाला तिच्यापासून मुलगा झाला. त्याचे नाव पुरुरवस ठेवले.

अगणित तपोबल असणारे व इलाचे सुद्युम्न म्हणून पुनः रूपांतर व्हावे, अशी इच्छा धरणारे ऋषी यांनी पुरुरवाच्या जन्मानंतर यज्ञ, ऋक, यजुस, समन आणि अर्थववेद, सर्व वस्तुमात्र, मन, नास्तित्व इत्यादीपासून उत्पन्न केलेल्या देवाची पूजा करू लागले. या देवाच्या कृपेमुळे इलाचे सुद्युम्न असे पुनः रूपांतर झाले"

मनुच्या पुत्रांची तपशीलवार माहिती विष्णू पुराणात याप्रमाणे दिली आहे –

१) आपल्या धर्मगुरूची गाय मारली म्हणून प्रिशद शूद्र झाला.

२) करुषापासून 'करुष' हे अत्यंत सामर्थ्यवान क्षत्रिय झाले.

३) नेदिष्ट याचा मुलगा नभग हा वैश्य झाला.

वर सांगितलेली गोष्ट सूर्यवंशी लोकांची आहे. सूर्यवंशी लोक मनुपासून जन्मले सोमवंशी लोक अत्रिपासून जन्मले. सूर्यवंशी लोकांसंबंधी विष्णू पुराणात जशा स्वरूपाची गोष्ट आहे, तशाच स्वरूपाची सोमवंशी लोकांसंबंधी विष्णू पुराणात गोष्ट सांगितली आहे. (Muir, Vol. 1. pp. 225-226) –

'अत्रि हा ब्रह्माचा मुलगा व सोमाचा (चंद्राचा) पिता होता. वनस्पती, ब्राह्मण आणि तारे यांचा सम्राट म्हणून ब्रह्माने अत्रिची योजना केली होती. राजसूय यज्ञ केल्यानंतर सोम (चंद्र) गर्वाने धुंद झाला. त्याने देवांचा धर्मगुरू बृहस्पती याची पत्नी तारा हिला दूर पळवून नेले.

ब्रह्मा, देव व ऋषी यांनी सोमाला परोपरीने समजावून सांगितले, धमक्या दिल्या व विनंत्या केल्या तरी त्याने तारेला परत करण्याचे नाकारले. उसानस याने सोमाची बाजू घेतली. रुद्राने अंगिरसाच्या हाताखाली अभ्यास केला होता. त्याने बृहस्पतीला साहाय्य केले. एका बाजूला देवांचे साहाय्य तर दुसऱ्या बाजूला दैत्यादिकांचे साहाय्य, अशा स्थितीत दोन्ही बाजूने तुंबळ युद्ध जुंपले.

ब्रह्माने मध्यस्थी केली आणि तारेला आपल्या नवऱ्याकडे परत पाठवण्यास त्याने सोमाला भाग पाडले, मध्यंतरीच्या काळात तारा गरोदर झाली होती. तिला बुध नावाचा पुत्र झाला.

बुधाचे वडील कोण याबद्दल इतरांनी जेव्हा जास्त कसोशीने विचारपूस केली, तेव्हा तारेने सोमाचे नाव सांगितले. बुधाला मनुची मुलगी हिच्यापासून पुरुरवस हा मुलगा झाला. (पुरुरवस आणि अप्सरा ऊर्वशी यांच्यातील प्रेमसंबंधाचे वर्णन शतपथ ब्राह्मण ११-५-१-११; विष्णू पुराण ४-६-१९-११; भागवत पुराण ९-१४; हरिवंश, अध्याय २६, यात आले आहे. पुरुरवाने ब्राह्मणांच्या बरोबर स्पर्धा केली, अशा प्रकारची माहिती महाभारत, आदि पर्व, अध्याय ७५ यात दिली आहे ही माहिती पुढे येईलच.)

पुरुरवाला सहा मुलगे होते. सर्वांत मोठा मुलगा आयुष. आयुषाला नहुष, क्षत्रवृद्ध, रंभा, राजी आणि अनेनस असे पाच मुलगे होते.

विश्वोत्पत्तीसंबंधी काही मुद्दे

'क्षत्रवृद्धाला सुनहोत्र या नावाचा एक मुलगा होता. सुनहोत्रला कास, लेस व ग्रितसमद असे तीन मुलगे होते. ग्रितसमदला सौनक हा मुलगा झाला. सौनकाने

चातुर्वर्ण्याची पद्धत उत्पन्न केली. काशिराज हा मुलगा होता. काशिराजाला दीर्घतमस हा मुलगा होता. दीर्घतमसला धन्वंतरी हा मुलगा होता.'

विश्वोत्पत्तीसंबंधी उपरिनिर्दिष्ट खुलासेवजा सिद्धान्त यांची दुसऱ्या प्रकरणात दिलेल्या सिद्धान्ताबरोबर तुलना केली तर आपणाला काय दिसून येते? मला असे वाटते की, या तुलनेतून पुढील मुद्दे उपस्थित होतात –

१. विश्वोत्पत्तीसंबंधीचा एक सिद्धान्त धार्मिक स्वरूपाचा आहे, तर दुसरा सिद्धान्त धर्मातीत स्वरूपाचा आहे.
२. मनु हा मानव नसून तो सृष्टीचा कर्ता होय, असे एक सिद्धान्त मानतो; तर दुसरा सिद्धान्त असे मानतो की, सृष्टीचा निर्माता ब्रह्मदेव किंवा प्रजापती आहे.
३. एक सिद्धान्त ऐतिहासिक घटना सांगणारा आहे; तर दुसरा सिद्धान्त अलौकिक घटना सांगणारा आहे.
४. एक सिद्धान्त जलप्रलयाची कथा सांगतो; तर दुसरा सिद्धान्त त्याबद्दल ब्रसुद्धा काढत नाही.
५. एक सिद्धान्त चार वर्णांचे स्पष्टीकरण करण्याची मनीषा दाखवतो; तर दुसरा सिद्धान्त समाजाची उत्पत्ती कशी झाली, याचेच स्पष्टीकरण करण्याची मनीषा दाखवतो.

दोन प्रकारच्या सिद्धांतांमध्ये असलेले उपरिनिर्दिष्ट फरक हे संख्येने बरेच व स्वरूपाने प्रमुख दर्जाचे आहेत, हे स्पष्ट होते. चातुर्वर्ण्यासंबंधी जे निरनिराळे स्पष्टीकरण या दोन सिद्धांतांनी दिले आहे, त्यांतील फरक हा विशेषतः स्थूल मानाचा आहे. धार्मिक स्वरूपाचा जो सिद्धान्त आहे त्यात चातुर्वर्ण्याला महत्त्व दिले आहे. धर्मातीत स्वरूपाचा जो सिद्धान्त आहे त्यात चातुर्वर्ण्याचे नावही नाही. मनुच्या संततीचे स्थित्यंतर चार वर्णात कसे झाले हे दाखवण्याच्या हेतूने दोन्ही प्रकारच्या सिद्धान्ताची एकजूट करण्याचे प्रयत्न झाले हे खरे आहे.

ही गोष्ट रामायण व पुराणे यांतील सिद्धान्त लक्षात घेतले तर कळून येते. परंतु दोन्ही ध्येयवादी सिद्धान्त एकत्र करण्याचा हा प्रयत्न होता, हे स्पष्ट आहे. हा प्रयत्न जाणूनबुजून आणि पूर्वयोजनेनुसार झाला आहे. परंतु या दोन्ही प्रकारच्या ध्येयवादी सिद्धान्तात एवढा स्थूल मानाचा फरक आहे की, ते सिद्धान्त एकत्र करण्याचा प्रयत्न झाला असताही तो फरक स्पष्टपणे दृगोचर होतो.

चातुर्वर्ण्यंची दोन स्पष्टीकरणे

याबाबतीत अशी गंमत झाली आहे की, चातुर्वर्ण्याबद्दलचे एकच स्पष्टीकरण असण्याऐवजी दोन स्पष्टीकरणे झाली आहेत. एका पुरुषाने उत्पन्न केलेले चातुर्वर्ण्य व दुसरे मनुच्या पुत्रांनी पायरी पायरीने तयार केलेले चातुर्वर्ण्य, दोन्ही ध्येयवादी सिद्धान्त एक करण्याचा जो प्रयत्न झाला, त्याचा परिणाम अगदी ओंगळ स्वरूपाचा झाला.

यावरून हेच सिद्ध होते की, ते सिद्धान्त मूलतःच वेगळ्या स्वरूपाचे आणि परस्परांशी न जुळणारे असे आहेत. हे भिन्न स्वरूपाचे दोन प्रकारचे सिद्धान्त ब्राह्मणी वाङ्मयात असतानासुद्धा या विषयाचा ज्यांनी अभ्यास केला आहे.

पंडितांनी त्याची दखल घेतली नाही ही खेदाची गोष्ट आहे. परंतु ते सिद्धान्त अस्तित्वात आहेत व ते विशेष प्रकारचे महत्त्वाचे आहेत, ही बाब दृष्टिआड करता येणार नाही. या सिद्धान्तांच्या अस्तित्वाचे जे महत्त्व आहे ते कोणते? मला असे वाटते की, परस्परभिन्न अशा स्वरूपाचे जे हे दोन प्रकारचे सिद्धान्त आहेत ते निरनिराळ्या दोन आर्यवंशीयांनी मांडले असावेत.

एक आर्यवंश चातुवर्ण्याला मानणारा तर दुसरा आर्यवंश चातुर्वर्ण्याला मानणारा नसावा. हे दोन्ही आर्यवंश काही काळानंतर परस्परात मिसळले असावेत व त्यांना एकाच आर्यवंशाचे लोक म्हणून संबोधण्यात आले असावे. ती तर्कपद्धती जर सबळ वाटली तर दोन्ही प्रकारच्या सिद्धान्तातील स्थूल भेद जो ब्राह्मणी वाङ्मयात दाखवण्यात आला आहे, तो आपल्या नव्या सिद्धान्ताला (आर्यवंशाचे दोन पथ होते.) पोषक असाच पुरावा होता.

(९)

भारतातील लोकांची पाहणी मानववंशसंशोधक शास्त्राच्या दृष्टिकोनातून जेव्हा केली गेली, जेव्हा जी वस्तुस्थिती दिसून आली ती वस्तुस्थिती माझ्या सिद्धान्ताला पोषक असा भरभक्कम पुरावा देते. ही पाहणी सर हर्बर्ट रिस्ले यांनी प्रथम १९०१मध्ये केली. लोकांच्या चेहरेपट्टीचा व इतर अवयवांची मोजमापे घेऊन त्याने जे निष्कर्ष काढले ते येणेप्रमाणे –

भारतातील लोक म्हणजे चार भिन्न भिन्न वंशीय लोकांचे मिश्रण होत. ते चार भिन्न वंशीय लोक म्हणजे आर्य, द्रविड, मंगोलियन व सिथियन लोक हे होत.

भारतातील कोणत्या भागात कोणत्या भागाचे वंशाचे लोक जास्त राहतात, हेही सिद्ध करण्याचा प्रयत्न सर हर्बर्ट रिस्ली यांनी केला.

परंतु त्यांनी १९०१मध्ये 'सेफॅलिक इंडेक्स'च्या आधारे जी पाहणी केली ती अगदी त्रोटक स्वरूपाची होती. पाहणीतून त्यांनी जे निष्कर्ष काढले ते डॉ. गुहा यांनी १९३६मध्ये कसाला लावून पाहिले.

या विषयासंबंधी डॉ. गुहा यांचा जी अहवाल प्रसिद्ध झाला आहे तो भारतीय मानववंश-शोधक शास्त्राच्या दृष्टीने अत्यंत महत्त्वाचा व मोलाचा आहे. भारतीय लोकांच्या डोक्याची मोजमापे लक्षात घेऊन त्यान्वये समान मोजमापे असणारे भारतीय लोक कोणकोणत्या भागात राहतात. हे दर्शवणारा भारताचा एक नकाशा डॉ. गुहा यांनी तयार केला आहे. निरनिराळ्या वंशाच्या लोकांच्या संमिश्रपणाने भारतीय लोकांचा समाज तयार झाला आहे; या मुद्द्यावर हा नकाशा झगझगीत प्रकाश टाकतो.

१) लांब डोक्याचे व २) आखूड डोक्याचे असे जे दोन निराळे मानववंश आहेत, त्या मानव-वंशाच्या संमिश्रणाने भारतीय समाज तयार झाला आहे; आणि लांब डोक्याचे भारतीय लोक हे भारताच्या मधल्या प्रदेशात राहतात व आखूड डोक्याचे भारतीय लोक हे भारताच्या सरहद्दीजवळच्या प्रदेशात राहतात, असा डॉ. गुत्ता यांचा निष्कर्ष आहे. भारताच्या निरनिराळ्या भागांत ज्या डोक्यांच्या कवट्या सापडलेल्या आहेत, त्यावरून या निष्कर्षालाच बळकटी येते.

या मुद्द्यावर डॉ. गुहा याप्रमाणे विचार प्रदर्शन करतात –

इतिहासपूर्व काळी जे प्रदेश होते त्यामध्ये मानवी शरीराचे जे अवशेष सापडले आहेत त्यांची वर्णने वर दिली आहेत. ही वर्णने अगदी अल्पशी आहेत. सिंधू नदीच्या प्रदेशात जे मानवी शरीराचे अवशेष सापडले आहेत त्यांची वर्णने भरपूर आहेत. या काळातील भारताचा वांशिक इतिहास कसा होतो याची सर्वसाधारण रूपरेखा आकलन करण्यास सदर वर्णने आपणाला साहाय्य करतात.

ख्रिस्त शतकापूर्वीच्या चार हजार वर्षांपासून भारताचा वायव्य प्रदेश लांब डोक्याच्या व अरुंद ठसठशीत नाकाच्या लोकांच्या ताब्यात असावा असे वाटते. दुसऱ्या वंशाचेही लोक या लोकांबरोबर राहत असावेत. ते शरीराने मजबूत व लांब डोक्याचे होते, परंतु त्यांची मान उंच होती. लांबट चेहऱ्याचे व अरुंद नाकाचे होते. तथापि त्यांचे अरुंद नाक तितके झपकन डोळ्यांत भरत नसे जितक्या पहिल्या प्रकारच्या लोकांचे होते.

लोकांच्या वंशाच्या तिसरा प्रकारही भारतात अस्तित्वात होता. या प्रकारातील लोकांची डोकी जास्त रुंद होती. त्यांच्यात आणि आर्मेनॉइड प्रकारचे लोक यांच्यात पुष्कळ बाबतीत साम्य होते. या प्रकारचे लोक बहुधा बऱ्याच पुढील काळात वावरत

असावेत. या लोकांच्या डोक्यांच्या आकाराला जुळणाऱ्या डोक्याच्या काही कवट्या हडाप्पा या प्रदेशात सापडल्या. यावरून या गोष्टीला म्हणजे या प्रकारचे लोक बऱ्याच पुढील काळात वावरत असावे या गोष्टीला पुष्टी मिळते."

अल्पाइन आणि मेडिटरेनियन (भूमध्य समुद्र) या दोन वंशांचा संदर्भ घेऊन बोलावयाचे म्हटले तर कोणालाही असे म्हणता येईल की, भारतीय समाज दोन वंशाच्या मिश्रणाने तयार झाला आहे. १) मेडिटरेनियन (भूमध्य समुद्र) किंवा लांब डोक्याच्या लोकांचा वंश आणि २) अल्पाइन किंवा खुज्या डोक्याच्या लोकांचा वंश, हे ते दोन वंश होत.

मेडिटरेनियन वंशाबद्दलच्या काही गोष्टी मान्य करण्यात आलेल्या आहेत. तो वंश आर्य भाषा बोलत होता, असे मान्य करण्यात आले आहे. या वंशाचे मूळस्थान युरोपमध्ये भूमध्य समुद्रालगतच्या प्रदेशात होते व या मूळस्थानापासून तो वंश भारतात आला, असे मानण्यात आले आहे. या वंशाचे मूळस्थान लक्षात घेतले तर असे स्पष्ट दिसते की, हा वंश अल्पाइन वंशाच्या अगोदर भारतात आला असावा.

अल्पाइन वंशाबद्दलच्या अशा प्रकारच्या गोष्टी कोणत्या आहेत, ते पाहणे जरूर आहे. या वंशाचे मूळस्थान कोणते ही एक गोष्ट, हा वंश कोणती मूळभाषा बोलत होता ही दुसरी गोष्ट पडताळून पाहणे जरूर आहे. या वंशाचे मूळस्थान आशियात हिमालयाच्या कोणत्यातरी भागात होते, असे प्रो. रिप्ले यांचे मत आहे. या मुद्द्याला त्यांनी जी संयुक्तिक कारणे दिली आहेत, ती येथे उद्‌धृत करणे इष्ट आहे. प्रो. रिप्ले म्हणतात :

> 'पूर्वेकडून जे लोक आले ते स्वारी करण्याच्या उद्देशाने आले नाहीत, तर स्थलांतर व देशांतर करण्याच्या उद्देशाने ते लोक हळूहळू पूर्वेकडून येऊन निर्वासित प्रदेशात वसाहती तयार करून स्थायिक झाले. पूर्वेकडून आलेल्या लोकांचा देशांतराचा हा जो क्रम एकसारखा चालू होता, तो पुढे आशियामधून ज्या लोकांच्या झुंडीच्या झुंडी एकसारख्या येत राहिल्या त्याला वाट करून देणारा होता, असे विधान करण्याचा आपल्याला काय हक्क आहे?
> त्या खंडात विशेषतः पामीरचा प्रदेश पूर्व हिमालयाचे उंचवट्याचे प्रदेश, यात राहणाऱ्या लोकांबद्दल आपणाला जी माहिती आहे तिच्या आधारावर आपल्याला या प्रकारचे विधान करणे शक्य नाही.

हा प्रदेश म्हणजे 'जगाचे छप्पर' आहे. आर्य संस्कृतीचे मूळ घर हाच प्रदेश होय, असे मॅक्स म्युलर आणि पूर्वीचे भाषा अभ्यासक यांनी ठरवले होते. या प्रदेशातील मानवी आकृती आणि युरोपात आढळणारी आदर्शमय मानवी आकृती जी 'अल्पाइन' किंवा 'सेल्टिक' या नावाने ओळखली जाते. या दोन्ही आकृत्या अगदी एका साच्यातून काढल्या आहेत की काय, इतक्या त्या एकस्वरूपी आहेत.

डी उज्फाल्वी टोपिनार्ड आणि इतर विद्वान लोक यांनी याबाबतीत असे संशोधन करून दाखवले आहे की, या मानवी आकृतीचे विशिष्ट गुणावगुण या प्रदेशात राहणाऱ्या लोकांमध्ये उठावदारपणे दिसून येतात. गाल्चा, डोंगराळ प्रदेशात राहणारे ताजिक आणि त्यांचे भाऊबंद हे करड्या डोळ्यांचे, काळ्या केसांचे, बांध्याने धष्टपुष्ट असे आहेत; व त्यांच्या डोक्यांचा आकार म्हणजे डोक्यांच्या लांबीपेक्षा रुंदी जास्त, अशा स्वरूपाचे लोक या प्रदेशापासून पश्चिमेकडील प्रदेशावर म्हणजे आशिया मायनर आणि युरोपातसुद्धा पसरलेले आढळतात. पश्चिम आशियातील बऱ्याच मोठ्या प्रदेशात आर्दशमय अल्पाइन प्रकारचे लोक राहतात.

ही गोष्ट जेव्हा विद्वानांच्या लक्षात आली, तेव्हा या प्रकारच्या लोकातील गुणावगुणांबद्दलची त्यांची कल्पना ठाम ठरली, टॅपिनर याचे असे मत आहे की, हे लोक आशियातून येऊन येथे राहिले. ही गोष्ट सिद्ध करण्यासारखी आहे. परंतु केवळ या प्रदेशातील लोकांतील गुणावगुण जुळतात यांवरून हे लोक आशियातून येथे येऊन राहिले असे समजणे बरोबर नाही. यावरून आपणाला असे खचित म्हणता येईल की, रुंद डोक्याच्या लोकांचा प्रकार पूर्वेकडे उत्पन्न झाला. याबाबतीत जी काही माहिती उत्पन्न झाली आहे ती वरून असे भीतभीत का होईना अनुमान काढावयास हरकत नाही की, मानववंशाच्या शास्त्राला भरपूर माहिती पुरवणारी खाण पूर्वेकडेच आहे.

ही खाण पश्चिमेकडे मिळत नाही, कारण या प्रकारचा मानववंश अटलांटिक समुद्राच्या किनाऱ्याजवळील प्रदेशात पाहण्यात येत नाही. आशिया खंडात जे लक्षावधी लोक राहतात, त्यांच्या डोक्याचा आकार आणि अल्पाइन प्रकारच्या लोकांच्या डोक्याचा आकार त्यांच्यात विशेष साधर्म्य आाहे. या केस, बांधा, रंग वगैरे बाबतीतही या दोन्ही प्रकारच्या लोकांचे साम्य आहे. या परिस्थितीमुळे आपण मानववंशशास्त्राच्या दृष्टीने या लोकांच्या बाबतीत कोणता निष्कर्ष काढावा

याचे आपणाला गूढ पडते. भूमध्यसमुद्रकाठी राहणाऱ्या वंशातील लोकांची डोके लांबट आणि त्यांचे केस काळेभोर होते.

यावरून पूर्वी आपण असा निष्कर्ष काढला आहे की, या वंशाचे मूळ आफ्रिकेतील निग्रो लोकांत असावे. हा निष्कर्ष जसा आता चुकीचा वाटतो तसाच आपण अल्पाइन वंशाचे लोक व आशियातील राहणारे लोक यांच्यातील साधर्म्य स्थळे पाहून त्यांच्या बाबतीत काही निष्कर्ष काढला तर तो चुकीचा ठरण्याचा संभव आहे. या सर्व गोष्टींचा विचार केल्यानंतर आपणाला छातीठोकपणे सांगता येते की, अल्पाइन वंशाचे मूळस्थान पूर्वेकडे होते, आणि मेडिटरेनियन (भूमध्य समुद्र) प्रकारच्या लोकांचे दक्षिणेकडे होते.

अल्पाइन वंशाची मूळभाषा कोणती आणि आर्य भाषा युरोपात प्रथम कोणी सुरू केली नॉर्डिक लोकांनी (अगदी खऱ्या हाडामासाचे इन्डो-जर्मन लोक) की अल्पाइन लोकांनी, याबद्दल तज्ज्ञ लोकांत थोडासा वाद उत्पन्न झाला आहे. परंतु अल्पाइन लोकांची मूळभाषा आर्यभाषा होतो, याबद्दल वाद नाही. आणि म्हणून भाषेच्या दृष्टीने पाहिले तर अल्पाइन लोक हे आर्य पदवीला पात्र ठरतात.

(१०)

भारतात दोन आर्यवंश अस्तित्वात होते, असे ऋग्वेदावरून दिसून येते. मानववंश शोधक शास्त्राच्या दृष्टीने मानवी डोके व त्याचे अवयव यांचे मोजमाप करण्याचे शास्त्र व इतिहास ही दोन्ही वरील सिद्धान्ताला – भारतात दोन आर्यवंश होते, याला पुष्टी देतात. ही परिस्थिती लक्षात घेतली तर युरोपीय ग्रंथकारांचा सिद्धान्त आणि ऋग्वेदातील पुरावे यांच्यात एकमत नाही, हे कोणालाही मान्य करावे लागेल.

युरोपीय ग्रंथकारांचा सिद्धान्त म्हणतो को, भारतात एक आर्यवंश होता, आणि ऋग्वेद म्हणतो की, दोन आर्यवंश होते. याप्रमाणे एका महत्त्वाच्या बाबतीत युरोपीय ग्रंथकारांचा सिद्धान्त आणि ऋग्वेद यांच्यात दुमत होते. याबाबतीत ऋग्वेद हाच जास्त प्रमाणभूत धरला पाहिजे आणि; त्याच्याशी न जुळणारा युरोपीय ग्रंथकारांचा सिद्धान्त कुचकामाचा म्हणून ताज्य मानला पाहिजे. याशिवाय दुसरा पर्याय नाही.

'दास', 'दस्यू' व 'आर्य'

युरोपीय ग्रंथकारांचा सिद्धान्त आणि ऋग्वेद यांचे आर्यांचा वंश एक होता की दोन होते, याबद्दल जो मतभेद आहे त्यावरून आर्यांनी भारतावर स्वारी करून

भारत जिंकला, या युरोपीय ग्रंथकारांच्या सिद्धान्तातील मुद्द्यासंबंधीही मतभेद साहजिकच होणार. दोन आर्यवंशापैकी कोणता आर्यवंश प्रथम भारतात आला, याची आपणाला माहिती नाही. पण तो वंश जर अल्पाइन वंश धरला तर त्याचे मूळस्थान हिमालयाच्या आसपास धरले जाते. म्हणून हा वंश भारताच्या बाहेरून स्वारी करण्यास आला, असा सिद्धान्त मांडण्यास मुळीच वाव राहत नाही, आर्यांनी भारतातील मूळ रहिवाश्यांना जिंकले, हा सिद्धान्त जरी खरा धरला तरी ती बाब युरोपीय ग्रंथकार समजतात तितकी सोपी नाही.

'दास' व 'दस्यू' हे वांशिक दृष्टीने आर्यांपासून वेगळे होते ही गोष्ट गृहीत धरल्यानंतर युरोपीय ग्रंथकारांनी असे दाखवणे जरूर होते की, बाहेरून झालेल्या आर्यांनी भारतातील 'दास' व 'दस्यू' यांना तर जिंकलेच, पण दुसरे जे आर्य भारतात होते त्यांनाही जिंकले. पण ही वस्तुस्थिती त्यांनी दर्शवली नाही. त्याचप्रमाणे आर्यांनी जर दास व दस्यू यांना जिंकले असेल, तर ते (दोन आर्यवंशापैकी) कोणत्या आर्यांनी हे युरोपीय ग्रंथकारांनी स्पष्टपणे सांगावयास पाहिजे होते.

इंडो-जर्मन वंशाचे लोक हे पार प्राचीन काळच्या आर्यांचे वंशज आहेत व पहिल्यात जे सद्गुण सध्या दृगोचर होतात तेच दुसऱ्यात असले पाहिजेत, अशी कल्पना करून घेऊन युरोपीय ग्रंथकारांनी पूर्वीच्या आर्यांबद्दल ज्या अनेक कल्पना बांधल्या होत्या, त्यांना अनुरूप दिसणाऱ्या गोष्टी तेवढ्या त्यांनी शोधून काढल्या व याच गोष्टी खऱ्या होत असे गृहीत धरून त्यांनी त्यावर सांगोपांग विचार केला नाही.

त्यामुळे त्यांना वरील गोष्टींच्या आधारावर आपला सिद्धान्त कसाबसा उभारावा लागला, या सिद्धान्ताचा पाया कच्चा आहे, हे उघड आहे. म्हणून तो सिद्धान्तही कच्चा आहे, हे स्पष्ट होते. काही गोष्टी निवडून काढून त्या गोष्टी खऱ्या होत असे गृहीत धरून त्या त्या गोष्टींच्या पायावर तो सिद्धान्त आहे. असा नाजूक आणि नश्वर ठिसूळ पायावर उभारलेला आपला सिद्धान्त युरोपीय ग्रंथकारांनी गाढ विद्वान लोकांच्या मान्यतेसाठी उभारावा आणि तो सिद्धान्त इतके दिवस टिकाव धरून राहावा, ही गोष्ट अत्यंत आश्चर्यजनक समजली पाहिजे.

शूद्र आणि दास

युरोपीय ग्रंथकारांनी आर्यांबद्दल जो सिद्धान्त मांडला आहे, तो कसा असमर्थनीय आहे, हे मागे दाखवले आहे. त्या सिद्धान्ताच्या एका भागाचा अजून आपण विचार केला नाही. शूद्र कोणाला म्हणावे, हा तो भाग होय. ए. सी. दास (Rig Vedic Culture p. 133) म्हणतो :

'दास व दस्यू हे वनवासी तरी होते किंवा अनार्य लोक तरी होते. त्यांपैकी जे युद्धात पकडले गेले त्यांच्यावर गुलामगिरी लादण्यात आली आणि हे गुलाम लोक म्हणजे शूद्र होत.'

श्री. काणे हे एक वैदिक वाङ्मयाचे निष्णात पंडित आहेत. युरोपीय ग्रंथकारांनी मांडलेल्या सिद्धान्ताला ते उचलून धरतात. शूद्र कोणाला म्हणावे याबाबत त्यांचे मत याप्रमाणे (धर्मशास्त्र, (II) (i) p. 33.) आहे –

"अलीकडच्या वैदिक वाङ्मयात 'दास' हा शब्द शेतीवर काम करणारा किंवा गुलाम या अर्थाने वापरलेला आढळतो, यावरून असे अनुमान काढता येते की, ज्या दासांच्या टोळ्या आर्यांशी भांडत होत्या, असे जे ऋग्वेदात वर्णन आले आहे, त्या क्रमाक्रमाने पराजित होत गेल्या आणि त्यांना आर्यांची सेवाचाकरी करणे भाग पडले. ब्राह्मण लोकांचे आमरण दायत्व करण्यासाठी परमेश्वराने शूद्राला जन्माला घातले असे मनुस्मृतीत (VIII-4-13) म्हटले आहे.

तैत्तिरीय ब्राह्मण आणि इतर ब्राह्मणग्रंथ यांवरून आपणाला असे आढळून येते की, स्मृतींनी शूद्राला जे स्थान दिले आहे, तशाच प्रकारचे स्थान शूद्रांना सदर ब्राह्मणग्रंथांनी दिले आहे म्हणून दास किंवा दस्यू यांना प्रथम आर्यांनी पादाक्रांत केले व त्यानंतर दास व दस्यू यांचे हळूहळू शूद्रात रूपांतर होत होत गेले, असे अनुमान काढणे संयुक्तिक होईल.

या मतावरून असे दिसते की, शूद्र हे दास दस्यू होत आणि शूद्र भारताचे मूळचे रहिवाशी होत, ते अगदी वन्यावस्थेत राहत होते व त्यांची संस्कृती अगदी ग्राम्य होती. आता या मुद्द्यासंबंधी आपण विचार केला पाहिजे.

पहिला मुद्दा अलग नाही. त्यात दुसरा एक मुद्दा अंतर्गत झाला आहे. या संयुक्त मुद्द्यांतील एक भाग असा आहे की, दास व दस्यू हे एकाच प्रकारचे लोक होत, दास व दस्यू हे आणि शूद्र हे एकाच प्रकारचे लोक होत.

दास, दस्यू इंद्राचे शत्रू

दास व दस्यू हे एकच लोक होत, म्हणजे एकाच प्रकारचे लोक होत असे म्हणणे ठीक आहे; पण त्याची सत्यता संशयास्पद आहे. दास व दस्यू हे एकाच प्रकारचे लोक होत. अशा अर्थाने ऋग्वेदात पुष्कळ संदर्भ आढळतात. पण ते सारे संदर्भ याबाबतीत निर्णयात्मक स्वरूपाचे नाहीत. काही काही ठिकाणी ऋग्वेदात दास व दस्यू हे शब्द अशा अर्थाने वापरले होते की, जणूकाही त्यांच्यात भेद नाही. शंबरा, शुष्न, वृत्र आणि पिप्रु यांना ऋग्वेदात 'दास' व 'दस्यू' असे म्हटले आहे. दास व दस्यू हे दोघेही इंद्र आणि देव आणि विशेषतः अश्विन याचे शत्रू होत, असे ऋग्वेदात त्यांचे वर्णन केले आहे. दास व दस्यू या दोघांचीही शहरे इंद्र व देव यांनी जमीनदोस्त केली, असे ऋग्वेदात वर्णन केले आहे. दास व दस्यू यांच्या पराभवाचे फळ एकच होते, असे ऋग्वेदात वर्णन केले आहे. ते फळ म्हणजे पाण्याची मुक्तता आणि प्रकाशाचा उदय.

दभिती याची मुक्तता कशी झाली, याचे ऋग्वेदात वर्णन केले आहे. या प्रसंगी दास व दस्यू या दोघांचाही निर्देश केला आहे. दभितीची मुक्तता दासांपासून केली, असे एके ठिकाणी वर्णन केले आहे; आणि त्याची मुक्तता दस्यूपासून केली, असे दुसऱ्या ठिकाणी म्हटले आहे.

ऋग्वेदातील संदर्भावरून असे दिसते की, दास व दस्यू हे एकच होत, निरनिराळे लोक नव्हते. ऋग्वेदात जे इतर संदर्भ आहेत त्यावरून असे वाटते की, दास व दस्यू हे निरनिराळे लोक होते. दास यांचा उल्लेख ऋग्वेदात ५४ ठिकाणी केला आहे. त्याचप्रमाणे दस्यू यांचा ७८ ठिकाणी. दास व दस्यू हे वेगवेगळे लोक नव्हते तर ऋग्वेदात इतक्या अनेक ठिकाणी त्यांचे भिन्न भिन्न उल्लेख का केले होते? यावरून असा अंदाज येतो की, दास व दस्यू हे निरनिराळ्या दोन जमातीचे लोक असावेत.

दास व दस्यू हे आणि शूद्र हे एकच होते, असा जो संयुक्त मुद्द्यांचा दुसरा भाग आहे, तो वरील विवेचन लक्षात घेतले तर अगदी बिनबुडाचा भाग दिसतो.

'शूद्र' म्हणजे दुःखाने व्याकूळ झालेले लोक

शूद्र म्हणजे दास व दस्यू हे लोक होत, असे म्हणणारे लोक आपल्या मताला पुष्टी मिळवण्यासाठी शूद्र या शब्दाची व्युत्पत्ती स्पष्ट करून पुढे मांडतात. त्यांचे म्हणणे असे की, शूद्र हा शब्द 'शुच' म्हणजे दुःख आणि 'द्र' म्हणजे व्याकूळ होणे, या शब्दापासून झाला आहे. शूद्र या शब्दाचा अर्थ दुःखाने व्याकूळ झालेला असा होतो. शूद्र या शब्दाची अशाप्रकारे जे व्युत्पत्ती लावतात ते आपल्या मताला पोषक म्हणून वेदान्त सूत्रात (३-३-३४) जनश्रुतीसंबंधी सांगितलेल्या कथेचा आधार घेतात.

ही कथा अशी आहे की, हंस पक्षी आपणासंबंधी अत्यंत तिरस्कारपूर्वक बोलत आहेत, हे ऐकून जनश्रुती दुःखाने व्याकूळ झाला. (काणे यांच्या धर्मसूत्र २ (१), पा. १५५ या ग्रंथातील संदर्भ) विष्णू पुराणात तशाच प्रकारची व्युत्पत्ती दिलेली आहे. (Muir, vol. I, p. 77)

ही विधाने कितपत समर्थनीय आहेत? शूद्र हा शब्द विशेषनाम म्हणून समजला जात नाही तर तो दुसऱ्या धातूपासून बनलेला शब्द आहे, असे समजणे म्हणजे भाषेचे दारिद्र्य कबूल करणे होय. आपल्या मनाला पोषक अशा शब्दाच्या छोट्या व्युत्पत्त्या तयार करणे ही एक मोठी कला आहे. आणि या कलेत ब्राह्मणग्रंथकारांचा जगात कोणीही हात धरू शकणार नाही. संस्कृत भाषेत असा एकही शब्द मिळणार नाही की ज्याच्याबद्दल ब्राह्मणग्रंथकार व्युत्पत्ती तयार करून ठेवणार नाहीत, उपनिषद या शब्दाच्या व्युत्पत्त्या निरनिराळ्या ब्राह्मणग्रंथकारांनी निरनिराळ्या सांगितल्या आहेत. या संबंधी प्रो. मॅक्स म्युलर यांनी विचार प्रदर्शित केले आहेत (Upanishads - Introduction, pp. 64-71)

ब्राह्मणग्रंथकारांनी या बाबतीतील स्पष्टीकरणे जाणूनबुजून इतकी उलटीपालटी मांडली आहेत की, त्यांच्यातील एकमत कोणत्या स्पष्टीकरणाबद्दल आहे, हे समजून घेणे कठीण झाले आहे. याबाबतीत आपण ही गोष्ट लक्षात घेतली पाहिजे की, अर्धवट शिकलेल्या लोकांची प्रवृत्ती अशी असते की, ज्या शब्दाचा अर्थ प्रचारात जास्त आहे त्या अर्थाला जुळणारी त्या शब्दाची व्युत्पत्ती ते शोधून काढतात व मान्य करतात, अशाप्रकारे तयार केलेल्या व्युत्पत्त्या 'अरण्यक' ग्रंथात भरपूर आढळतात. व्युत्पत्ती याचा जो खरा अर्थ आपण समजतो त्या खऱ्या अर्थाने अरण्यकालातील व्युत्पत्त्या लावलेल्या आपणाला आढळत नाहीत. त्या व्युत्पत्त्या म्हणजे शब्दांची ओढाताण करून विशिष्ट अर्थाने जुळणारे त्यांचे अर्थ लावणे, अशा रीतीने तयार केल्या आहेत.

वेदान्तसूत्र आणि वायु पुराण, विष्णू पुराण यांमध्ये शूद्र शब्दाची व्युत्पत्ती सांगण्याचा जो प्रयत्न केला आहे, तोही प्रो. मॅक्स म्युलर यांनी सांगितलेल्या तऱ्हेचा आहे शूद्र हा धातुसाधित आहे व त्याचा अर्थ 'दुःखाने व्याकूळ झालेले लोक' असा होतो, असा जो अर्थ सांगण्याचा या ग्रंथांनी प्रयत्न केला आहे तो बालिश व निरर्थक आहे, एकंदरीतच तो ताज्य आहे.

ब्राह्मणग्रंथकार म्हणतात की, शूद्र शब्द धातुसाधित आहे. याच्या उलट असे म्हणता येईल की, शूद्र हा धातुसाधित शब्द नाही तर तो स्वतंत्र शब्द आहे आणि तो शब्द एका जमातीचे किंवा टोळीचे विशेषनाम म्हणून वापरलेला आहे. याला आपणाजवळ प्रत्यक्ष पुरावा आहे.

सिकंदरने भारतावर स्वारी केली तिचा इतिहास इतिहासकारांनी लिहिला आहे. त्या स्वारीच्या वेळी भारतात स्वतंत्र व स्वायत्त अशी लोकसत्ताक राज्य अस्तित्वात होती. त्या राजांनी सिकंदरशी लढा दिला, असे इतिहासकारांनी लिहिले आहे. ही लोकसत्ताक राज्ये निरनिराळ्या टोळ्यांची मिळून झाली होती. प्रत्येक टोळीला वेगवेगळे नाव होते. अशा लोकसत्ताक राज्यातील टोळीपैकी 'सोदारी' या नावाने संबोधिली जाणारी एक टोळी होती. ती महत्त्वाची टोळी होती. सिकंदराबरोबर ज्या टोळींनी युद्ध केले त्यांपैकी 'सोदारी' एक टोळी होती. इतर टोळीप्रमाणे याही टोळीचा पाडाव सिकंदरने केला होता. 'सोदारी' लोक म्हणजेच पूर्वीचे शूद्र असा लास्सेन या ग्रंथकाराने आपला अभिप्राय व्यक्त केला आहे.

पतंजलीने महाभाष्याच्या १.२.३ या श्लोकात शूद्राचा उल्लेख केला आहे. शूद्र व अभिरा हे एकच लोक होते असे पतंजलीने आपले मत व्यक्त केले आहे. महाभारतातील सभापर्वाच्या ३२व्या अध्यायात शूद्रांच्या प्रजासत्ताक राज्यासंबंधी उल्लेख आढळतो.

विष्णू पुराण, मार्कंडेय पुराण आणि ब्रह्म पुराण यात असे म्हटले आहे की, शूद्रांची टोळी ही अनेक टोळ्यांपैकी एक स्वतंत्र टोळी आहे, आणि विंध्य पर्वताच्या उत्तरेकडील प्रदेशात ती टोळी राहत असे (Triues in ancient India, by B.C. Law. p. 350).

(२)

दास व दस्यू हे अनार्य लोक होते, हे दाखवण्यासाठी ते शुद्ध वांशिक अर्थाने वापरले आहेत काय? तसे जर असेल तर शूद्र हे भारताचे मूळ रहिवाशी होते हे

सिद्ध करण्यास काही सुचक पुरावा आहे काय? या दोन प्रश्नांचा विचार करणे जरूर आहे. या प्रश्नांचे उत्तर होकारार्थी दिले तर दास व दस्यू आणि शूद्र हे एकच लोक होत असे म्हणता येणे शक्य नाही.

दस्यू हा शब्द अनार्य लोक यांना उद्देशून वांशिक अर्थाने वापरला आहे, हे दाखवण्यास पुरावा नाही. उलटअंशी आर्यवंशाचे रीतिरिवाज न पाळणारे लोक अशा अर्थाने 'दस्यू' हा शब्द वापरला आहे. याला भरभक्कम पुरावा आहे. याबाबतीत महाभारताच्या शांतिपर्वातील ६५व्या अध्यायातील ३३वा श्लोक विचारात घ्यावा, तो श्लोक असा :

दुश्यन्ते मानुषे लोके सर्ववर्णेषु दस्यवः।
लिंगान्तरे वर्तमाना आश्रमेषुचतुर्ष्वपि॥

अर्थ : सर्व वर्णांत आणि सर्व आश्रमात दस्यू लोकांचे अस्तित्व आढळून येते. दस्यू हा शब्द अनार्य लोकांची टोळी दर्शवणारा शब्द म्हणून वापरण्यात येत नव्हता, हे महाभारतातील वरील उताऱ्यावरून स्पष्ट दिसून येते. हा उतारा म्हणजे एक निर्णायक पुरावा होय, याबद्दल शंका घेण्यास मुळीच वाव राहत नाही.

दस्यू : भारतीय-इराणी लोक

दस्यू हा शब्द कसा उत्पन्न झाला हे सांगणे कठीण आहे. याबाबतीत असे मत प्रचलित आहे की, भारतीय-आर्य लोकांनी दस्यू हा शब्द भारतीय-इराणी लोकांना शिवी म्हणून वापरला होता. या मतात अतिशयोक्ती किंवा ओढाताण दिसत नाही.

भारतीय-आर्य व भारतीय-इराणी लोकांनी या लोकांत भांडण होते, असा इतिहास सांगतो. यावरून भारतीय-आर्य लोकांनी आपल्या शत्रूंना तिरस्कारपूर्वक रीतीने संबोधण्यासाठी दस्यू हा शब्द उत्पन्न केला असेल. ही विचारसरणी खरी मानली तर दस्यू हे भारताचे रहिवाशी होते, असे म्हणता येणार नाही.

'दास' या शब्दाबद्दल विचार केला तर असा प्रश्न प्रथम उपस्थित होतो की, झेंदा अवेस्ता यात वर्णन केलेला 'अझी-दाहाक' आणि 'दास' या शब्दांमध्ये काही संबंध आहे काय? अझी-दाहाक हा संमिश्र शब्द अझी व दाहाक या शब्दांनी मिळून झाला आहे. अझी म्हणजे साप, राक्षस, दाहाक हा शब्द दाह या धातूपासून झालेला आहे. दाह म्हणजे चावणे, इजा करणे, अझी-दाहाक याचा अर्थ चावणारा राक्षस असा होतो. 'झोहाक' या नावाने भारतीय-इराणी लोकांत सामान्यपणे संबोधला जाणारा जो माणूस आहे त्याला अझी-दाहाक असे योग्य नाव देण्यात आले आहे. झोहाक याचा 'यष्ट'

वाङ्मयात पुष्कळ वेळा उल्लेख केला आहे. हा राक्षस बॅबिलोनमध्ये राहत होता व तेथे त्याने राजवाडा बांधला होता, असे मानले जाते. या जगात पावित्र्याचे जे राज्य चालले आहे, त्याचा विनाश करण्यासाठी राक्षसांचा प्रमुख आंग्रा मायन्यू याने अझी-दाहाक याला उत्पन्न केले. भारतीय-इराणी लोकांचा प्रसिद्ध राजा यिमा याच्याबरोबर अझी-दाहाक याने युद्ध सुरू केले व त्यात त्याने यिमाचा पाडाव करून युद्धात ठार मारले.

क्षेता म्हणजे चकाकणारा, तेजस्वी किंवा राज्य करणारा या अर्थाने यिमाचा अवेस्तामध्ये अनेक वेळा उल्लेख केला आहे. 'क्षि' या धातूचे दोन अर्थ आहेत – चकाकणे, तेजस्वी होणे किंवा राज्य करणे. यिमाला अवेस्ताने हवान्थ्वा असे विशेषण दिलेले फार आढळते.

हवान्थ्वा म्हणजे मेंढ्यांचा चांगला कळप बाळगणारा. हा अवेस्तातील यिमा क्षेता पुढील पर्शियन भाषेत जमशिद झाला. अशा दंतकथा प्रचलित आहेत की, जमशिद राजा विवघ्वंताचा मुलगा होता. तो इराणच्या इतिहासाचा नायक होता, पर्शियन संस्कृतीचा संस्थापक होता. तो 'पेशदियाझान' या घराण्याचा राजा होता. 'यास्न' ९ व ५ (कोइमा याशी) यात म्हटले आहे की, हस्म (संस्कृत सस्म) याचा चक्काचूर करणारा या जगातील पहिला माणूस 'विवंशक' हा होय.

या कार्याबद्दल विवंशसला वर मिळाला, त्या वराने त्याला मुलगा प्राप्त झाला. तो मुलगा म्हणजे तेजस्वी व मेंढ्यांचा चांगला कळप बाळगणारा, मानवात श्रेष्ठ, पराक्रमी व सूर्यासारखा प्रकाशमान असलेला, ज्याने आपल्या कारकीर्दीत सरदार व जनावरे यांना अमर केले व पाण्याचे प्रवाह बारामास अखंडपणे वाहत ठेवले व वृक्षांना अमर केले तो राजा यिमा होय. त्याच्याजवळ शाश्वत आध्यात्मिक तेज होते, किर्तिवंत यिमाच्या कारकिर्दीत कडक थंडी किंवा कडक उन्हाळा, वृद्धत्व, मृत्यू आणि तिरस्कार ही कधीच अस्तित्वात आली नाहीत.

'दास' व 'दाहाक' एकच?

झेंद अवेस्तातील 'दाहाक' व ऋग्वेदातील 'दास' हे एकच होते की काय? त्यांच्या नावात जे साम्य आहे त्याला महत्त्व द्यावयाचे म्हटले तर ते शब्द म्हणजे एकाच माणसाची दोन नावे होत, हे उघड होते. संस्कृतीमधील दास हा शब्द अवेस्तातील 'दाह' हा शब्द होऊ शकतो. याचे कारण असे की, संस्कृतीतील 'स' याचे रूपांतर 'ह' असे सहजपणे होऊ शकेल. या एका पुराव्यावरून आपण असा निष्कर्ष काढला की, ऋग्वेदातील दास व झेंद अवेस्तातील दाहाक हे एकच लोक होत, तर

तो निष्कर्ष केवळ त्या एका पुराव्याच्या आधारामुळे एक प्रकारची कपोलकल्पित कल्पना ठरेल. या पुराव्याशिवाय याबाबतीत दुसरा पुरावा आहे. हा पुरावा इतका सबळ व भरभक्कम आहे की, यावरून 'दास' व 'दाहाक' हे लोक एकच होत, असा निष्कर्ष काढावयास मार्ग पुढे पाहण्याची मुळीच जरुरी वाटत नाही.

'यास्ना हा ९' (ज्याला 'होम यष्ट'ही म्हणतात.) अवेस्ता, झोरोस्ट्रियन धर्मग्रंथाचा एक भाग आहे. यामध्ये अझी-दाहाक याचे वर्णन असे आहे की, त्याला तीन डोकी व सहा डोळे होते. अझी-दाहाक याचे अवेस्तातील हे वर्णन ऋग्वेदातील दास याच्या वर्णनाशी तंतोतंत जुळते. या दोघांचे शारीरिक वर्णन इतकेसारखे असावे हे आश्चर्यकारक आहे. (दास व दाहाक हे एकच लोक होत. असा सिद्धान्त महाराष्ट्र ज्ञानकोश, भाग ३, पान ५३ वर सप्रमाण मांडला आहे.) ऋग्वेदातील 'दास' व अवेस्तातील 'दाहाक' हे एकच लोक होत. ही विचारसरणी ग्राह्य धरली तर हे उघड आहे की, दास भारतातील मूळचे रहिवाशी नव्हेत.

(३)

शूद्र वन्यावस्थेत राहणारे हिंस्त्र लोक होते काय? दास व दस्यू हे वन्यावस्थेत राहणारे हिंस्त्र लोक नव्हेत. ते आर्यांइतके सुसंस्कृत लोक होते. एवढेच नव्हे तर आर्यांपेक्षाही ते प्रबळ व पराक्रमी होते. या मुद्द्याला ऋग्वेदातून पुरावा मिळतो. या मुद्द्याला सुरेख गोषवारा श्री. अय्यंगार यांनी याप्रमाणे दिला आहे –

'दस्यू शहरात राहत असत (ऋग्वेद १-५३-८; १-१०३-३). ते निरनिराळ्या राजांचे प्रजाजन होते. त्या राजांपैकी बऱ्याच राजांची नावे माहीत आहेत. दस्यूंजवळ साठवून ठेवलेली संपत्ती असे (ऋग्वेद, ७-४०-६). साठवून ठेवलेली संपत्ती म्हणजे गायी, घोडे आणि रथ (ऋग्वेद, २-१५-४) ही संपत्ती शहरात ठेवली होती (ऋग्वेद, १-३३-४). दस्यू श्रीमंत होते (ऋग्वेद, १-३३-४).सखल जमिनीमध्ये आणि दऱ्याखोऱ्यांत त्यांनी आपली मालमत्ता तयार करून ठेवली होती (ऋग्वेद, १०,६९-६). त्यांच्या अंगावर सोन्याचे व जवाहिराचे दागिने असत (ऋग्वेद, १-३३-८). त्यांचे पुष्कळ किल्ले होते (ऋग्वेद १,-३३-१३, ७-१७-१४).

दस्यू राक्षस आणि आर्य देव हे अंगावर सोन्याचे व चांदीचे दागिने घालून राहत असत; ते लोखंडी किल्ल्यात राहत असत (सं. रा. ६-२३, अथर्ववेद, ५-२८-९; ऋग्वेद, २-२०- ८). 'दिवोदास' हा इंद्राचा भक्त होता, त्याचा ऋचांत वारंवार उल्लेख केला आहे. इंद्राने त्याच्यासाठी दस्यूंचे शंभर दगडी किल्ले जिंकून घेतले (ऋग्वेद, ४-३०-२०). आर्य अग्नीची पूजा करत असत. दस्यू अग्नीची पूजा करत नसत. अग्नी आर्यांतर्फे प्रदीप्तमान होऊन दस्यूंची शहरे जाळत असे (ऋग्वेद, ७-५-३). आर्यांची गुरे चोरून आणून दस्यूंनी त्यांना दगडी तुरुंगात (गोठ्यात) ठेवले होते. बृहस्पतीने तो तुरुंग फोडला (ऋग्वेद, ४-६७-३). दस्यूंजवळ रथ होते व त्यांचा आर्यांप्रमाणे युद्धात उपयोग करत असत. आर्यांजवळ जी शस्त्रे होती तीच शस्त्रे दस्यूंजवळ होती. (ऋग्वेद, ८-२४-२७; ३-३०-५०; २-१५-४).

ऋग्वेदात 'शूद्र' शब्द एकदाच

दास व दस्यू आणि शूद्र हे एकच लोक असे म्हणणे म्हणजे कल्पनेची भरारी आहे. ते म्हणणे म्हणजे कल्पनेची वावडी वाऱ्यावर सोडून देणे होय. या म्हणण्याला आतापर्यंत मान्यता दिली गेली, याचे कारण हे की, ते म्हणणे आदरणीय विद्वानांच्या तोंडून बाहेर पडले होते. परंतु ते म्हणणे सिद्ध करणारा पुरावा कोठेही मिळत नाही. 'दास' हा शब्द ऋग्वेदात ५४ वेळा आणि 'दस्यू' हा शब्द ७८ वेळा वापरला आहे; हे पूर्वी सांगितले आहे.

दास व दस्यू हे एकच लोक होत. या भावनेने त्यांचा उल्लेख ऋग्वेदात काही ठिकाणी केला आहे. शूद्र हा शब्द ऋग्वेदात फक्त एकदाच वापरला आहे. आणि तो अशाप्रकारे वापरला आहे की, तो ज्या संदर्भाने वापरला आहे; त्या संदर्भाशी दास व दस्यू या शब्दांचा काहीच संबंध नाही.

हे विवेचन लक्षात घेतले तर कोणता सुबुद्ध माणूस असे विधान करील की, शूद्र आणि दास व दस्यू हे एकच लोक होत. याबाबतीत लक्षात ठेवण्यासारखी दुसरी गोष्ट अशी आहे की, दास व दस्यू ही नावे पुढील वैदिक वाङ्मयातून अजिबात अदृश्य झाली.

याचा अर्थ असा की, दास व दस्यू यांना आर्यांनी संपूर्णपणे आत्मसात करून टाकले. परंतु शूद्राची गोष्ट काहीशी निराळी आहे, अगदी प्राचीन काळच्या वैदिक वाङ्मयात शूद्रांसंबंधी काहीच उल्लेख आढळत नाहीत, परंतु वैदिक वाङ्मयात शूद्रांसंबंधी भरपूर उल्लेख आढळतात. या सर्व पुराव्यांवरून हीच गोष्ट सिद्ध होते की, शूद्र दास व दस्यू या लोकांहून निराळे लोक होते.

शूद्र अनार्य होते काय? याबाबतीत श्री. काणे म्हणतात, (Kane, Dharma Sutras, II(i), p. 35) :

'ब्राह्मणग्रंथ त्याचप्रमाणे धर्मसूत्रे जेव्हा लिहिली गेली, तेव्हा या ग्रंथाच्या लेखकांनी आर्य आणि शूद्र यांच्यात असलेला भेदभाव सतत नजरेपुढे ठेवला होता. तांड्य ब्राह्मणात लुटुपुटुच्या लढाईचे वर्णन केले आहे. यात असे म्हटले आहे की, 'शूद्र व आर्य कातड्यासाठी लढतात. त्यांची लढाई अशा बेताने चालते की, त्यामध्ये आर्यरंग यशस्वी होतो.' आपस्तंभ धर्मसूत्र (१-१-३-४०-४१) म्हणते की, स्वतः भिक्षा मागून आणलेले अन्न ब्रह्मचारी जर खाऊ शकत नाही तर ते त्याने आर्याजवळ (त्याच्या उपयोगासाठी) ठेवावे किंवा त्याच्या गुरूचा जो दास शूद्र असेल त्याला ते अन्न द्यावे. त्याचप्रमाणे गौतम सूत्राने (१०-६९) शूद्राला 'अनार्य' हा शब्द वापरलेला आहे.

'शूद्र' हे 'अनार्य' नाही?

शूद्र व आर्य यांच्यात असलेला भेद किती कडक रीतीने पाळला जात होता याचे जास्त स्पष्टीकरण होणे जरूर आहे. शूद्र हे अनार्य होते, असा जो पुरस्कार करण्यात येतो, याला आधार म्हणून काही पुरावे विशेष महत्त्वाचे आहेत.

'हजार डोळ्यांचा देव ही लता माझ्या उजव्या हातात ठेवील; तिच्या साहाय्याने मी प्रत्येकाला पाहतो. शूद्राला तसेच आर्याला' (अथर्ववेद, ४-२०-४ कथक संहिता, ३४-५). 'शूद्र व आर्य यांचा कातड्यासाठी तंटा होतो. देव व दैत्य (राक्षस) याच्यात सूर्यासाठी तंटा उत्पन्न झाला. देवांनी लढून सूर्य मिळवला.

शूद्रांशी तंटा करण्याने आर्य वर्णाला यश मिळवण्यास आर्य भाग पाडतो व तो स्वतःला यशस्वी करतो. आर्य देवांच्या गाभाऱ्यात राहील, शूद्र देवांच्या गाभाऱ्याबाहेर राहील, कातडी सूर्याच्या आकाराप्रमाणे पांढरी, वर्तुळाकार राहील.'

'जेव्हा हरीण शेतातील बाजरीचे पीक खाते, तेव्हा शेताच्या धन्याला त्या हरिणाबद्दल प्रेमभाव वाटत नाही; तेव्हा शूद्राच्या पत्नीचा आर्य प्रेमी असला तर त्या शूद्राला दोघांच्या प्रेमाच्या वाढीची इच्छा नसते. (वाजसनेयी संहिता, २३-३०-३१)

या श्लोकांवरून हे स्पष्ट होते की, शूद्र व आर्य हे वेगवेगळे लोक होते व त्यांच्यात वैर होते. यावरून पर्यायाने असे सिद्ध होते की, शूद्र हे अनार्य होत,

परंतु असा निष्कर्ष काढणे जरा घाईचे होईल. शूद्र हे अनार्य होत, असा निष्कर्ष या श्लोकांतील माहितीवरून काढण्यापूर्वी दोन गोष्टी लक्षात घेतल्या पाहिजेत.

पहिली गोष्ट ही की, पूर्वी सांगितल्याप्रमाणे व ऋग्वेदात उपलब्ध असलेल्या पुराव्यावरून असे म्हटले पाहिजे की, आर्यांत दोन प्रकार आहेत — वैदिक आर्य व निर्वैदिक आर्य.

ही गोष्ट लक्षात घेतली तर असे मान्य करावे लागते की, एका प्रकारचे आर्य दुसऱ्या प्रकारच्या आर्यांबद्दल दुजा भावाने आणि वैर भावाने बोलत असतील.

हा मुद्दा लक्षात घेतला तर पुढची पायरी अशी होते की, शूद्र व आर्य यांच्यात जो वैरभाव वर्णन केला त्यावरून शूद्र हे अनार्य होते, असा निष्कर्ष काढता येत नाही. शूद्र हे दुसऱ्या प्रकारचे आर्य होते, असे म्हणता येईल.

शूद्र हे अनार्य नव्हते; तर ते आर्य होते. परंतु त्यांची टोळी किंवा त्यांची जमात, किंवा त्यांचा पंथ ही निराळी होती, असा निष्कर्ष काढणे शक्य आहे. या निष्कर्षाला पोषक अशी माहिती हिंदू धर्माच्या पवित्र वाङ्मयात मिळते. ती याप्रमाणे आहे —

१) अथर्ववेद, १९-३२-८ 'हे दर्भा! (गवत!) मी ब्राह्मणांना राजन्यांना (क्षत्रियांना), शूद्रांना, आर्यांना जे जे आम्हांला आवडतात आणि जे जे आम्हांला पाहू शकतात त्या सर्वांना मी प्रिय होईन असे कर.'
२) अथर्ववेद १९-६२-१ 'मी देवांमध्ये आवडता होईल असे कर. मी राजांमध्ये आवडता होईल असे कर. जो पाहतो, मग तो शूद्र असो वा आर्य असो, त्या प्रत्येकाला मी आवडेल असे कर.'
३) वाजसनेयी संहिता, १८-४८ '(हे अग्नी!) आम्हांला राजामध्ये तेज दे, आम्हांला ब्राह्मणांमध्ये तेज दे, आम्हांला वैश्यांमध्ये व शूद्रांमध्ये तेज दे. मला तेजात तेज मिळवून ते तेज दे.'
४) वाजसनेयी संहिता, २०-१७ 'आम्ही गावात, वनात लोकांच्या सभेत जाणूनबुजून शूद्रांविरुद्ध किंवा आर्यांविरुद्ध एखादे पाप केले असेल, आमच्यापैकी एकाने (यज्ञ करणारा यजमान व त्याची पत्नी यांपैकी.) अतिथीच्या पाहुणचारात काही न्यून पाडून एखादे पाप केले असेल, तर त्या पापाचा तू विध्वंसक आहेस!'
५) वाजसनेयी संहिता, २८-४८ 'हे लोक ब्राह्मण, राजन्य, शूद्र, आर्य आणि माझा स्वतःचा शत्रू यांना उद्देशून मी मंगलकारक शब्द बोलत आहे तर

देवांना आणि या जगात दक्षिणा वाटणाऱ्यांना मी प्रिय होवो. माझी ही इच्छा पुरवली जावो. तो (माझा शत्रू) माझ्या अंकित राहो.'

या उताऱ्यातील विधाने काय दर्शवतात? पहिल्या उताऱ्यातील विधान असे स्पष्ट दर्शवते की, ब्राह्मण व आर्य व यांच्यात भेद होता, ब्राह्मण अनार्य होते, असे म्हणता येईल काय?

दुसऱ्या उताऱ्यातील विधाने असे दाखवतात की, शूद्रांचे प्रेम व सदिच्छा प्राप्त करून घेण्यासाठी लोक देवाची प्रार्थना करत असत. शूद्र जर वन्यावस्थेत राहणारा हिंस्त्र माणूस होता, तर मग लोक त्याचे प्रेम व सदिच्छा संपादन करण्यासाठी परमेश्वराची प्रार्थना करत असत, असे म्हणणे तर्काला पटणारे दिसते काय?

या उताऱ्यातील विधाने खरी मानली तर असे म्हणता येते की, त्या विधानांवरून शूद्र अनार्य होते, असे सिद्ध होत नाही.

शूद्रांना उपनयन विधीचा अधिकार

धर्मसूत्रात शूद्रांना अनार्य म्हटले आहे. वाजसनेयी संहितेत शूद्र स्त्रीला अत्यंत तिरस्कारपूर्वक रीतीने वागवले आहे तथापि त्यावरून शूद्राच्या परिस्थितीबद्दल फारसा बोध होत नाही. शूद्रांना तुच्छतेने लेखणारे जे पुरावे धर्मसूत्रात आढळतात. त्यावरून शूद्र हे अनार्य होते, असे सिद्ध करता येत नाही.

याची दोन कारणे आहेत. पहिले कारण असे की, सर्व धर्मसूत्रे आणि इतर धार्मिक ग्रंथ हे शूद्रांच्या शत्रूंनी लिहिले, ही गोष्ट यापुढे सप्रमाण दाखवण्यात येईलच, म्हणून या ग्रंथातील शूद्राविरुद्ध असलेले मुद्दे यांना पुरावे म्हणून किंमत देता येत नाही.

या ग्रंथातील शूद्रांविरुद्ध असलेले मुद्दे हे खरोखर वस्तुस्थितीदर्शक म्हणून ग्रंथकारांनी मांडले होते की, खोट्यानाट्या गोष्टींची खिचडी करून ते मुद्दे त्यांनी मुद्दाम रचले होते, हे समजणे फार कठीण आहे.

शूद्रांसंबंधी इतर ग्रंथात ज्या गोष्टी लिहिण्यात आल्या आहेत, त्यांच्याशी धर्मसूत्रातील व संहितेतील गोष्टी मुळीच जुळत नाहीत, हेही लक्षात घ्यावे.

धर्मसूत्रे म्हणतात की, शूद्रांना उपनयन विधीचा आणि पवित्र जानवे घालण्याचा अधिकार नाही.

परंतु 'संस्कार गणपती' या ग्रंथात असा स्पष्ट उल्लेख आहे की, शूद्रांना

उपनयन विधीचा अधिकार आहे. (Max Mullar, Ancient Sanskrit Literature, 1860. p. 207)

> धर्मसूत्रे म्हणतात की, शूद्रांना वेदाध्ययन करण्याचा अधिकार नाही परंतु छांदोग्य उपनिषदात (४-१-२) जनश्रुती या शूद्राची जी कथा सांगितली आहे त्यावरून असे दिसते की, शूद्रांना वेदाध्ययनाचा अधिकार होता.
>
> ती कथा अशी की, 'जनश्रुती शूद्राला रैक्व या आचार्याने वेद शिकवले.' यापेक्षा प्रबळ पुरावा कवश ऐलुशा याचा आहे. कवश ऐलुशा हा शूद्र ऋषी होता. ऋग्वेदातील दहाच्या मंडलात ज्या ऋचा आहेत. त्यातील बऱ्याचशा ऋचा कवश ऐलुशा याने रचल्या आहेत. (Max Muller, Ancient Sanskrit Literature, 1160. p. 58)

शूद्रांना वैदिक यज्ञाचा अधिकार

धर्मसूत्रे म्हणतात की, शूद्रांना वैदिक विधी व यज्ञ करता येत नाहीत. पूर्व मीमांसाचा कर्ता जैमिनी याने फार प्राचीन काळच्या एका गुरूचा उल्लेख केला आहे. तो गुरू म्हणजे बदरी, बदरीचे ग्रंथ काळाच्या उदरात गडप झालेत किंवा गडप करण्यात आलेत. जैमिनीने असे म्हटले आहे की शूद्रांना वैदिक यज्ञ करण्याचा अधिकार आहे. या तत्त्वाचा बदरीने पुरस्कार केला.

भारद्वाज श्रौत सूत्र (५-२८) म्हणते की, 'वैदिक यज्ञ करण्याला अवश्य असे तीन पवित्र अग्नी लागतात, ते तिन्ही अग्नी पेटवण्याचा अधिकार शूद्रांना आहे,' असे मान्य करणारा एक पंडितांचा पंथ आहे.

त्याचप्रमाणे कात्यान श्रौत सूत्र १-४-१६ याच्या टीकाकाराने असे कबूल केले आहे की, शूद्रांना वैदिक विधी करण्याचे अधिकार आहेत, असा निष्कर्ष ज्यावरून काढता येईल असे कित्येक भाग वेदात आहेत.

धर्मसूत्रे म्हणतात की, शूद्रांना पवित्र सोमरस पिण्याचा अधिकार नाही. परंतु शूद्रांना परमेश्वरी (देवांचे) पेय (सोमरस) पिण्याचा अधिकार आहे, हे सिद्ध करण्याला अश्विनांच्या कथेत नक्की पुरावा सापडतो.

ती कथा अशी –

> च्यवन ऋषीची सुकन्या ही तरुण पत्नी होती. लग्नाच्या वेळी च्यवन इतका म्हातारा होता की आज मरतो की उद्या!
>
> एकदा असे झाले की, सुकन्या अंघोळ करून विवस्त्र स्थितीत उभी असताना अश्विनांनी तिला पाहिले, सुकन्येचे सौंदर्य व तारुण्य पाहून अश्विन तिच्यावर मोहित झाले. ते तिला म्हणाले, "तू आम्हांपैकी, एकाला पती म्हणून माळ घाल. तू तुझे तारुण्य वाया घालवावेस हे तुला शोभत नाही."
>
> "मी पतिव्रता आहे," असे उत्तर देऊन सुकन्येने अश्विनांची विनंती नाकारली. त्यांनी तिच्यापुढे एक प्रस्ताव ठेवला, ते म्हणाले, "आम्ही दोघे स्वर्गाचे प्रसिद्ध वैद्य आहोत. आम्ही तुझ्या पतीला तरुण व सौंदर्यवान करू. हे जर तुला कबूल असेल तर तू आम्हांपैकी एकाला पती म्हणून मान्य कर!" अश्विनांचे हे उद्गार ऐकून सुकन्या च्यवनाकडे गेली व तिने त्याला ते निवेदन केले.
>
> च्यवन सुकन्येला म्हणाला, "तू तसे कर!" कराराप्रमाणे सर्व गोष्टी झाल्यानंतर अश्विनांनी च्यवनाला तरुण केले. यानंतर असा प्रश्न उपस्थित झाला की, 'देवांचे पेय जे सोमरस ते पिण्याचे अधिकार अश्विनांना आहे काय?'
>
> अश्विन हे शूद्र आहेत. म्हणून त्यांना सोमरस पिण्याचा अधिकार नाही, असा इंद्राने युक्तिवाद केला. अश्विनांनी च्यवनाला शाश्वत तारुण्य दिले होते. त्यामुळे त्याने युक्तिवाद करून अश्विनांना सोमरस देण्यास इंद्राला भाग पाडले. (V Fausboll - Indian Mythology. pp. 128-134).

शूद्र 'आर्य' की 'अनार्य'?

शूद्र हे अनार्य आहेत असे दाखवणारे जे पुरावे धर्मसूत्रात आढळतात, ते या बाबतीतील विश्वसनीय पुरावे म्हणून ग्राह्य मानता येत नाही, याचे दुसरे एक कारण आहे. हे पुरावे मनुच्या मताला पोषक ठरत नाहीत. शूद्र हे आर्य की अनार्य हा प्रश्न निकालात काढताना मनुस्मृतीतील श्लोकांचा विचार लक्षपूर्वक करणे जरूर आहेत –

'ब्राह्मणांपासून उत्पन्न झालेल्या जातीची स्त्री व शूद्र स्त्री यांना वरिष्ठ जातीतील पुरुषापासून मुले झाली तर त्या मुलांच्या जातीला सातव्या पिढीत श्रेष्ठ जातीचा दर्जा प्राप्त होतो.'

'शूद्राला (याप्रमाणे) ब्राह्मणाचा दर्जा मिळवता येतो आणि (त्याच रीतीने) ब्राह्मण अधोगतीला जाऊन शूद्राचा दर्जाला पोहोचतो, हाच नियम क्षत्रियांच्या किंवा वैश्यांच्या संततीला लागू होती.'

'अनार्य स्त्रीपासून आर्य पुरुषाला मुलगा झाला व ब्राह्मण स्त्रीपासून अनार्य पुरुषाला मुलगा झाला, तर त्या दोन मुलांपैकी कोणाला श्रेष्ठ मानावे याबद्दल शंका उत्पन्न झाली तर तिचा निकाल येणेप्रमाणे लावावा –

'अनार्य स्त्रीपासून आर्य पुरुषाला मुलगा झाला तर तो आपल्या अंगच्या सद्‌गुणांनी आर्य होऊ शकतो; परंतु अनार्य पुरुषाचे संतान आर्य स्त्रीपासून जरी झाले असले तरी ते आर्यासारखे होऊ शकणार नाही; अनार्यच राहील' (मनुस्मृती १०, श्लोक ६४-६७).

मनुस्मृतीतील ६४ श्लोक (अध्याय १०) गौतम धर्मसूत्रात (४-२२) आढळतो. या श्लोकाचा खरा अर्थ काय आहे, याबद्दल विद्वानांमध्ये मतभेद आहेत. निरनिराळ्या विद्वानांनी या श्लोकाचे जे अर्थ केले आहेत, त्यांचा सारांश बुहलर (Buhler) यांनी याप्रमाणे दिला आहे –

'मेध, गोव्ह, कुल्ल आणि राघ यांच्या मताप्रमाणे या श्लोकाचा अर्थ असा होतो की, शूद्र स्त्री व ब्राह्मण पुरुष यांच्यापासून उत्पन्न झालेली मुलगी व तिची मुले, या सर्वांनी जर ब्राह्मणाशी लग्ने केली तर त्या शूद्र स्त्रीपासून सहावी मुलगी जन्माला येईल, तिची मुले ब्राह्मण समजली जातील. गौतम सूत्रात या श्लोकाशी जुळणारा एक भाग आहे त्या भागावर हरदत्त (Haradatta) यांनी जी टीका केली आहे तिच्याशी हा अर्थ जुळतो. परंतु नारदसूत्र व मदनसूत्रही या श्लोकाचा निराळाच अर्थ लावतात. त्यांचे मत असे की, ब्राह्मण पुरुष व शूद्र स्त्री यांध्यापासून उत्पन्न झालेला मुलगा किंवा मुलगी 'परासव' म्हणून समजले जातात. अशा प्रकारच्या मुलाने नीतिमत्ता श्रेष्ठ असलेल्या, इतर सद्‌गुणांनी युक्त असलेल्या परासव मुलीशी जर लग्न केले व त्याच्या वंशजांनीही तशाच तऱ्हेची लग्ने केली तर सहाव्या पिढीत जन्मलेले मूल ब्राह्मण म्हणून समजले जाईल.

बौधायन सूत्रातील १-१६-१३-१४ हा श्लोक नंदन सूत्रात उद्धृत केला आहे. श्लोकाचा अर्थ येणेप्रमाणे –

'निषाद पुरुषाला निषाद स्त्रीपासून जी संतती होते; ती आपल्या आई-वडिलांचे

शूद्रत्व पाचव्या पिढीच्या आतच नाहीशी करते. अशा संततीच्या पाचव्या पिढीतील मुलांचा उपनयन विधी करण्यास हरकत नाही, अशा संततीच्या सहाव्या पिढीतील वंशजांचे यज्ञकर्म करण्यास हरकत नाही. बौधायन सूत्रातील हा भाग खरा आहे. त्याबद्दल मद्रास येथे या सूत्राची हस्तप्रत उपलब्ध झाली आहे, त्यावरून दिसते.

या भागावरून हे स्पष्ट होते की, ब्राह्मण पुरुष व शूद्र स्त्री यांच्यापासून जे मुलगे उत्पन्न होत त्यांना आर्यत्व मिळण्याचा अधिकार होता. मनुस्मृतीतील श्लोकांचाही अर्थ असाच असला पाहिजे; हे अशक्य नाही असेही वाटते. या श्लोकाचे भाषांतर येणेप्रमाणे असावयास पाहिजे होते. 'ब्राह्मण पुरुष व शूद्र स्त्री यांना जर ब्राह्मण जातीचे गुणधर्म असलेला सर्वोत्कृष्ट मुलगा झाला, किंवा परासव जातीचे गुणधर्म असलेली मुलगी झाली तर परासव जातीला सातव्या पिढीत उच्चतम जातीचा दर्जा प्राप्त होतो.'

मनुस्मृतीतील ६४व्या (अध्याय १०) श्लोकाचा अर्थ कसाही लावला तरी एक गोष्ट निर्विवाद आहे की, काही विशिष्ट परिस्थितीत शूद्र सातव्या पिढीत ब्राह्मण होऊ शकत होता.

शूद्र जर आर्य नव्हता तर त्याला ब्राह्मण करण्याची कल्पना कोणालाही सुचणे शक्य नव्हते. प्राचीन काळी असा नियम सर्रासपणे पाळला जात होता की, एखाद्या माणसाला आपल्या जन्माची शुद्धता सिद्ध करावयाची असेल तर, ती त्याने आपल्या सहा पिढ्यांतील लोकांच्या जन्माची शुद्धता सिद्ध करून दाखवावी लागत असे.

सहा पिढ्यांतील लोक जन्मतः स्वतंत्र नागरिक होते व त्यांचा जन्म कायदेशीर रीतीने लग्न झालेल्या आई-वडिलांच्या पोटी झाला होता, हे सिद्ध करून दाखवणे जरूर होते. (W.E. Hearn. The Aryan Household, chapter VIII.)

कौटिल्याचे मत महत्त्वाचे

शूद्र हा अनार्य होता हे मत अर्थशास्त्रातील तज्ज्ञांच्या मताला जुळणारे नाही. कौटिल्य हा अशा तज्ज्ञांपैकी एक होता. याबाबतीत त्याचे मत विशेष महत्त्वाचे समजले पाहिजे. गुलामगिरीचा कायदा तयार करताना तो म्हणतो (Book III, Chapter 13)

'...जन्मतः गुलाम नाही, वयात आलेला नाही, पण जन्माने आर्य आहे, अशा शूद्राची त्याच्या नातलगांना विक्री केली किंवा त्याला आयुष्यभर गहाण ठेवले तर त्या नातलगांना १२ पणांचा दंड करावा.

एखाद्या गुलामाला पैसे द्यावयाचे असून ते फसवून बुडवले किंवा आर्य म्हणून त्या गुलामाला जे हक्क उपभोगता आले असते ते त्याला भोगू दिले नाहीत तर

अशी कृत्ये करणाराला दंडाची शिक्षा करावी. (आर्यांचे जीवित गुलामगिरीत अडकवण्याबद्दल जो दंड ठेवला आहे, त्याच्या निम्मा दंड वरील गुन्ह्यास करावा.)

ओलीस धरल्याची रक्कम भरलेली असताही गुलामाला गुलामगिरीतून मुक्त केले नाही, तर त्याबद्दल १२ पणांचा दंड द्यावा लागेल. काही कारण नसता गुलामाला एकाच ठिकाणी डांबून ठेवले तर त्याबद्दलही १२ पणांचा दंड द्यावा लागेल.

त्याने स्वतःला गुलाम म्हणून विकून घेतले असेल तर त्याची संतती आर्य म्हणून समजली जाईल, धन्याच्या कामाला काही बाध न येऊ देता गुलामाने जी मिळकत मिळवली असेल तिच्यावर त्याचा हक्क राहील. त्याला वडिलांपासून जो वारसा हक्क मिळाला असेल त्यावरही त्याचा संपूर्ण ताबा राहील.'

या उताऱ्यावरून हे स्पष्ट होते की, कौटिल्य स्पष्ट व खणखणीत शब्दांत शूद्रांना आर्य संबोधित होता.

(५)

आर्यांनी शूद्रांना गुलाम केले. या मुद्द्याचा विचार केला तर असे दिसते की हा मुद्दा खोटा नसला तरी बराच मूर्खपणाचा वाटतो. हा मुद्दा दोन गृहीत गोष्टींवर उभारलेला आहे. दास हे गुलाम होते, असे ऋग्वेदात वर्णन आले आहे, ही पहिली गृहीत गोष्ट. दास व शूद्र हे एकच लोक होते, ही दुसरी गृहीत गोष्ट.

दास हा शब्द ऋग्वेदात गुलाम किंवा नोकर या अर्थाने वापरला आहे, हे खरे आहे परंतु या अर्थाने हा शब्द फक्त पाच ठिकाणी वापरलेला आहे. परंतु हा शब्द या अर्थाने पाचापेक्षा अधिक ठिकाणी वापरलेला असता तरी त्यामुळे आर्यांनी शूद्रांना गुलाम केले, असे सिद्ध होते काय? दास व शूद्र ही एकाच लोकांची दोन नावे होत म्हणजे ते एकच लोक होत, असे सिद्ध केल्याशिवाय आर्यांनी शूद्रांना गुलाम केले असे म्हणणे हास्यास्पद आहे. म्हणजे मुळी ज्ञात वस्तुस्थितीला सोडून आहे.

राज्याभिषेकात शूद्रांचा सहभाग

राजांच्या राज्याभिषेक विधीत शूद्रांना भाग घेता येत असे. वैदिक काळानंतरच्या पुढील काळात म्हणजे ब्राह्मणी काळात प्रजा राजाला राजत्व देत असे. प्रजेने राजाला राजत्व दिले, हे दर्शवण्यासाठी राज्याभिषेकाचा विधी केला जात असे. राजत्व देण्याच्या बाबतीत आणि राज्याभिषेक करण्याच्या बाबतीत जनतेचे प्रतिनिधी प्रामुख्याने भाग घेत असत. या प्रतिनिधींना 'रत्नी' म्हणत असत. हे प्रतिनिधी

राजत्वाचे प्रतीक म्हणून रत्न हातात घेऊन राज्याभिषेकाच्या वेळी ते राजाच्या हातात देत असत. म्हणून या प्रतिनिधींना रत्नी म्हणत असत. रत्नींकडून राजाला समारंभपूर्वक (राज्याभिषेकाच्या वेळी) रत्न मिळाले तर त्याला प्रजेकडून राजत्व मिळाले, असे समजले जात असे, रत्नीकडून रत्न मिळाल्यानंतर राजा प्रत्येक रत्नीच्या घरी जात असे व तो प्रत्येक रत्नीला काही नजराणे देत असे. अशा अनेक रत्नीपैकी एक रत्नी शूद्र असे, ही विशेष महत्त्वाची गोष्ट आहे. (Jayasswal - Hindu Polty, 1943, pp. 200-201)

'नीतिमयूख' या ग्रंथाचा कर्ता नीळकंठ भट्ट याने अलीकडच्या काळात झालेल्या राज्याभिषेक विधीचे वर्णन केले आहे. त्याने असे म्हटले आहे की, ब्राह्मण, क्षत्रिय, वैश्य व शूद्र हे चार मुख्यमंत्री राजाला राज्याभिषेक करत असत. त्यानंतर प्रत्येक वर्णाचे आणि त्या वर्णाच्या खालच्या जातीचे पुढारी राजाला पवित्र पाण्याचा अभिषेक करत असत, त्यानंतर द्विज राजाच्या नावाचा घोष करत असत. (Jayasswal - Hindu Polity, 1943, P. 223).

पांडवांतील युधिष्ठिर याच्या राज्याभिषेकाचे वर्णन महाभारतात आले आहे. त्यावरून असे दिसते की, राजाच्या राज्याभिषेकाला ब्राह्मण व शूद्र या दोघांनाही उपस्थित होण्याबद्दल आमंत्रण देण्यात येत असे. (महाभारत, सभा पर्व, अध्याय ३३, श्लोक ४१-४२).

प्राचीन काळी जनपद व पौर अशी दोन विधीमंडळे असत व त्याचे सभासद शूद्र असत. या परिस्थितीमुळे शूद्रांना ब्राह्मणांकडून योग्य तो मानसन्मान मिळत असे. (Jayasswal Hindu Poliny, p 284).

मनुस्मृती (४-६१) व विष्णुस्मृती (२१-६४) यांच्यावरूनही हेच सिद्ध होते की, शूद्रांना ब्राह्मणाकडून मानसन्मान हक्काने मिळत होता. म्हणूनच मनुने असा निर्बंध घातला की, ज्या देशाचा राजा शूद्र असेल त्या देशात ब्राह्मणांनी राहू नये. शूद्र हे राजे होते, हेही यावरून सिद्ध होते.

भीष्माने युधिष्ठिराला राजकारणाबद्दल जे उपदेशवजा धडे दिले आहेत, त्यांची माहिती महाभारताच्या शांतिपर्वात दिली आहे.

भीष्म म्हणतो, (Roy's Translation. Vol. II. p. 197) – "तू कोणत्या प्रकारचे मंत्री नेमावेस, याची तुला माहिती देतो. वेदांचा अभ्यास केलेले, मानापानाची जाणीव असलेले, स्नातक पंथाचे आणि शुद्ध आचाराचे चार ब्राह्मण; शारीरिक बळाने उत्तम आणि शस्त्रे चालवण्यात चपळ आठ क्षत्रिय; श्रीमंत असलेले एकवीस वैश्य; स्वभावाने नम्र, आचरणाने शुद्ध आणि दररोजच्या कर्तव्याबद्दल दक्ष असे तीन शूद्र; आणि पुराणांचे ज्ञान असलेला आणि आठ प्रमुख गुणांची पारख करणारा असा सूत जातीचा एक असे मंत्री तू नेम."

या उताऱ्यावरून हे स्पष्ट होते की, शूद्र राजाचे मंत्री होत असत. आणि त्यांची संख्या ब्राह्मण मंत्र्यांची संख्या जवळ जवळ सारखी असे. (जातीय प्रतिनिधीत्वाला भीष्मांचा पाठिंबा होता.)

शूद्र गरीब व हीन दर्जाचे लोक नव्हते. ते श्रीमंत होते ही गोष्ट मैत्रायणी संहिता (४- २-७-१०), पंचविसा ब्राह्मण (६-१-११) यांच्यावरून स्पष्ट होते. (Vedic Index, Vol. II. p. 390).

आर्यांनी शूद्रांना गुलाम केले, या मुद्द्याला अजून दोन बाजू आहेत. शूद्रांना गुलाम केले ही गोष्ट खरी धरली तरी शूद्रांना गुलाम करण्यात आर्यांना कोणते महत्त्व वाटत होते? आर्यांना गुलामगिरीच्या पद्धतीबद्दल माहिती नव्हती किंवा आर्य आर्यांना गुलाम करत नसत. असे मानले तर शूद्रांना गुलाम करण्यात आर्यांना काहीतरी वाटत होते, असे समजता येईल. परंतु वस्तुस्थिती अशी आहे की, आर्यांना गुलामगिरीच्या पद्धतीची पूर्ण माहिती होती आणि ते आर्यांना गुलाम करण्यास संमती देत असत. हे ऋग्वेदावरून (८-८६-७; ८-५६-३) स्पष्ट होते. असे असता आर्य लोक विशेषतः शूद्रांना गुलाम करण्यास का उत्सुक होते? याहीपेक्षा जास्त महत्त्वाचा असा प्रश्न आहे की, गुलामांकरिता आर्यांनी निराळे कायदे का केले?

सारांश शूद्र हे पूर्वी कोण होते आणि ते चौथा वर्ग म्हणून कसे झाले. या आपल्या प्रश्नांची उत्तरे शोधून काढण्यात युरोपीय ग्रंथकाराचा सिद्धान्त आपल्या उपयोगी पडत नाही.

●●●

शूद्र कोण होते?

शूद्र भारताचे मूळ रहिवाशी अनार्य नव्हते तर ते कोण होते? या प्रश्नाचा आता विचार केला पाहिजे. मी याबाबतीत जो एक सिद्धान्त मांडण्याचे धारिष्ट करणार आहे, त्या सिद्धान्ताच्या तीन बाजू याप्रमाणे आहेत –

१) शूद्र पूर्वी आर्य होते.
२) शूद्र क्षत्रिय वर्णाचे होते.
३) शूद्रांच्या क्षत्रिय वर्णात इतका प्रबळ समाज होता की, प्राचीन काळच्या अत्यंत प्रमुख व प्रबळ आर्य जातीतील राजांपैकी बरेच राजे शूद्र होते.

शूद्रांच्या उत्पत्तीसंबंधीचा हा सिद्धान्त जरी क्रांतिकारक स्वरूपाचा नसला तरी तो चमत्कारिक स्वरूपाचा आहे. तो इतका चमत्कारिक स्वरूपाचा आहे की, तो सिद्ध करण्यास भरपूर पुरावे असले तरी पुष्कळ लोक तो सिद्धान्त मान्य करण्यास तयार होणार नाहीत. याबाबतीत माझे एवढेच कर्तव्य आहे की, उपलब्ध पुरावे पुढे मांडावेत व त्यांचे महत्त्व ठरवण्याचा मार्ग लोकांना मोकळा करून द्यावा.

पैजवान शूद्राचा दाखला

महाभारताच्या शांती पर्वातील ६०व्या अध्यायातील ३८-४० श्लोक यांतील माहितीवर हा सिद्धान्त उभारला आहे; म्हणून ती माहिती या सिद्धान्ताचा प्रारंभीचा पुरावा होय!

तो पुरावा येणेप्रमाणे – आमच्या असे ऐकण्यात आले आहे की, फार प्राचीन काळी पैजवन नावाच्या शूद्राने आपल्या यज्ञाच्या समयी ऐन्द्राग्नी कायद्यान्वये एक लक्ष पूर्णपात्रांची दक्षिणा वाटली.

या उताऱ्यामध्ये महत्त्वाची विधाने अशी आहेत : १) पैजवन हा शूद्र होता २) या पैजवन शूद्राने यज्ञ केला आणि ब्राह्मणांनी त्याच्या यज्ञात वेदोक्त विधी केले आणि त्याच्याकडून दक्षिणा घेतली.

हा उतारा श्री. रॉय यांच्या महाभारताच्या आवृत्तीतून घेतला आहे. याबाबतीत ही गोष्ट प्रथम नक्की केली पाहिजे की, उताऱ्याचे मूळ बिनचूक आहे की, त्या मूळात आणखी काही भेदप्रकार आहेत? श्री. रॉय यांनी आपल्या आवृत्तीतील उत्ताऱ्याचे मूळ अगदी बिनचूक आहे अशी ग्वाही दिली आहे.

> श्री. रॉय म्हणतात, "बंगालच्या रॉयल एशियाटिक सोसायटीने बंगालच्या काही विद्वान पंडितांच्या नेतृत्वाखाली आणि वैदिक वाङ्मयात ख्याती मिळवलेल्या एका इंग्रज विद्वानाच्या साहाय्याने महाभारताची आवृत्ती तयार करून ती सुमारे ३५ वर्षांपूर्वी प्रसिद्ध केली. महाभारताची आवृत्ती तयार करताना सोसायटीच्या आवृत्तीची भरपूर मदत घेतली आहे. (Sukthankar Memorial Edition, Vol. L, pp. 43-44).

महाभारताच्या हस्तलिखित प्रती मी भारतातील सर्व भागांतून जमा करून त्यांची तुलनात्मक दृष्टीने काळजीपूर्वक पाहणी केली आहे. अशा रीतीने तयारी केल्यानंतर मी महाभारताची आवृत्ती तयार केली. ती करताना मी केवळ सोसायटीच्या आवृत्तीचा मनमुराद उपयोग करून घेतला नाही तर मी सर्व आधार हस्तलिखित प्रतीवर ठेवला होता.

बर्दवानच्या महाराजांनी महाभारताची आवृत्ती बंगाली लिपीत अत्यंत परिश्रमपूर्वक व काळजीपूर्वक तयार करून छापली आहेत. त्या आवृत्तीशी मी माझी आवृत्ती पडताळून पाहिली. बर्दवानच्या महाराजांनी महाभारताच्या सुमारे १८ हस्तलिखित प्रती भारतातील सर्व भागांतून जमा करून त्या बर्दवानच्या पंडितांच्या स्वाधीन केल्या व त्या पंडितांनी प्रत्येक श्लोक सर्व हस्तलिखितातील श्लोकांशी पडताळून पाहून त्यांची जेव्हा खात्री झाली आहे की, हा श्लोक खरा आहे (घुसडलेला नाही.). जेव्हा तो श्लोक बर्दवानच्या आवृत्तीत प्रविष्ट करण्यात आला. अशा रीतीने बरद्वानची आवृत्ती तयार करण्यात आली आहे.

टीका करण्यास एकही स्थळ राहू न देता महाभारताची अत्यंत उत्कृष्ट आवृत्ती तयार करणारे विद्वान प्रो. सुखटणकर यांनी आपल्या आवृत्तीत महाभारताच्या सर्व

आवृत्त्यांचा सांगोपांग परामर्ष घेतला आहे. याबाबतीत त्यांनी असा निष्कर्ष काढला की, 'कलकत्त्याची आवृत्ती १९३६मध्ये प्रसिद्ध होऊन शंभर वर्ष झाली, तरी तीच आवृत्ती अद्याप महाभारताची सर्वोत्कृष्ट आवृत्ती समजली जाते.' (Sukthankar Memorial Edition, Vol. 1. p. 131)

श्री. रॉय यांनी संपादन केलेली महाभारताची आवृत्ती मूळच्या महाभारताच्या प्रतीशी शंभर टक्के जुळणारी आहे असे गृहीत धरले, तरी श्री. रॉय यांच्या आवृत्तीला उचलून धरणारी दुसरी एखादी हस्तलिखित प्रत आहे काय, असा जर टीकाकारांनी प्रश्न विचारला तर तो अस्थानी वाटणार नाही.

कारण, शूद्रांची उत्पत्ती कशी झाली, याबद्दलचा सिद्धान्त श्री. रॉय यांच्या आवृत्तीवरूनच उभा केला आहे. म्हणून तो सिद्धान्त ज्या आधारावर उभारला आहे, तो आधार हस्तलिखित प्रतींमध्ये आहे काय हे समजून घेणे इष्ट आहे. या प्रश्नाची चौकशी करून त्याचे उत्तर शोधून काढताना दोन गोष्टी लक्षात घेतल्या पाहिजेत, महाभारताची अठरा वर्षे ज्या हस्तलिखित प्रतींमध्ये लिहिली आहेत, अशी संपूर्ण हस्तलिखित प्रत मुळीच अस्तित्वात नाही, ही पहिली गोष्ट.

एक वर्ष म्हणजे महाभारताचा एक स्वतंत्र घटक, असे मानण्यात येते. याचा परिणाम असा झाला आहे की, प्रत्येक पर्वाच्या अनेक प्रती लिहिल्या गेल्या आहेत आणि एकाच पर्वाच्या अनेक प्रतींमध्ये जे श्लोक ग्रंथित केले आहेत ते एकच नाहीत. म्हणजे अनेक प्रतींतील एकच श्लोक निरनिराळ्या रीतीने लिहिला गेला आहे किंवा वगळला गेलेला आहे किंवा नवीन श्लोक काही प्रतीत ग्रंथित केले गेले आहेत.

यावरून असे स्पष्ट होते की, सर्व पर्वांच्या निरनिराळ्या हस्तलिखित प्रतींवरून श्री. रॉय यांच्या आवृत्तीची कसोटी पाहणे इष्ट वाटत नाही. कारण, एका पर्वाच्या अनेक हस्तलिखित प्रतींवरून कोणती प्रत शुद्ध स्वरूपाची आहे, हे ठरवणे अशक्य आहे.

याबाबतीत लक्षात घेण्यासारखी दुसरी गोष्ट ही की, प्राचीन काळापासून महाभारताचा दोन निराळ्या प्रती परंपरेने अस्तित्वात राहिलेल्या आहेत. उत्तर भारतात अस्तित्वात असलेली एक प्रत ही आर्यवर्ताला शोभेशी आहे. दक्षिण भारतात अस्तित्वात असलेली दुसरी प्रत ही दक्षिणापथाला शोभेशी अशी आहे.

उत्तर भारतात आणि दक्षिण भारतात अस्तित्वात असलेल्या महाभारताच्या अनेक प्रतींमधून बऱ्याच निवडून काढून त्या निवडलेल्या प्रतींपैकी किती प्रतींतील मजकूर श्री. रॉय यांच्या महाभारताच्या आवृत्तीतील मजकुराशी जुळतो, हे पडताळून

पाहिल्यास काही प्रतींतील मजकूर श्री. रॉय यांच्या महाभारताच्या आवृत्तीतील शूद्राच्या मजकुराला पाठिंबा देणारे आहेत, हे नक्की ठरवता येईल.

अशा रीतीने बऱ्याच प्रतींतील मजकुरांची परस्पर तुलना केल्यानंतर आपणाला असे आढळून येते की, महाभारताच्या शांती पर्वातील ६०व्या अध्यायातील ३८व्या श्लोकात पैजवन शूद्राचा उल्लेख झाला आहे. आपला संबंध विशेषतः याच श्लोकाशी आहे. निरनिराळ्या प्रतीत हा शब्द आहे, त्यावरून पुढीलप्रमाणे माहिती मिळते :

शूद्रः पैजवनो नाम : (क) द
शूद्रः पैलवनो नाम : (म/१ : म/२) द
शूद्रः यैलननो नाम : (म/३ : म/४) द
शूद्रः यैजननो नाम : (फ)
शुद्रोपि यजने नाम : (ल)
शूद्रः पौंजदक नाम : (टक) द
शूद्रो वैभवनो नाम : (ग) उ
पुरा वैजननो नाम : (अ, ड/२) उ
पुरा वैजननो नाम : (म) द

(वर दिलेली माहिती भांडारकर 'ओरिएंटल रिसर्च इन्स्टिटयूट' या संस्थेने तयार करून ठेवली होती. ती वापरण्यास संस्थेने मला संमती दिली, याबद्दल त्या संस्थेचा मी ऋणी आहे. कंसात दिलेली अक्षरे ही निरनिराळ्या प्रतींना संस्थेने दिलेली सूचक अक्षरे होत. उ किंवा द ही उत्तर भारतातील किंवा दक्षिण भारतातील प्रती दर्शवणारी अक्षरे होत, 'क' हे अक्षर कुंभकोणमची प्रत दर्शवते.)

नऊ प्रतींतील श्लोकांची तुलना करून ही माहिती तयार केलेली आहे. महाभारताच्या प्रती बऱ्याच आहेत; मग फक्त नऊ प्रतींतील श्लोकांची तुलना करून पैजवन शूद्राबद्दलचा श्लोक मूळचा कोणत्या स्वरूपाचा असावा, याबद्दल कयास बांधता येईल काय? महाभारताची चोख आवृती काढण्यासाठी नऊपेक्षा अधिक प्रतींची पाहणी करावी लागली होती, हे खरे आहे. तथापि फक्त दहा प्रतींची पाहणी करून सर्व महाभारताची आवृत्ती काढण्यात आली आहे, हे लक्षात घेतले पाहिजे. (Sukthankar, Vol. L.p. 14).

यावरून असे म्हणता येईल की, नऊ प्रतींवरून जी माहिती जुळलेली आहे, ती आपल्या मुद्द्यासाठी पुरेशी अधिकृत धरता येईल. भौगोलिक दृष्टीने नऊ प्रतींचे दोन वर्ग करता येतात. उत्तर व दक्षिण म१, म२, म३, म४ व टक ही अक्षरे दक्षिण

भारतातील प्रती दर्शवतात. अ, म, ग, ड२ ही दोन अक्षरे उत्तर भारतातील प्रती दर्शवतात. महाभारतातील खरा मजकूर कोणता हे शोधून काढण्यासाठी विद्वानांनी ज्या दोन कसोट्या ठरवल्या आहेत, त्या कसोट्यांना आपण निवडलेल्या नऊ प्रती उतरतात.

नऊ प्रतींतील मजकुराची आपण छाननी केली तर असे दिसून येते की –

- निरनिराळ्या प्रतींतील पैजवन याचे वर्णन निरनिराळे आले आहे.
- निरनिराळ्या प्रतींमध्ये पैजवन याचे नाव निरनिराळे दिले आहे.
- नऊपैकी सहा प्रतींमध्ये पैजवन शूद्र होता, असे वर्णन आहे. एक प्रत त्याला शुद्ध असे नाव देते. दोन प्रती तो कोणत्या वर्गाचा होता, हे न सांगता तो प्राचीन होऊन गेला असे 'पुरा' या शब्दाने दर्शवतात.

नऊपैकी दोन प्रतींमध्ये त्याच्या नावासंबंधी एकवाक्यता नाही. प्रत्येक प्रतीमध्ये त्याचे नाव निराळे दिले आहे.

ही सर्व माहिती लक्षात घेतली तर असा प्रश्न उपस्थित होतो की, श्लोकाचे मूळचे खरे स्वरूप कोणते? नावासंबंधी प्रथम विचार केला तर असे दिसते की, नामदर्शक जी अक्षरे निरनिराळ्या प्रतींमध्ये वापरली आहेत ती अक्षरे अर्थसूचक नाहीत. या अक्षराचे अर्थ करून खरे नाव ठरवण्याचा येथे प्रश्न उद्भवत नाही. परंतु खरे नाव कोणते असावे? इतर नावे ही पंडितांनी घुसडाघुसडी करून उत्पन्न केली असावीत, हे कशावरून ठरवावे, हा प्रश्न येथे उत्पन्न होतो, पैजवन हेच खरे नाव असावे, याबद्दल शंका नाही उत्तर व दक्षिण भारतातील महाभारताच्या प्रतीतील नावावरून हे सिद्ध होते. ८व्या अनुक्रमात 'पैजवन' हे नाव आले आहे, ते पैजवन हेच आहे.

इतर अनुक्रमांकातील जी नावे आहेत ती ओढूनताणून उत्पन्न केलेली नावे होत. मूळ प्रतीची नक्कल करताना पैजवन हे नाव बरोबर दिसले नसेल किंवा नक्कल करणाऱ्या पंडितांना बरोबर वाचता आले नसेल. म्हणून नक्कल करणाऱ्या पंडितांनी पैजवन या नावाऐवजी इतर नावे नकलांत घुसडून दिली असावीत, अशी इतर नावे घुसडून दिल्यानंतर त्या पंडितांना त्यांना हवा तसा त्या श्लोकांचा अर्थ लावता आला.

शूद्र ऐवजी 'पुरा' शब्दाचा वापर

पैजवनाच्या वर्णनाबद्दल आता आपण विचार करू या. या वर्णनात त्याचे शूद्र या शब्दापासून 'पुरा' या शब्दांत जे रूपांतर केले आहे, ते काही अकस्मात झाले

नाही. ते रूपांतर जाणूनबुजून करण्यात आले आहे. हे रूपांतर कसे झाले असावे, हे एकदम सांगणे कठीण आहे. याबाबतीत दोन गोष्टी अगदी स्पष्ट दिसतात. हे रूपांतर होणे साहजिक आहे, ही पहिली गोष्ट. पैजवन हा शूद्र होता, विधान हाणून पाहण्याचा हेतू या रूपांतराचा नाही, ही गोष्ट ३८-४० श्लोकांतील मजकूर लक्षात घेतला तर वरील निष्कर्ष खरे आहेत हे दिसून येईल. ३८-४० श्लोकांच्या अगोदरचे श्लोक लक्षात घेतले तर हा मुद्दा चांगला ध्यानात येईल.

त्या श्लोकांचा भावार्थ याप्रमाणे आहे –

> "आपला धनी संकटात सापडो, त्याला शूद्राने कदापी सोडून जाऊ नये. धन्याची संपत्ती नष्ट झाली तर शूद्राने त्याचे मनोभावाने पालनपोषण केले पाहिजे. शूद्राला स्वतः मालकीचे धन जमा करून ठेवता येत नाही. त्याच्याजवळ जे काही ऐश्वर्यदर्शक असेल, त्यावर त्याच्या धन्याची सत्ता राहील.
> यज्ञकर्म करणे हा त्रैवर्णिकांचा धर्म आहे. हे भारता! धर्मशास्त्रात शूद्रांसंबंधी असेही सांगितले आहे की, त्याने यज्ञकर्म करावे; परंतु यज्ञात 'स्वाहा' व 'स्वधा' किंवा कोणताही दुसरा मंत्र उच्चारण्याचा अधिकार शूद्राला नाही.
> याचे कारण असे की, वेदात सांगितलेली व्रते न पाळता शूद्रांनी पाकयज्ञाप्रमाणे लहान यज्ञ करून देवांची पूजा करावी. अशा यज्ञात शूद्र जी दक्षिणा देतात तिला 'पूर्णपात्र' म्हणतात."

ज्या श्लोकांचा भावार्थ येथे दिला आहे. ते श्लोक ३८-४० या श्लोकांच्या अगोदरचे आहेत. हे श्लोक व ३८ ते ४० हे श्लोक एकत्र लक्षात घेतले तर हे स्पष्ट होते की, या श्लोकांतील मजकूर शूद्रांसंबंधी आहे. पैजवनाची कथा ही त्या मजकुरातील एक उदाहरण आहे.

ही सर्व परिस्थिती लक्षात घेतली तर शूद्र हा शब्द पैजवन याच्या नावाच्या अगोदर वापरण्याची जरुरी भासत नाही. दोन प्रतींमध्ये शूद्र हा शब्द पैजवनाच्या नावापूर्वी का वापरला नाही, हे या गोष्टीवरून कळून येईल.

शूद्र या शब्दाऐवजी 'पुरा' हा शब्द वापरण्यात आला. याचे कारण असे दिसते की, पैजवनाची कथा फार प्राचीन काळी झाली आहे, हे दाखवण्यासाठी

'पुरा' हा शब्द वापरणे पंडितांना जरूर वाटले. ज्या पंडितांनी महाभारताच्या प्रतींची नक्कल केली; त्यांना पैजवान हा 'शूद्र' होता, हे मुद्दाम दाखवण्याची जरुरी वाटली नाही.

याचे कारण हेच की, या नकला करणाऱ्या पंडितांना पूर्वीच्या संदर्भावरून नक्की हे माहीत होते की, पैजवन हा शूद्र होता. उलटअंशी, पैजवन शूद्र फार प्राचीन काळी होऊन गेला, ही बाब पूर्वीच्या संदर्भात स्पष्ट केली नव्हती, ही गोष्ट त्या पंडितांना माहीत होती. ती स्पष्ट करणे त्यांना इष्ट वाटले, म्हणून त्यांनी श्लोकातून शूद्र हा शब्द गाळला व त्याऐवजी पुरा हा शब्द लिहिला.

ही स्पष्टीकरणे संयुक्तिक वाटली तर आपण असे धरून चालण्यास हरकत नाही की, महाभारताच्या शांती पर्वातील मजकुरात ज्या मनुष्याचा उल्लेख केलेला आहे तो इसम म्हणजे पैजवन होय आणि हा पैजवान शूद्र होता.

(२)

आता या पुढचा विचार करण्यासारखा प्रश्न म्हणजे पैजवानचे अस्तित्व सिद्ध करणे. हा पैजवान म्हणजे कोण? याबाबतीत यास्काच्या निरुक्तात आपल्या हाती धागादोरा लागतो. निरुक्त २-२४मध्ये यास्क म्हणतो (Lakshman Sarup, the Nighantu and Nirukta p. 35-36) :

"द्रष्टा विश्वामित्र हा पैजवानचा मुलगा सुदास याचा पुरोहित होता. विश्वामित्र हा सर्वांचा मित्र होता. सर्व एकत्र फिरत होते. सुदास हा अति उदार दाता होता. पैजवान हा पिजवनाचा मुलगा होता. आणखी असे की, पिजवनाचा धावण्याचा वेग दुसऱ्यांना मत्सर उत्पन्न करण्याइतका मोठा होता. त्याची चालण्याची ढब कोणालाही साधत नव्हती."

यास्काच्या निरुक्तापासून आपणाला दोन महत्त्वाच्या गोष्टी मिळतात –

१) पैजवन म्हणजे पिजवनचा मुलगा २) पिजवनाचा मुलगा तोच सुदास होय.

महाभारताच्या शांती पर्वातील मजकुरामध्ये ज्या पैजवनाबद्दल उल्लेख आहे तो पैजवन कोण, या प्रश्नाचे उत्तर आपणाला यास्काच्या निरुक्ताच्या साहाय्याने देता येणे शक्य आहे. ते उत्तर हेच की, पैजवन हे सुदास याचे दुसरे नाव होय.

या पुढचा प्रश्न हा की सुदास हा कोण आणि त्याच्याबद्दल आपणाला काय माहिती आहे? ब्राह्मणी वाङ्मय चाळून पाहिले तर असे दिसून येते की, त्या वाङ्मयात सुदास या नावाचे तीन इसम आहेत. त्यांपैकी एक सुदास ऋग्वेदात

आढळतो, त्याच्या कुटुंबाची सविस्तर माहिती ऋग्वेदातील ऋचांत दिलेली आहे. (Wilson, Rigveda, Vol. IV, Poona Reprint, p. 146) –

१. ऋग्वेद, ७-१८-२१ 'शेकडो राक्षसांचा संहार करणारा पराशर आणि वसिष्ठ यांनी सर्व आयुष्य तुझ्या सेवेत घालवले, त्यांनी प्रत्येक घरात तुझी स्थापना करून भक्ती सुरू केली. अशा उपकारकर्त्यांच्या मैत्रीची तू अवहेलना करू नकोस. म्हणून धार्मिक वृत्तीच्या माणसांना भरभराटीचे दिवस लाभतात.'

२. ऋग्वेद, ७-१८-२२ 'यज्ञमंडपात पुरोहित यज्ञाचे मंत्र म्हणत यश्न कुंडासभोवती ज्याप्रमाणे प्रदक्षिणा घालतो त्याप्रमाणे हे अग्ने! देवदेवतांचा नातू पिजवनाचा मुलगा, दोनशे गायी व दोन रथ यांचे दान करणारा, दोन बायका असलेला सुदास अशी मी सुदासाच्या औदार्याची स्तुतिस्तोत्रे म्हणत तुझ्या सभोवती प्रदक्षिणा घालत आहे.'

३. ऋग्वेद, ७-१८-२३ 'ज्यांचे खोगीर सोन्याच्या दागिन्यांनी मढवले आहेत, ते खडतर रस्त्यांनी धिम्मेपणाने पावले टाकत चालतात, आपल्या सद्‌गुणांनी पृथ्वीतलावर प्रसिद्धीस आले आहेत, अशा विलोभनीय चार घोड्यांचे दान पिजवनाचा मुलगा सुदास याने मला केले. अन्न व संतती मिळवण्यासाठी तू मला आपला मुलगा समज.

४. ऋग्वेद, ७-१८-२४ 'तो जणूकाही इंद्र आहे असे समजून सातही लोक सुदासाची स्तुती करतात. त्याची किर्ती स्वर्ग व पृथ्वी यांमध्ये पसरते. प्रत्येक श्रेष्ठ माणसाला त्याने द्रव्य दिले आहे, असा तो फार मोठा दानशूर आहे. वाहत्या नद्यांनी त्याच्यासाठी युध्यामधीच्या युद्धात ठार केले.'

५. ऋग्वेद, ७-१८-२५ 'हे मारुत देवानों! तुम्ही यज्ञविधीचे अग्रणी आहात. सुदासाचे वडील दिवोदास यांची तुम्ही जशी काळजी घेतली, तशी तुम्ही या राजपुत्राची काळजी घ्या. पिजवनाच्या कर्तव्यनिष्ठ मुलाची प्रार्थना तुम्ही ऐका व त्याचे इच्छित तुम्ही त्याला द्या. त्याचे सामर्थ्य असेच अबाधित राहो व चिरायू होवो!'

दुसरे दोन सुदास यांचे विष्णू पुराणात उल्लेख आढळतात. एक सुदास सागराचा वंशज म्हणून ४थ्या अध्यायात उल्लेखलेला आहे.

सुदासाचे सागराशी नाते जोडणारा वंशवृक्ष याप्रमाणे आहे (Wilson, Vishnu Puran pp. 377-380) –

कश्यपाची मुलगी सुमती व राजा विदर्भाची मुलगी कोशिनी या सागराच्या दोन बायका होत्या. त्याला बरेच दिवस अपत्य न झाल्यामुळे त्याने और्व ऋषीची मनोभावे भक्ती केली. मुनीने असा वर दिला की, सागराच्या एका पत्नीला एक पुत्र होईल व तो पुढे वंश चालवील आणि दुसऱ्या पत्नीला साठ हजार पुत्र होतील. या वरांपैकी कोणता वर कोणत्या पत्नीने पसंत करावा, हे जिने तिने ठरवावे, असे मुनीने दोन्ही स्त्रियांना सांगितले. आपणाला एकच पुत्र व्हावा, अशी कोशिनीने इच्छा प्रगट केली. आपणाला साठ हजार पुत्र व्हावेत, अशी सुमतीने इच्छा दर्शवली. थोड्याच दिवसांत कोशिनीला असमंजस हा मुलगा झाला. या युवराजापासून सगर वंश वाढत गेला. विनताची कन्या सुमती हिला साठ हजार मुलगे झाले.

* * *

असमंजसाला अंशुमत हा मुलगा झाला. अंशुमताला दिलिप, दिलिपाला भगीरथ हा मुलगा झाला. भगीरथाने गंगा पृथ्वीवर आणली म्हणून तिला 'भगीरथी' हे नाव पडले. भगीरथाला श्रुता, श्रुताला नभग, नभगाला अंबरीश, अंबरीशाला सिंधुद्विप, सिंधुद्विपाला आयुतश्व, आयुतश्वाला ऋतुपर्ण हा मुलगा झाला. ऋतुपर्ण हा द्युत खेळण्यात अत्यंत निष्णात असलेल्या नल याचा मित्र, ऋतुपर्णाला सर्वकाम, सर्वकामाला सुदास हा मुलगा झाला. सुदासाला सौदास उर्फ मित्रसहा हा मुलगा झाला.

पुरूचा वंशज म्हणून १९व्या अध्यायात दुसऱ्या सुदासाचा उल्लेख आहे. या सुदासाचे पुरूशी नाते जोडणारा वंशवृक्ष याप्रमाणे आहे. (Wilson, Vishnu Puran, pp. 447-456) –

'पुरूचा मुलगा जनमेजय, जनमेजयाचा मुलगा प्राचिन्वत, प्राचिन्वताचा मुलगा प्रविरा, प्रविराचा मुलगा मनस्यू, मनस्यूचा मुलगा भयद, भयदचा मुलगा सुद्यम्ना, सुद्यम्नाचा मुलगा बहुगव, बहुगवाचा मुलगा संमती, संमतीचा मुलगा भाम्यती होता. भाम्यतीचा मुलगा रुद्राश्व होता. रितेयु, काक्षेयू, स्थंडिल्यू, घृतेयू, जलेयु, स्थलेयु, धनेयु, वनेयु व व्रतेयु असे दहा पुत्र रुद्राश्वाला होते. रितेयुचा मुलगा रतिनार, रतिनाराला तान्सू. अप्रतिरथ व ध्रुव असे मुलगे होते. कण्व हा अप्रतिरथाचा

मुलगा होता. मेघतिथी हा कण्वचा मुलगा होता. मेघतिथीपासून कण्वयान ब्राह्मण उत्पन्न झाले. अनिल हा तान्सुचा मुलगा, अनिलास चार मुलगे होते. त्यांतून दुष्यंत हा वडील मुलगा होता. दुष्यंताचा मुलगा चक्रवर्ती सम्राट भरत हा होता.

भरताला निरनिराळ्या पत्नीपासून नऊ मुलगे झाले, 'परंतु हे मुलगे दिसण्यात माझ्यासारखे नाहीत,' असे भरताने वक्तव्य केल्यामुळे त्या स्त्रियांना भीती वाटली की, भरत आपणाला सोडून देईल, म्हणून त्यांनी आपले नऊ मुलगे मारून टाकले. पुत्र जन्मून अशा रीतीने मेले म्हणून भरताने मारुत देवांसाठी यज्ञ केले. उताथ्याची पत्नी ममता हिच्यापासून बृहस्पतीला भारद्वाज हा मुलगा झाला. तो मुलगा मारुतदेवांनी भरताला दिला.

* * *

भरताला दोन मुलगे झाले, पण व्यर्थ, म्हणून त्याला वितथा हे नाव पडले. वितथाचा मुलगा भवनमन्यु होता, भवनमन्युला पुष्कळ मुलगे झाले, त्यांतून बृहत्क्षत्रा, महावीर्य, नार व गर्ग हे प्रमुख होते. नारचा मुलगा संस्कृती हा होता. रुचिरुधि व रतिदेव हे संस्कृतीचे मुलगे होते. गर्गाचा मुलगा सिनी होता. त्याचे वंशज पुढे गार्ग्य व सैन्यस्य या नावांनी ओळखले जाऊ लागले. हे लोक जरी जन्माने क्षत्रिय होते, तरी ते ब्राह्मण झाले.

हस्तिनाने हस्तिनापूर वसवले

महावीर्याचा मुलगा उरुक्षया याला त्राययुर्ण, पुष्करिण व कपी असे तीन मुलगे होते. कपी हा ब्राह्मण झाला. बृहत्क्षत्राचा सुहोत्रा, सुहोत्राचा मुलगा हस्तिन होता. हस्तिनाने 'हस्तिनापूर' हे शहर वसवले. हस्तिनाचे मुलगे अजामेधा, द्विमेधा व पुरुमेधा हे होते. अजमेधाचा एक मुलगा कण्व होता. कण्वाचा मुलगा मेधाविधी होता. अजमेधाचा दुसरा मुलगा बृहदिश, बृहदिशचा बृहदवसु, बृहदवसुचा अहत्कर्मा, त्याचा जयद्रथ, जयद्रथाचा विश्वजित, विश्वजिताचा मुलगा सेनजित होता.

रुचिराश्व, काश्य, द्रथधनुष्य व वसाहनु हे सेनजिताचे मुलगे होते. रुचिराश्वाचा मुलगा पृथसेन हा होता. पराचा मुलगा निप हा होता. निपाला शंभर मुलगे होते. त्यातून समरा हा प्रमुख होता, तो काम्पल्याचा राजा होता. परा, सम्परा व सदाश्व हे तीन मुलगे समराचे होते. पराचा पृथु, पृथुचा सुकिर्ती. सुकिर्तीचा विभ्रातृ, विभ्रातृचा मुलगा अनुह हा होता. व्यासाचा मुलगा शुक्ल व शुक्लाची मुलगी कृत्वीशी अनुहाने विवाह केला. तिच्यापासून त्याला ब्रह्मदत्त हा मुलगा झाला. ब्रह्मदत्ताचा विश्वसेन,

विश्वसेनाचा उदकसेन, उदकसेनाचा मुलगा भल्लाट हा होता.

द्विमिधाचा याविनार, याविनाराचा धृतिमत, धृतिमतचा सत्यकृती, सत्यकृतीचा द्रिधनेमी, सुपार्श्व, त्याचा मुलगा सुमती, सुमतीचा सन्तमती, सन्तमतीचा मुलगा कृत हा होता. हिरण्यनभाने कृताला योगाचे तत्त्वज्ञान शिकवले. आणि कृताने पूर्व दिशेला राहणाऱ्या आणि सामदेवाचा अभ्यास करणाऱ्या ब्राह्मणांसाठी चोवीस संहिता ग्रंथित केल्या. कृताचा मुलगा उग्रायुधा हा होता. आपल्या सामर्थ्याने उग्रायुधाने क्षत्रियांचा निप वंश नष्ट केला, उग्रयुधाचा क्षेम्य, क्षेम्याचा सुबिर, सुबिराचा नृपंजय, नृपंजयाचा मुलगा बाहुरथ हा होता. त्यांना 'पौरव' असे म्हणत.

'पांचाळ' असे नाव

अजमेधाची पत्नी नलिनी होती; त्याला तिच्यापासून नील नावाचा मुलगा झाला. नीलचा शान्ती, शान्तीचा सुशान्ती, सुशान्तीचा पुरुजनू, पुरुजनूचा चक्षू, चक्षूचा मुलगा हर्याश्व हा होता. मुद्‌गल, त्रिंजय, बृहदिशु, प्रवीर व कम्पिल्य असे पाच मुलगे हर्याश्वाला होते.

हर्याश्व मुलांना म्हणाला, "हे माझे पाच मुलगे आपल्या देशाचे संरक्षण करण्यास समर्थ आहेत." म्हणून त्यांना 'पांचाळ' असे नाव मिळाले.

मुद्‌गलापासून मौद्‌गल्य ब्राह्मण उत्पन्न झाले. मुद्‌गलाला बहवाश्व हा एक दुसरा मुलगा झाला. बहवाश्वाला एक मुलगा व एक मुलगी, अशी दोन जुळी मुले झाली, त्यांची नावे अनुक्रमे दिवोदास व अहल्या अशी होती.

* * *

दिवोदासाचा मुलगा मित्रायु, मित्रायुचा च्यवन, च्यवनाचा सुदास, सुदासचा सौदास उर्फ सहदेव, सौदासाचा मुलगा सोमक हा होता. सोमकाला शंभर मुलगे होते. त्यातून जन्तु हा सर्वांत मोठा होता. प्रिशता हा सर्वांत लहान मुलगा होता. प्रिशताचा द्रुपद, द्रुपदाचा धृष्टद्युम्न, धृष्टद्युम्नाचा मुलगा धृष्टकेतू हा होता.

कुरुक्षेत्र जिल्हा

अजामेधाचा दुसरा मुलगा ऋक्षा, ऋक्षचा संवरण, संवरणाचा मुलगा कुरू हा होता. कुरूने आपले नाव कुरुक्षेत्र या पवित्र जिल्ह्यास दिले. सुधांशु, परिक्षित व इतर बरेच मुलगे कुरूला होते. सुधांशुचा सुहोत्र, सुहोत्राचा च्यवन, च्यवनाचा कृतक, कृतकाचा उपरिचार वसू, त्याला बृहद्रथ, प्रत्याग्र, कुशमभ, मावेल्ला, मत्स्य

अशी सात मुले होती. बृहद्रथाचा कुशाग्र, कुशाग्राचा ऋषभ, ऋषभाचा पुष्पावत, पुष्पावताचा सत्यधृत, सत्याधृताचा सुधन्वन, सुधन्वाचा मुलगा जन्तु हा होता.

बृहद्रथाला आणखी एक मुलगा होता. जन्मतः त्याच्या शरीराचे दोन तुकडे झाले होते. 'जरा' नावाच्या चेटकिणीने ते दोन तुकडे एकत्र जोडले. म्हणून त्या मुलाचे नाव 'जरासंध' असे पडले. जरासंधाचा मुलगा सहदेव हा होता. सहदेवाचा मुलगा सोमापी, त्याचा मुलगा श्रुतश्रव हा होता. हे सर्व मगध देशाचे राजे होते.'

तीन सुदासांच्या अगदी जवळचा वंशवृक्ष दिला आहे. हे तीन सुदास म्हणजे तीन निरनिराळे सुदास होते की, ते एकाच व्यक्तीचे निरनिराळ्या ठिकाणचे संदर्भ होते. हे ठरवण्यास खालील तक्त्याची मदत होईल –

ऋग्वेदातील सुदास			**विष्णु पुराणातील सुदास**	
७-१८-२२	७-१८-२३	७-१८-२५	सागर कुटुंबात	पुरू कुटुंबात
देवव्रत	पिजवन	दिवोदास – पिजवन	ऋतूपर्ण	बहवाश्व
↓	↓	↓	↓	↓
पिजवन	सुदास	सुदास	सर्वकाम	दिवोदास
↓			↓	↓
सुदास			सुदास	मित्रायु
			↓	↓
			सौदास = मित्रासह	च्यवन
				↓
				सुदास
				↓
				सौदास
				↓
				सोमक

या तक्त्यावरून दोन गोष्टी स्पष्ट होतात. विष्णू पुराणात वर्णन केलेला सुदास आणि ऋग्वेदात वर्णन केलेला सुदास यांचा अर्थाअर्थी काही संबंध नाही, ही पहिली गोष्ट!

दुसरी गोष्ट ही की, महाभारतात वर्णन केलेला पिजवन याचा प्राचीन काळी होऊन गेलेल्या पिजवनाशी संबंध पोहोचतो का, हे शोधून काढावयाचे म्हटले तर ऋग्वेदात

'पिजवन' म्हणून ज्याला म्हटले आहे, त्या ऋग्वेदातील सुदासाशी महाभारतातील सुदासाचा संबंध पोहोचू शकतो. कारण ऋग्वेदातील सुदास उर्फ पिजवन हा पिजवन उर्फ दिवोदास याचा मुलगा होय, असे ऋग्वेदात वर्णन आले आहे.

(ऋग्वेदात वर्णन केलेल्या सुदासाची वंशावळ शोधून काढण्यास काही अडचणी उपस्थित होतात. परंतु देवव्रत म्हणजेच दिवोदास असा मेळ घालून या अडचणी दूर करण्याचा प्रयत्न केलेला आहे. ऋग्वेदातील ७-१८ यांतील २२, २३ आणि २५ या ऋचांतील मजकूर एकाच स्वरूपाचा नाही. हा मजकूर व्यवस्थितपणे पडताळून पाहण्याचा कोणी प्रयत्न केला नाही. यामुळे या अडचणी उत्पन्न झाल्या आहेत.

चित्राव शास्त्री यांनी संपादन केलेली ऋग्वेदाची जी आवृत्ती आहे, त्यात पिजवन हे नाव सर्व ठिकाणी वापरलेले आढळते. पं. सातवळेकर यांनी संपादन केलेली ऋग्वेदाची जी आवृत्ती आहे त्यात पैजवन हे नाव सर्व ठिकाणी वापरलेले आढळते.

वुईल्सनच्या आवृत्तीतील २२ व २३ या ऋचात पैजवन हे नाव आढळते. आणि २५व्या ऋचात पिजवन हे नाव आढळते. वुईल्सनच्या आवृत्तीतील मजकूर बरोबर असावा असे दिसते याचे कारण असे की, यास्कानेसुद्धा निरुक्तात 'पैजवना'चे नाव देऊन त्याचे स्पष्टीकरण देण्याचा प्रयत्न केला आहे.

वुईल्सनच्या आवृत्तीतील २५व्या ऋचाचा मजकूर बरोबर आहे, असे गृहीत धरले तर सुदासाची वंशावळ शोधून काढण्यात कोणतीच अडचण होत नाही. हे स्पष्टीकरण अचूक मानले, तर पिजवन हे दिवोदासाचे आणि पैजवन हे सुदासाचे दुसरे नाव उरते.)

पैजवन हा सुदास म्हणजे शूद्र

प्रो. वेबर यांनी याबाबतीत जो निष्कर्ष काढला आहे, तोच माझा निष्कर्ष आहे. हे सुदैवाने माझ्या पथ्यावर पडले आहे. महाभारतातील शांती पर्वातील मजकुरावर मी माझा सिद्धान्त उभारला आहे. मजकुरासंबंधी प्रो. वेबर म्हणतात –

"येथे अशी महत्त्वाची दंतकथा प्रविष्ट केली आहे की, अनेक यज्ञ करून मोठी किर्ती मिळवलेला व विश्वामित्राचा आश्रयदाता आणि वसिष्ठाचा शत्रू म्हणून ज्याचे ऋग्वेदात वर्णन केले आहे तो 'पैजवन' म्हणजे सुदास हा शूद्र होय. (Muir, Vol. I. P. 366)

या मजकुरातील मुद्द्यांचे संपूर्ण महत्त्व प्रो. वेबर यांना आकलन करता आले नाही, ही दुर्दैवाची गोष्ट होय, परंतु ही गोष्ट वेगळी आहे. महाभारतातील पैजवन

म्हणजे ऋग्वेदातील सुदास होय. असे प्रो. वेबर यांचे मत होते व हे मत माझ्या सिद्धान्ताला पोषक आहे हे पुरेसे आहे."

(३)

सुदास उर्फ पैजवन याच्याबद्दल आपणास काय माहिती आहे? याच्याबद्दल याप्रमाणे माहिती मिळते :

१) सुदास हा दास किंवा आर्य नव्हता. दास व आर्य हे दोघेही त्याचे शत्रू होते. (ऋग्वेद, ७-८३-१) याचा अर्थ असा की, सुदास हा वैदिक आर्य होता.

२) सुदासाचा पिता दिवोदास हा होता. दिवोदास वध्र्याश्वचा दत्तक पुत्र असावा. (ऋग्वेद ९-६१-२). दिवोदास राजा होता. तुर्वसास, यदु, शंबर, पारव, करंज व गुंगुशी या लोकांबरोबर त्याने लढाया केल्या. (ऋग्वेद ६-६१-१; ७-१९-८;१-१३०-७; १-५३-१०; १०-४८; १-५३-८; ६-१८-१३) तुर्यवन आणि दिवोदास व त्याचे मित्र आयु व कुत्स यांच्यामध्ये वैमनस्य सुरू होते. त्यामुळे त्यांच्यात नेहमी युद्ध जुंपत असे. शेवटी तुर्यवन याला जय मिळाला. (ऋग्वेद, १-५३-८; ६-१८-१३).

एकदा इंद्राने दिवोदासविरुद्ध विशेषतः तुर्यवनबरोबर झालेल्या युद्धात तुर्यवनची बाजू घेतली होती, असे दिसते. दिवोदासाने आपला पुरोहित भारद्वाज याला पुष्कळ प्रकारची दाने दिली. (ऋग्वेद, १-११६-१८) भारद्वाजाने दिवोदासाबरोबर विश्वास घात केला व तो तुर्यवनच्या पक्षाला जाऊन मिळाला (ऋग्वेद, ६-१६-५).

सुदासाच्या आईचा कोठे उल्लेख आढळत नाही. परंतु सुदासाच्या पत्नीबद्दल उल्लेख आढळतो. त्याच्या पत्नीचे नाव सुदेवी (ऋग्वेद, ६-१८-१३) होते. अश्विनांनी सुदासासाठी तिला प्राप्त केले, असे समजले जाते.

३) सुदास हा राजा होता व त्याचा राज्याभिषेक विधी ब्राह्मण ऋषी वसिष्ठ यांच्या हस्ते झाला होता.

कोणत्या राजाचा महाभिषेक कोणत्या पुरोहिताने केला याची माहिती ऐतरेय ब्राह्मणात दिली आहे. (Martin Hang, Vol. II. pp. 523-524).

"मनुचा मुलगा शर्यात याचा राज्याभिषेक भृगुचा मुलगा च्यवन याने या विधीने केला. त्यानंतर शर्यात एकामागून एक असे जगातील सर्व देश जिंकत चालला, त्याने अश्वमेध यज्ञ केला व देवांनी जो यज्ञोत्सव सुरू केला होता, त्या उत्सवाला शर्यात उपस्थित होता."

“सत्रजिताचा मुलगा शतनिक याचा राज्याभिषेक वजरत्नाचा मुलगा समसुशाम याने या विधीने केला. त्यानंतर शतनिक एकामागून एक देश पादाक्रांत करत सर्व पृथ्वीतलावर फिरला व त्याने अश्वमेध यज्ञ केला. अंबाष्ट्य याचा राज्याभिषेक पर्वत व नारद यांनी या विधीने केला. त्यानंतर अंबाष्ट्य एकामागून एक देश पादाक्रांत करत सर्व पृथ्वीतलावर फिरला व त्याने अश्वमेध यज्ञ केला. उग्रसेनाचा मुलगा युधामश्रौष्टी याचा राज्याभिषेक पर्वत व नारद यांनी या विधीने केला. त्यानंतर युधामश्रौष्टी एकामागून देश पादाक्रांत करत सर्व पृथ्वीतलावर फिरला व त्याने अश्वमेध यज्ञ केला. भुवनाचा मुलगा विश्वकर्मा याचा राज्याभिषेक कश्यप याने या विधीने केला. त्यानंतर विश्वकर्मा एकामागून एक देश पादाक्रांत करत सर्व पृथ्वीतलावर फिरला व त्याने अश्वमेध यज्ञ केला.

ते असे म्हणतात की, पृथ्वीने विश्वकर्माला श्लोक गाऊन दाखवला –

“मला दान म्हणून कोणाला देण्यास कोणत्याही मर्त्य मानवाला परवानगी नाही. (मी तुला सर्व पृथ्वीदान देईन, असे राजाने राज्याभिषेक विधी करत असलेल्या आपल्या पुरोहिताला वचन दिले होते.)

हे विश्वकर्मा! तू मला दुसऱ्याला दान म्हणून दिले आहेस, म्हणून मी समुद्राच्या मध्यभागी उडी घेऊन समुद्रात बुडेन. मला तू कश्यपाला देण्याचे जे वचन दिले आहेस ते व्यर्थ होय.”

पिजवनाचा मुलगा सुदास याचा राज्याभिषेक वसिष्ठाने या विधीने केला. त्यानंतर सुदास एकामागून एक देश पादाक्रांत करत सर्व पृथ्वीतलावर फिरला. व त्याने अश्वमेध यज्ञ केला.

“अवक्षिलाचा मुलगा मारुत याचा राज्याभिषेक अंगिरसाचा मुलगा सवर्त याने या विधीने केला. त्यानंतर मारुत एकामागून एक देश पादाक्रांत करत सर्व पृथ्वीतलावर फिरला. व त्याने अश्वमेध यज्ञ केला.”

या माहितीत सुदास याचा स्पष्टपणे उल्लेख केला आहे आणि त्याचा राज्याभिषेक विधी वसिष्ठाने केला हेही सांगितले आहे. ऋग्वेदात ‘दशराजन युद्ध’ म्हणजे दहा राजांचे युद्ध म्हणून ज्या प्रसिद्ध युद्धाचे वर्णन केले आहे, त्या युद्धातील नायक सुदास हा होता.

ऋग्वेदातील सातव्या मंडलामध्ये जी सूक्ते आहेत, त्यांतील बऱ्याच सूक्तात या प्रसिद्ध युद्धाबद्दल उल्लेख सापडतात.

८३वे सूक्त म्हणते :

४. “हे इंद्र व वरुण हो! भेदावर सुदास चाल करून जाण्याच्या अगोदरच तुम्ही भेदावर तुमच्या भयंकर शस्त्रांचे प्रहार करून त्याला तुम्ही जेरीस आणले व भेदापासून तुम्ही सुदासाचे संरक्षण केलेत. तुम्ही या त्रित्सुंची प्रार्थना युद्धाच्या वेळी ऐका. म्हणजे मी त्रित्सुंना जो आशीर्वाद दिला तो सफळ होईल.

६. “हे इंद्र व वरुण हो! सुदास व त्रित्सु हे तुमच्याकडे येतील. दहा राजे जेव्हा सुदास व त्रित्सु यांच्यावर हल्ला करतील तेव्हा लढाईत आपणाला यश व संपत्ती मिळो, अशी सुदास व त्रित्सु तुमची प्रार्थना करतील.”

७. “हे इंद्र व वरुण हो! परस्परांशी संलग्न झालेले ते धर्मभ्रष्ट दहा राजे सुदासवर विजय मिळवू शकलेले नाहीत. विधी करणाऱ्याचे नेते व यज्ञीय अन्नदान करणारे यांची जी स्तुती गायली ती सफळ झाली. त्यांच्या यज्ञांच्या वेळी देव उपस्थित होते.”

९. “तुमच्यापैकी एक जण शत्रूंना ठार करतो आणि दुसरा उपद्रवांपासून धार्मिक कर्मे सदैव सुरक्षित ठेवतो; मानवाच्या डोक्यावर हिताचा पाऊस पाडणाऱ्या देवांनो! आम्ही तुमची मनोमन प्रार्थना करून तुम्हाला आळवत आहोत. हे इंद्र व वरुण हो! तुम्ही आम्हांला आशीर्वाद द्या.”

३३वे सूक्त म्हणते :

२. इंद्र पाशद्युम्नाच्या यज्ञात सोमरसाचे घोट घेत असताना त्यांनी खवळलेल्या इंद्राला तेथून आणून पाशद्युम्नाचा अपमान केला. सुदासाच्या यज्ञात इंद्राने सोमरसाचा स्वीकार करावा. म्हणून त्याने इंद्राला पाशद्युम्नाच्या यज्ञातून उठवून आणले होते. वयताचा मुलगा पाशद्युम्न याने पुढे ठेवलेला सोमरस बाजूला सारून इंद्र तेथून उठला व तडक वसिष्ठाकडे गेला.”

३. “त्यांनी सुदासाला सिंधू नदी सहज ओलांडून जाण्यास साहाय्य केले. त्याचप्रमाणे शत्रूंना सहजपणे ठार मारण्यास त्यांनी सुदासाला साहाय्य केले. तसेच वसिष्ठांनी तुझी आराधना करून दहा राजांच्या बरोबर चालू असलेल्या युद्धात सुदासाचे संरक्षण करण्यास इंद्राला उद्युक्त केले.”

“तहानेने व्याकूळ झालेले, पाऊस पडावा म्हणून प्रार्थना करणारे, दहा राजांशी चालू असलेल्या युद्धात त्रित्सुंची मदत घेणारे जे वसिष्ठ लोक त्यांनी इंद्राला सूर्याप्रमाणे प्रकाशमान केले. वसिष्ठांनी केलेली अतिशय स्तुती ऐकून इंद्राने त्रित्सुंना विस्तीर्ण प्रदेश बहाल केला.

१९वे सूक्त म्हणते :

३. "यज्ञात यथाविधी हवन करणाऱ्या सुदासाचे, हे इंद्रा! तू न भीता संरक्षण केलेस. पृथ्वीवर ताबा मिळवण्यासाठी शत्रूंबरोबर ज्या लढाया झाल्या, त्या लढायात पुरुकुत्साचा मुलगा त्रासदस्यू व पुरू यांचे संरक्षण तू केलेस."

६. "हे इंद्रा! यज्ञात यथाविधी हवन व दान करणारा सुदास याच्यावर तू जे अनुग्रह केले आहेस ते असंख्य आहेत. तू मानवाच्या डोक्यावर हिताचा पाऊस पाडणारा आहेस. मी तुझे चपळ घोडे रथाला जुंपून तुझा रथ तुझ्यासाठी तयार करतो. तू महाबलाढ्य आहेस व तुझ्यासाठी असंख्य विधी करण्यात येतात. आमच्या प्रार्थना तुझ्या कानावर जावोत."

१८वे सूक्त ; सातवे मंडल म्हणते :

५. 'सुदासाला नावेत बसून पारुष्णी नदीचे खोल असलेले पात्र पार करता यावे म्हणून वंदनीय इंद्राने सर्व व्यवस्था केली आणि यज्ञ करणाऱ्यांच्या मनात आराधनामय ज्या तप्त भावना जागृत झाल्या आहेत, त्यांचे रूपांतर इंद्राने नद्यांच्या निंद्य बडबडण्यात केले.'

६. 'यज्ञ विधी तत्पर करण्यात पुढाकार घेणारा तुर्वशा द्रव्य मागण्यास सुदासाकडे गेला. परंतु मासे ज्याप्रमाणे पाण्याच्या प्रवाह शक्तीने स्थगित होत असतात. त्याचप्रमाणे भृगू व द्रुह्यस यांनी त्याला अडवून ठेवले. सुदास व इंद्र हे दोघे मित्र सर्वत्र एकमेकांबरोबर जात. इंद्र सुदासाची संकटातून मुक्तता करी.'

७. "जे द्रव्य पदार्थांना व्यवस्थितपणे मांडून ठेवतात ते पवित्र शब्द उच्चारतात. जे तप करण्यापासून परावृत्त होतात, जे हातात शिंगे धरतात, जे यज्ञ करून जगावर सुखाची छाया पसरवतात, त्यांनी ज्या लुटारूंनी आर्यांची जनावरे चोरून नेली होती, त्यांच्यापासून ती जनावरे ज्या इंद्राने परत आणली व ज्या इंद्राने युद्धात शत्रूला ठार केले, त्या इंद्राची स्तुती करून त्याची महती वाढवावी."

८. "सुदासाच्या हीन मनोवृत्तीच्या व मूर्ख अशा शत्रूंनी हीन पारुष्णी नदी ओलांडून तिची तिरे नष्ट केली, परंतु स्वतःच्या गौरवाने तो या पृथ्वीवर संचार करतो. आणि बळी दिलेला पशू जसा खाली पडून राहतो, त्याचप्रमाणे चायमनाचा मुलगा कवी हा मृत्यूच्या मांडीवर झोपतो."

९. “पाणी आपल्या मार्गाने सरळ वाहत जाऊन पारुष्णी नदीला मिळाले; ते इकडे-तिकडे वाहत जाऊन दुसरीकडे कोठे गेले नाही. सुदास राजा निरनिराळ्या ठिकाणी सरळ हल्ले करत आला. आणि सुदासाची बाष्कळ बडबड करणारे शत्रू व त्याचे असंख्य नातलग यांना इंद्राने जिंकून सुदासाचे प्रजाजन केले.”

१०. “निरनिराळ्या रंगांच्या जनावरांवर बसणारे प्रिष्णीने पाठवलेले व आपला मित्र इंद्र याला भेटण्याचे अभिवचन दिल्याचे स्मरण झालेले मस्त; हे गुराखी नसताना जरी गुरे रानातून परत घरी येतात, त्याचप्रमाणे ते (मारुत) परत आले आहेत. त्यांना नियुक्त घोड्यांनी लवकर वाहत आणून शत्रूवर सोडले.”

११. “चांगला दिसणारा पुरोहित यशाच्या मंडपात पवित्र तृणांचे ज्याप्रमाणे तुकडे करतो, त्याचप्रमाणे किर्ती मिळवण्याची महत्त्वाकांक्षा भरलेला वीर इंद्र याने राजाच्या मदतीसाठी मारुत तयार केले आणि त्यांनी पारुष्णी नदीच्या तीरांवर २१ माणसांची कत्तल केली.”

१२. “वज्र हातात घेणाऱ्या इंद्र! श्रुत, कवश, वृद्ध व नंतर द्रुह्यस यांना पाण्यास बुडवलेस. कारण ते तुझ्याशी इमान राखून नव्हते. तुझ्या मैत्रीचा ज्यांना हव्यास वाटला आणि जे तुझे यश वाढवतात, ते तुझी मैत्री टिकून ठेवतात आणि खूश राहतात.”

१३. “इंद्राने आपल्या सामर्थ्याने त्यांच्या माऱ्याच्या सर्व जागा व त्यांची सात प्रकारची शहरे नष्ट केली. त्याने अनुच्या मुलाचे राहण्याचे घर त्रित्सुला दिले. इंद्राची स्तुती करून आपण वाईट बोलणाव्या माणसाला युद्धात जिंकू या.”

१४. “अनु व द्रुह्यस यांचे योद्धे सुदासाची गुरे हाकून नेण्याची इच्छा करत होते. ते धार्मिक सुदासाविरुद्ध भांडत होते. असे ६६६६० योद्धे लढताना नष्ट झाले. अशी इंद्राची पराक्रमाची सर्व कृत्ये आहेत.”

१५. “सुदासाची वैर करणारे हे त्रित्सु इंद्राबरोबर अज्ञातपणे लढत राहिले, पण उतरणीच्या जागेवर नद्या ज्याप्रमाणे फार वेगाने धावतात, त्याप्रमाणे युद्धात पाडाव झाल्यामुळे त्रित्सु हे समर भूमीतून पळत सुटले. त्यांनी आपली सर्व चीजवस्तू सुदासाला दिली.”

१६. “इंद्राचा श्रेष्ठ मित्र, यज्ञयागातील द्रव्ये गोळा करून ठेवणारा वीर सुदास याच्या सर्व प्रतिस्पर्ध्यांना इंद्राने पृथ्वीतलावर सर्वत्र पसरवले, क्रोधाविष्ट शत्रूचा क्रोध इंद्राने दाबून टाकला आणि सुदासाचे शत्रू सुदासावर चाल करून येऊ लागले; पण इंद्राला पाहताच त्यांनी भीतीने पाठ फिरवून पळ काढला.”

१७. "इंद्राने भिकाऱ्याकडून श्रीमंताला एक मौल्यवान दान देववले; त्याने बकऱ्याकडून सिंहाला ठार मारवले; त्याने सुईने यज्ञस्तंभाचे कोण कापले; त्याने युद्धात मिळवलेली शत्रूंची सर्व मालमत्ता सुदासाला दिली."

१८. "हे इंद्रा! तुझे कित्येक शत्रू गुलाम झाले आहेत. जे लोक तुझी स्तुती करतात, ते लोक दुष्ट आहेत, असा त्यांच्यावर ठपका ठेवणारा अनियंत्रित भेद याला तू केव्हा तरी आपला गुलाम कर. इंद्रा! तुझे तीक्ष्ण वज्र भेदाच्या अंगावर फेक."

१९. "इंद्राने भेदाला युद्धात ठार केले, तेव्हा यमुनेच्या तीरावर राहणारे लोक व त्रित्सु यांनी इंद्राचा जयजयकार केला. अजस, शिग्रु व यक्ष या लोकांनी युद्धात मारलेल्या घोड्यांची डोकी इंद्राला हवन म्हणून दिली."

२०. "हे इंद्रा! ज्याप्रमाणे पुन्हा पुन्हा उगवणाऱ्या उषांची गणना करता येत नाही त्याप्रमाणे तू दिलेले जुने व नवे वर, केलेले जुने व नवे अनुग्रह यांची गणना करता येणार नाही. मन्यामनाचा मुलगा देवक याला तू ठार मारलेस, आणि तू शंबरा याला विस्तीर्ण पर्वतावरून खाली फेकून दिलेस."

या युद्धात सुदासाच्या विरुद्ध जे राजे लढले त्याची यादी खाली देत आहे. (ही यादी चित्राव शास्त्री यांच्या 'प्राचीन चरित्र कोश' या ग्रंथातून घेतलेली आहे, पान ६२०. या यादीत जी नावे दिली आहेत ती सर्व राजांची आहेत का, याबद्दल एकमत नाही. खालील यादीत १३ ते १६ या क्रमांकात जी नावे आहेत ती पुरोहितांची नावे आहेत, असे सायनाचार्यांचे मत आहे. २७ ते २९ या क्रमांकातील नावांबद्दल अशीच शंका आहे – १) शिन्यु २) तुर्वशा ३) द्रुह्यु ४) कवशा ५) पुरू ६) अनु ७) मेद ८) शंबर ९) वैकर्ण १०) वैकर्ण (दुसरा) ११) यदु १२) मत्स्य १३) पक्था १४) भालानस १५) अतीन १६) विशानिन १७) अज १८) शिव १९) शिग्रु २०) यक्षु २१) युधामधी २२) याद्धा २३) देवक मन्यमान २४) च्यमन कवी २५) सुतुक २६) उचथा २७) श्रुत २८) वृद्धा २९) मन्यु आणि ३०) पृथू

या युद्धाचे जे वर्णन आले आहे, त्यावरून त्याचे जे स्वरूप दिसते त्यापेक्षा ते युद्ध मोठ्या स्वरूपाचे होते हे उघड आहे. हे युद्ध म्हणजे भारतीय-आर्य समाजात एक महत्त्वाची बाब होऊन बसलेली असावी.

ही परिस्थिती लक्षात घेतली तर सुदास त्या काळाचा मोठा, पराक्रमशाली पुरुष होता, याबद्दल आश्चर्य करण्याचे कारण वाटत नाही. (सुदासाचे नाव ऋग्वेदात २७ ठिकाणी आढळते. वैदिक लोक त्याला केवढा मोठा पराक्रमशाली पुरुष समजत होते, ही गोष्ट यावरून स्पष्ट होते.) हे युद्ध नक्की कोणत्या कारणामुळे झाले, याची

आपणाला थोडीशी सूचक माहिती ऋग्वेद ७-८३-७ ही ऋचा पुरवते. सुदासाविरुद्ध जे राजे लढत होते, त्याचे या ऋचात धर्मभ्रष्ट राजे असे वर्णन केलेले आहे. यावरून असे दिसते की, हे युद्ध म्हणजे कदाचित धार्मिक स्वरूपाचे युद्ध असावे.

४. सायनाचार्य यांच्या मते; त्याचप्रमाणे जी परंपरागत माहिती उपलब्ध आहे त्यावरून असे दिसते की, ऋग्वेदातील ऋचांत कोणत्या ऋचाचा ऋषी कोण होता, याची माहिती दिलेली आहे –

वितहव्य (किंवा भारद्वाज) १०-९, अंबरिशाचा मुलगा सिंधुद्वीप (किंवा त्वष्ट्रीचा मुलगा त्रिसिरस) १०-७५, प्रियमेधाचा मुलगा सिंधुक्षित १०-१३३, पिजवनाचा मुलगा सुदास १०-१३४, युवनासाचा मुलगा मंधात्री १०-१७९, उसिनराचा मुलगा शिबी, दिवोदासाचा मुलगा आणि काशीचा राजा प्रतर्दन आणि रोहिदाश्वाचा मुलगा वसुमानस १०-१४८, या ऋचेचा कर्ता पृथी वैन्य याचे नाव सांगितले आहे. सुदास हा वैदिक ऋचा रचणारा होता, हे या यादीत आलेल्या त्याच्या नावावरून स्पष्ट होते.

५. सुदासाने अश्वमेध यज्ञ केला होता, याबद्दलचा उल्लेख ऋग्वेदातील ३-५३ या ऋचेत सापडतो –

९. 'देवांना उत्पन्न करणारा, देवतांना मोहित केलेला, पवित्र विधी करताना मुख्य होत्रीला महत्त्व न देणारा मोठा ऋषी विश्वामित्र याने सुदासाचा यज्ञ यथाविधी करत असता वाहत्या पाण्याचा लोंढा थोपवून धरला, हे पाहून इंद्र व कौशिक लोक संतुष्ट झाले.'

११. कौशिकांनो! सुदासाच्या घोड्याजवळ जा. त्याला उत्तेजित करा आणि राजासाठी संपत्ती मिळवण्यासाठी त्याला तयार होऊ द्या! कारण, देवांचा राजा इंद्र याने पूर्व, पश्चिम व उत्तर या दिशांत वृत्रा याला ठार केले आहे. म्हणून पृथ्वीच्या उत्तम प्रदेशामध्ये सुदासाला इंद्राची पूजा करू द्या."

६. 'ब्राह्मणांना दान धर्म करण्यात सुदास प्रसिद्ध पावलेला होता. म्हणून त्याला अतिथिग्वा म्हणजे श्रेष्ठ दानशूर हे नाव पडले होते. सुदासाच्या दानशूरपणाची स्तुती ब्राह्मणांनी कशी केली होती, हे ऋग्वेदातील संदर्भावरून स्पष्ट होते.

१-४७-६ 'हे वेगाने चालणाऱ्या अश्विनांनो! तुमच्या रथात संपत्तीचे ढीग आहेत. सुदासाच्या संपत्तीत तुम्ही भर टाका, हवेत समुद्रात किंवा आकाशात जी विलोभनीय संपत्ती आहे, ती तुम्ही आमच्याकडे पाठवा.'

१-६३-७ 'हे गर्जना करणाऱ्या इंद्रा! तेव्हा तू पुरुकुत्सासाठी युद्ध करून सात

शहरे उद्ध्वस्त केलीस. हे राजा! गवताची पेंडी दूर झुगारून फेकलीस आणि पुरूला संपत्ती दिलीस.'

१-११२-२९ 'हे अश्विनांनो! ज्या साहाय्याने तुम्ही सुदासाला वैभवशाली सत्ता आणून दिली, ते साहाय्य बरोबर घेऊन तुम्ही या.'

७-१९-३ 'हे रौद्र इंद्रा! तुला हव्यकव्य करणाऱ्या सुदासाला तू सर्व तऱ्हेचे साहाय्य दिलेस व त्याचे त्वरेने तू रक्षण केलेस, पुरुकुत्स व पुरू याचा मुलगा त्रासदस्यु हा देश जिंकत असता तू त्याला वाचवलेस.'

७-२०-२ 'इंद्राचे सामर्थ्य वाढले व त्याने वृत्राला ठार केले. जो त्याची स्तुती करतो त्याचे संरक्षण तो वीर इंद्र करतो. सुदासासाठी तो जागा तयार करत्तो (उदार यज्ञकर्ता – सायन), तो आपल्या भक्तांना वारंवार धन देत असतो.'

७-२५-३ 'शंभर मदती, हजार विलोभनीय दाने व सुखसमृद्धी ही सुदासाला मिळोत, शत्रूचे प्राणघातक हत्यार मोडून टाक. किर्ती व संपत्ती आम्हांला दे.'

७-३२-१० 'सुदासाच्या रथाला कोणी विरोध करू शकत नाही किंवा थांबवू शकत नाही. इंद्र व मारुत हे ज्याचे रक्षण करतात तो गुराढोरांनी भरलेल्या हिरव्यागार गायरानात हिंडतो.'

७-५३-३ 'आणि हे स्वर्ग व पृथ्वी हो! तुम्ही सुदासाला संपत्तीच्या पुष्कळ देणग्या द्या.'

७-६०-८ 'ज्या अर्थी अदिती, मित्र व वरुण यांनी सुदासाला (किंवा उदार माणसाला) पुष्कळ संतती देऊन त्याचे पूर्ण संरक्षण केले, त्या अर्थी हे देवतांनो! आम्ही देवांविरुद्ध काही अपराध करू नये. आर्यमन आमच्या शत्रूंच्या तावडीतून आमची सुटका करो! हे उत्साही देवांनो! तुम्ही सुदासाला विस्तीर्ण जागा द्या.'

महाभारतातील शांतीपर्वात उल्लेखलेला पैजवन याच्या चरित्राबद्दलची त्रोटक माहिती ऋग्वेदातील उतारे घेऊन वर दिली आहे. ऋग्वेदातील उतारे हेही माहिती पुरवणारे विश्वसनीय पुरावे होत असे समजले पाहिजे.

ऋग्वेदातील या माहितीवरून आपणाला हे दिसून येईल की, पैजवन याचे खरे नाव 'सुदास' हे होते. तो क्षत्रिय होता. क्षत्रियात्वाहून काहीतरी अधिक असे जे होते, ते त्याचेच होते.

तो एक बलाढ्य राजा होता. वेदांमध्ये आलेल्या या माहितीत दुसऱ्या तपशिलाची भर महाभारताने घातली आहे. ती अशी की, पैजवन हा शूद्र आर्य असावा, आणि तो क्षत्रिय असावा आणि राजा असावा! सुदासाबद्दलचा जो हा गौप्यस्फोट झालेला

आहे, त्याला इतिहासात तोड मिळेल काय? ही जी घटना अत्यंत क्रांतिकारक आहे. तिच्यापेक्षा अधिक मोठी क्रांतिकारक गोष्ट कोणती असू शकेल?

सुदास आर्य होता की शूद्र?

> तीन महत्त्वाच्या प्रश्नांची चर्चा केल्यानंतर सुदासाच्या चरित्रविषयक तर शिलाचे संशोधन पूर्ण होईल.
>
> ते तीन प्रश्न असे : सुदास आर्य होता काय?
>
> तो आर्य होता तर तो कोणत्या टोळीचा होता?
>
> सुदास शूद्र होता तर शूद्र हा शब्द काय दर्शवतो?
>
> या चर्चेची सुरुवात दुसऱ्या प्रश्नापासून सुरू केली तर ठीक होईल. या प्रश्नाचा निकाल लावण्यास ऋग्वेदातील काही मजकूर साहाय्य होणे शक्य आहे. ऋग्वेदात बऱ्याच टोळ्यांची नावे सापडतात. त्यातून त्रित्सु, भरत, तुर्वासा, द्रह्यु, यदु, पुरू आणि अनु या नावाच्या टोळ्या प्रमुख होत्या. परंतु ऋग्वेदातील संदर्भावरून असे दिसते की, सुदासाचा संबंध फक्त तीन टोळ्यांशी आला होता. पुरू, त्रित्सु व भरत या त्या तीन टोळ्या होत.
>
> फक्त तीन टोळ्यांची माहिती लक्षात घेऊन सुदास हा कोणत्या टोळीचा होता हे शोधून काढणे, हे महत्त्वाचे आहे.

त्रित्सु व सुदास यांच्यात जे संबंध होते, त्याबद्दल ज्यामध्ये उल्लेख आले आहेत असे ऋग्वेदातील अत्यंत महत्त्वाचे श्लोक याप्रमाणे आहेत : (१-३३-७; १-१३०-७; ७-१८-१५; ७-३३-५; ७-३३-६: ७-८३-६) दिवोदास हा पुरूचा राजा होता, असे १-३३-७ या श्लोकात म्हटले आहे. आणि दिवोदास याला पौर्वे म्हणजे पुरू टोळीचा असे १-१३०-७ या श्लोकात म्हटले आहे.

सुदास हा त्रित्सु नव्हता, असे ऋग्वेदातील ७-१८-१५ व ७-८३-६ या श्लोकांमध्ये म्हटले आहे. सुदासाने त्रित्सुंच्या वसाहतीवर हल्ला केला व त्रित्सुंनी पळ काढला आणि सुदासाने त्रित्सुंची संपत्ती हस्तगत केली, असे पहिल्या श्लोकात म्हटले आहे.

दहा राजांच्या बरोबर जे युद्ध झाले त्यात त्रित्सु व सुदास हे एका बाजूने लढत होते, असे दुसऱ्या श्लोकात म्हटले आहे तरी पण त्रित्सु व सुदास व हे भिन्न भिन्न टोळीचे होते असेही त्या श्लोकात दाखवले आहे.

परंतु सुदास व त्रित्सु हे (७-३५-५ व ७-८३-४) पूर्णतः एकत्र मिळून गेले, असे या श्लोकावरून स्पष्ट होते. एवढेच नव्हे तर सुदास त्रित्सुंचा राजा होता असे ७-८३-४ श्लोकावरून दिसते.

त्रित्सु व भरत टोळ्यांमध्ये आणि या टोळ्या व सुदास यांच्यामध्ये कसले संबंध होते, हे शोधून काढण्यास ऋग्वेदातील ७-३३-६ व ६-१६-४,६,१९ या श्लोकांत पुरावा मिळतो. पहिल्या श्लोकावरून असे दिसते की, त्रित्सु लोक म्हणजेच भारतीय लोक होत. दुसऱ्या श्लोकावरून असे दिसते की, सुदासाचे वडील दिवोदास यांना भारतीय माणूस असे म्हटले आहे.

या चर्चेवरून एक गोष्ट खात्रीची वाटते की, पुरू, त्रित्सु व भरत या तीन टोळ्या निरनिराळ्या होत्या, असे मानले तर सुदास प्रथमतः यांपैकी कोणत्या टोळीचा माणूस असावा? सुदासाचे वडील दिवोदास यांच्याशी पुरू व भरत या टोळ्यांचा जो संबंध होता, तो लक्षात घेतला तर असे साहजिक वाटते की, सुदास प्रथमतः पुरू किंवा भरत या टोळीचा असावा; परंतु या दोन टोळ्यांपैकी कोणत्या होता हे सांगणे कठीण आहे.

सुदास पुरू टोळीचा होता की नाही, हे जरी सांगता आले नाही तरी हे मात्र नक्की की, तो भरत टोळीचा होता. त्याचे वडील दिवोदास याचे वर्णन असे केलेले आहे की, तो भरत लोकांपैकी होता. हा पुरावा लक्षात घेतला तर सुदास भरत टोळीचा होता हे जे वर सांगितले आहे, ते खरे मानावे लागते.

या पुढचा प्रश्न असा की, हे भारतीय लोक कोण? आणि ज्यांच्या नावावरून भारताला 'भारतभूमी' हे नाव पडले तेच लोक भारतीय लोक होत की काय; बऱ्याच लोकांना खऱ्या गोष्टींची माहिती नाही म्हणून हा प्रश्न अत्यंत महत्त्वाचा समजला पाहिजे.

भारतीय लोक या अर्थाने हिंदू जेव्हा बोलतात, तेव्हा भारतीय लोक म्हणजे दौष्यंती भारतीय लोक, दुष्यंत व शकुंतला यांचा मुलगा भरत याच्यापासून उत्पन्न झालेले लोक होत.

महाभारतात वर्णन केलेल्या युद्धात जे लोक लढले ते भारतीय लोक होत, असे त्यांच्या मनात असते. या भारतातील लोकांशिवाय इतर भारतीय लोक यापूर्वी अस्तित्वात होते, याबद्दल त्यांना मुळीच कल्पना नसते.

भारताला 'भारतभूमी' असे नाव देण्यात आले आहे ते दौष्यंती भारतीय लोकांच्यावरूनच होय, असा या लोकांचा दृढ विश्वास असतो.

दौष्यंती भारतीय लोक

भरत या नावाने ओळखले जाणारे लोक दोन प्रकारचे आहेत; ते परस्परांपासून भिन्न आहेत. ऋग्वेदात वर्णन केलेले भरत हे मनुपासून उत्पन्न झालेले भारतीय लोक होत; हे एका प्रकारचे लोक सुदास याच लोकांपैकी होता. दौष्यंती भारतीय लोक, हे दुसऱ्या प्रकारचे लोक होत. तेथे विशेष महत्त्वाचा मुद्दा सांगण्यासारखा आहे तो असा की, भारताला भारतभूमी म्हणून जे नाव पडले आहे ते वैदिक काळातील भारतीय लोकांमुळे, महाभारतातील दौष्यंती भारतीय लोकांमुळे नव्हे! हा मुद्दा भागवत पुराणातील खाली उद्धृत केलेल्या श्लोकांवरून स्पष्ट होईल. (Quoted Vaidya in Mahabharatacha Upasamhara, P. 200) –

प्रियंवदो नाम सुतो मनोः स्वायंभुवस्य ह।
तस्याग्नीध्रस्ततो नाभिर्ऋषभश्च सुतस्ततः॥
अवतीर्णं पुत्रशतं तस्यासीद्ब्रह्मपारगम्।
तेषां वै भरतो ज्येष्ठो नारायणपरायणः।
विख्यातं वर्षमेतद्यन्नाम्ना भारतमुत्तमम्॥

स्वयंभू मनु याला प्रियवंद नावाचा मुलगा होता. प्रियवंदाला अग्निध्र, अग्निध्राला नाभी, नाभीला ऋषभ नावाचा मुलगा होता. ऋषभाला शंभर पुत्र झाले व ते वेदाभ्यासात प्रवीण होते. त्यांपैकी भरत हा सर्वांत वडील होता. तो नारायणाचा परमभक्त होता. त्याच्या नावावरून या अतिसुंदर भूमीला भरतभूमी हे नाव मिळाले.

किती थोर राजाच्या देदीप्यमान कुळात शूद्र सुदास याचा जन्म झाला होता, हे या माहितीवरून दिसून येईल.

सुदास आर्य होता?

सुदास आर्य होता काय? हे यापुढे शोधून काढावयाचे आहे. भरत हे आर्य होते, याबद्दल प्रश्नच नाही. अर्थात सुदास हाही आर्य ठरतो. ऋग्वेदातील ७-१८-७ या ऋचेतील संदर्भ लक्षात घेतला तर असे वाटते की, त्रित्सु व आर्य यांच्यात असलेले संबंध त्या ऋचेत वर्णन केले आहेत. त्या संबंधावरून सुदास आर्य असावा, खात्रीपूर्वक म्हणता येत नाही.

इंद्राने त्रित्सुंपासून गायी सोडवून आणल्या व त्रित्सुंना ठार केले, असे या ऋचेत वर्णन केले आहे. हे वर्णन असे सुचवते की, त्रित्सु आर्यांचे शत्रू होते, या ऋचांचे शब्दशः भाषांतर केल्यानंतर असे दिसून आले की, त्रित्सु हे अनार्य आहेत, त्रित्सुना अनार्य समजणे हे ग्रिफिथ्स या ग्रंथकाराला मुळीच पसंत पडले नाही. त्रित्सुंना अनार्य समजण्याचे टाळण्यासाठी त्याने 'गायी' या अर्थी असलेल्या शब्दांचे भाषांतर 'आर्यांचे साथीदार' असे केले. (त्याने केलेले भाषांतर युद्धातील लुटमार मिळवण्याच्या आणि वीर योद्धाच्या युद्धात भाग घेण्याच्या इच्छेने आर्यांचे साथीदार आर्यांना त्रित्सुकडे जाणारा मार्ग दाखवण्यासाठी आले.)

आर्यांने (वंशाने किंवा धर्माने या दोहोंपैकी कोणत्या एकाने हे सांगणे कठीण आहे.) दोन वर्ग झाले होते, याबद्दल ऋग्वेदात कथा आली आहे. ही कथा लक्षात घेतली तर ग्रिफिथ्सने केलेल्या भाषांतराचा खटाटोप निरर्थक वाटतो हे उघड आहे.

या गोष्टी लक्षात धरल्या तर त्या श्लोकांचा असा स्पष्ट अर्थ होतो की, तो श्लोक जेव्हा रचला गेला तेव्हा त्रित्सु लोक धर्माने आर्य झाले नव्हते. ते वंशाने आर्य नव्हते, असा त्याच्यातून अर्थ निघत नाही. सुदास हा भरत टोळीचा होता की, त्रित्सु टोळीचा होता, यांपैकी काहीही ग्राह्य धरले तरी एक गोष्ट निर्विवाद ठरते की, सुदास हा आर्य होता.

गण आणि टोळ्यांचे संबंध

आता शेवटचा प्रश्न तो कोणत्याही दृष्टीने पाहिले तरी कमी महत्त्वाचा नाही. शूद्र हा शब्द काय दर्शवतो? सुदास हा शूद्र होता हा जो नवा शोध लागला आहे – त्याच्या प्रकाशात या प्रश्नाचा विचार करू लागलो तर 'शूद्र' हा शब्द आपल्यापुढे अगदी निराळ्या स्वरूपात उभा राहतो.

शूद्र हा शब्द भारतातील मूळच्या वन्यावस्थेतील लोकांना आर्यांचे दास म्हणून नाव देण्यास वापरलेला शब्द होय, अशी जुन्या पंडितांची समजूत होती, हा नवा शोध जुन्या पंडितांना आश्चर्यकारक वाटेल. परंतु त्यांची मागील संशोधने या नव्या शोधाच्या आश्चर्याबद्दल समाधानकारक उत्तर देऊ शकणार नाहीत.

माझ्याबद्दल काही सांगावयाचे म्हटले तर याबाबतीत माझीही जुन्या पंडिताप्रमाणे अवस्था झाली आहे. याचे कारण हे की, वैदिक आर्यांच्या सामाजिक घटनेबद्दलचा सांगोपांग अभ्यास अजून व्हावयाचा आहे.

वन्यावस्थेतील समाजाच्या हालचालींचा अभ्यास केल्यानंतर आपल्याला हे कळते की, ते समूहासमूहांत विभागलेले असतात. ते विभक्तपणेच काहीतरी करत असतात. हे समूह निरनिराळ्या तऱ्हेचे असतात. एका समूहातील लोक एकाच मूळ पुरुषाचे वंशज असतात व एकवंशत्वाच्या भावनेने ते परस्परांशी दृढ बांधलेले असतात. दोन गटांतील लोक सामाजिक व धार्मिक विधी करताना एकत्र होतात. त्यामुळे त्यांच्यात दोन्ही समूहांतील लोकांबद्दल बंधुभाव उत्पन्न होतो. अशा अनेक समूहांची मिळून एक टोळी होते. अशा निरनिराळ्या टोळ्या बंधुभावनेवर उभारलेल्या असतात.

वैदिक आर्यांमध्ये अशा कोणत्यातरी प्रकारची समाज घटना होती, याबद्दल शंका नाही. ही गोष्ट प्रो. सेनर्ट यांच्या या उताऱ्यावरून उघड होते. (Castes in India by Emtle Senart, p. 192) :

'आर्यांच्या बाहेरच्या व सामाजिक जीवनाबद्दल सविस्तर माहिती देण्याच्या बाबतीत वैदिक ऋचा म्हणाव्या तशा अचूक व नक्की माहिती देणाऱ्या वाटत नाहीत. त्यांच्यावरून आपणाला एवढाच बोध होतो की, आर्य समाजाचे निरनिराळ्या टोळ्यांत किंवा गणांत विभाजन केले होते. या टोळ्यांचे व गणांचे पुनः विभाग केले होते. हे विभाग निरनिराळ्या कुटुंबाचे बनले होते. हे विभाग बंधुभावनेने एकत्र बांधलेले होते, याबाबतीत ऋग्वेदात जी भाषा वापरली आहे, ती काहीशी अनिर्णायक स्वरूपाची वाटते.

'जन' म्हणजे 'टोळी' वा 'जाती'

सर्वसाधारण गोष्ट आहे. 'सजात' म्हणजे 'बंधुभाव' किंवा एका वंशाचे 'जातभाई' असे अथर्ववेदावरून स्पष्ट होते. हे एका टोळीचे लोक हे दर्शवण्याच्या हेतूने वापरले आहेत. 'जन' हा शब्द जास्त व्यापक स्वरूपाचा आहे. तो टोळी या अर्थाने वापरला आहे. त्याच अर्थी वापरलेला प्रतिशब्द 'जाती' हा आहे. या अर्थी अवेस्तातील प्रतिशब्द 'झंटु' हा आहे. 'व्र, व्रजन, व्रज, व्रत' हे शब्द याच अर्थी वापरले आहेत ते शब्द संघ अथवा टोळी यांच्यातील विभाग दर्शवण्याच्या हेतूने वापरले असतील. ऋचा ज्या काळासंबंधी माहिती सांगतात त्या काळात आर्य लोक टोळी किंवा इतर विभाग यांच्या परंपरागत रुढींनी जखडलेल्या समाजामध्ये राहत असत. आर्य समाजातील निरनिराळ्या भागांना व विभागांना निरनिराळी नावे होती. यावरून असेच स्पष्ट होते की, आर्य समाजाची समाजघटना काहीशी अस्थिर होती.'

आर्यातील कोणते भाग व विभाग, समूह, टोळी इत्यादी नावाला योग्य होते, हे ठरवण्यास आपणाजवळ माहिती नाही. अशी परिस्थिती असल्यामुळे शूद्र हे एखाद्या संघाचे, टोळीचे किंवा विभागाचे नाव होते, हे सांगणे कठीण आहे. तथापि शतपथ ब्राह्मणांतील (१-१-४-१२) उताऱ्याबद्दल प्रो. वेबर यांनी जे विचार मांडले आहेत ते याबाबतीत बरेच मनोरंजक वाटतात. यज्ञ करत असताना यज्ञकर्त्यांला (यजमानाला) पुरोहिताने कोणत्या रीतीने बोलवावे, याबद्दल शतपथ ब्राह्मणातील या उताऱ्यात माहिती दिली आहे.

यजमान ब्राह्मण असेल तर पुरोहिताने त्याला 'या' म्हणावे, यजमान क्षत्रिय असेल तर 'इकडे घाई करा', यजमान वैश्य असेल तर 'इकडे घाई करा' आणि यजमान शूद्र असेल तर पुरोहिताने त्याला 'इकडे धावत ये!' असे म्हणावे, अशी ती उताऱ्यातील माहिती आहे.

या माहितीसंबंधी प्रो. वेबर म्हणतात (Muir. Vol. L. p. 366) – 'हा सर्व उत्तारा फार महत्त्वाचा आहे. कारण तो उतारा असे दर्शवतो की, शूद्रांना आर्यांच्या पवित्र यज्ञकर्मात भाग घेऊ देण्यात आला होता आणि शूद्रांना आर्यांची भाषा बोलता येत नव्हती तरी, ते ती भाषा समजू शकत होते. (या उताऱ्याच्या पहिल्या भागात पा. ८३, येथे रॉय जे म्हणतो त्याच्याविरुद्ध हे मत आहे.)

शूद्रांना आर्यांची भाषा बोलता येत नव्हती तरी पण ते समजू शकत होते. हा जो मुद्दा उत्पन्न केला आहे तो शूद्रांना आर्यांच्या यज्ञकर्मात प्रवेश मिळाला होता, या मुद्द्यावरून सर्वस्वी काढलेला नाही, परंतु तो मुद्दा दुसऱ्या मुद्द्यावर बराचसा अवलंबून आहे, हे खरे! या सर्व गोष्टींचा विचार केल्यानंतर शेवटी मला असे वाटू लागले आहे की, शूद्र ही आर्यपैकीच एक टोळी होती व ती इतर टोळ्यांच्या अगोदर बाहेरून भारतात येऊन वसाहत करून राहिली, असे जे ग्रंथकार मत प्रदर्शित करतात, ते मत बरोबर असावे,'

शूद्र आर्य होते असा प्रो. वेबर यांनी निष्कर्ष काढला आहे, ती शंभर टक्के बरोबर आहे. 'शूद्र' हा शब्द एका टोळीचे नाव दर्शवणारा शब्द होय की काय, हा एकच संशयास्पद मुद्दा शिल्लक राहतो. परंतु शूद्र हे आर्य व क्षत्रिय होते, यात शंका नाही.

वर्णांची संख्या तीन की चार?

हिंदूंच्या सर्व वर्गांतील लोक त्याचप्रमाणे युरोपीय ग्रंथकार असे सर्रासपणे मानत आले आहेत की, भारतीय-आर्य समाजात अगदी प्रथमपासून चार वर्ण होते. शूद्र हे क्षत्रिय होते, हा सिद्धान्त मागील प्रकरणांत मांडला आहे. तो सिद्धान्त जर मान्य केला तर असा निष्कर्ष काढावा लागतो की, चार वर्णांबद्दलचे प्रमेय चुकीचे ठरते. कारण भारतीय-आर्य समाजात एके काळी ब्राह्मण, क्षत्रिय व वैश्य असे फक्त तीन वर्ण अस्तित्वात होते. शूद्र क्षत्रिय होते, हा सिद्धान्त एक प्रश्न सोडवतो, त्याचबरोबर तो दुसरा प्रश्न (वर्ण ३ की ४) उपस्थित करतो. या प्रश्नाचे महत्त्व कोणाला कळून येवो अगर न येवो तो प्रश्न अत्यंत महत्त्वाचा आहे, असे मला वाटते.

भारतीय-आर्य समाजात फक्त तीन वर्ण अस्तित्वात होते. हा प्रश्न मी यशस्वी रीतीने सोडवून दाखवला नाही तर शूद्र हे क्षत्रिय होते हा जो मी सिद्धान्त मांडला आहे, तो मी निःसंशयपणे सिद्ध केला आहे, असे म्हणता येणार नाही, म्हणून फक्त तीन वर्ण अस्तित्वात होते, हा सिद्धान्त स्पष्ट करणे आवश्यक आहे, याची मला पूर्ण जाणीव आहे.

शूद्र हे क्षत्रिय होते, हा सिद्धान्त मांडून मी एक नवे संकट उत्पन्न केले आहे. कारण, त्या सिद्धान्ताच्या जोरावर मी मुख्य प्रश्न सोडवण्याची अनुकूल परिस्थिती उत्पन्न केली खरी; पण त्या सिद्धान्तामुळे वर्ण तीन होते की चार होते, असा वर्णाबद्दलचा एक नवा प्रश्न उपस्थित होतो. ही सारी घटना दुर्दैवाची वाटते, तरी पण सुदैवाने अशी एक गोष्ट आहे की, भारतीय-आर्य समाजात फक्त तीन वर्ण अस्तित्वात होते, हे सिद्ध करण्यास भरभक्कम व मुद्देसूद पुरावा उपलब्ध आहे.

ऋग्वेदात 'शूद्र' वर्णाचा उल्लेख नाही

याबाबतीत मला विश्वसनीय वाटणारा पहिला पुरावा खुद्द ऋग्वेदात सापडतो. ऋग्वेदाच्या काळात वर्णव्यवस्था अस्तित्वात नव्हती, असे काही विद्वानांचे म्हणणे आहे. ऋग्वेद लिहून झाल्यानंतर पुष्कळ काळाने ऋग्वेदात पुरुषसूक्त घुसडण्यात आले, या मतावर या विद्वानांची खरी भिस्त असल्यामुळे वर्णव्यवस्था अस्तित्वात नव्हती, असे त्यांनी आपले मत बनवले आहे.

पुरुषसूक्त हे ऋग्वेदात बऱ्याच काळानंतर घुसडण्यात आले, हे मत जरी मान्य केले तरी ऋग्वेदाच्या काळात वर्णव्यवस्था नव्हती हे मत मुळातच ऋग्वेदाच्या मजकुराशी पूर्णपणे विसंगत आहे. कारण पुरुषसूक्ताचा विचार क्षणभर बाजूला सोडून जर ऋग्वेदाकडे आपण दृष्टी केली तर ब्राह्मण, क्षत्रिय व वैश्य यांच्याबद्दल एकदा नव्हे तर अनेकदा ऋग्वेदातून उल्लेख आला आहे, असे आपणाला दिसून येईल. ब्राह्मण हा एक निराळा वर्ण आहे, अशा अर्थाने ब्राह्मण हा शब्द ऋग्वेदात १५ वेळा वापरला आहे. क्षत्रिय हा एक निराळा वर्ण आहे.

या अर्थाने क्षत्रिय हा शब्द ऋग्वेदात ९ वेळा वापरलेला आढळतो, हे विशेष महत्त्वाचे आहे. शूद्र हा जर निराळा वर्ण अस्तित्वात असता तर त्याचा उल्लेख करण्यात ऋग्वेदाला कोणतीही आडकाठी नव्हती. या सर्व गोष्टी लक्षात येऊन ऋग्वेदाच्या काळात वर्णव्यवस्था अस्तित्वात नव्हती हा तो निष्कर्ष नव्हे; तर त्या काळी फक्त तीन वर्ण होते आणि शूद्राला चौथा वर्ण म्हणून त्या काळी समजण्यात येत नसे, असा तो खरा निष्कर्ष काढता येईल.

मला याबाबतीत वाटणारा दुसरा पुरावा शतपथ ब्राह्मण व तैत्तिरीय ब्राह्मण या दोन ब्राह्मणग्रंथात सापडतो. फक्त तीन वर्षांची उत्पत्ती कशी झाली, याची माहिती या दोन्ही ग्रंथात सापडते, शूद्र हा चौथा वर्ण कसा उत्पन्न झाला, याची माहिती त्या ग्रंथात नाही.

शतपथ ब्राह्मणात याप्रमाणे (Muir, Vol. L. p. 17) –
१-४-११ 'भूः' असा उद्गार काढून प्रजापतीने पृथ्वी उत्पन्न केली. 'भुवः' असा उद्गार काढून त्याने हवा उत्पन्न केली, 'स्व' असा उद्गार काढून त्याने आकाश उत्पन्न केले. ही सृष्टी म्हणजे वर सांगितलेले जग होय, या सर्वांबरोबर अग्नी ठेवण्यात येतो. 'भूः' असे म्हणून प्रजापतीने ब्राह्मण उत्पन्न केला. 'भुवः' म्हणून क्षत्रिय उत्पन्न केला आणि 'स्व' म्हणून त्याने वैश्य उत्पन्न केला. या सर्वांबरोबर अग्नी ठेवण्यात आला. 'भूः' म्हणून प्रजापतीने स्वतःला उत्पन्न केले. 'भुवः' म्हणून

त्याने संतती उत्पन्न केली. 'स्व' म्हणून त्याने जनावरे उत्पन्न केली. हे जग प्रजापती, संतती व जनावरे यांचे मिळून झाले आहे. या सर्वांबरोबर अग्नी ठेवण्यात आला.

तैत्तिरीय ब्राह्मणात याप्रमाणे (Muir, Vol. L. P. I) –

३. १२-९-२ 'हे सर्व जग ब्रह्मदेवाने उत्पन्न केले आहे. वैश्य वर्गाला ऋग श्लोकापासून उत्पन्न केले असे लोक म्हणतात. यजुर्वेद हे गर्भाशय आहे व त्यातून क्षत्रियाला निर्माण केले, असे ते म्हणतात. ब्राह्मणांचे उत्पत्तिस्थान तोच वेद होय. प्राचीन काळच्या लोकांनी ही गोष्ट प्राचीन काळच्या लोकांना सांगितली.'

हा घ्या माझा पुरावा, ऋग्वेदापासून काढलेले सार आणि ब्राह्मणग्रंथापासून घेतलेले उतारे यांना एकत्र करून माझा पुरावा तयार झाला आहे. येथे हे स्पष्ट केले पाहिजे की, ब्राह्मणग्रंथ हे वेदाइतकेच प्रमाणभूत ग्रंथ समजले जातात. ऋग्वेद शतपथ ब्राह्मण व तैत्तिरीय ब्राह्मण यांत असे स्पष्ट व स्वच्छ म्हटले आहे की, फक्त तीन वर्ण अस्तित्वात होते. शूद्र हा निराळा व स्वतंत्र उत्पन्न झाला नव्हता आणि त्याला चौथा वर्ण म्हणून समजावे, ही कल्पनासुद्धा कोणाला नव्हती, असे या तीन ग्रंथावरून स्पष्ट होते. प्रथमतः तीन वर्ण अस्तित्वात होते आणि शूद्र हा दुसऱ्या वर्णाचा (क्षत्रिय) केवळ एक भाग होता, असे जे माझे म्हणणे आहे, त्याला मी वर मांडलेल्या पुराव्यांशिवाय दुसरा उत्तम पुरावा कोठे सापडणे शक्य वाटत नाही.

(२)

माझ्या म्हणण्याला टेकू देणारा पुरावा कोणत्या प्रकारचा आहे, हे मी स्पष्ट केले आहे. याबाबतीत विरुद्ध पुरावा काय आहे, ते पाहू या. प्रथमपासून चार वर्ण अस्तित्वात होते, असे ऋग्वेदातील पुरुषसूक्तात म्हटले आहे. मी मांडलेला पुरावा व पुरुषसूक्ताचा पुरावा यांपैकी कोणता पुरावाबरोबर आहे व ग्राह्य समजावा व वर्ण तीन होते की चार होते हा प्रश्न कसा सोडवावा, हे आता पाहू. मीमांसेचे नियम लागू करून हा प्रश्न सोडवता येणार नाही. मीमांसेच्या नियमांच्या आधारे जर आपण या प्रश्नाकडे पाहू लागलो तर वर्ण अस्तित्वात होते, हे पुरुषसूक्ताचे म्हणणे व तीन वर्ण अस्तित्वात होते हे शतपथ ब्राह्मण व तैत्तिरीय ब्राह्मण यांचे म्हणणे, ही दोन्ही खरी धरावी लागतील. अशी ही चमत्कारिक परिस्थिती आहे.

काळ, वेळ, सचोटीची दृष्टी या गोष्टींवर भर देऊन आपणाला हा प्रश्न ऐतिहासिक दृष्टीने सोडवावा लागेल. येथे विचार करण्यासारखा प्रमुख प्रश्न असा उत्पन्न होतो की, पुरुषसूक्त मूळच्या ऋग्वेदात घुसडून दिलेला भाग आहे की काय? ऋग्वेदातील

एकंदर भाषा व पुरुषसूक्ताची भाषा यांतील फरक लक्षात घेतला तर सूक्त ऋग्वेदात घुसडलेला भाग आहे, असे वाटते. सूक्त हे बरेच अलीकडे रचले असावे, असे सर्व विद्वानांचे मत आहे.

कोलब्रुक याप्रमाणे म्हणतो (Muir, Vol. O. P. 13) –

'ते वैशिष्ट्यपूर्ण असलेले स्तोत्र (पुरुषसूक्त) भाषा, वृत्त व शैली या दृष्टीने ते ज्या इतर प्रार्थनामय भागांशी संलग्न झाले आहे. त्या भागांपासून फार निराळ्या स्वरूपाचे आहे. त्याचा सारा बाज आधुनिक पद्धतीचा आहे, हे नक्की. संस्कृत भाषेची प्रगती झाल्यानंतर आणि त्या भाषेचे व्याकरण व नादमाधुर्य ही उत्कर्ष बिंदूला पोहोचली. त्यानंतर ते स्तोत्र रचण्यात आले असावे, संस्कृत भाषा जेव्हा अज्ञात व प्रच्चुर नव्हती, तेव्हा वेदांतील असंख्य स्तोत्रे व प्रार्थना त्या भाषेत रचल्या गेल्या. ती भाषा सुधारत शेवटी ती अत्यंत मनोवेधक, नादमधुर भाषा झाली. तेव्हा अशा सुधारलेल्या पवित्र व इतर पौराणिक कविता (पुराणे व काव्ये) रचल्या गेल्या.

संस्कृत भाषा इतकी समृद्ध व उन्नत झाल्यानंतर जे वेद आजच्या स्थितीत दिसतात, त्या स्थितीत त्यांची जुळणी करण्यात आली. पुरुषसूक्ताचे अंतरंग पाहिले तर वरील परिस्थिती खरी आहे, असे वाटू लागते.'

ऋतुंचे नामनिर्देश

याबाबतीत प्रो. मॅक्स म्युलर यांचे मत याप्रमाणे होते. (Muir Vol. L. P. 13) : 'उदाहरणार्थ, १०व्या मंडलातील १०वी ऋचा नादमाधुर्य व एकंदर स्वरूप यांच्या दृष्टीने आधुनिक आहे. याबद्दल थोडासासुद्धा संशय नाही. त्यामध्ये यज्ञसमारंभाबद्दलचे खूप उल्लेख आहेत. त्यात तत्त्वज्ञानविषयक पारिभाषिक शब्द वापरले आहेत. त्यात वसंत, ग्रीष्म, शरद अशा क्रमाने ऋतूंचा नामनिर्देश केला आहे. चार जातींचे मोजमाप ज्यात केले आहे, असा ऋग्वेदात तेवढा एकच भाग आहे. भाषा लक्षात घेतली तर त्यावरून असे नक्की वाटते की, ती ऋचा ग्रीष्म म्हणजे उन्हाळा या ऋतूचा नामनिर्देश केला आहे.

या ऋतूचा नामनिर्देश ऋग्वेदाच्या कोणत्याही इतर ऋचांत आढळून येत नाही. वसंत हा शब्दसुद्धा प्राचीन वैदिक कवींच्या शब्दकोशात आढळून येत नाही. हा शब्द ऋग्वेदात पुनः एका ठिकाणी आढळतो. ते ठिकाण म्हणजे १०-१६१-४ ऋचात शरद, हेमंत व वसंत अशा क्रमाने ऋतूंचा नामनिर्देश केला आहे.'

प्रो. वेबर याप्रमाणे म्हणतो (Muir, Vol I. P. 14) :

'पुरुषसूक्त ही ऋग्वेदातील एक ऋचा मानली जाते. पुरुषसूक्तात सांगितलेल्या गोष्टी लक्षात घेतल्या तर असे स्पष्ट कळून येते की, ऋग्वेदात जे भाग घुसडून देण्यात आले आहेत, त्यांपैकी तो एक भाग होय. पुरुषसूक्तात जे श्लोक आहेत, त्यांतील एकही श्लोक 'साम संहिते'ने आपल्यात घेतला नाही. ही महत्त्वाची गोष्ट आहे. नैगेय म्हणून जो पंथ आहे, त्यातील लोकांनी सूक्तातील पहिल्या अर्चिकामधील सातव्या प्रपाठकातील पहिले पाच श्लोक निवडून काढलेले आहेत. ते आधुनिक काळी रचलेले श्लोक आहेत, असे त्यांचे मत आहे. (याबद्दल ही) त्यांची पक्की खात्री नाही.)

(३)

पुरुषसूक्त हे फार प्राचीन काळी रचले गेले की अगदी अलीकाळच्या काळात रचले गेले, हे सिद्ध करण्याचा एक मार्ग वर सांगितला आहे. याला दुसरा एक मार्ग आहे, तो आपण आता पाहू या. वेदाच्या ज्या अनेक संहिता आहेत, त्यातील किती संहितांनी पुरुषसूक्ताचा अंगिकार केला आहे, हे शोधून काढणे जरूर आहे, निरनिराळे वेद व संहिता यांचे याबाबतीत परीक्षण केल्यानंतर आपणाला पुढीलप्रमाणे परिस्थिती आढळून येते –

सामवेदाने पुरुषसूक्तातील श्लोकांपैकी फक्त ५ श्लोक निर्माण केले आहेत. शुक्ल वेदाकडे पाहले तर असे दिसून येते की, वाजसनेयी संहितेत पुरुषसूक्ताच्या समावेश करण्यात आला आहे. तरी पण सामवेदातील पुरुषसूक्ताचा समावेश आणि त्याचा शुक्ल यजुर्वेदातील (वाजसनेयी संहिता) समावेश यांच्यात मोठा फरक आहे. पुरुषसूक्त ऋग्वेदात जसे सापडते, तशा स्थितीत त्याचे १६ श्लोक आहेत. परंतु वाजसनेयी संहितेत जे पुरुषसूक्त आहे, त्याचे २२ श्लोक आहेत. कृष्ण यजुर्वेदाच्या फक्त तीन संहिता सध्या उपलब्ध आहेत. त्यात म्हणजे तैत्तिरीय कथक व मैत्रियणी यांपैकी एकाही संहितेने पुरुषसूक्ताला आपल्या अंतर्गत करून घेतले नाही. ऋग्वेदाच्या पुरुषसूक्ताचा उतारा आपल्या अंतर्गत करणारा सर्व वेदात कोणता वेद असेल तर तो अथर्ववेद होय.

निरनिराळ्या वेदांत जे पुरुषसूक्त आढळते, त्याचा मजकूर एकाच स्वरूपाचा नाही. वाजसनेयी संहितेतील सूक्तात सहा श्लोक जास्त आढळतात. ते त्या संहितेचेच होत. ऋग्वेद, सामवेद व अथर्ववेद यांतील सूक्ताचा जो मजकूर आहे त्यात हे सहा श्लोक आढळत नाहीत, ऋग्वेदातील १६व्या श्लोकांसंबंधी आणखी

एक फरक दिसून येतो. हा श्लोक अथर्ववेद, सामवेद किंवा यजुर्वेद यांपैकी कोणत्याही वेदात सापडत नाही. बाकीचे १५ श्लोक तीनही वेदांत सापडतात. परंतु त्याचा मजकूर एकाच प्रकारचा नाही. ते श्लोक तिन्ही वेदान्त सारख्या क्रमाने आले नाहीत. हे या कोष्टकावरून कळून येईल –

यजुर्वेद	ऋग्वेद	सामवेद	अथर्ववेद
१	१	३	१
२	२	५	४
३	३	६	३
४	४	४	२
५	५	७	९
६	८	७	१०
७	९	*	११
८	१०	*	१४
९	७	*	१३
१०	११	*	१२
११	१२	*	५
१२	१३	*	६
१३	१४	*	७
१४	६	*	८
१५	१५	*	१५
१६#	१६	*	१६#
१७	*	*	*
१८	*	*	*
१९	*	*	*
२०	*	*	*
२१	*	*	*
२२	*	*	*

* हे श्लोक मिळत नाहीत.

हे श्लोक तंतोतंत जुळणारे नाहीत.

पुरुषसूक्त जर जुन्या काळी रचले होते आणि त्याला जर परंपरेने पावित्र प्राप्त झाले होते. तर स्वतःच्या अंतरंगात त्याला प्रविष्ट करून घेताना त्याला मूळ स्वरूपात न ठेवता वाटेल तसे त्यात फेरबदल करण्याचे धारिष्ट्य इतर वेदांना कसे झाले? त्याचे मूळचे स्वरूप बदलून व त्यात छाटाछाटी करून त्याला इतर वेदांनी निरनिराळी स्वरूपे दिली आहेत. असे करण्याचे धैर्य त्यांना कसे झाले असावे?

या कोष्टकाकडे पाहिले तर असले प्रश्न डोळ्यांसमोर उभे राहतात.

निरनिराळ्या वेदांतील श्लोकांत पुरुषसूक्ताला जी स्थळे देण्यात आली आहेत, तीही पाहणे फार महत्त्वाचे आहे. ऋग्वेदाच्या संकीर्ण भागात त्याला स्थळ दिले आहे. अथर्ववेदाचा पुरवणीदाखल म्हणून जो भाग आहे त्यात त्याला स्थान आहे. पुरुषसूक्त हा ऋग्वेदातील भाग जर फार प्राचीन काळी रचण्यात आला असता तर त्याला वेदातील असल्या महत्त्व नसलेल्या ठिकाणी का घालण्यात आले असावे?

१) कृष्ण यजुर्वेदाच्या तैत्तिरीय, कथक व मैत्रायणी संहिता यांच्यात पुरुषसूक्त घुसडून दिले नाही. यावरून असा निष्कर्ष निघतो की, उपरिनिर्दिष्ट ग्रंथ लिहून तयार झाल्यानंतर पुरुषसूक्त ऋग्ववेदात घुसडण्यात आले असावे.

२) वेदांचे संकीर्ण व पुराणादाखल जे भाग आहेत, त्यात पुरुषसूक्ताला स्थान देण्यात आले, ही गोष्ट हेच सुचवते की, सूक्त अलीकडच्या काळात रचले असावेत.

३) निरनिराळ्या संहितांच्या कर्त्यांनी संहितेत पुरुषसूक्तातील श्लोक ग्रंथित करताना त्या स्वतःची भर टाकण्यात, त्या श्लोकांतील काही भाग व काही शब्द वगळण्यात आणि त्या श्लोकांच्या नकली करण्यात इतके स्वातंत्र्य उपभोगले की, ते ग्रंथकार पुरुषसूक्ताला अगदी जुन्या काळचे काव्य म्हणून मान देत नसावेत. पुरुषसूक्त हे अगदी जुन्या काळचे काव्य आहे, अशी जर संहिताकारांची भावना असती तर त्यांनी ते सूक्त आपापल्या संहितेत जसेच्या तसे ग्रंथित केले असते.

पुरुषसूक्त हे ऋग्वेदात अलीकडच्या काळात घुसडून दिलेला भाग आहे, असे प्रो. मॅक्स म्युलर व इतर विद्वानांचे मत आहे, त्याला वरील मुद्दे निर्णयात्मक पाठिंबा देतात.

(४)

पुरुषसूक्तातील भागही निरनिराळ्या आकाराचे आहेत, हे लक्षात ठेवण्यासारखे आहे. जो कोणी पुरुषसूक्त वाचेल त्याला हे दिसून येईल की, ११ व १२ हे श्लोक

वगळले तर इतर सर्व श्लोक वर्णनात्मक स्वरूपाचे आहेत. ११ व १२ हे श्लोक चार वर्णांची उत्पत्ती कशी झाली, याचे स्पष्टीकरण करतात. हे श्लोक प्रश्नोत्तराच्या स्वरूपात रचले आहेत. येथे असा प्रश्न उद्‌भवतो की, पूर्वीच्या श्लोकांचे वर्णनात्मक स्वरूप असताना ते स्वरूप बाजूला करून ११ व १२ हे दोन श्लोक निराळ्या स्वरूपात – प्रश्नोत्तर स्वरूपात का रचले असावेत?

याचे असे एक स्पष्टीकरण दिसते की, सूक्तकाराला या श्लोकात ठसठशीत रीतीने नवीन विषय आणावयाचा होता.

पुरुषसूक्तात नंतर समाविष्ट

याचा अर्थ असा की, पुरुषसूक्त हे अलीकडे रचण्यात आले आहे. एवढेच नव्हे तर त्यातील ११ व १२ हे श्लोक पुरुषसूक्तात पुष्कळ काळ लोटल्यानंतर घुसडून देण्यात आले असावेत, याबाबतीत काही टीकाकारांनी इथपर्यंत मजल मारली आहे की, आपल्या जातीचे श्रेष्ठत्व प्रस्थापित करण्यासाठी ब्राह्मणांनी ११ व १२ हे दोन श्लोक अगदी अलीकडे रचले व ते त्यांनी ऋग्वेदातील पुरुषसूक्तात घुसडून दिले.

पुरोहितांनी अशा प्रकारच्या अनेक घुसडाघुसडी धार्मिक ग्रंथात केल्या आहेत. हे सर्वश्रुत आहे 'दे डोनेशन ऑफ कॉन्स्टँटाईन स्युडो-इसिडोरियल डिक्रेटल्स' हे आठव्या शतकातील बनावट दस्तऐवज आहे, जे पोपच्या अधिकाराचे समर्थन करण्यासाठी वापरले गेले. अशा प्रकारचे डावपेच खेळण्याचे भारतातील ब्राह्मणांना वावडे नाही.

विधवा स्त्रियांनी सती जावे, असा ब्राह्मणांनी हेका धरला व या गोष्टीला ऋग्वेदातून आधार देण्यासाठी ऋग्वेदातील 'अग्रे' या शब्दाला 'अग्ने' असे रूप ब्राह्मणांनी दिले. ही गोष्ट प्रो. मॅक्स म्युलर यांनी स्पष्टपणे सांगितली आहे.

ईस्ट इंडिया कंपनीच्या आमदानीत एक खटला चालू होता. त्यातील वादीची बाजू खोटी असताना खरी करण्याच्या हेतूने आणि वादीच्या बाजूला उपयोगी पडतील असे पुरावे तयार करण्यासाठी ब्राह्मणांनी एक नवी स्मृती संस्कृत भाषेत तयार केली आहे. हे विदीत आहेच.

ही उदाहरणे लक्षात घेतली तर चातुर्वर्ण्याच्या व्यवस्थेला खुद्द वेदांचा आधार प्राप्त व्हावा या हेतूने ब्राह्मणांनी चौथा वर्ण अस्तित्वात आल्यानंतर बऱ्याच काळाने पुरुषसूक्ताला नाही, त्यातील ११ व १२ या श्लोकांना रचले, असे म्हटले तर त्यात आश्चर्य वाचण्यासारखे काही नाही.

(५)

ब्राह्मणग्रंथापूर्वी पुरुषसूक्त रचण्यात आले आहे काय? हा प्रश्न पहिल्या प्रश्नापासून स्वतंत्र व वेगळा आहे. ऋग्वेद ज्या काळात रचण्यात येत होता, त्या काळाच्या शेवटल्या भागात पुरुषसूक्त कदाचित रचण्यात आले असले तरी, पण जर ब्राह्मणग्रंथाच्या अगोदर सर्व ऋग्वेद ग्रंथ तयार करण्यात आला असेल तर पुरुषसूक्त ब्राह्मणग्रंथाच्या अगोदर रचण्यात आले असावे, हे सिद्ध होते. अशी परिस्थिती असल्यामुळे या प्रश्नाचा स्वतंत्रपणे विचार केला पाहिजे.

प्रथम वेद, नंतर ब्राह्मण... सूत्रे

वैदिक वाङ्मय कोणत्या क्रमाने रचण्यात आले, याबद्दल प्रो. मॅक्स म्युलर यांचे असे मत आहे की, प्रथम वेद, नंतर ब्राह्मण व त्यानंतर सूत्रे ही रचण्यात आली. हा क्रम जर मान्य केला तर असे ठरते की, पुरुषसूक्त ब्राह्मणग्रंथाच्या अगोदर रचण्यात आले असले पाहिजे. पण असा उद्‌भवतो की, प्रो. मॅक्स म्युलर यांचे मत हे सर्वस्वी प्रमाणभूत म्हणून ग्राह्य मानले पाहिजे की काय? ते तसे जर मानले तर त्यापासून पुढील दोन निष्कर्ष निघतात –

१) ऋग्वेदाच्या काळात चार वर्ण अस्तित्वात होते आणि शतपथ ब्राह्मणग्रंथाच्या वेळी ते वर्ण तीन होते.

२) शतपथ ब्राह्मणामध्ये वर्णाबद्दलची संपूर्ण परंपरा व्यवस्थितपणे मांडलेली नाही.

हे दोन्ही निष्कर्ष मूर्खपणाचे आहेत व ते ताज्य मानले पाहिजेत, हे उघड आहे. वर वर पाहिले तरी पहिला निष्कर्ष मूळातच ठिसूळ आहे याचे कारण असे की, वर्णांच्या उत्क्रांतीचा जो सिद्धान्त दोन ब्राह्मणग्रंथांनी मांडला आहे. तो पुरुषसूक्तात मांडलेल्या सिद्धान्तापेक्षा निराळा आहे. पुरुषसूक्तात वर्णांच्या उत्क्रांतीचा सिद्धान्त आपल्यापरीने परिपूर्ण आहे.

प्रो. मॅक्स म्युलर यांचे मत जरी आपण सर्वस्वी प्रमाणभूत मानले तर त्याचा अर्थ असा होत नाही की, सर्व संहिता रचून तयार होण्याच्या अगोदर एकही ब्राह्मणग्रंथ रचण्यात आला नाही. उलटअंशी प्रो. बेलवलकर व प्रो. रानडे यांनी दाखवल्याप्रमाणे अशीही परिस्थिती आणण्याची पूर्ण शक्यता आहे की, वैदिक वाङ्मयातील बरेच भाग एकमेकांशी संलग्न आहेत व म्हणून वेदाचा एखादा भाग प्रथम रचण्यात आला असावा. वर सांगितलेली विचारसरणी बरोबर धरली तर एके

काळी तीन वर्ण अस्तित्वात होते. असा उल्लेख करणारा शतपथ ब्राह्मणातील व तैत्तिरीय ब्राह्मणातील भाग ऋग्वेदातील पुरुषसूक्ताच्या अगोदर रचण्यात आला होता, असे मानण्यात वास्तविकपणे कोणताही अडथळा वाटत नाही.

ऋग्वेदात पुरुषसूक्ताचा समावेश कधी?

पुरुषसूक्ताची इतकी छाननी करून आपण कोणता निष्कर्ष काढू शकतो? तो निष्कर्ष हा की, पुरुषसूक्त ऋग्वेदात अगदी अलीकडच्या काळात घुसडून दिलेला भाग आहे आणि अशी वस्तुस्थिती असल्यामुळे आर्य समाजात अगदी प्रथमपासूनच चार वर्ण अस्तित्वात होते. या सिद्धान्ताला त्या पुरुषसूक्ताला पुरावा म्हणून धरता येत नाही.

ही विचारसरणी लक्षात घेतली तर कोणालाही असे दिसून येईल की, शूद्रोत्पत्तीसंबंधी मी जे सिद्धान्त मांडीत आहे, यामुळे या प्रकरणाच्या आरंभी सांगितल्याप्रमाणे कोणतेही वादग्रस्त प्रश्न उपस्थित होत नाहीत. असे काही वादग्रस्त प्रश्न उपस्थित होत असतील तर ते पुरुषसूक्तात जे काही सांगितले आहे ते सत्य व विश्वसनीय आहे, अशी समजूत घेतल्यामुळे, परंतु अशा प्रकारची समजूत करून घेणे, हेच मुळी निरर्थक आहे. म्हणून असा निष्कर्ष काढावयास मला मुळीच प्रत्यवास दिसत नाही की, एके काळी आर्य समाजात तीन वर्ण अस्तित्वात होते; आणि शूद्र दुसऱ्या वर्णाचे म्हणजे क्षत्रिय वर्णाचे होते.

●●●

ब्राह्मण आणि शूद्र संघर्ष

शूद्र हे क्षत्रिय होते. ते चौथा वर्ण झाले ते आपोआप नाही, तर त्या अवस्थेला त्यांना दुसऱ्यांकडून नेण्यात आले. हे मी जे प्रमेय मांडले आहे, त्यावरून शूद्रांचा एकंदर प्रश्न सर्वस्वी सोडवता येत नाही. त्या प्रमेयावरून दुसरा प्रश्न उपस्थित होतो. शूद्रांना अवनत अवस्थेत कोणी पोहोचवले व का? हा तो दुसरा प्रश्न होय.

हा प्रश्न नवीन आहे. तो पूर्वी कधीही उपस्थित करण्यात आला नव्हता. म्हणून या विषयावर जे वाङ्मय अस्तित्वात आहे, त्यात या सर्व प्रश्नांचे उत्तर मिळेल, अशी अपेक्षा करणे शक्य नाही. हा प्रश्न मी पहिल्यांदा उपस्थित करत आहे.

शूद्रांसंबंधी मी जे प्रमेय मांडले आहे, ते प्रमेय सर्वस्वी या प्रश्नावर उभारले आहे. म्हणून या प्रश्नाचे समाधानकारक उत्तर देण्याची जबावदारी माझी आहे. मी या प्रश्नाचे समाधानकारक उत्तर देऊ शकेन. असा माझा विश्वास आहे. ब्राह्मण व शूद्र यांचा प्राणांतिक वाद पूर्वी झाला होता. शूद्रांना जी अवनत दशा प्राप्त झाली होती, ती भांडणांमुळेच होय, असे माझे या प्रश्नाचे उत्तर आहे.

शूद्र राजा सुदास आणि ब्राह्मण ऋषी वसिष्ठ यांच्यात प्राणांतिक वाद झाला होता, याचा स्पष्ट पुरावा अस्तित्वात आहे, परंतु या भांडणांसंबंधीच्या सर्व गोष्टींची हकीकत अत्यंत धरसोडपद्धतीने सांगण्यात आली आहे. वसिष्ठ व विश्वामित्र यांच्यामध्ये कोणत्या प्रकारचे संबंध होते, हे प्रथम समजावून घेतले तर ब्राह्मण व शूद्र यांच्यात जो प्राणांतिक वाद होता, त्याचे स्वरूप आपल्या लक्षात येईल.

वसिष्ठ व विश्वामित्र एकमेकांचे वैरी

वसिष्ठ व विश्वामित्र हे एकमेकांचे हाडवैरी होते. त्या दोघांच्या आयुष्यात अशी एकही गोष्ट दिसून येत नाही की, जिच्याबद्दल परस्परविरोधी टोकाला उभे राहून ते

भांडले, झगडले नाहीत. त्यांच्या शत्रूत्वांचे अस्तित्व सिद्ध करणाऱ्या काही गोष्टी मी येथे सांगतो. सत्यव्रत उर्फ त्रिशंकू याची जी कथा आहे. ती या गोष्टीपैकी एक आहे. ती हरिवंशात याप्रमाणे सांगितली आहे. (Muir, Vol. L. 377-378)

"सत्यव्रताचे वडील राज्य करत असता त्यांचा धर्मगुरू वसिष्ठ हा एकदा राजाच्या गैरहजेरीत अयोध्या नगरीचे व देशाचे राज्य चालवू लागला. राजाच्या अंतःपुरावरसुद्धा वसिष्ठाची हुकमत चालू झाली. सत्यव्रताला हा प्रकार पाहवेना, त्याच्या मूर्खपणामुळे म्हणा, सत्यव्रत वसिष्ठांबद्दल मनात दिवसेंदिवस जळफळत होता. त्याच्या वडिलांनी वसिष्ठाच्या हातात राज्यसूत्रे दिली, तेव्हा उघडपणे याबद्दल विरोध करण्याची हिंमत सत्यव्रताला झाली नाही; त्याला तसेच सबळ कारण होते.

सत्यव्रत मनात म्हणाला, "लग्नविधीतील सप्तपदी पुरी झाली तरच लग्नविधी बंधनकारक होते. मी माझ्या स्त्रीचा हात धरला, तेव्हा सप्तपदीचा सोहळा केला नव्हता. सर्व धर्मविधींची पूर्ण माहिती असूनसुद्धा वसिष्ठाने मला माझी स्त्री मिळण्याच्या बाबतीत साहाय्य केले नाही."

हा विचार सत्यव्रताच्या मनात एकसारखा घोळत होता. त्यामुळे तो वसिष्ठाच्या विरुद्ध मनात एकसारखा जळफळत होता. तथापि त्या बाबतीत वसिष्ठाने योग्य तेच केले. सत्यव्रताच्या वडिलांनी त्याच्यावर मौन तपाची शिक्षा लादली होती. तरी पण त्या शिक्षेचा मथितार्थ त्याच्या लक्षात आला नव्हता.

त्याच्या वडिलांना असे वाटले होते की, 'ही शिक्षा मुलावर लादली तर आपल्या कुटुंबाची इज्जत आपण राखल्यासारखे होईल.'

असे सांगण्यात येते की, सत्यव्रताला गादीवर येऊ न द्यावे म्हणून त्याच्या वडिलांनी ठरवले. तेव्हा वसिष्ठाने वडिलांना तसे न करण्याची आज्ञा केली नाही हे खरे नाही. उलट सत्यव्रताला गादीवर बसवण्याचा परमपूज्य मुनी वसिष्ठ यांचा ठाम विचार ठरला होता.

शक्तिमान युवराज सत्यव्रताने बारा वर्षे तप केले. तप संपल्यानंतर तो घरी परत येत असताना, वाटेत त्याला वसिष्ठाचा आश्रम लागला. तो श्रमाने व भुकेने व्याकूळ झाला होता. वसिष्ठामुळे आपली ही विपन्नावस्था झाली, ही भावना जागृत होताच वसिष्ठाबद्दलचा त्याचा क्रोधाग्नी भडकला. दुःखाने व संतापाने त्याचे मन भडकले. तो देहभान विसरला.

सत्यव्रताजवळ खायला मांस नव्हते. त्याला वसिष्ठाची कामधेनू समोर दिसली. तो आपली दशकर्तव्ये विसरला व त्याने कामधेनूला ठार मारले. त्याने तिचे मांस स्वतः खाल्ले व विश्वामित्राच्या मुलांना खायला दिले. हा वृत्तान्त वसिष्ठाने ऐकला, तेव्हा त्याला मनस्वी संताप आला व त्याने सत्यव्रताला 'तू त्रिशंकू हो,' असा शाप दिला. सत्यव्रताने तीन पापे केली होती. म्हणून त्याला वसिष्ठाने 'त्रिशंकू' हे नाव दिले.

विश्वामित्र तप संपवून घरी आल्यानंतर त्याला समजले की, त्रिशंकूने आपले कुटुंब पोसले. तेव्हा तो त्रिशंकूवर खूश झाला व त्याने त्याला वर मागण्यास सांगितले.

तेव्हा त्रिशंकूने वर मागितला की, आपण सदेह स्वर्गात जावे, बारा वर्षे पाऊस न पडल्यामुळे झालेल्या दुष्काळाची जी चिंता उत्पन्न झाली होती ती दूर झाली. मग मुनी विश्वामित्राने त्रिशंकूला गादीवर बसवले व त्याच्यासाठी एक यज्ञ केला. त्यानंतर देव व वसिष्ठ यांनी पुष्कळ विरोध केला, तरी बलाढ्य कौशिकाने राजाला स्वर्गात नेले.' हरिवंशात असाही उल्लेख आहे.

'काही दुष्कृत्ये केली गेली म्हणून इंद्राने बारा वर्षे पाऊस पडू दिला नाही, अशा वेळी आपली बायको व मुले यांना सोडून विश्वामित्र समुद्राच्या काठी घोर तपश्चर्या करण्यासाठी गेला. घरातील सर्व चीजवस्तू संपल्यानंतर खायला, धान्य विकत घेण्यास त्याच्या बायकोजवळ काही राहिले नाही, म्हणून १०० गायींना आपला एक मुलगा विकावा व त्यावर इतर मुलांची जोपासना करावी, असा तिने विचार केला.

त्याप्रमाणे तिने एक मुलगा विकण्याचा करार केला. परंतु ही गोष्ट सत्यव्रताला समजली, तेव्हा त्याने तो करार रद्द केला आणि विश्वामित्राची पत्नी व मुले यांचे संगोपन तो करू लागला, त्यांच्यासाठी जंगली जनावरांच्या मांसाचा साठा केला व तो नंतर आपल्या पित्याच्या आज्ञेप्रमाणे बारा वर्षे मौन तप करण्यासाठी निघून गेला.'

(हरिवंशात दुसऱ्या ठिकाणी असा उल्लेख आहे की, काममदाने मोहित होऊन त्रिशंकूने एका गृहस्थाच्या तरुण पत्नीला पळवून नेले. म्हणून त्याच्या वडिलांनी त्याला घरातून हाकलून लावले. अशावेळी वसिष्ठाने मध्यस्थी करून त्रिशंकूची शिक्षा रद्द करवली नाही. वरील मजकूर या कथेला उद्देशून आहे.)

वसिष्ठ व विश्वामित्र परस्परविरोधी टोकाला उभे राहून भांडले, झगडले हे सिद्ध करणारी दुसरी कथा त्रिशंकूचा मुलगा हरिश्चंद्र याची आहे. या कथेची हकीकत याप्रमाणे आहे –

'एकदा राजा शिकारीला गेला असता त्याला एका स्त्रीच्या रडण्याचे करुण स्वर ऐकू आले....

पूर्वी कोणीही इतके कडक वर्चस्व स्थापन केले नव्हते, तितके जहाल वर्चस्व तपसामर्थ्यांत अद्वितीय निष्ठावंत असलेल्या विश्वामित्र ऋषीला त्या विद्याशास्त्रावर मिळाले होते. म्हणून ती विद्याशास्त्रे त्याच्या सामर्थ्याला भिऊन रडत होती. त्याच्या रडण्याचे सूर म्हणजे एखाद्या स्त्रीच्या रडण्याचे करुण आवाज वाटत होते. ते आवाज राजाने ऐकले. दुर्बलाचे रक्षण करणे, हे क्षत्रियांचे कर्तव्यकर्म आहे व ते आपण केले पाहिजे, असा विचार त्याच्या मनात आला. तेव्हा गणेश देवाने त्याच्या अंतःकरणात प्रवेश करून त्याला उत्तेजित केले.

तेव्हा राजा मोठ्याने म्हणाला, "शक्ती व तेजस्वी उत्साह यांनी समृद्ध असा मी या देशातील सर्वांचा राजा, हा येथे उभा असता आपल्या वस्त्राच्या टोकात अग्नीला बांधणारा असा कोण पापी आहे? माझ्या धनुष्यातून सुटणारे, बाण आपल्या प्रकाशाने दशदिशा चकाकीत करत धावत सुटतील व त्या पाप्याच्या अंगातील सर्व अवयवांना छिन्नविच्छिन्न करून त्याला आज यमसदनाला पाठवतील."

हरिश्चंद्राचे हे उद्‌गार ऐकून विश्वामित्र खवळला. त्याच्या क्रोधाग्नीत विद्याशास्त्रे एकदम भस्मसात झाली आणि अश्वत्थ झाडाच्या पानांप्रमाणे थरथर कापत हरिश्चंद्र विश्वामित्रापुढे येऊन हात जोडून अत्यंत लीनपणे त्याला म्हणाला, "श्रेष्ठ ब्राह्मण व दरिद्री लोक यांना दान देणे, दुर्बलांचे रक्षण करणे आणि शत्रूविरुद्ध लढाई करणे, ही जी राजाची कर्तव्ये आहेत, तीच मी करत आहे."

तेव्हा विश्वामित्र राजाला म्हणाला, "मी ब्राह्मण आहे; मला दान दे."

सोने, पुत्र, पत्नी, स्वतःचे जीवन व आयुष्य, राज्य व भाग्य यांपैकी काहीही विश्वामित्राने मागितले तरी ते घेण्यास हरिश्चंद्र तयार झाला.

राजसूय यज्ञ करण्यासाठी प्रथम काही दान ऋषीने मागितले, ते दान राजाने दिले. आणखी जास्त दान दिले.

त्यानंतर हरिश्चंद्र, त्याची बायको व मुलगा आणि त्याचे सत्वही वगळून बाकी सर्व पृथ्वीचे साम्राज्य ऋषीने मागितले. ते दान देण्याचे हरिश्चंद्राने आनंदाने कबूल केले. नंतर विश्वामित्राने हरिश्चंद्राला अंगावरची वस्त्रे टाकून वल्कले परिधान करावयास लावले, बायको शैव्या व मुलगा यांना बरोबर घेऊन त्याला राज्याबाहेर जाण्यास सांगितले. हरिश्चंद्राने राज्याबाहेर जाण्याची तयारी केली व तो जाऊ लागला.

तेव्हा विश्वामित्राने त्याला अडवून म्हटले, "राजसूर यशाच्या दानाची बाकी राहिलेली रक्कम प्रथम तू मला दे. मग पुढे जा."

"मी स्वतः, बायको व मुलगा याशिवाय जगात माझ्या मालकीचे आता काहीही राहिलेले नाही." असे राजा विश्वामित्राला म्हणाला.

त्यावर विश्वामित्र म्हणाला, "ते काही असो, ती बाकी तू दिलीच पाहिजे. ब्राह्मणाला दान देण्याचे वचन देऊन ते वचन अपूर्ण ठेवलेस तर त्यामुळे वचन देणाराचा नाश होतो. तू ती बाकी दिली नाहीस तर मी तुला शाप देईन."

हे शब्द ऐकून त्या दुर्दैवी राजाने ती बाकी एका महिन्यात आणून देतो असे विश्वामित्राला वचन दिले. तो प्रवासाच्या मार्गाला लागला, प्रवासातील खडतर संकटांची काही जाणीव नसलेल्या बायकोला बरोबर घेऊन तो प्रवासाच्या मार्गाला लागला. तेव्हा त्याचे सर्व प्रजानन दुःखाने व्याकूळ होऊन रडू लागले.

'तू आपली प्रजा व राज्य सोडून जातोस हे बरे नाही.' अशा प्रकारची विनंतीवजा आर्जवे त्याची प्रजा करत होती. हरिश्चंद्र थबकत-थबकत प्रवासाचा मार्ग चालू लागला. राजा प्रवासाला जाण्याचे मुद्दाम लांबणीवर टाकत आहे, असा समज करून विश्वामित्र क्रोधावस्थेत उपस्थित झाला आणि त्याने राणीला एक सोटा हाणला. तो सोटा हाणीत असता, राजा राणीचा हात धरून तिला प्रवासाच्या मार्गाला ओढीत नेत होता.

काशी हे शिवाचे पवित्र क्षेत्र आहे. त्यावर कोणाचा ताबा नाही, असा विचार करून हरिश्चंद्राने पत्नीला व मुलाला बरोबर घेऊन काशीचा मार्ग धरला. हरिश्चंद्र काशीला जाऊन पोहोचतो न पोहोचतो तोच निर्दयी विश्वामित्र त्याच्यापुढे दत्त म्हणून उभा राहिला. एक महिना संपला नव्हता तरी दानाची राहिलेली बाकी तो हरिश्चंद्राला मागू लागला. हे नवे संकट पाहून शैब्या राणीने राजाला आपल्या रडक्या आवाजाने सुचवले की, त्याने तिला बाजारात विकावे आणि रकमेची

भरपाई करावी. ही सूचना ऐकताच हरिश्चंद्र मूर्च्छा येऊन खाली पडला. तो शुद्धीवर आला, तेव्हा हृदयद्रावक रीतीने शोक करू लागला. त्याला पुनः मूर्च्छा आली. त्यांची ही दुःखद स्थिती पाहून त्याची बायकोसुद्धा मूर्च्छा येऊन खाली पडली.

ते अशा बेशुद्ध अवस्थेत पडले असता भुकेने व्याकूळ झालेला त्यांचा मुलगा दुःखातिशायाने ओरडू लागला, "अहो, बाबा! बाबा! मला भाकर द्या! हे आई! आई! मला खायला दे. भुकेने माझा जीव कासावीस झाला आहे."

त्याच क्षणी विश्वामित्र प्रकट झाला व त्याने हरिश्चंद्राच्या तोंडावर पाणी शिंपडून त्याला शुद्धीवर आणले व ते त्याला दानाची बाकी आत्ताच्या आत्ता दे, असे म्हणू लागला. हरिश्चंद्राला पुनः मूर्च्छा आली. विश्वामित्राने त्याला पुनः शुद्धीवर आणले. सूर्यास्ताच्या आत तू जर आपले वचन पुरे केले नाहीस तर मी तुला शाप देईन, अशी विश्वामित्राने हरिश्चंद्राला धमकी दिली.

राणीने फार आग्रह केल्यावरून राजा तिला विकण्यास तयार झाला, तरी पण तो तिला म्हणाला, "असे अभद्र शब्द जर माझ्या तोंडातून निघतील तर जगातील नीचातील नीच माणूस जे करणार नाही ते मी करेन."

त्यानंतर राजा शहरात गेला. व स्वतःची जेवढ्या शब्दांनी निर्भत्सना करता येईल तेवढी करून त्याने आपल्या पत्नीला गुलाम म्हणून विकण्याचे जाहीर केले. आपल्या घरात, मोलकरीण काम करण्यासाठी एका ब्राह्मणाने राणीला विकत घेतले. तिला जी योग्य किंमत येईल ती त्या ब्राह्मणाने दिली. आपल्या आईला कोणी ओढून नेत आहे, असे पाहून तिचा मुलगा तिच्याकडे धावत आला. त्याचे डोळे अश्रूंनी डबडबले होते.

"आई" अशी त्याने हाक मारली, मुलगा आईजवळ आला. तेव्हा त्या ब्राह्मणाने मुलाला लाथ मारली. परंतु तो मुलगा 'आई! आई!' असे ओरडत आईला मिठी मारून तिला असाच बिलगून राहिला, तो आपल्या आईला जाऊ देईना. तेव्हा राणी म्हणाली, "धनी महाराज! माझ्यावर दया करा आणि या मुलालासुद्धा तुम्ही विकत घ्या. कारण हा मुलगा मजजवळ नसला तर घरातील कामधंदा माझ्या हातून व्यवस्थितपणे होणार नाही. मग मी तुमच्या घरात खायला काळ व भुईला भार होईन. म्हणून गायीची आणि वासराची जशी भेट होते, तशी तुम्ही माझी आणि माझ्या मुलाची भेट घडवा."

ब्राह्मण कबूल झाला. "ही घे मुलाची किंमत व ती मला दे." असे म्हणून ब्राह्मणाने हरिश्चंद्राच्या बायकोला व मुलाला घेऊन ब्राह्मण गेला व दिसेनासा झाला.

तेव्हा विश्वामित्र तेथे पुनः प्रकट झाला व दानाची बाकी दे म्हणून स्थाने हरिश्चंद्राला मिळाली होती, ती हरिश्चंद्राने विश्वामित्राच्या हातावर जेव्हा व्यवस्थित ठेवली तेव्हा विश्वामित्र रागाने म्हणाला, 'हे शूद्र क्षत्रिया! माझ्या श्रेष्ठ तपाला शोभेल अशी ही तुझी देणगी आहे, असा जर तुझा समज असेल तर मी आत्तापर्यंत जे पवित्र भावनेने तपश्चरण केले आहे व तपनिष्ठतेमुळे माझ्या अंगात जी देदीप्यमान शक्ती आली आहे, त्या शक्तीच्या प्रभावाने मी तुला आता चांगला धडा शिकवणार आहे, हे तू पाहशील!" हे विश्वामित्राचे मर्मभेदक शब्द ऐकून हरिश्चंद्राने आणखी देणगी दाखल जास्त रक्कम देण्याचे वचन दिले. ते वचन स्वीकारले पण ते सूर्यास्ताच्या आत पुरे केले पाहिजे असे हरिश्चंद्राला त्याने बजावले. हे वचन पूर्ण करावयाचे तर आता स्वतःला विकून घेणे याशिवाय दुसरा मार्गच नाही, असा विचार करून विश्वामित्राची क्रूर मागणी पूर्ण करण्यासाठी हरिश्चंद्राने स्वतःला विकून घ्यावयाचे ठरवले.

हा त्याचा विचार त्याच्या मनात ठाम झाल्याबरोबर सत्यधर्म चांडाळाचे विद्रुप रूप धारण करून हरिश्चंद्रापुढे प्रकट झाला व त्याला विकत घेण्याचे त्याने हरिश्चंद्राला सांगितले. परंतु विक्रीची रक्कम ठरवण्याचा पूर्ण आधिकार आपला आहे, अशी अट सत्यधर्माने हरिश्चंद्राला सांगितली, चांडाळाच्या घरी नोकर म्हणून आयुष्य चालवणे म्हणजे अधोगतीची परमावधी झाली, म्हणून असले हीन आयुष्य जगण्यापेक्षा राक्षसी छळ करणाऱ्या विश्वामित्राच्या शापाग्नीने आपण भस्मसात होणे, असे हरिश्चंद्राला वाटले.

तेव्हा त्याने चांडाळाला सांगितले की, "तू मला विकत घेऊ नकोस."

हे उद्गार हरिश्चंद्राच्या तोंडून बाहेर पडता न पडतात तोच विश्वामित्र पुनः तेथे प्रकट झाला. "चांडाळ जी रक्कम देईल ती रक्कम घे व ती रक्कम मला देऊन आपले वचन पुरे कर, नाही तर मी शाप देऊन तुझा नाश करेन," असे बोलून विश्वामित्राने हरिश्चंद्राला तंबी दिली.

यावर हरिश्चंद्र काकुळतीला येऊन विश्वामित्राला म्हणाला की, "चांडाळाच्या घरी राबून मी माझी हीन अवस्था करून घेण्यापेक्षा मी तुमचा दास होतो व देणगीची सर्व रक्कम फिटेपर्यंत मी तुमची नोकरी करत राहतो. तरी तुम्ही मला चांडाळाच्या घरी जाण्याचा आग्रह धरू नका. ही एवढी भीक मला घाला."

यावर विश्वामित्राने उत्तर दिले की, "तू जर माझा गुलाम झालास तर चांडाळाकडून अलोट पैसा घेऊन मी तुला चांडाळाला विकेन."

हे ऋषीचे उद्‌गार ऐकून चांडाळाला आनंदाच्या उकळ्या फुटल्या. पण हरिश्चंद्राचे सर्व उपाय हरल्यामुळे तो गलितगात्र झाला.

चांडाळाने पैसे दिले व हरिश्चंद्राला दोरीने बांधून तो आपला गुलाम म्हणून रस्त्याने मारहाण करत त्याला घरी घेऊन गेला. गोंधळलेल्या व दुःखातिशयाने बेभान झालेल्या मनःस्थितीत हरिश्चंद्र चांडाळाच्या घरी गेला. स्मशानातील प्रेतावरचा कपडा चोरून आणण्याचे काम चांडाळाने त्याला दिले, अशा रीतीने चोरलेल्या कापडांची जी किंमत येईल त्यातून दो-षष्ठांश भाग हरिश्चंद्राला, तीन-पष्ठांश भाग स्वतःला व एक-षष्ठांश भाग राजाला द्यावयाचे चांडाळाने ठरवले. स्मशानात अशा प्रकारचे हीन काम हरिश्चंद्राने एक वर्षभर केले. त्याचे हे वर्ष इतक्या दुःखात गेले की, त्याला वाटले आपण शंभर वर्षे अशा स्थितीत घालवली. थकून-भागून तो जेव्हा स्मशानभूमीत झोपी जाई, तेव्हा त्याला आपल्या दुःखद व कष्टप्रद आयुष्यातील अनेक प्रसंगाबद्दलची भयानक स्वप्ने पडत.

एकदा तो झोपेतून जागा झाला, तेव्हा त्याने आपली पत्नी स्मशानभूमीत उभी असलेली पाहिली. ती आपल्या मृत मुलाचे प्रेतसंस्कार करत होती. मुलगा सर्प दंशाने मेला होता. दोघांची दृष्टादृष्ट झाली, तेव्हा पती-पत्नीने एकमेकांस ओळखले नाही, कारण दुर्दैवाच्या तडाख्यात सापडल्यापासून त्याच्यावर अनेक दुःखाचे व कष्टाचे जे प्रहार झाले, त्यामुळे त्यांच्या एकंदर स्वरूपात आमूलाग्र बदल झाला होता. परंतु राणी आपल्या मुलाबद्दल जेव्हा दुःखावेगात जोरजोराने ओरडून शोक करू लागली. तेव्हा तिच्या आवाजावरून हरिश्चंद्राने ओळखले की, तो आवाज आपल्या पत्नीचा आहे. दुःखावेगाने त्याला मूर्च्छा आली व तो खाली पडला. मूर्च्छित अवस्थेत राजा बडबड करू लागला....

तेव्हा त्याचा आवाज ऐकून तिने ओळखले की, हाच आपला पती होय. त्याची ही विपन्नावस्था पाहून तिलाही मूर्च्छा आली. दोघांना जेव्हा शुद्ध आली तेव्हा ती दुःखातिशयाने जोरजोराने शोक करू लागली. मुलगा मेला म्हणून हरिश्चंद्र शोक करू लागला आणि पतीची हृदयद्रावक अवस्था पाहून राणी शोक करू लागली.

त्याच्या खांद्यावर आपले मस्तक ठेवून तिने त्याला घट्ट अलिंगन दिले व नंतर ती म्हणाली, "मी अगदी भांबावून गेले आहे. मी हे काय पाहत आहे? स्वप्न की वास्तव? जर वास्तव मी पाहात असेन तर मला असेच म्हणावे लागते की, जग खऱ्याचे नाही; कारण सत्याने चालणाऱ्याला जगात काही किंमत राहत नाही."

मुलाची जळत असलेली चिता पाहून हरिश्चंद्राच्या अंतःकरणाचा भडका उडाला व आपला धनी जो चांडाळ त्याची परवानगी न घेता आपण जीव द्यावा की काय, असा त्याच्या डोक्यात विचार येऊ लागला. धन्याची संमती न घेता आपण जीव दिला तर जे काही भलेबुरे परिणाम भोगावयाचे असतील ते भोगावेत, असे त्याला वाटू लागले.

याबाबतीत तो आपल्या मनाची व पत्नीची अशी समजूत घालू लागला की, मी जर सद्भावनेने दानधर्म केला असेल, यज्ञयाग केले असतील आणि माझे धर्मगुरू व पुरोहित यांचा योग्य आदर-सत्कार करून त्यांना जर मी संतुष्ट केले असेल तर माझा, पत्नीचा व मुलाचा परलोकात संयोग होवो! आपल्या पतीप्रमाणे आपणही जीव द्यावा असे राणीने ठरवले. हरिश्चंद्राने आपल्या मृत मुलाला पेटलेल्या चितेवर उचलून ठेवले व तो प्रभू हरी नारायण कृष्ण याची मनात प्रार्थना करू लागला. तेव्हा आदि देवता, सर्व देव, सत्य धर्म व विश्वामित्र हे त्या ठिकाणी प्रकट झाले.

'आत्महत्त्या करू नकोस,' अशी सत्यधर्माने हरिश्चंद्राला विनंती केली. "तू, तुझी पत्नी व मुलगा यांनी आपल्या सत्कर्मांनी स्वर्ग जिंकला आहे," असे इंद्राने हरिश्चंद्राला सांगितले.

हरिश्चंद्र, राणी व त्यांचा मुलगा यांच्यावर देवांनी अमृत, अमरत्व आणि फुले यांचा आकाशातून वर्षाव केला. राजपुत्राला जिवंत केले व त्याला तारुण्याचा बहर दिला. हरिश्चंद्राला स्वर्गीय कपड्यांचा पोशाख केला. त्याने व राणीने राजपुत्राला कवटाळले. देव हरिश्चंद्राला स्वर्गात नेऊ लागले.

तेव्हा तो त्यांना म्हणाला, "माझा धनी जो चांडाळ त्याची संमती घेतल्याशिवाय व त्याची नुकसानभरपाई दिल्याशिवाय मला स्वर्गात जाता येत नाही."

तेव्हा धर्म म्हणाला, "मीच दैवीशक्तीने चांडाळाचे रूप धारण केले होते."

हरिश्चंद्र म्हणाला, "माझी प्रजा माझ्या पुण्यमय कर्मांची सहभागी आहे, म्हणून तिला निदान एक दिवस तरी माझ्याबरोबर स्वर्गात ठेववून घेतल्याशिवाय मला स्वर्गात प्रवेश करता येत नाही."

इंद्राने ही विनंती मान्य केली. विश्वामित्राने राजाचा पुत्र रोहिदास याला हरिश्चंद्राच्या मागून गादीवर बसवावे, असा विधी केला. त्यानंतर हरिश्चंद्र, त्याचे मित्र, अनुयायी प्रजा सर्व मिळून स्वर्गाचा मार्ग आक्रमू लागले.

हरिश्चंद्राचा कुलपुरोहित वसिष्ठ हा गंगा नदीच्या पाण्यात बारा वर्षे राहून तपश्चर्या करत होता. ती तपश्चर्या संपली, तेव्हा विश्वामित्राने हरिश्चंद्राला क्षुद्र

भावनेने अवमानित स्थितीत वागवून हालहाल करून त्याला कसे, 'दे माय धरणी ठाय करून टाकले,' याचा तपशील वृत्तान्त वसिष्ठाच्या कानावर गेला. तेव्हा तो मनस्वी रागावला.

तो म्हणाला, "देव व ब्राह्मण यांना पूज्य मानणारा धर्मनिष्ठ व सात्विक वर्तन असणारा सर्वोत्कृष्ट असा राजा हरिश्चंद्र याला हीनपणे विश्वामित्राने वागवले हे ऐकून माझा राग इतका अनावर झाला आहे की, विश्वामित्राने माझे शंभर मुलगे मारल्याचा वृत्तान्त माझ्या कानी पडला, तेव्हाही माझा राग इतका अनावर झाला नव्हता."

असे उद्गार काढून वसिष्ठ म्हणाला, "हे दुष्ट माणसा! ब्राह्मणद्वेष्ट्या!! हा घे माझा शाप तुला! बुद्धिमान लोकांच्या संगतीतून तुझी हकालपट्टी होईल. तुझी सारासार विचारशक्ती नष्ट होईल. तू बगळा होशील."

त्यानंतर विश्वामित्राने वसिष्ठाला उलट शाप दिला व त्याला अरी पक्षी केले. अरीची उंची दोन हजार योजन लांबीचा म्हणजे अठरा हजार मैल आणि बाका (बक) म्हणजे बगळा (करकोचा) हा ३०९० योजन लांबीचा होता.

त्या दोघांत तुंबळ युद्ध जुंपले. प्रथम दोघांनी पंखांनी एकमेकांवर प्रहार केले. नंतर बगळ्याने आपल्या प्रतिस्पर्ध्यावर एकसारखा पंखाचा मारा केला. अरीने आपल्या पायांच्या नखांनी बगळ्याला खूप मारले. त्यांच्या प्रचंड युद्धामुळे वे पंखाच्या उघडझापांमुळे जो वारा उत्पन्न झाला, त्यामुळे पर्वत कोसळून पडले, पृथ्वी थरथर कापू लागली. महासागराचे पाणी समुद्र सोडून बाहेर उसळून आले आणि खुद्द पृथ्वीचा पाया डळमळीत झाल्यामुळे ती खाली पाताळाकडे सरळ बुडत चालली. दोघांच्या लढाईमुळे सर्व जगात जी उलथापालथ झाली, त्यामुळे पुष्कळ प्राणी नाश पावले.

हा भयंकर संहार पाहून सर्व देवांना बरोबर घेऊन ब्रह्मदेव लढाईच्या ठिकाणी आला. त्याने बगळा व अरी यांना 'लढण्याचे बंद करा,' अशी आज्ञा केली. परंतु ते दोघे लढण्यात इतके गुंग झाले होते की, त्यांना ब्रह्मदेवाची आज्ञा मान्य करण्याचे भानही राहिले नव्हते. परंतु ब्रह्मदेवाने दोघांनाही पूर्वीची रूपे प्राप्त करून दिली. त्यानंतर त्यांनी लढण्याचे थांबवले. परस्परांत तह करून घ्या व दोघेही मित्रात्वाने वागा, असा सल्ला ब्रह्मदेवाने दोघांना दिला.

वसिष्ठ व विश्वामित्र हे परस्परांचे वैरी होते, हे दाखवणारी आणखी दुसरी कथा अयोध्येचा राजा अंबरीश याची आहे. (Muir Vol. I. pp. 405-40) –

"अंबरीश यज्ञ करण्यात मग्न झाला असता इंद्राने यज्ञाचा पशू पळवून नेला. यावर पुरोहित म्हणाला की "अशुभ शकुन झाला आहे. तो राजाच्या वाईट राज्यकारभारामुळे होय. नरबळी दिल्याशिवाय हा अशुभ शकून धुतला जाणार नाही, असे केले नाही तर त्यापेक्षा फार मोठे प्रायश्चित्त घ्यावे लागेल."

नरबळी मिळवण्यासाठी महर्षी अंबरीश याने फार प्रयत्न केला, पण तो त्याला मिळाला नाही. फिरत फिरत शेवटी तो महर्षी ऋचिक याला भेटला व "तुमच्या अनेक पुत्रांपैकी एक पुत्र मला नरबळी म्हणून एक लक्ष गायी घेऊन विकत द्या." असे तो ब्रह्मर्षीला म्हणाला.

ऋचिकाने उत्तर दिले की, "मी पहिला मुलगा विकणार नाही."

त्याची पत्नी म्हणाली, "मी सर्वांत लहान मुलाला विकणार नाही, कारण सर्वसाधारणपणे सर्वांत लहान मुलगा मातेचा आवडता असतो."

हे संभाषण ऐकून दुसऱ्या नंबरचा शुनःशेप म्हणाला की, "ही पाळी माझ्यावर येते, असे मी समजतो व हे खरे मानले तर माझी अशी इच्छा आहे की, राजाने मला विकत घ्यावे."

राजाने एक लक्ष गायी, दहा कोटी सोन्याची नाणी व रत्नांच्या राशी देऊन शुनःशेपाला नेले.

अंबरीश व शुनःशेप हे पुष्कर या गावामधून चालले असता शुनःशेपाने आपला मामा विश्वामित्र याला पाहिले. विश्वामित्र तेथे इतर ऋषींबरोबर तपश्चर्या करण्यात गुंतला होता, असे शुनःशेपाला दिसले. शुनःशेपाने विश्वामित्राच्या बाहूत आपले अंग टाकून दिले व स्वतः करुणा भाकली.

विश्वामित्राने शुनःशेपाचे सांत्वन केले. त्यानंतर शुनःशेपाच्या ऐवजी तुम्ही कोणी एक जण बळी म्हणून जा, असे त्याने स्वतःच्या मुलांना परोपरीने सांगितले. यावर ब्रह्मर्षीचा मुलगा मधुष्यंदन व इतर मुले यांनी या गोष्टीला स्पष्ट नकार दिला.

ते उद्धटपणे तिरस्कारपूर्वक शब्दांत वडिलांना म्हणाले, "दुसऱ्याच्या मुलाचे प्राण वाचवण्यासाठी धडपड तुम्ही करता, पण स्वतःच्या मुलाचे प्राण तुम्ही देता, हे कसे काय? तुमचे हे कृत्य चुकीचे आहे. असे आमचे स्पष्ट मत आहे. तुमचे हे कृत्य म्हणजे स्वतःचे मांस स्वतः खाण्यासारखे आहे."

आपल्या मुलांनी आपल्या आज्ञेचा अव्हेर केलेला पाहून विश्वामित्राला अतिशय राग आला आणि वसिष्ठांच्या मुलांप्रमाणे तुम्ही सर्व जण अत्यंत नीच वर्गात जन्म घ्याल व एक हजार वर्षे कुत्र्याचे मांस खाल, असा त्याने मुलांना शाप दिला.

नंतर तो शुनःशेपाला म्हणाला, "तुझ्या गळ्यात तांबड्या फुलांची माळ घालून, तुझ्या अंगाला निरनिराळी माखणे चोपण्यात येतील आणि विष्णूच्या यज्ञायुपाशी तुला दोरांनी बांधण्यात येईल, तेव्हा अंबरीशाच्या यज्ञात अग्नीला उद्देशून या दोन पवित्र गाथा गायल्यानंतर तुझ्या सर्व कामना सफल होतील."

दोन गाथा विश्वामित्राकडून मिळाल्याबरोबर शुनःशेप अंबरीशाला म्हणाला, "आपण इष्टस्थळी जाण्याच्या मार्गाला ताबडतोब लागू या."

त्याप्रमाणे ते मार्गाला लागले. तांबडे वस्त्र त्याच्या अंगावर घातल्यानंतर शुनःशेपाला यज्ञयुपाजवळच्या मेखेला बांधले. तेव्हा इंद्र व त्याचा धाकटा भाऊ विष्णू यांना उद्देशून शुनःशेपाने ते उत्कृष्ट श्लोक म्हटले. गुप्तविद्येने अलंकृत असे ते श्लोक ऐकून सहस्र डोळ्यांच्या इंद्राला आनंद झाला व त्याने शुनःशेपाला दीर्घायुषी केले."

वसिष्ठ व विश्वामित्र हे प्रत्येक बाबतीत परस्परांचे विरोधी होते, हे दाखवणारी शेवटची कथा राजा कालमाषपद याच्या संबंधीची आहे. ती कथा महाभारताच्या आदि पर्वात सांगितली आहे. ती अशी –

"कल्माशापाद हा इक्ष्वाकु वंशाचा राजा होता. त्याने आपणाला राजपुरोहित नेमावे अशी विश्वामित्राची इच्छा होती. परंतु या जागेसाठी राजाने वसिष्ठाला पसंत केले.

परंतु एकदा असे झाले की, राजा शिकारीला गेला असता पुष्कळ जनावरांची शिकार केल्यानंतर तो थकला. त्याला भूक व तहान लागली. रस्त्याने चालत असता त्याला वसिष्ठाच्या शंभर मुलांपैकी थोरला मुलगा शक्ती भेटला.

तेव्हा राजाने त्याला रस्त्यातून बाजूला होण्यास आज्ञा केली.

त्या पुरोहिताने नम्रतेने उत्तर दिले, "हे राजा! हा रस्ता माझा आहे. या रस्त्यावर माझी वहिवाट अत्यंत जुन्या काळापासून आहे. सर्व बाबतीत राजाने ब्राह्मणापुढे नमते घेतले पाहिजे."

राजा व मुनी यांतून कोणी नमते घेईना व रस्ता सोडून बाजूला होईना. त्यामुळे त्यांची तेढ फार तीव्र झाली.

राजाने मुनीला चाबूक मारला. संत्रस्त ऋषी त्रास देणाऱ्याला शाप देतात, ही जुनी पुराणी वहिवाट आहे.

तिला अनुसरून 'तू मनुष्यभक्षक होशील असा मुनीने राजाला शाप दिला.

त्याचे असे झाले की, कल्माशापाद राजाचा पुरोहित होण्याच्या निमित्ताने वसिष्ठ व विश्वामित्र यांच्यात वैर उत्पन्न झाले होते. राजा शिकारीला गेला तेव्हा तेव्हा विश्वामित्रही त्याच्या पाठोपाठ गेला होता. राजा शक्तीबरोबर वाद करत असता

विश्वामित्र तेथे आला. आपला प्रतिस्पर्धी वसिष्ठ याच्या मुलाशी राजाचा चाललेला वाद पाहून विश्वामित्राने स्वतःला अदृश्य करून घेतले व पुढे निघून जाऊ लागला.

राजा शक्तीची दया मागत आहे असे पाहून विश्वामित्राने आपले रूप प्रकट केले व नरमांसभक्षक राक्षसाला राजाच्या अंगात प्रवेश करावयाला लावून शक्तीशी जुळते घेता येऊ नये, अशी त्याच्या मनाची स्थिती उत्पन्न केली.

ब्रह्मर्षीचा शाप व विश्वामित्राची आज्ञा अशा दुहेरी गोष्टीमुळे राक्षसाने विश्वामित्राची आज्ञा पाळली. आपला हेतू साध्य होत आहे, असे वाटल्यावरून व बाकीच्या गोष्टी आपोआप यथेष्ट घडत जातील, असे समजून विश्वामित्राने देशत्याग केला.

एकदा राजाला भुकेने व्याकूळ झालेला ब्राह्मण भेटला होता, पण खायला जवळ काही नसल्यामुळे राजाने आपल्या स्वयंपाक्याच्या हातून मांजरीला माणसाचे मांस ब्राह्मणाकडे पाठवून दिले होते. तेव्हा तो ब्राह्मण क्रुद्ध झाला. 'तू मनुष्याचे मांस भक्षण करणारा हो,' असा त्याने राजाला शाप दिला होता. तोच शाप शक्तीने राजाला दिला. दोन्ही शापांची शक्ती एकत्र झाली व ते शाप तत्काळ सफल झाले.

राजा मनुष्य मांसभक्षक झाला. त्याच्यापुढे शक्ती उभा असल्यामुळे राजाचा तोच पहिला बळी झाला. विश्वामित्राच्या प्रोत्साहनामुळे वसिष्ठाचे इतर सर्व मुले राजाचे बळी झाले. शक्ती मरण पावलेला पाहून विश्वामित्राने वसिष्ठाच्या मुलाच्या विरुद्ध राक्षसाला चिथवले.

त्यामुळे सिंह जंगलातील लहान पशूंना खातो, तसे क्रोधाविष्ट राक्षसाने शक्तीपेक्षा जी मुले लहान होती त्यांना गिळंकृत केले. विश्वामित्राने आपले सर्व मुलगे ठार केले, हे वर्तमान ऐकले तेव्हा वसिष्ठाला भयंकर दुःख झाले; परंतु महापर्वत जसा पृथ्वीला धारण करतो, त्याप्रमाणे वसिष्ठाने आपले दुःख अंतःकरणात धारण केले. आपले नुकसान किती झाले आहे त्याबद्दल खूप विचार केला. परंतु अद्याप कौशिकांचा नाश करावा, असा विचार त्याच्या मनाला शिवला नाही.

दुःखाने व्याकूळ झालेल्या या पवित्र साधूने मेरू पर्वताच्या शिखरावरून खाली उडी टाकली, परंतु कापसाच्या ढिगावर पडावा तसा तो पर्वताच्या तळाजवळील दगडावर पडला. 'पर्वतावरून उडी मारली तरी आपण वाचलो,' हे पाहून त्याने भयंकर पेटलेल्या वणव्यात प्रवेश केला. अग्नीच्या ज्वाला प्रदीप्त होऊन चोहोकडे पसरत होत्या, तरी त्यांनी त्यांच्या शरीराला काहीच इजा केली नाही. उलट त्या त्याच्या शरीराला अगदी थंड वाटल्या. त्यानंतर त्याने गळ्यात मोठा दगड बांधून

समुद्रात उडी मारली. परंतु समुद्राच्या लाटांनी त्याला वरच्यावर झेलून कोरड्या जमिनीवर नेऊन सोडले. त्यानंतर तो आश्रमात आपल्या घरी गेला. परंतु घर एकाएकी व रिकामे पाहून पुनः दुःखाचा उमाळा आला व तो घराबाहेर पडला.

नुकत्याच पडलेल्या पावसामुळे विपासा नदीला तुडुंब पूर आलेला त्याला दिसला. पुरामुळे नदी तीरावरील पुष्कळ झाडे उन्मळून पडून पुरात वाहत चाललेली पाहून त्या पुरात उडी टाकून प्राण द्यावा, असा त्याने संकल्प केला. त्याप्रमाणे त्याने स्वतःला दोऱ्यांनी घट्ट बांधून घेतले व मग पुरात उडी मारली, परंतु त्याच्या शरीराभोवती जमलेल्या दोऱ्या पाहून नदीने त्या सोडल्या व त्याला कोरड्या जमिनीवर नेऊन ठेवले. म्हणून या नदीला त्या साधूने 'विपासा' हे नाव दिले व ते नाव तेव्हापासून रुढ झाले. त्यानंतर त्याने भयंकर सतद्रू (सतलज) नदी पाहिली. त्यात सुसरी सारखे भयंकर प्राणी होते. प्राण देण्याच्या उद्देशाने त्याने नदीत उडी मारली. पण त्या ब्राह्मणाचा अग्नीप्रमाणे तेजःपुंज देह पाहून ती नदी तो आपल्या पात्रात पडू नये म्हणून शंभर दिशांना धावली. प्राण देण्याचा त्याचा हा आणखी एक डाव फसला. आत्महत्या करण्याचे काही जुळत नाही, हे पाहून तो आपल्या आश्रमात परतला."

विश्वामित्र व वसिष्ठ यांच्यात श्रेष्ठत्वाची स्पर्धा

परस्परांना विरोध करण्यासाठी वसिष्ठ व विश्वामित्र हे विरुद्ध बाजूला उभे राहिले असे दर्शवणारी ही विशिष्ट उदाहरणे आहेत. पण त्यांच्यात अशा प्रकारचा वेळोवेळी जो वाद झाला, त्यापेक्षा आणखी काही विशेष होते. त्या दोघांत सर्वसाधारणपणे शत्रुत्व होते, त्याच्यातील सर्वसाधारण शत्रुत्व हे इतके अमानवी स्वरूपाचे होते, की वसिष्ठाला ठार मारावे, अशी विश्वामित्राची इच्छा झाली होती, ही गोष्ट महाभारताच्या शल्य पर्वावरून दिसून येईल.

महाभारताचा कर्ता म्हणतो (Muir Vol. 1, pp. 420-422) –

"विश्वामित्र व ब्राह्मण ऋषी वसिष्ठ यांच्यात तपश्चरणाच्या श्रेष्ठत्वाबद्दल स्पर्धा उत्पन्न झाली, त्यानंतर त्यांच्यात मोठे वैर उत्पन्न झाले. स्थानुतीर्थ येथे वसिष्ठाचा फार विस्तीर्ण आश्रम होता. आपापल्या तपश्चरणाचे श्रेष्ठत्व सिद्ध करण्यासाठी ते दोघे जण दररोज उघड रीतीने प्रयत्न करत. परंतु वसिष्ठाचे तपोबल पाहून विश्वामित्र फार खेदीत झाला. तो याबाबतीत खोल विचार करू लागला.

आपल्या तपश्चरणात लवमात्र खंड न पडू देणाऱ्या या साधूचे विचार-तरंग असे होते, 'परमेश्वरांची प्रार्थना करण्यामध्ये अत्यंत उत्कृष्ट व तपोनिष्ठ वसिष्ठ

याला ही सरस्वती नदी आपल्या प्रवाहात वाहत वाहत माझ्याकडे आणील. ती अत्यंत उत्कृष्ट ब्राह्मण येथे येऊन पोहोचला म्हणजे मी त्याला अगदी खात्रीने ठार करेन,' हा विचार त्याने मनाने नक्की केला तेव्हा त्याचे डोळे रागाने लाल झाले होते.

नद्यातील जी श्रेष्ठ नदी तिला त्याने मनात आणले व मनातच बोलावले. विश्वामित्र हा फार बलवान व तापट ऋषी होता, हे नदीला माहीत होते. आपल्यावर त्याची दृष्टी का वळली, हे तिला समजेना. ती फार काळजीत पडली. ज्या स्त्रीचा नवरा ठार झाला आहे, ती स्त्री ज्याप्रमाणे विनम्र अवस्थेत उभी राहते त्याप्रमाणे सरस्वती नदी दोन्ही हात जोडून थरथर कापत व घशाला कोरड पडली आहे, अशा अवस्थेत मुनिश्रेष्ठापुढे येऊन उभी राहिली. ती फार भ्याली होती.

ती त्याला म्हणाली, "मी काय करावे?"

तो कृद्ध मुनी उत्तरला, "मी वसिष्ठाला ठार मारणार आहे. तर तू त्याला येथे लवकर घेऊन ये."

वाऱ्याने गदगदा हाललेली लता जशी रडत रडत थरथर कापते, त्याप्रमाणे ती कमननयना देवता दोन्ही हात जोडून मोठ्या भीतीने थरथर कापू लागली. विश्वामित्राच्या लक्षात तिची स्थिती आली असली तरी त्याने आपली आज्ञा तिला पुनः सांगितली.

विश्वामित्राची इच्छा किती पापमय आहे व वसिष्ठाचे बळ किती अद्वितीय आहे, हे सरस्वतीला माहीत होते तथापि ती थरथर कापत वसिष्ठाकडे गेली. दोन्ही ऋषी काय शाप देतील, याची तिला धास्ती वाटू लागली.

विश्वामित्राने तिला जे सांगितले ते तिने वसिष्ठाला निवेदन केले.

भीतीने खंगून गेलेली, निस्त्राण झालेली व पुढे काय होईल, याची जबरदस्त धास्ती तिला लागली होती. अशा सरस्वतीला पाहून वसिष्ठ म्हणाला, "हे नदी श्रेष्ठी, तू घाबरू नकोस, मागे-पुढे न पाहता तू मला विश्वामित्राकडे वाहून ने. तू तसे केले नाहीस तर तो तुला शाप देईल."

त्या दयार्द्र मुनीचे शब्द ऐकून आपण ही गोष्ट अगदी उत्तम रीतीने कशी करावी, याचा ती विचार करू लागली.

ती मनात म्हणाली, 'वसिष्ठाने मला नेहमी दयाळूपणे वागवले आहे. मी त्याचे हित साधले पाहिजे.'

एके दिवशी तो कौशिक ऋषी नदीच्या तीरावर प्रार्थना करत अर्घ्य देत होता. त्याला पाहिले तेव्हा नदीला वाटले की, हीच संधी आपण कार्यभाग उरकण्यास बरी

आहे. तिने आपल्या प्रवाहाचा लोंढा किनाऱ्यावर जोरात सोडला. मित्र व वरुण यांचा मुलगा जो वसिष्ठ तो नदीच्या पाण्यात लोटला गेला.

पाण्यात वाहत चालला असता, तो नदीची स्तुती करू लागला, 'हे सरस्वती, तू ब्रह्म तळ्यांपासून उत्पन्न झालीस. तू तूझ्या उत्कृष्ट प्रवाहांनी सर्व जगात वावरतेस. तू आकाशात राहून ढगांमध्ये पाणी भरतेस, तूच एक सर्व पाणी आहेस. तुझ्याजवळ बसून आम्ही विद्याभ्यास करतो. पोषण, कांती, किर्ती, पूर्णतः, बुद्धी व प्रकाश ही सर्व तू आहेस. तू वाचा आहेस. तू स्वहः आहेस. हे जग तुझ्या आधीन आहे. याप्रमाणे चतुर्विध रूपांनी तू सर्व प्राणिमात्रांमध्ये राहतेस.'

सरस्वती नदी वसिष्ठाला आपल्याकडे वाहून आणीत आहे, हे पाहिल्यानंतर त्याचा अंत करण्यासाठी विश्वामित्र शस्त्र शोधू लागला. विश्वामित्र रागाने लाल झाला होता, हे सरस्वतीने ओळखले. आपल्यासमोर ब्राह्मण-हत्या होणार, हे बरे नव्हे, असा विचार करून तिने वसिष्ठाला आपल्या प्रवाहाने झटकन वाहून पूर्व दिशेला नेले, ते अशा रीतीने की विश्वामित्राला वसिष्ठाच्या शरीराला हात लावता आला नाही.

येणेप्रमाणे नदीने दोन्ही ऋषींच्या आज्ञा पाळल्या, अशा रीतीने वसिष्ठाला दूर वाहवून नेलेले पाहून विश्वामित्राला मनस्वी राग आला.

तो चिडून नदीला म्हणाला, "हे नदीश्रेष्ठी! ज्याअर्थी तू मला फसवलेस व दूर पळून गेलीस त्याअर्थी राक्षसांच्या राजाला आवडणाऱ्या अशा रक्ताच्या लाटा तुझ्या प्रवाहात उत्पन्न होवोत व तू अशा प्रवाहाने वाहत जा." असा शाप सरस्वतीला मिळाला. म्हणून ती एक वर्षभर रक्तमिश्रित प्रवाहाने वाहत होती.

ज्या ठिकाणापासून वसिष्ठाला वाहवून नेले, तेथे राक्षस यात्रा करू लागले. नदीचे रक्तमिश्रित पाणी यथेच्छ पिऊन आनंदाने बेहोश होऊन नाचू लागले व हसू लागले. जणूकाही त्यांना स्वर्ग मिळाला होता. काही दिवसांनी त्या ठिकाणी काही ऋषी आले. रक्तमिश्रित पाणी पाहून त्यांना जबरदस्त धक्का बसला, राक्षस ते पाणी मनमुरादपणे पीत असल्यामुळे नदीचे पात्र कोरडे पडू लागले. राक्षसांच्या तावडीतून नदीची सुटका करण्याचे ऋषींनी प्रयत्न केले."

ब्राह्मण व क्षत्रिय पुरोहित हे वैर

वसिष्ठ व विश्वामित्र यांच्यात जे वैर होते, ते दोन पुरोहितामध्ये असलेले वैर नव्हते. ब्राह्मण पुरोहित व क्षत्रिय पुरोहित यांच्यामध्ये असलेले ते वैर होते. विश्वामित्र

क्षत्रिय होता. तो राजघराण्यात जन्मलेला क्षत्रिय होता. कौशिकांचा मुलगा असा विश्वामित्राचा उल्लेख ऋग्वेदात (३-३३-११) केला आहे. विश्वामित्राबद्दल जास्त तपशिलवार माहिती विष्णू पुराणात दिली आहे (Muir Vol 1. p. 349).

पुरुरव राजाच्या वंशात जन्मलेला गंधी, याचा मुलगा विश्वामित्र, अशी ती माहिती आहे. हरिवंशात या माहितीला आधार मिळतो. (Muir Vol. 1. p. 353). पिढ्यान्पिढ्यांनी जो अग्नी चेतवला होता, त्याला विश्वामित्राच्या कुटुंबाने जपून ठेवले होते, अशी माहिती आपणाला ऋग्वेदात (३-१-२१) मिळते. (Muir, Vol. 1. p. 316).

गायत्री मंत्राची ऋचा रचली

ऋग्वेदावरून आपणाला अशीही माहिती मिळते की, त्या वेदातील बऱ्याच ऋचा विश्वामित्राने रचल्या होत्या. त्याला राजर्षीपद अर्पण करण्यात आले होते. सर्व वेदांतील ऋचांमध्ये अत्यंत पवित्र मानलेली अशी जी ऋचा आहे, ती ऋग्वेदातील गायत्री मंत्राची ऋचा (३-६२-१०) विश्वामित्राने रचली होती. विश्वामित्रासंबंधी आपणाला दुसरी जी महत्त्वाची गोष्ट माहिती आहे ती ही की, तो क्षत्रिय होता व त्याचे कुटुंब भारताच्या वंशाचे होते. (Muir, Vol. 1. p. 354)

ब्राह्मण व क्षत्रिय लोकांमध्ये या काळच्या सुमारास काही गोष्टीसंबंधी वाद चालला होता असे दिसते –

१) दान स्वीकारण्याचा हक्क : दान म्हणजे ज्याला दान द्यावयाचे त्याने काही काम न केले तरी त्याला दात्याने पैसे अगर इतर वस्तू देणे, ब्राह्मणांशिवाय इतर कोणालाही दान स्वीकारण्याचा हक्क नाही, असे ब्राह्मणांचे म्हणणे होते. दान स्वीकारणे हा फक्त ब्राह्मणांचाच हक्क आहे, असे ते म्हणत. (म्हणूनच मनुने असे म्हटले आहे की, शूद्राला दान देण्याची राजाला इच्छा झाली तर त्याने शूद्राला प्रथम काम करावयास लावावे.)

२) वेद शिकवण्याचा अधिकार : फक्त वेदाभ्यास करण्याचा हक्क क्षत्रियाला आहे असे ब्राह्मण म्हणत. वेद शिकवण्याचा अधिकार त्याला नाही तो अधिकार फक्त ब्राह्मणांना आहे.

३) यज्ञात पुरोहितपणा करणे : यज्ञयाग करण्याचा अधिकार क्षत्रियाला आहे. परंतु यज्ञात पुरोहितपणा करण्याचा अधिकार क्षत्रियाला नाही, असे ब्राह्मणांचे म्हणणे होते. पुरोहितपणा करणे हा फक्त ब्राह्मणांचा अधिकार आहे असे ते म्हणत.

येथे विशेष लक्षात ठेवण्यासारखी गोष्ट ही की, वर सांगितलेल्या मुद्द्यांसंबंधी आणि विशेषतः तिसऱ्या मुद्द्यांसंबंधी वाद लढवण्यास व परस्परांचे विरोधी म्हणून उभे राहण्यास ब्राह्मण व क्षत्रिय यांनी मागे-पुढे पाहिले नाही. रामायणात त्रिशंकूची कथा दिली आहे. ती या म्हणण्यास पाठिंबा देते.

ती कथा येथे दिली आहे. (Muir. Vol. L. pp. 401-404) –

'इक्ष्वाकुचा वंशज राजा त्रिशंकू याने आपण जेणेकरून सदेह स्वर्गाला जाऊ असा यज्ञ करण्याचे योजले. याबाबतीत त्याने वसिष्ठाला आमंत्रण देऊन बोलावले. त्याला आपला हेतू त्याने सांगितला.

तेव्हा वसिष्ठ म्हणाला, "हे अशक्य आहे."

त्रिशंकू दक्षिण दिशेला प्रवास करत गेला. तेव्हा वसिष्ठाचे शंभर मुलगे घोर तपश्चर्या करण्यात दंग झालेले त्याला आढळले. तेव्हा त्याच्या वडिलाने जे करण्याचे नाकारले होते, ते करण्यास त्रिशंकूने त्या मुलांना विनवले. त्याने त्या मुलांना अत्यंत पूज्य भावनेने व नम्रतेने विनंती केली.

तो त्यांना म्हणाला, "संकटकाळात योग्य सल्ला-मसलत देणारे म्हणून इक्ष्वाकु आपल्या कुळ पुरोहितांना मानत आले आहेत. मी स्वतः तुमच्या वडिलांच्या खालोखाल तुम्हाला मान देतो. तुम्ही आमचे कुलदैवत आहात असे समजतो."

इतक्या नम्रतेने जरी भाषण केले तरी ती मुले उद्धटपणे त्यांच्या बडेजावीबद्दल त्याला टोचून बोलली, "मूर्खा! सत्यवचनी असा जो तुझा धर्मगुरू त्याने तुला नकार दिला आहे. त्याची आज्ञा उल्लंघन करून तू दुसऱ्याची याचना करत फिरत आहेस, हे कसे काय? कुलपुरोहित म्हणजे इक्ष्वाकुची सर्वश्रेष्ठ देवता, असे आत्तापर्यंत समजले जाते. त्या सत्यप्रिय साधूच्या आज्ञेची अवहेलना करणे शक्य नाही. असे असता तुझा यज्ञ करण्याचे कार्य आम्ही स्वीकारावे? राजा! तू मूर्ख दिसतोस. तू आपल्या राजधानीला 'परत जा! देवर्षी तिन्ही लोकांच्या पुरोहितपणा करण्यास योग्य आहेत. आम्ही त्याचा अपमान कसा करणार बरे?"

यानंतर यज्ञ करण्याबद्दलच्या आपल्या उद्देशाची सविस्तर माहिती त्रिशंकूने त्यांना सांगितली.

तो त्यांना म्हणाला, "माझा धर्मगुरू व त्याची मुले यांनी यज्ञ करण्याची माझी विनंती अमान्य केली आहे. म्हणून मी आता दुसरा मार्ग पाहतो," ही त्याची आत्मश्लाघ वल्गना ऐकल्यानंतर त्या मुलांना फार राग आला.

"तू चांडाळ हो!" असा त्याला त्यांनी शाप दिला. तो शाप ताबडतोब सफळ

झाल्यामुळे दुःखी त्रिशंकूच्या देहाचे स्वरूप बदलले. त्याला गलिच्छ चांडाळाचे रूप प्राप्त झाले. याच वेळी विश्वामित्र दक्षिण दिशेला आपल्या तपोबळात व सद्‌गुणात भर टाकण्यासाठी तपश्चर्या करत होता. त्रिशंकू गत काळातील दुःखाचे शोकमय स्मरण करत होता. चांडाळाचे रूप मिळाल्यानंतर त्रिशंकू विश्वामित्राकडे गेला. विश्वामित्राने त्याच्या परिस्थितीचे सिंहावलोकन केले व त्याच्या यज्ञात पुरोहित म्हणून काम करण्याचे त्याने त्रिशंकूला वचन दिले. त्याच्या पुरोहितच्या शापामुळे त्याला जे चांडाळाचे रूप प्राप्त झाले त्याच रूपात स्वर्गात पाठवण्याबद्दल त्याला विश्वामित्राने हमी दिली.

विश्वामित्र त्रिशंकूला म्हणाला, "ज्या अर्थी तू कुशिकाच्या मुलाकडे याचना करण्यास आलास त्या अर्थी तू आता स्वर्गात गेलास असेच समज."

त्यानंतर यज्ञाची तयारी करण्यासाठी विश्वामित्राने त्रिशंकूला सांगितले. यज्ञाला उपस्थित राहण्यासाठी सर्व ऋषी व वसिष्ठाचे कुटुंब यांना आमंत्रणे पाठवण्याबद्दल विश्वामित्राने त्रिशंकूला सांगितले.

विश्वामित्राचे शिष्य यज्ञाला उपस्थित राहण्याचे आमंत्रण देण्यास देशोदेशी गेले व परत आले. तेव्हा त्यांनी गुरूला अशी बातमी सांगितली की, 'तुमचा संदेश ऐकल्याबरोबर सर्व देशातील ब्राह्मण जमा होत आहेत व येथे आले आहेत. फक्त महोदय (वसिष्ठ) हे आले नाहीत.' वसिष्ठाचे शंभर मुलगे रागाने संतप्त झाल्यामुळे त्यांचा आवाज बोलताना कापू लागला.

ते कापऱ्या आवाजात म्हणाले, "यज्ञ करणारा माणूस चांडाळ, पुरोहितपणा करणारा माणूस क्षत्रिय, अशा यज्ञातील अर्घ्यांचा देव व ऋषी कसा स्वीकार करणार? चांडाळाने यज्ञात दिलेले अन्न खाल्ल्यानंतर आणि विश्वामित्राने त्याचे आदरातिथ्य केल्यानंतर तेजस्वी ब्राह्मण स्वर्गात कसे जाऊ शकतील?" हे क्रूर शब्द सर्व वसिष्ठ व महोदय यांनी एकत्र मिळून उच्चारले, तेव्हा त्याचे डोळे रागाने लालबुंद झाले होते. ही बातमी शिष्यांकडून ऐकल्यानंतर विश्वामित्राला अनावर राग आला. 'वसिष्ठाच्या मुलांची राख होवो व ते बहिष्कृत म्हणून पुनः पुनः सातशे जन्म जन्मोत,' असा विश्वामित्राने त्यांना शाप दिला आणि 'महोदय निषाद होवो,' असा त्याने वसिष्ठाला शाप दिला.

'हा शाप सफल झालेला पाहून विश्वामित्राने त्रिशंकूची स्तुती केली व यज्ञाला सुरुवात करावी, अशी जमलेल्या ऋषींना त्याने सूचना केली. त्या भयंकर ऋषीच्या शापाची भीती असल्यामुळे ऋषींनी यज्ञविधीस सुरुवात करण्यास संमती दिली. या

यज्ञात याजक म्हणून विश्वामित्राने स्वतः काम केले आणि इतर ऋषींनी त्याच्या हाताखाली ऋत्विज म्हणून सर्व यज्ञ केले.'

'वसिष्ठ व विश्वामित्र यांच्यामध्ये हे जे वितुष्ट चालू होते, त्यासंबंधी सुदास याने महत्त्वाचा कार्यभाग केला होता, असे दिसते. वसिष्ठ हा सुदासाचा कुलपुरोहित होता. सुदासाच्या राज्यभिषेकाचा विधी वसिष्ठाने केला होता. दहा राजांच्या विरुद्ध झालेल्या युद्धात सुदासाला जय मिळवण्यासाठी साहाय्य केले, ते वसिष्ठाने! इतके असूनसुद्धा सुदासाने वसिष्ठाला कुलपुरोहित पदावरून दूर केले. सुदासाने विश्वामित्राला त्या जागेवर ठेवले. याला काही पुरावा नाही. ही गोष्ट परंपरेने रूढ झाली आहे. तिला ऋग्वेदातील ३-५-३-९ या ऋचेचा आधार आहे, असे वाटते. याला यास्काने पाठिंबा दिला आहे.

तो निरुक्तन (२-२४) म्हणतो, "ते नंतर गोष्ट सांगतात. ऋषी विश्वामित्र हा पिजवनाचा मुलगा सुदास याचा पुरोहित होता. विश्वामित्राने सुदासाचा यज्ञ केला. वसिष्ठ व विश्वामित्र यांच्यात वैर उत्पन्न होण्यास हे पहिले कारण झाले. त्या वैरात भर घालणारे व ते वैर जास्त वाढवणारे आणखी एक कृत्य सुदासाच्या हातून घडले. त्याने वसिष्ठाचा मुलगा शक्ती याला अग्नीत फेकून दिले व जिवंत जाळले. ही कथा 'सत्ययान ब्राह्मण' या ग्रंथात सांगितली आहे.

या ऋचेचा (ऋग्वेदाच्या ७-३२) उपोद्घात करताना सायण याने या गोष्टीचा संदर्भ दिला आहे. तो उपोद्घात अनुक्रमणिकेच्या आधारावर रचला आहे. ती अनुक्रमणिका म्यूर याने आपल्या ग्रंथात (भाग १ पान ३२८ वर उद्धृत केली आहे.)

सुदासाने शक्तीला जिवंत जाळण्याचे दुष्कृत्य का केले, याबद्दल ब्राह्मणग्रंथात काही कारण सांगितले नाही. कात्यायन याने ऋग्वेदाला अनुक्रमणिका लिहिली आहे. तिच्यावर सद्गुरूशिष्य या लेखकाने टीका लिहिली आहे. त्या टीकेत या दुष्कृत्यासंबंधी थोडासा खुलासा केलेला आढळतो. सद्गुरूशिष्य याचे म्हणणे असे आहे की, "सुदासाने यज्ञ सुरू केला, तेव्हा विश्वामित्र व वसिष्ठाचा मुलगा शक्ती यांचा काही गोष्टीवरून वाद झाला," यासंबंधी सद्गुरूशिष्य याचे प्रत्यक्ष शब्द पुढे दिले आहेत –

'वसिष्ठाचा मुलगा शक्ती याने विश्वामित्राचे सामर्थ्य व भाषण यांच्यावर ताण करून त्याला हरवले आणि गधीचा मुलगा (विश्वामित्र) याचा असा हिरमोड झाला म्हणून तो निरुत्साही झाला.

सुदासाने शक्तीला अग्नीत का फेकले, याचे कारण या शब्दांनी व्यक्त केले आहे. शक्तीने विश्वामित्राचा जो अपमान केला होता व जी फजिती केली होती,

त्याबद्दल सूड उगवण्याच्या हेतूने सुदासाने शक्तीला अग्नीत फेकले होते, हे उघड आहे. सुदास आणि वसिष्ठ यांच्यात जे वैर वाढत होते, त्याला काही केले तरी आळा बसत नव्हता.

हे वैर फक्त सुदास व वसिष्ठ यांच्यात होते, असे नव्हे, तर ते त्यांच्या मुलांमध्येही पसरले होते, असे दिसते. याला तैत्तिरीय संहितेमध्ये पुरावा मिळतो, तो असा (Muir. Vol. 1. p. 328) –

"जेव्हा वसिष्ठाचा मुलगा मारला गेला तेव्हा वसिष्ठाने अशी इच्छा केली की, मला संतती होवो! मी सुदासाचा पाडाव करेन असा समर्थ होवो!" त्याने एकसमानपंचास पाहिले. त्याने तो नेला व त्याचा यज्ञात बळी दिला. त्यानंतर त्याला संतती झाली आणि त्याने सौदासांचा पाडाव केला.'

या मुद्द्याला 'कौशितकी ब्राह्मण' या ग्रंथात पाठिंबा मिळतो. तो असा (Muir, Vol. 1. p. 328) –

'जेव्हा वसिष्ठाचा मुलगा ठार मारला गेला तेव्हा त्याने अशी इच्छा केली की, "मला संतती व संपत्ती (गुरे-ढोरे) भरपूर मिळोत आणि सौदासांचा पाडाव करण्यास मी समर्थ होवो!" त्याने यज्ञविधीचा हा प्रकार पाहिला तो वसिष्ठ यज्ञ होय. तो केल्यानंतर त्याने सौदासांचा पाडाव केला.'

(वसिष्ठाचे वैर सुदासाबरोबर वाढत गेले, याबद्दल थोडी शंका आहे. ही शंका उत्पन्न होण्याचे कारण असे की, सत्ययान व कौशितकी ब्राह्मण हे ग्रंथ सुदासाच्याबद्दल उल्लेख करतात. याचा अर्थ असा की, वसिष्ठाचे वैर सौदासांच्या म्हणजे सुदासाच्या मुलाबरोबर होते. सुदासाबरोबर नव्हते. उलटपक्षी, मनुचे असे ठाम मत आहे की, याबाबतीत सुदास अपराधी होता, याबाबतीत सद्गुरूशिष्य सुदासाचा उल्लेख करतो. सौदासांचा नव्हे आणि 'ब्रह्मदेवता' हा ग्रंथ याच बाबतीत सुदासाचा उल्लेख करतो.

याबाबतीत जी क्लिष्टता उत्पन्न झाली आहे, ती सोडवावयाची म्हटली तरी 'सुदास' हा शब्द जेथे जेथे अनेकवचनी वापरला आहे तेथे तेथे त्याचा अर्थ 'सुदास कुळ' असा करावा. म्हणजे त्यात सुदास व त्याचे मुलगे या दोघांचाही समावेश होतो.)

(२)

सुदास व वसिष्ठ यांच्यामधील वाद, राजे व ब्राह्मण यांच्यामधील वादांपैकी एकच नाही. राजे व ब्राह्मण यांच्यामध्ये जे इतर वाद झाले, त्यांची माहिती येथे एकत्रपणे देणे इष्ट आहे. ब्राह्मणांच्या बरोबर झालेल्या वादांची कथा निरनिराळ्या ग्रंथकारांनी सांगितली आहे. कथा हरिवंशातून घेतली आहे. (Muir. Vol. 1, p. 302) –

"प्राचीन काळी प्रजापती प्राणिमात्रांचा प्रभू हा अत्रि कुलातील एक राजा होऊन गेला. तो 'अंगा' नावाच्या धर्मनिष्ठतेचा पाठीराखा होता. तो अत्रिप्रमाणेच बलवान होता, त्याला 'प्रजापती वेन' या नावाचा मुलगा होता. तो मृत्यूची मुलगी सुनीता हिच्यापासून झाला होता. तो आपल्या कर्तव्यकर्माबद्दल फारशी काळजी वाहणारा नव्हता. काळाच्या (मृत्यूच्या) मुलीचा हा मुलगा आपल्या मातेच्या घराण्यामुळे, आपल्या आजोबाच्या अपकीर्तीमुळे उदासीन झाला. त्याला उपभोगाची आसक्ती अनावर झाली, त्यामुळे त्याने आपली सर्व कर्तव्यकर्मे बाजूला सारून उपभोगलोलुप आयुष्य घालवले.

त्याने राज्याधिकार हातात आल्यानंतर अधर्मकारक रितीरिवाज वहिवाटीला आणले, वेदादी धर्मशास्त्राच्या आज्ञा उल्लंघन करून त्याने भ्रष्टाचारांना कवटाळले. त्याच्या राज्यात लोक पवित्र धर्मशास्त्राचा अभ्यास करेनात, वशत्कार नाही (वैदिक विधींशी संबंधित एक दैवी अस्तित्व व नियंत्रण.), कोणी यज्ञयागादी कर्मे न केल्यामुळे देवांना यज्ञात अर्पण केलेला सोमरस प्यायला मिळेना, त्याच्या नाशाची वेळ जवळ येत चालली होती. अधर्मी आयुष्य घालवण्याबद्दल त्या प्रजापतीचा असा निर्दय निर्धार झाला होता की, कोणीही यज्ञ करू नये अगर अर्घ्य देऊ नये, अशी त्याने आपल्या प्रजेला सक्त ताकीद दिली होती.

तो म्हणाला, "मी प्रजेच्या प्रार्थनेचा विषय आहे. मी यज्ञ करणारा आहे. मी स्वतः यज्ञ आहे. म्हणून प्रजेने माझ्यासाठी यज्ञ करावेत व यज्ञासाठी अर्घ्य मला अर्पण करावे." धर्म भ्रष्टाचार माजवणारा हा राजा अंगी काही लायकी नसता मोठेपणा सांगून प्रजेशी अत्यंत गर्विष्ठपणे वागू लागला. तेव्हा मरिची ऋषीने सर्व मोठे ऋषी जमा केले व तो प्रजापतीकडे त्यांचे शिष्टमंडळ घेऊन गेला.

ते ऋषी त्याला म्हणाले, "हे वेण! एक पवित्र विधी करण्यासाठी आम्ही सर्व जण पापक्षालनाचा विधी करणार आहोत. हा विधी पुष्कळ दिवस चालेल. तोपर्यंत तू धर्मभ्रष्ट आचार करू नकोस. तू जे आचार आचरीत आहेस, ते शाश्वत सद्धर्माला अनुसरून नाहीत. तू कर्तृत्वाने अत्रि कुळाचा प्रजापती आहेस. तू प्रजेचे संरक्षण करण्यात सार्थक मानावेस.

हे त्याचे भाषण ऐकून सत्य म्हणजे काय याबद्दल ज्ञान नसलेला तो मूर्ख वेण त्या थोर ऋषींना हसत हसत उत्तरला, "कर्तव्यकर्माची रूपरेखा आखणारा माझ्याशिवाय दुसरा कोण आहे? मी कोणाची आज्ञा पाळावी? पवित्रशास्त्राचे ज्ञान, शक्ती, तपोनिष्ठा आणि सत्याचरण याबाबतीत माझी बरोबरी करणारा या

जगात कोणी आहे काय? ते दिशाभूल झालेल्या मूर्ख लोकांनो! सर्व प्राणिमात्र व कर्तव्यकर्मे यांची उत्पत्ती माझ्यापासून झाली आहे, हे तुम्हाला माहीत नाही काय? मी मनात आणले तर पृथ्वीला जाळून भस्म करेन किंवा जलप्रलय उत्पन्न करून त्यात तिला तुडवीन अथवा स्वर्ग व पृथ्वी यांना एकत्र करेन, याबद्दल विश्वास ठेवावयास तुम्ही कचरू नका."

वेणाची दिशाभूल झाली असल्यामुळे आणि त्याच्या अंगात दंभाची धुंदी चढली असल्यामुळे त्याला आटोक्यात आणणे शक्य नाही, हे त्या प्रबळ ऋषींनी ओळखले. तेव्हा त्यांचा राग अनावर झाला. त्यांनी सशक्त राजाला पकडले. तेव्हा तो आपली सुटका करून घेण्यास धडपडू लागला, पण ऋषींनी त्याची डावी मांडी रगडली.

तेव्हा राजाच्या त्या मांडीतून अगदी ठेंगणा व काळा माणूस उत्पन्न झाला. तो भीतीने घाबरलेला असल्यामुळे दोन्ही हात जोडून उभा राहिला. तो खूप चुळबुळ करत आहे, असे पाहून अत्रि त्याला म्हणाला, "खाली बैस, (निषिद)."

तो काळा माणूस निषाद कुळाचा आद्य पुरुष झाला. वेणाच्या स्वैराचरणापासून उत्पन्न झालेल्या धिवराम (कोळी) लोकांचाही तो आद्यजनक झाला.

ब्राह्मणांच्या बरोबर वाद करणारा दुसरा राजा पुरुरवस हा होय. पुरुरवस हा इलाचा मुलगा आणि मनु वैवस्वताचा नातू ब्राह्मणाच्या बरोबर त्याने जो वाद केला, त्याची सविस्तर माहिती महाभारताच्या आदि पर्वात दिली आहे. (Muir, Vol. 1. p. 309) ती अशी –

"त्यानंतर शहाणा पुरुरवस इलापासून जन्माला आला. इला ही त्याची आई-वडील होते, हे आपण ऐकले आहेच. तो समुद्राच्या तेरा बेटांवर राज्य करत होता. त्याच्या सभोवती जे लोक होते ते सर्व दैवी लोक होते. कारण तो स्वतः लोकांचा फार आवडता राजा होता. परंतु पुढे त्याला आपल्या अधिकाराची धुंदी चढली. तेव्हा तो ब्राह्मणांच्या बरोबर तंटे करू लागला. त्याच्या आरडाओरडी कडे लक्ष न देता तो त्यांच्याकडून रत्ने हिरावून घेऊ लागला. सनतकुमार ब्रह्मलोकातून त्याच्याकडे आला व त्याची कानउघाडणी करू लागला. परंतु त्याने सनतकुमाराचा उपदेश मानला नाही. या लोभी व अधिकारी मदाने विचारभ्रष्ट झालेल्या राजाला क्रोधाविष्ट ऋषींनी शाप दिला व त्यामुळे त्याचा नाश झाला."

या मालेतील तिसरा राजा नहुष हा होय. ब्राह्मणांशी वाद करणाऱ्या ज्या पुरुरवाची कथा सांगितली आहे, त्या पुरुरवाचा नहुष हा नातू होय. ब्राह्मणांच्याबरोबर त्याने केलेल्या भांडणाची कथा महाभारतात दोन ठिकाणी सांगितली आहे. एक वनपर्व

व दुसरे उद्योगपर्व. पुढील हकीकत उद्योगपर्वातून घेतली आहे. (Muir, Vol. 1. pp. 310-313) :

"वित्रा राक्षसाला ठार मारल्यानंतर इंद्राला असे वाटले की, आपण एका ब्राह्मणाचा (वित्रा याला ब्राह्मण समजण्यात येत होते.) प्राण घेतला व या पापाबद्दल आपणाला शिक्षा भोगावी लागेल. मनात अशी भीती उत्पन्न झाल्यानंतर इंद्र पाण्यात लपला. देवांचा राजा अदृश्य झाल्यामुळे स्वर्गातील व इहलोकातील सर्व कामे स्थगित झाली व त्यामुळे मोठा घोटाळा उत्पन्न झाला.

त्यानंतर ऋषींनी नहुषाला विनंती केली की, त्याने त्यांचा राजा व्हावे. या पदाला आपण लायक नाही. असे उत्तर देऊन नहुषाने प्रथम त्यांची विनंती अमान्य केली. परंतु त्यांचा फारच आग्रह पाहून नहुषाने शेवटी ते थोर पद स्वीकारले. देवांच्या राजपदावर स्थापन होईपर्यंत नहुषाने शुद्धाचरण करून आयुष्य घालवले होते. परंतु त्यानंतर तो ख्यालीखुशालीत आणि वैषयिक उपभोगात दंग झाला आणि इंद्राची पत्नी इंद्राणी ही त्याच्या दृष्टीस पडल्यानंतर ती आपल्याला वश व्हावी, अशीसुद्धा त्याला वासना झाली. इंद्राणीने ही हकीकत देवांचा गुरू अंगिरस बृहस्पती याला सांगून 'माझे संरक्षण करा,' अशी विनंती केली. ती त्याने मान्य केली.

अंगिरस बृहस्पतीने मध्ये पडून केलेली ही लुडबुड पाहून नहुषाला फार संताप आला. परंतु देवांनी त्याला समजावून त्याचा राग शांत केला. दुसऱ्याची बायको बळकावणे हे किती अनैतिक आहे, याबद्दल त्यांनी त्याला उपदेश केला. परंतु देवांच्या या उपदेशाला व समजूत घालण्याच्या प्रकारांना नहुषाने काही महत्त्व दिले नाही.

तो त्यांना म्हणाला की, "अशा प्रकारची व्यभिचारी वासना धरण्याने तो इंद्रापेक्षा कमी दर्जाचा ठरत नाही, अहिल्या ही ऋषीची पत्नी होती. इंद्राने तिला तिचा पती जिवंत असता पूर्वी भ्रष्ट केले होते. तसे करण्यापासून तुम्ही त्याला परावृत्त का केले नाही? तसेच इंद्राने पूर्वी पुष्कळ क्रूर कृत्ये आणि अधार्मिक कर्मे व फसवाफसवीची कामे केली होती. तसे करण्यापासून तुम्ही त्याला परावृत्त का केले नाही?

'तुम्ही इंद्राणीला आणलेच पाहिजे,' असा नहुषाने देवांना आग्रह केल्यामुळे देव इंद्राणीला आणावयास गेले. परंतु बृहस्पती तिला देवांच्या ताब्यात देण्यास राजी नव्हता.

यावर बृहस्पतीने अशी तोड सुचविली की, इंद्राणीने आपला नवरा जिवंत आहे की मेला आहे हे शोधून काढेपर्यंत नहुषाने दम धरावा व त्याप्रमाणे तसे करण्यास तिने नहुषाला विनंती केली. नहुषाने ती विनंती मान्य केली.

त्यानंतर इंद्राणी आपल्या पतीच्या शोधार्थ निघाली. उपश्रुतीच्या (निशादेवी व गुप्त गोष्टीचा शोध लावणारी देवता!) साहाय्याने तिने आपला पती शोधून काढला. हिमालयाच्या उत्तर दिशेकडे असलेल्या महासागराच्या खंडात एक तळे होते. त्या तळ्यातील एका कमळाच्या बुंध्याजवळ एका विक्षिप्त स्वरूपात तो बसला होता. स्वतःबद्दल नहुषाचे काळेकुट्ट हेतू आहेत, त्याबद्दलची माहिती तिने इंद्राला सांगितली. तुम्ही जोम धरा व मला या संकटातून वाचवा आणि राज्याधिकाराचा पुनः स्वीकार करा, अशी तिने त्याला विनंती केली.

नहुष आपल्यापेक्षा फार प्रबळ आहे, असे कारण पुढे करून इंद्राने याबाबतीत मध्ये पडण्याचे नाकारले. परंतु जेणेकरून तो उपटसुंभ आपल्या पदावरून दूर फेकला जाईल, अशी एक युक्ती त्याने तिला सुचवली.

ऋषींनी ओढलेल्या देवरथातून बसून तू माझ्या भेटीला येशील तर मी आनंदाने तुला वश होईन. असे तू नहुषाला सांग, असे इंद्राने इंद्राणीला सुचवले.

देवांच्या राणीने नहुषाकडे जाऊन त्याला असे विनवले की, "हे देवांच्या राजा! मी तुझ्यावर आसक्त झाली आहे. आत्तापर्यंत कोणाला माहीत नव्हते, न जे विष्णू किंवा रुद्र किंवा असुर लोक किंवा राक्षस यांनी पूर्वी वापरले नव्हते असे वाहन तू तयार कर, हे प्रभो! त्यात बस व सर्व प्रमुख ऋषींनी मिळून ते वाहन वाहू दे! ही कल्पना मला फार आनंद देते!" इंद्राणीची ही विनंती नहुषाच्या बडेजावी स्वभावाला बरोबर पटली.

तिला उत्तर देताना नहुषाने स्वतःभोवती दिवे ओवाळून घेतले, तो उत्तरला, "मुनींना आपल्या वाहनाला जुंपणारा माणूस कमी शक्तीचा माणूस नव्हे. मी मोठ्या शक्तीचा एकनिष्ठ भक्त आहे. मी भूत, भविष्य व वर्तमान काळाचा प्रशासक आहे. मी जर रागावलो तर जग एक क्षणभरही जिवंत राहणार नाही. सर्व गोष्टी मजवर अवलंबून आहेत. म्हणून हे देवते! तू जे सुचवले आहेस, त्याची मी निःसंशयपणे अंमलबजावणी करेन. सप्तर्षी व सर्व ब्राह्मण ऋषी मला वाहनातून वाहून नेतील. हे सुंदर देवते, माझे प्रभुत्व व माझे ऐश्वर्य बघत राहा!"

ही कथा याप्रमाणे आहे –

"याप्रमाणे या दुष्ट, धर्मभ्रष्ट, उन्मत्त, मूर्ख-शिरोमणी आणि हेकेखोर माणसाने सर्व ऋषींना रथाला जुंपून घेण्याची आज्ञा केली व ती त्यांनी मान्य केली. मग त्याने ऋषींना रथाला जुंपले व त्यात बसून तो रथ ऋषींना ओढावयास लावला. हा प्रकार पाहून इंद्राणीला भीती पडली. ती बृहस्पतींकडे गेली. त्याने तिला असे आश्वासन दिले की, नहुषाच्या या आततायी वर्तनाचा लवकरच सूड उगवला जाईल.

त्याने तिला असेही सांगितले की, छळ करणाऱ्या त्या दुष्टाचा नाश व्हावा म्हणून व इंद्राची गुप्त जागा माहीत व्हावी म्हणून तो स्वतः एक यज्ञ करणार आहे.

त्यानंतर इंद्राला शोधून बृहस्पतीकडे आणण्यासाठी अग्नीला पाठवले. इंद्र बृहस्पतीकडे आला. तेव्हा बृहस्पतीने त्याला त्याच्या गैरहजेरीत जे काही झाले होते, ते सर्व निवेदन केले.

इंद्र, कुबेर, यम, सोम व वरुण हे नहुषाचा निःपात कसा करावा, याबद्दल खल करत होते. तेव्हा अगस्त्य ऋषी तेथे आला व तो इंद्राचा प्रतिस्पर्धी नहुष याचा निःपात झाला म्हणून इंद्राचे अभिनंदन करू लागला.

तो निःपात कसा झाला याचा वृत्तान्त अगस्त्य ऋषी त्यांना सांगू लागला –

त्या पापी नहुषाला वाहून नेता नेता थकून गेलेले प्रमुख देवर्षी व निष्कलंक पवित्र ब्राह्मण ऋषी यांनी स्वतःला दैवी सामर्थ्य असल्याचे घमेंड बाळगणाऱ्या नहुषला एक अडचण सोडवावयास सांगितली.

ते म्हणाले, "हे वासना यशस्वी वीरांतील सर्वश्रेष्ठ वीरा! राजाच्या समाधीच्या वेळी ब्राह्मणग्रंथातील जे मजकूर म्हटले जातात ते अधिकृत आहेत किंवा नाही, याबद्दल तुमचे काय मत आहे?"

ज्याचे सारासार विचार काळोखाने ग्रासले होते, असा नहुष उत्तरला, "ते अधिकृत नाहीत."

ऋषींनी त्याला परत विचारले, "धर्मभ्रष्टाचार करण्यात तुझा सारा वेळ जातो, तेव्हा तुला धर्माचार सुचणार नाही. हे पूर्वी मोठमोठे ऋषी म्हणत असत. त्यांना आम्ही मानतो?"

अगस्त्य ऋषी पुढे कथा सांगत असता म्हणाला की, "मुनींच्या बरोबर या मुद्द्यावर वादविवाद करत असता परिणाम असा झाला की, राजाची सत्ता हरपली व त्याचे वैभव लयाला गेले. इतक्यात तो भांबावून गेला व भीतीने घाबरा झाला. त्याचे वैभव लयाला गेले."

तेव्हा मी त्याला म्हणालो, "हे मूर्खा! तू ज्याअर्थी पूर्वीच्या ऋषींनी रचलेल्या व सदैव पूज्य मानलेल्या आणि ज्यांना ब्राह्मण ऋषी वापरतात अशा धर्मातील पवित्र मजकुराचा धिक्कार करत आहेस.

तू तुझ्या पायाने माझ्या डोक्याला स्पर्श केला आहेस आणि ब्रह्मदेवाप्रमाणे असलेले व परम वंदनीय अशा ऋषींना रथाला जुंपून त्यात तू बसून तो रथ त्यांना ओढावयास लावतोस, त्या अर्थी तुझे सर्व तेज विलयाला जावो आणि तुझा सर्व पुण्यसंचय संपो! हे पाप्या! स्वर्गातून तुझा अधःपात होवो व तू पृथ्वीवर पडून नीचपणाचे आयुष्य व्यतीत कर.

भयंकर सापाचे रूप तुला प्राप्त होऊन त्या अवस्थेत तू दहा हजार वर्षे राहशील, हा काळ संपल्यानंतर पुनः स्वर्गाला जाशील. आता आपण आनंदात राहू व माणूस देवांच्या सम्राट पदापासून खवळला. हे इंद्रा! आता आपण आनंदात राहू व आपण आपली भरभराट करून घेऊ. कारण ब्राह्मणांचा शत्रू आता जमीनदोस्त झाला आहे. हे शचीच्या (इंद्राणीच्या) पते! मनोविकार ताब्यात ठेवून आणि नऊ शत्रूंना पराजित करून तू आता महाऋषींनी वर्णिलेल्या तिन्ही लोकाचा ताबा घे व त्यात राहणाऱ्या लोकांचे संरक्षण कर."

ब्राह्मणांच्या बरोबर वाद करणारा चौथा राजा निमी हा होय. त्याच्या कथेची तपशीलवार माहिती विष्णू पुराणात दिली आहे. (Muir, 1. P. 316) –

"एक हजार वर्षे चालू राहणारा असा एक यज्ञ निमी करणार होता, त्या यज्ञात ब्राह्मण ऋषी वसिष्ठ याने पुरोहितपणा करावा अशी निमीने त्याला विनंती केली होती. इंद्राबरोबर पाचशे वर्षे आपले काम अगोदरच उरले आहे, असे निमीला वसिष्ठाने सांगितले, पण त्याने निमीला असे वचन दिले की, हा काळ संपला म्हणजे आपण काम स्वीकारू, राजाने अवाक्षर तोंडातून काढले नाही. आपण सांगितलेल्या योजनेला राजाने संमती दिली, असे समजून वसिष्ठ दुसरीकडे गेला.

इंद्राचे काम संपवून आल्यानंतर वसिष्ठाला असे दिसून आले की, गौतम (हा ब्राह्मण ऋषी वसिष्ठाइतकाच तपोनिधी होता.) इतर ऋषींना ठेवून घेऊन त्यांच्या हस्ते यज्ञ सुरू केला.

पूर्वी ठरल्याप्रमाणे वसिष्ठाने तो यज्ञ करावयाचा होता. परंतु यज्ञ सुरू करण्याचे अगोदर निमीने याबाबतीत वसिष्ठाला काहीच कळवले नव्हते. याची वसिष्ठाला चीड आली. म्हणून त्याने राजा झोपला असताना असा शाप दिला की, 'तुझा मानवी देह अदृश्य होवो.' आपल्याला काही काळ न देता वसिष्ठाने निद्रित अवस्थेत शाप दिला, हे जागा झाल्यानंतर राजास समजले तेव्हा त्यानेही उलट वसिष्ठाला तसलाच शाप दिला व तो नंतर मरण पावला.

निमीचे शव एका पेटीत बंद करून ठेवले. यज्ञातील पुरोहितांनी विनवल्यावरून यज्ञ समाप्तीच्या वेळी देव राजाला जिवंत करण्यास तयार होते. परंतु निमीला ते पसंत पडले नाही, म्हणून त्याने ते नाकारले. त्याच्या इच्छेप्रमाणे देवतांनी त्याला सर्व सजीव प्राण्यांच्या डोळ्यांत ठेवले. या कारणामुळे, सर्व सजीव प्राणी आपले डोळे बंद करतात व उघडतात. (निमिष म्हणजे डोळ्यांची उघडझाप.)

शूद्रांची गणना दुसऱ्या वर्णातून चौथ्या वर्णात

ब्राह्मण व राजे यांच्यातील वाद मनुने आपल्या स्मृतीत उल्लेखलेले आहे (Max Mullar, Sacred Books of the East XXV, p. 222) –

'नम्रतेचा अभाव ज्या राज्यांच्या अंगात होता, ते आपल्या धनदौलतीसह विनाश पावले आहेत. नम्रता अंगी बाणल्यामुळे अरण्यात राहणाऱ्या ऋषींनी राज्ये मिळवली आहेत.

'अंगात नम्रतेचा भाव नसल्यामुळे वेन नाश पावला. त्याचप्रमाणे राजा नहुष, सुदास, पिजवनाचा मुलगा, सुमुखा आणि निमी हे नाश पावले.'

शूद्रांचा दर्जा ठरवण्याच्या दृष्टीने या उदाहरणांचा किती उपयोग होतो, याबद्दलची जाणीव जितकी व्हावयास पाहिजे तितकी ती दुर्दैवाने झाली नाही. याचे कारण हे की हा वाद म्हणजे ब्राह्मण व शूद्र यांच्यामधील वाद होय, याची कोणाला जाणीव झाली नाही.

सुदास शूद्र होता, हे नक्की. या भांडणात जे दुसरे राजे दिसतात त्यांना शूद्र म्हणून जरी स्पष्टपणे उल्लेखलेले नाही, तरी ते इक्ष्वाकु कुळाचे वंशज होत, असे त्याचे वर्णन केले आहे. ते सर्व जण शूद्र होते असे म्हटले तर ते म्हणणे ओढूनताणून म्हटलेले आहे, असे होणार नाही. मनुलासुद्धा याबद्दलची कल्पना नाही.

या बाबतीतील कथा सांगताना त्यांनी असे दाखवले आहे की, 'या भांडणात जे दोन पक्ष होते, त्यांपैकी एक ब्राह्मणांचा पक्ष होता व दुसरा क्षत्रियांचा पक्ष होता. हा वाद ब्राह्मण व क्षत्रिय यांच्यामधील होता. हे एकाअर्थी बरोबर आहे. कारण

शूद्रसुद्धा क्षत्रियांच्या एका शाखेचे वंशज होते. तथापि, जे वाद झाले ते ब्राह्मण व शूद्र यांच्यामध्ये झाले, असा स्पष्ट शब्दांनी त्या भांडणाचे स्वरूप वर्णन केले असते, तर ते अधिक तेजस्वी वाटले असते.'

या भांडणासंबंधी क्षत्रिय या शब्दाऐवजी शूद्र हा शब्द ब्राह्मणांच्या विरुद्ध न वापरल्यामुळे जो गैरसमज उत्पन्न झाला आहे, तो चालत असाच अद्याप राहिलेला आहे. त्यामुळे भारतीय-आर्य समाजाच्या इतिहासाच्या इतक्या महत्त्वाच्या भागाचे खरे स्वरूप काय आहे, हे झाकले गेले आहे. गैरसमज दूर करण्यासाठी या प्रकरणाचे नाव 'ब्राह्मण व शूद्र यांचा संघर्ष' असे दिले आहे. 'ब्राह्मण व क्षत्रिय यांचा संघर्ष' असे ते नाव दिले नाही. ब्राह्मण व शूद्र यांच्यामधील संघर्षाचा इतिहास पूर्णपणे समजून घेतला, तर शूद्रांना दुसऱ्या वर्णातून काढून त्यांची चौथ्या वर्णात कशी गणना केली गेली, याची जाणीव इतिहास कोणालाही करून देईल.

●●●

शूद्रांना अधोगतीस कसे नेले?

ब्राह्मणांनी शूद्रांना चातुर्वर्ण्यातील दुसऱ्या वर्णापासून खाली ओढून चौथ्या वर्णात ढकलले. ब्राह्मणांनी शूद्रांना अशी अधोगती करताना कोणते तंत्र उपयोगात आणले होते?

याबाबतीत आतापर्यंत जे विवेचन केले आहे, ते दोन प्रश्नांना अनुलक्षून केले आहे. शूद्र हा दुसरा वर्ण म्हणजे क्षत्रिय यांच्यापैकी आरंभापासून एक भाग होता किंवा नव्हता आणि शूद्रांनी ब्राह्मणांशी जे वैर धरले व त्यामुळे त्यांनी ब्राह्मणांना जे सतावून सोडले, ते शूद्रांची अधोगती घडवून आणण्यास ब्राह्मणांना सबळ व भरपूर कारण मिळाले किंवा नाही, हेच ते दोन प्रश्न होत! याच्यापुढे तर्कशुद्ध रीतीने जो प्रश्न उपस्थित होतो, त्याचा आता विचार करणे जरूर आहे. तो प्रश्न हा की, अधोगती घडवण्याचे कोणते तंत्र ब्राह्मणांनी वापरले?

या प्रश्नाला माझे उत्तर असे आहे की, ही अधोगती घडवून आणण्यासाठी ब्राह्मणांनी जे तंत्र वापरले ते म्हणजे शूद्रांचा उपनयनविधी करण्यास नकार. या तंत्रामुळे ब्राह्मणांनी आपला हेतू साध्य केला व शूद्रांवर पूर्ण सूड उगवला, याबद्दल मला संशय नाही.

उपनयन म्हणजे काय व भारतीय-आर्य समाजात त्याचे काय महत्त्व होते, याचा खुलासा करणे मला इष्ट वाटते. उपनयनाबद्दल स्पष्ट कल्पना करून देण्याचा उत्कृष्ट मार्ग म्हणजे त्याच्या विधीचे वर्णन हा होय.

उपनयनाचा विधी पहिल्यांदा फारच साधा विधी होता. एखादा मुलगा हातात समिधा (गवताची काडी) घेऊन गुरूकडे येई. मला ब्रह्मचारी (म्हणजे विद्यार्थी) व्हावयाचे आहे, असे तो गुरूला सांगे व विद्याभ्यासासाठी मला तुमच्याजवळ राहू द्या, अशी तो गुरूला विनंती करे, काही काळ लोटल्यानंतर विधी फार गुंतागुंतीचा

होऊन बसला. 'अश्वलायन गृह्य'सूत्रात या विधीचे जे वर्णन दिले आहे, त्यावरून तो विधी किती गुंतागुंतीचा झाला आहे याची कल्पना येते. (Kane History oj Dharamshastra Vol. II. (i) pp. 281-283) –

ज्या मुलाचा उपनयनविधी करावयाचा त्या मुलाला नटवून-थटवून तयार ठेवावे. त्याच्या डोक्याची हजामत करून शेंडीचे केस व्यवस्थितपणे बांधावेत. त्याच्या अंगावर नवे वस्त्र असावे किंवा तो मुलगा ब्राह्मण असेल तर त्याच्या अंगावर काळविटाचे कातडे असावे, तो क्षत्रिय असेल तर त्याच्या अंगावर रूरू (घुबड/हरीण)चे कातडे असावे, तो वैश्य असेल तर त्याच्या अंगावर बकऱ्याचे कातडे असावे.

मुलाने अंगावर कपडे चढवले, तर ते रंगीत असावेत. ब्राह्मण मुलाच्या अंगावर लालसर-पिवळे कापड असावे. क्षत्रिय मुलाच्या अंगावर लाल कापड असावे. वैश्य मुलाच्या अंगावर पिवळे कातडे असावे. त्याने मेखला व दंड धारण करावा. त्याचा रंग वर सांगितल्याप्रमाणे असावा.

मुलगा आपल्या गुरूचा हात धरतो, तेव्हा वर वर्णन केल्याप्रमाणे गुरू शुद्ध लोण्याचे अर्घ्य अग्नीला अर्पण करत होम करतो. तो स्वतः अग्नीच्या उत्तरेकडे बसतो व पूर्वेकडे तोंड करतो. मुलगा गुरूच्या समोर बसतो व त्याचे तोंड पश्चिमेकडे असते. नंतर गुरू व मुलगा हात जोडतात व गुरू स्वतःच्या व मुलाच्या जोडलेल्या हातात पाणी घेतो.

'आम्ही सवित्रीचे हात निवडतो,' अशी ऋचा (ऋग्वेद ५-८२-१) म्हणत गुरू ओंजळीतील पाणी पाण्यात वरून सोडतो. असे पाणी ओतल्यानंतर गुरूने आपल्या हाताने मुलाचा हात अंगठ्यासहित धरावा.

असे करत असताना असा पाठ म्हणावा की, 'सवित्री देवाच्या आज्ञेने दोन्ही अश्विनांच्या बाहूंनी पुषणाच्या हातांनी मी तुझा हात धरत आहे. हे अमक्या-तमक्या (त्याचे नाव घेऊन) सवित्रीने तुझा हात धरला आहे हे अमक्या-तमक्या असे शब्द उच्चारून गुरू मुलाचा दुसऱ्यांदा हात धरतो 'अग्नी तुझा शिक्षक आहे हे अमक्यातमक्या' असे शब्द उच्चारून गुरू मुलाचा तिसऱ्यांदा हात धरतो. हे सवित्री देवा! हा तुझा ब्रह्मचारी आहे, तू त्याचे रक्षण कर. त्याला मरू देऊ नकोस. असा पाठ गुरू म्हणत असता त्याने मुलाला सूर्याकडे पाहावयास लावावे.

त्यानंतर गुरूने असे म्हणावे की, "तू कोणाचा ब्रह्मचारी आहेस? तू प्राणाचा ब्रह्मचारी आहेस. तुझा उपनयनविधी कोण करत आहे आणि तो कोणाचा

उपनयनविधी करत आहे? मी तुला का (प्रजापती) याच्या स्वाधीन करत आहे. हा तरुण माणूस उत्तम नटूनथटून व पोशाख करून येथे आला आहे." हा ऋग्वेदातील (३-८-४) या ऋचेचा पूर्वार्ध म्हणत गुरूने मुलाला उजवीकडे फिरावयास सांगावे; आणि आपले दोन्ही हात मुलाच्या खांद्यावर ठेवून त्याने मुलाच्या छातीला स्पर्श करावा व असे करत असता ऋचेचा उत्तरार्ध त्याने म्हणावा.

ब्रह्मचारीने अग्नीच्या सभोवतीची जमीन स्वच्छ करावी व मग अग्नीवर सर्पणाची यज्ञकांडी हळूच ठेवावी, कारण श्रुतीवरून असे समजले जाते की, 'प्रजापतीचे जे हे काही आहे ते हळूच केले पाहिजे' ब्रह्मचारी हा प्रजापतीचा असतो. काही जण हा विधी (अग्नीवर सर्पणाची यज्ञकांडी ठेवणे.) अग्नीला उद्देशून पुढील मंत्र म्हणत करतात – 'मोठ्या जटावेदासाठी मी सर्पणाची यज्ञकांडी आणली आहे, हे अग्ने! या सर्पणाच्या यज्ञकांडीमुळे तू वाढत जावोस, आणि आम्ही ब्राह्मण (प्रार्थना किंवा अध्यात्म विद्या) यांच्यामुळे वाढत जावोत!

स्वतः अग्नीवर सर्पणाची यज्ञकांडी ठेवल्यानंतर आणि अग्नीला स्पर्श केल्यानंतर ब्रह्मचारी आपले तोंड तीन वेळा पुसतो.

त्यावेळी शब्द म्हणतो, 'मी स्वतःला तेजाने अभिषेक करतो.' श्रुतीवरून असे समजले जाते की, तो स्वतःला तेजाने अभिषेक करतो.

'अग्नी मला अंतर्दृष्टी, संतती आणि तेज देवो! इंद्र मला अंतर्दृष्टी, संतती आणि तेज प्रदान करो (इंद्रिया); सूर्य मला अंतर्दृष्टी, संतंती आणि तेज प्रदान करो; हे अग्नी! तुझ्याजवळ जे तेज आहे, या तेजामुळे मी तेजस्वी होवो; तुझ्याजवळ जे बळ आहे त्या बळामुळे मी बलवान होवो; तुझ्याजवळ जी उपभोगशक्ती आहे तिच्यामुळे मला उपभोगशक्ती प्राप्त होवो.

ब्रह्मचाऱ्याने हा पाठ म्हणून अग्नीची पूजा केल्यानंतर त्याने आपले गुडघे वाकवावेत व गुरूच्या चरणांना घट्ट मिठी मारावी व म्हणावे, 'महाराज! सवित्री म्हणा! महाराज! सवित्री म्हणा!' ब्रह्मचाऱ्याचे उत्तरीय त्याच्या हाताभोवती गुंडाळून गुरूने त्याचे हात धरावेत व मग सवित्री ऋचा पदापदाने नंतर अर्धी अर्धी कडवी व शेवटी पूर्ण ऋचा म्हणावी. नंतर ब्रह्मचाऱ्याला जेवढी शक्य असेल तेवढी ऋचा गुरूने त्याला म्हणावयास लावावी, गुरूने ब्रह्मचाऱ्याच्या अंतःकरणावर आपला हात ठेवावा व त्याच्या हाताची बोटे वर असावीत.

नंतर त्याने पुढील पाठ म्हणावा, 'माझ्याबद्दल तुझे जे कर्तव्यकर्म आहे, ते करण्यासाठी मी तुझे अंतःकरण त्या कर्तव्यकर्माकडे जावे. असे करत आहे, तुझे

मन माझ्या मनाला अनुसरो! तू माझे शब्द एकाग्रतेने पाळो! तू माझा सर्वस्वी होवोस असे बृहस्पती करो!'

गुरूने ब्रह्मचाऱ्याच्या कमरेभोवती मेखला बांधावी व त्याच्या हातात दंड द्यावा व मग त्याने ब्रह्मचाऱ्याने कसे वागावे याचे नियम सांगावेत. ते कसे पाळावेत याबद्दल ब्रह्मचाऱ्याला माहिती द्यावी, ती माहिती देताना त्याने हे शब्द उच्चारावेत, 'तू ब्रह्मचारी आहेस, पाण्याचा घोट घे, सेवा कर, दिवसा झोपू नकोस. सर्वस्वी गुरूच्या आधाराने वेदाचा अभ्यास कर.'

ब्रह्मचाऱ्याने सकाळी व संध्याकाळी भीक मागून अन्न आणावे. त्याने संध्याकाळी व सकाळी अग्नीत सर्पणाची यज्ञकांडी ठेवावी. त्याने भीक मागून जे काही आणले असेल ते त्याने गुरूला मोठ्याने सांगावे, त्याने दिवसाच्या बाकीच्या वेळी बसता कामा नये. (उभे राहावे.)'

गायत्री मंत्राचे महत्त्व

गायत्री मंत्र म्हणून ओळखला जाणारा जो वैदिक मंत्र आहे तो आचार्यांने मुलाला शिकवला म्हणजे उपनयनविधी संपतो. गायत्री मंत्र शिकवण्याअगोदर उपनयनविधी करणे जरुरीचे आहे त्याशिवाय तो मंत्र शिकवणे इष्ट समजण्यात येत नाही. गायत्री मंत्राबद्दल अशी का कल्पना करण्यात आली हे सांगणे कठीण आहे.

उपनयनविधीचे जे वर्णन करण्यात आले आहे, त्यावरून दोन गोष्टी स्पष्ट होतात. पहिली गोष्ट ही की, उपनयनाचा हेतू मुलाला वेदांचा अभ्यास करण्याची दीक्षा देणे, आचार्यांने ब्रह्मचाऱ्याला गायत्री मंत्र शिकवला की, ब्रह्मचाऱ्याला वेदांचा अभ्यास करण्याचा मार्ग मोकळा होत असे.

दुसरी जी गोष्ट स्पष्ट होत असे ती ही की, उपनयनविधी करताना काही वस्तू उपयोगात आणणे हे अत्यंत जरुरीचे समजण्यात येत असे. त्या वस्तू म्हणजे १) दोन वस्त्रे, शरीराचा भाग झाकण्याकरिता वापरण्यात येत असलेले वस्त्र, हे एक वस्त्र, याला पारिभाषिक शब्दांत 'वासा (वासना, वस्त्र)' म्हणत असत. शरीराचा वरचा भाग झाकण्याकरता वापरण्यात येत असलेले वस्त्र, हे दुसरे वस्त्र, याला पारिभाषिक शब्दांत 'उत्तरीय' म्हणत असत. २) दंड किंवा लाकडाचा दांडा ३) मेखला किंवा कमरेभावती बांधलेला गवताचा दोरा किंवा गोफ (कडदोरा).

फार प्राचीन काळी जो उपनयनविधी करण्यात येत असे त्याचे हे केलेले वर्णन आणि त्यानंतरच्या काळात जो उपनयनविधी करण्यात येत असे त्याचे तपशीलवार

वर्णन यांची कोणी तुलना करून पाहिली तर त्याला हे दिसून येईल की, या दोन्ही विधींमध्ये ब्रह्मचाऱ्याने आपल्या उपनयनाचा एक भाग म्हणून यज्ञोपवित वापरले पाहिजे, असे मुळीच आढळून येत नाही. हा प्रकार पाहून जाणत्याला आश्चर्य वाटेल. आजकाल जे उपनयनविधी करण्यात येतात त्यात सुताचे दोरे ही मध्यवर्ती कल्पना समजली जाते आणि हे यज्ञोपवित वापरणे हाच सर्व उपनयनाचा हेतू आता होऊन बसला आहे. याज्ञवल्क्य (११६ व १३३) यज्ञोपविताला ब्रह्मसूत्र म्हणतो. हे यज्ञोपवित या उपनयनामध्ये इतके महत्त्वाचे होऊन बसले आहे की, ते कसे तयार करावे व कसे वापरावे, याबद्दल अत्यंत सविस्तर व लांबलचक नियम तयार करण्यात आले आहे.

यज्ञोपवित धारण विधी

यज्ञोपवितात तीन दोरे असले पाहिजेत. प्रत्येक दोऱ्यात नऊ तंतू असले पाहिजेत. प्रत्येक तंतू उत्तम रीतीने विणलेला असला पाहिजे. एक तंतू एका देवताचे प्रतीक समजण्यात येते. बेंबीपर्यंत पोहोचेल इतके लांब यज्ञोपवित (जानवे किंवा ब्रह्मसूत्र) असले पाहिजे. ते बेंबीच्या खाली जाईल किंवा छातीच्या वर राहील, अशी त्याची लांबी असू नये.

ओंकार, अग्नी, नाग, सेमा, पित्रिस, प्रजापती, वायू, सूर्य व विश्वदेव या नऊ देवतांचे नऊ तंतू प्रतीक होत, असे देवल स्मृतीत म्हटले आहे. या मतात काही काळाने फरक घडून आला असावा, असे दिसते. कारण मेधातिथी (काणे यांचा ग्रंथ पाहा.) म्हणतो की, इष्टिस, पशूयज्ञ व सोमयज्ञ यांच्यामध्ये जे यज्ञोपवित वापरायचे असते, त्याला तीन तंतूंचा एकच दोरा असला पाहिजे. परंतु अहिना, एकहा व सत्र यज्ञ यांच्यामध्ये तीन प्रकारचे अग्नी वापरावे लागत असल्यामुळे, या यज्ञात यज्ञोपवित तीन दोऱ्यांचे असले पाहिजे. तीन सर्वणांच्या बाबतीत सात सोमसंष्ठास यज्ञातसुद्धा सात दोऱ्यांचे यज्ञोपवित वापरावे लागत असे. दोन समध्याच्या बाबतीत पाच दोऱ्यांचे यज्ञोपवित वापरावे लागत असे.

ब्रह्मचाऱ्याला फक्त एकच यज्ञोपवित वापरावे लागत असे. संन्यासी जर यज्ञोपवित वापरत असेल तर ते एकच असले पाहिजे. स्नातक (गुरूच्या घरून वेदाभ्यास करून परत आलेला ब्रह्मचारी) व गृहस्थ यांनी दोन यज्ञोपविते वापरावीत. ज्याला जास्त दिवस जगण्याची इच्छा आहे, त्याने दोहोंपेक्षा जास्त यज्ञोपविते वापरावीत. स्नातकाने नेहमी दोन यज्ञोपवित वापरावीत. गृहस्थाने

दहापर्यंत कितीही यज्ञोपवीते वापरावीत. एकापेक्षा जास्त यज्ञोपवित वापरण्याची जर कोणाला इच्छा झाली तर तसे करण्याची त्याला मुभा होती. (Kane. D.S. II. (i) p. 292)

माणसाने आपले यज्ञोपवित नेहमी वापरले पाहिजे. यज्ञोपवित न वापरता त्याने जर जेवण घेतले किंवा उजव्या कानावर न अडकवता त्याने देहधर्माचा एखादा विधी (लघुशंका, दीर्घशंका इत्यादी) केला तर त्थाने प्रायश्चित्त घेतले पाहिजे. स्नान करून प्रार्थना म्हणणे व उपोषण करणे, हे ते प्रायश्चित्त होय. दुसऱ्यांच्या काही वस्तू (जोडे, दागिने, माळ, कमंडलू वगैरे) वापरणे, तसेच दुसऱ्यांचे यज्ञोपवित वापरणे, हे निषिद्ध मानले जाते.

यज्ञोपवित तीन पद्धतींनी वापरले पाहिजे, असे शास्त्रात सांगितले आहे १) निविता (रचनात्मक), २) प्राचीनविता ३) उपनविता, या त्या तीन पद्धती. जेव्हा यज्ञोपविताचा दोरा मानेभोवती दोन्ही भुजांवर व छातीवरती ठेवला जातो, आणि त्याला दोन्ही हातांच्या अंगठ्यांनी धरले तर त्याची लांबी अंतःकरणाच्या खालच्या भागापर्यंत व बेंबीच्या वर पोहोचते. अशा प्रकारच्या दोऱ्याला 'निविता' म्हटले जाते. यज्ञोपविताचा दोरा डाव्या खांद्यावरून अशा रीतीने ठेवायचा की, तो उजव्या बाजूला लोंबकळत राहील, अशा दोऱ्याला 'उपविता' म्हटले जाते. यज्ञोपविताचा उजव्या खांद्यावर अशा रीतीने ठेवायचा की, तो डाव्या बाजूला लोंबकळत राहील. अशा दोऱ्याला 'प्राचीनविता' म्हटले जाते.

(२)

हे यज्ञोपवित अस्तित्वात कसे आले? श्री. टिळक यांनी याबद्दल खुलासा केला आहे. तो येथे उद्धृत करण्यासारखा आहे. श्री. टिळक म्हणतात (Orion, pp. 144-146) –

मृगाशिरस ओरायन याला वैदिक कार्यात म्हणजे यज्ञात 'प्रजापती' म्हटले आहे. मृगाशिरस किंवा यज्ञ याच्या कमरेभावती कापडाचा जो पट्टा किंवा मेखला पट्टी बांधली असते, त्या पट्ट्याला किंवा मेखलेला त्याच्या नावावरून 'यज्ञोपवित', 'उपवित' किंवा 'यज्ञ कापड' असे नाव पडणे साहजिक आहे. तथापि 'यज्ञोपवित' या शब्दावरून ब्राह्मणांचे 'पवित्र जानवे' हा अर्थ आता अभिप्रेत होतो.

जानव्याची उत्पत्ती नसली तरी त्याची रुपसंपदा मृगाशिरसाच्या पट्ट्यापासून उत्पन्न झाली आहे, असे मला वाटते. याची कारणे याप्रमाणे आहेत :

एतद्देशीय सर्व विद्वानांचे असे मत आहे की, 'यज्ञोपवित' हा शब्द यज्ञ + उपवित या दोन शब्दांवरून झाला आहे; परंतु या जोड शब्दांचा अर्थ उपवित यश म्हणजे सहकार्यासाठी असा होतो की, 'यज्ञाचे उपवित' असा होतो याबद्दल मतभेद आहे. पहिला अर्थ चुकीचा नाही. परंतु बऱ्याच विद्वानांचा पाठिंबा दुसऱ्या अर्थाला आहे. म्हणून प्रयोगलेखक स्मृतीचा आधार घेऊन म्हणतात की, उच्च आत्मा म्हणजे यज्ञ, असे होत्री मानतात, हे त्यांचे उपवित म्हणून हे यज्ञ + उपवित होय, पवित्र जानवे वापरण्याच्या प्रसंगी जो मंत्र म्हटला जातो, त्याचा अर्थ असा की, मी यज्ञाच्या उपविताने तुला बांधतो. या सर्वसाधारण पाठाचा पहिला भाग पुढीलप्रमाणे आहे. हा भाग म्हणत म्हणत पवित्र जानवे नेहमी घालतात –

यज्ञोपवीतं परमंपवित्रं । प्रजापतेर्यत्सहजं पुरस्तात् ।।

हा मंत्र अस्तित्वात असलेल्या एकाही संहितेमध्ये आढळून येत नाही. परंतु तो 'ब्रह्मोपनिषदा'मध्ये आणि 'बौधायन' यांनी दिलेला आहे. हा श्लोक हाओम येष्टमधील श्लोकाशी उल्लेखनीयरित्या जुळतो. या श्लोकाचा भावार्थ असा की, 'यज्ञोपवित हे उच्च व पवित्र आहे. ते प्रजापातीपासून पूर्वी उत्पन्न झाले आहे.

यज्ञोपविताचे प्राचीन रूप

'पुरस्तव' हा शब्द अवेस्ता श्लोकातील पौर्वणीयशी जुळतो आणि डॉ. हॉग यांनी जो प्रश्न उपस्थित केला आहे, तो प्रश्न याप्रमाणे सोडवला जातो. 'सहज' या शब्दाचा अर्थ 'प्रजापतीचे अवयव घेऊन जन्माला आलेला-ली-ले' असा होतो. अवेस्ताच्या श्लोकांच्या 'मैन्यूतस्तेम' या शब्दाचा अर्थ 'सहज' या शब्दाप्रमाणेच होतो. या दोन श्लोकांमधील जे साम्य आहे ते आपोआप जुळून आलेले असणे शक्य नाही. आणि मला असे वाटते की, पवित्र जानवे याची उत्पत्ती मृगाशिरसाच्या पट्ट्यापासून झाली होती. उपवित या शब्दातील मूळ धातू 'वे' म्हणजे 'विणणे' हा होय.

उपवित याचा शब्दशः अर्थ कापडाचा तुकडा, दोरा नव्हे असा होतो. यावरून असे दिसते की, कमरेभोवती जे कापड गुंडाळण्यात येते, तेच यज्ञोपविताचे फार प्राचीन काळचे रूप होते; आणि ते प्रजापतीच्या कमरेभोवती जे कापड किंवा जो पट्टा गुंडाळलेला असे त्याचे प्रतीक होय, असा सिद्धान्त मांडून त्या यज्ञोपविताला पावित्र्याची कल्पना चिकटवण्यात झाली.

श्री. टिळक यांनी हा जो खुलासा मांडला आहे तो फार मनोरंजक आहे. याबद्दल संशय नाही. परंतु याबाबतीत ज्या काही अडचणी आहेत त्याच्या खुलाशामुळे निवारण करता येत नाहीत. उपनयनविधी करताना 'उत्तरीय' व वासा ही दोन्ही वस्त्रे वापरणे अगत्याचे असते. यज्ञोपवित व ही दोन वस्त्रे यांच्यामध्ये कोणता संबंध असतो, याबद्दल या खुलाशाने स्पष्ट होत नाही. दोन्ही वस्त्रे असूनसुद्धा यज्ञोपवित वापरावे लागत असे काय? असे असेल तर उपनयनविधीचे अगदी पहिल्या काळातील जे वर्णन आहे, त्या वर्णनात यांचा उल्लेख का केलेला नाही?

दुसरी एक अडचण आहे, तिच्याबद्दल श्री. टिळकांचा खुलासा स्पष्टीकरण करत नाही. 'जानवे' हे वस्त्राच्या जागी वापरण्याची दुसरी वस्तू होय, असे समजले तर उपनयनविधीत वस्त्र वापरावे असे सांगितले आहे ते कसे?

याबद्दल दुसरा खुलासा असावा, असे दिसते. मी तो येथे देत आहे. त्याचे महत्त्व काय आहे ते वाचकांनी ठरवावे. यज्ञोपवित वापरण्याचा संबंध गोत्र स्वीकारण्याशी होता असा माझा खुलासा आहे. यज्ञोपवित वापरण्याचा हेतू त्या माणसाला एखाद्या गोत्राला बांधून घेण्याचा होता, उपनयन म्हणून जो विधी आहे त्याच्याशी यज्ञोपविताचा काही एक संबंध नव्हता. कारण वेदांचा अभ्यास करण्यासाठी एखाद्या माणसाला दीक्षा देणे, हा उपनयनविधीचा हेतू होता.

यज्ञोपविताचा संबंध गोत्रांशी

प्राचीन काळी आर्य समाजाचा जो कायदा होता, त्याप्रमाणे मुलाला आपल्या पित्याचे गोत्र नैसर्गिक रीतीने मिळत नसे. याबद्दल कोणाला स्पष्ट कल्पना झाली नाही. पित्याला आपले गोत्र मुलाला द्यावयाचे असेल तर त्यासाठी त्याला एक खास विधी करावा लागत असे. हा विधी केला गेला तरच पिता ज्या गोत्राचा असेल त्याच गोत्राचा त्याचा मुलगा होत असे.

भारतीय-आर्य समाज जे दोन नियम पाळीत असे, ते याबाबतीत लक्षात घेतले पाहिजेत. एक नियम, अस्वच्छतेबद्दलचा; दुसरा नियम, दत्तक घेण्याबद्दलचा! माणसाच्या मृत्यूमुळे जी अस्वच्छता (सूतक) पाळली जात असे ती किती दिवस पाळली पाहिजे, हे मृत माणूस ज्या नात्याचा असे त्यावर अवलंबून असे.

ते नाते जर फार जवळचे असेल तर अस्वच्छता पाळण्याचे दिवस (सूतक) जास्त असत व ते नाते जर फार लांबचे असेल तर अस्वच्छता पाळण्याचे दिवस त्यापेक्षा कमी असत.

यज्ञोपवित विधी केलेला नाही, असा मुलगा मेला त्यामुळे जी अस्वच्छता निर्माण होते, ती पाळण्याचे दिवस अगदी थोडे असत. (मनुस्मृती, अध्याय ५, श्लोक ६६-७० पाहा.) ज्या मुलाचा यज्ञोपवित विधी केलेला असे तो दत्तक घेण्यास पात्र नसे. (श्री. काणे यांनी संपादन केलेल्या 'व्यवहार मयुखा' या ग्रंथात उल्लेखित कलिकापुराणात (पान ११४.) काही न्यायालयीन खटल्यातही वादी व प्रतिवादी यांनी या मुद्द्याचा आधार घेतला आहे. श्री. काणे यांनी अशा खटल्यांचा उल्लेख आपल्या ग्रंथात केला आहे.)

या नियमाच्या मागे कोणती कल्पना असावी? ती कल्पना अगदी स्पष्ट आहे असे दिसते. मृत झालेल्या मुलाला यज्ञोपवित नव्हते म्हणून त्याला पित्याचे गोत्र यथाक्रमाने मिळाले नव्हते. त्याच्या मृत्यूमुळे उत्पन्न झालेली अस्वच्छता ही साधारण स्वरूपाची मानली जाते.

दत्तक घेणे म्हणजे वडिलांच्या गोत्रात दत्तक मुलाचा प्रवेश करणे. मुलाचा यज्ञोपवित विधी एकदा का झाला तर तो मुलगा दुसऱ्या गोत्रात कायमचाच गेला, असे होते. म्हणून अशा मुलाला दत्तक घेण्यास वाव राहतच नाही, हे दोन्ही नियम असे दर्शवतात की, यज्ञोपविताच्या विधीचा संबंध गोत्रांशी होता, उपनयनाशी नव्हे.

यज्ञोपविताचा संबंध गोत्राशी होता, हा जो दृष्टिकोन आहे, त्याला जैन वाङ्मयात आधार मिळती, असे दिसते. आचार्य रविसेन यांनी रचलेल्या पद्मपुराणाच्या चौथ्या पर्वातील ८७व्या श्लोकाचा भावार्थ याप्रमाणे आहे –

'भगवान! क्षत्रिय, वैश्य व शूद्र यांची उत्पत्ती कशी झाली, हे आपण आम्हांला सांगितले. जे आपल्या गळ्यात जानवे वापरतात त्यांची उत्पत्ती कशी झाली, हे जाणण्यास मी उत्सुक झालो आहे.' (नथुराम प्रेमी यांचा हिंदी ग्रंथ 'जैन साहित्य और इतिहास' यात उद्धृत केलेला मजकूर पान ५५ अ)

या श्लोकातील 'जे आपल्या गळ्यात जानवे वापरतात' हे शब्द फार महत्त्वाचे आहेत. या शब्दातील वर्णन ब्राह्मणाचे आहे. याबद्दल शंका नाही.

यावरून असे स्पष्ट होते की, एके काळी फक्त ब्राह्मण लोक यज्ञोपवित वापरत होते, दुसरा कोणताही वर्ण ते वापरत नव्हता. हा मुद्दा आणि गोत्रासंबंधीचे नाते फक्त ब्राह्मण लोकांपुरतेच मर्यादित केले होते, म्हणजे गोत्रासंबंधीची नाती फक्त ब्राह्मण लोकांनीच पाळावीत, असा अलिखित दंडक होता, हा दुसरा मुद्दा!

हे दोन्ही मुद्दे एकत्र लक्षात घेतले, तर असे स्पष्ट होते की, वडिलांच्या गोत्रात मुलाला आणण्यात त्या गोत्राशी मुलाला प्रत्यक्ष संलग्न करण्याचा यज्ञोपविताच्या

विधीचा हेतू होता; यज्ञोपविताच्या विधीचा उपनयनाशी कोणत्याही प्रकारचा संबंध नव्हता. मुलाला वेदांचा अभ्यास करण्यासाठी जी दीक्षा द्यावी लागत असे तिच्याशी उपनयनाचा संबंध होता.

उपनयन म्हणजे वेद शिकवणे

हे स्पष्टीकरण जर खरे धरले तर यज्ञोपविताचा विधी आणि उपनयनाचा विधी यांचे भिन्न भिन्न हेतू होते, असे सिद्ध होते. काही काळानंतर हे भिन्न भिन्न हेतू परस्परांशी मिसळून एकजीव झाले. या दोन हेतूंची अशी सरमिसळ का झाली असावी, याचे स्पष्टीकरण अगदी सहजरीतीने देता येईल. मुलाचा यज्ञोपविताचा विधी केलेला नसता आचार्याने जर त्याचा उपनयनविधी केला तर त्या मुलाला आपल्या गोत्रात घेणे, आचार्याला भाग पडत असे.

हा धोका टाळण्यासाठी मुलाचा पिता प्रथम मुलाचा यज्ञोपवित विधी उरकून घेत असे. नंतर मुलाला आचार्याच्या स्वाधीन करत असे. मुलाचे यज्ञोपवित विधी व उपनयन विधी हे एकाच वेळी का करण्यात येऊ लागले, याचे संभवनीय कारण येथे सांगितले आहे. ते कसेही असो, उपनयन याचा अर्थ वैदिक ब्राह्मणाने मुलाला वेद शिकवणे असा होतो, हे खास.

(३)

मी येथे मांडलेला सिद्धान्त भरभक्कम आहे, याबद्दल माझी खात्री आहे. परंतु या सिद्धान्ताच्या विरुद्ध आक्षेप घेणारे, कोणी नसणार, अशी मी जर कल्पना केली तर मी अधिक आत्मविश्वास बाळगत आहे, असे होईल.

माझ्या सिद्धान्ताच्या विरुद्ध जर कोणी आक्षेप घेतला तर ते कोणत्या स्वरूपाचे असतील असा माझा अंदाज आहे :

१. उपनयनाची अनुपस्थिती ही शूद्रत्वाची कसोटी आहे काय?
२. उपनयनासंबंधीचा शूद्राला कधी हक्क होता का?
३. उपनयनासंबंधीचा हक्क नष्ट झाल्यामुळे शूद्रांची सर्वसाधारण अधोगती झाली ती कशी?
४. ब्राह्मणांच्या हातात इतकी सत्ता होती काय की, जिच्यामुळे उपनयनासंबंधीचा हक्क शूद्रांना देण्याचे त्यांना नाकारता आले? माझ्या सिद्धान्ताविरुद्ध असे संभवनीय आक्षेप मी दिलेले आहेत.

(४)

पहिल्या आक्षेपापासून सुरुवात करू या. या आक्षेपांची विल्हेवाट लावण्याचा उत्तम मार्ग म्हणजे शूद्र कोणाला म्हणावे, हे ठरवताना सचोटीचे गमक कोणते, यासंबंधी भारतातील कोर्टांनी त्यांच्यापुढे आलेल्या खटल्यात जे कायदेशीर निकाल दिले आहेत, त्या निकालांकडे बोट दाखवणे हा होय.

ब्राह्मण व शूद्र हे दोन वर्ण अस्तित्वात

याबाबतीत उल्लेख करण्यासारखा खटला ७, एमआयए १८ यामध्ये मिळतो. (चुओहिर्य रुण मुर्दन सिंडिकेट विरुद्ध साहुब पुरहुलाद सिंडिकेट). या खटल्याचा निकाल प्रिव्ही कौन्सिलने १८३७मध्ये दिला. या खटल्यातील वादग्रस्त प्रश्न असा होता की, त्यावेळी भारतात क्षत्रिय लोक कोणी होते काय? या खटल्यातील एका पक्षाचे असे म्हणणे होते की, भारतात क्षत्रिय लोक आहेत. दुसऱ्या पक्षाचे म्हणणे होते की, असे लोक कोणीच नाहीत. ब्राह्मण परशुराम याने सर्व क्षत्रिय ठार मारलेत आणि त्याच्या तडाख्यातून जे क्षत्रिय सुटले त्यांचे निर्दालन शूद्र राजा महापद्म नंद याने केले. म्हणून त्यानंतर जगात क्षत्रिय शिल्लक राहिला नाही. जगात फक्त ब्राह्मण व शूद्र हे दोनच वर्ण अस्तित्वात आहेत. अशा प्रकारचा जो सिद्धान्त ब्राह्मणांनी तयार केला आहे, त्या सिद्धान्ताचा आधार दुसऱ्या पक्षाच्या लोकांनी घेतला.

प्रिव्ही कौन्सिलने हा सिद्धान्त मान्य केला. तो ब्राह्मणांनी लबाडीने मुद्दाम तयार केलेला आहे व त्यामुळे तो खोटा आहे, असे प्रिव्ही कौन्सिलचे मत पडले, क्षत्रिय अद्याप भारतात अस्तित्वात आहेत, असे मत प्रिव्ही कौन्सिलने प्रदर्शित केले. तथापि, क्षत्रिय हा शूद्रापेक्षा निराळा माणूस आहे, हे ओळखून काढण्याचे एखादे गमक प्रिव्ही कौन्सिलने आपल्या निकालात नमूद केले नाही. हा प्रश्न प्रत्येक खटल्यातील खऱ्या गोष्टी लक्षात घेऊनच सोडवला पाहिजे, असे प्रिव्ही कौन्सिलने आपले मत प्रदर्शित केले.

कायस्थ हे क्षत्रिय की शूद्र?

या विषयावरचा दुसरा खटला इंडियन लॉ रिपोर्ट १०, कलकत्ता, ६८८ यामध्ये मिळतो. (राजकुमार लाल विरुद्ध बिसेसुर दयाल). या खटल्यात असा प्रश्न उपस्थित केला होता की, बिहार प्रांतातील कायस्थ लोक हे क्षत्रिय होते की शूद्र होते? ते शूद्र होते असा हायकोर्टाने निकाल दिला.

कायस्थांची बाजू घेणाऱ्या लोकांनी अशी भूमिका स्वीकारली की, बिहार प्रांतातील कायस्थ बंगाल, संयुक्त प्रांत व बनारस या प्रांतातील कायस्थाहून निराळे होते. संयुक्त प्रांत व बनारस या प्रांतातील कायस्थ शूद्र होते व बिहार प्रांतातील कायस्थ क्षत्रिय होते. कायस्थांच्या बाबतीत केलेला हा भेदभाव कोर्टाने मान्य करण्याचे नाकारले. त्याने असा निकाल दिला की, बिहार प्रांतातील कायस्थसुद्धा शूद्र होते.

या निकालाची सत्यता अलाहाबाद हायकोर्टाने मान्य केली नाही. न्यायमूर्ती महमूद यांनी याबाबतीत जे विचार प्रदर्शित केले आहेत, ते इंडियन लॉ रिपोर्ट १२ अलाहाबाद ३२८ याच्या ३३४ पानावर दिलेले आहेत (तुळशीराम विरुद्ध बिहारीलाल) ते येणेप्रमाणे –

'भारताच्या या भागात लेखणीवर उपजीविका करणारी 'कायस्थ' या नावाची जात अस्तित्वात आहे. या खटल्यातील दोन्ही पक्षांचे लोक या जातीचे आहेत. मनुने तयार केलेल्या जातिसंस्थेप्रमाणे किंवा हिंदू धर्माच्या कायद्याचे जे अधिकृत ग्रंथ आहेत, त्यांच्यामध्ये कोठेतरी या जातिसंस्थेसंबंधी जे कायदे नमूद केलेले आहेत त्या कायद्यांप्रमाणे 'कायस्थ' ही जात शूद्राच्या वर्गात मोडली जाते. अशा प्रकारचा दृष्टिकोन खालच्या दोन्ही कोर्टांनी स्वीकारलेला आहे, असे दिसते. हा दृष्टिकोन खरा आहे किंवा नाही याबद्दल शंका वाटते.

कायस्थ हा हिंदू समाजाचा एक महत्त्वाचा घटक आहे. हिंदू धर्माच्या कायद्यांची अंमलबजावणी या जातीसंबंधी केली जाते, तिच्यामुळे जो प्रश्न उत्पन्न होतो, तो केवळ मानववंशसंशोधक शास्त्राच्या दृष्टीने नव्हे, तर कायद्याच्या दृष्टीनेसुद्धा अत्यंत गहन वाटतो. हा प्रश्न प्रिव्ही कौन्सिलच्या लॉर्डसनी श्री. सत्यनारायण मित्तर विरुद्ध श्री. मुट्टी बिशेन सुनदुरी दासी (L.R.I.A. Sun. Vol. 149) किंवा महाशोध शोसिनाथ घोष विरुद्ध श्रीमती कृष्णा सुंदरी दासी (L.R. 7L.A. 250) खटल्यात कायद्याच्या दृष्टीने निकालात लावलेला आहे असे मी समजत नाही.

या दोन्ही खटल्यात जे पक्षकार होते ते दक्षिण बंगाल प्रांतात राहणारे कायस्थ होते. त्यांनी दत्तक घेण्यासंबंधीचा प्रश्न कोर्टात उपस्थित केला होता. उत्तर भारतातील सीमाप्रांत व औंध या प्रांतात राहणाऱ्या कायस्थांच्या बारा जाती आहेत. दक्षिण बंगाल प्रांतात राहणारे कायस्थ या बारा जातींच्या कायस्थाहून वेगळे समजले तरी काही हरकत नाही. चौधरी हजारीलाल विरुद्ध विष्णू दयाल (१८८६चे पहिले अपिल नं. ११३ याचा निकाल १५ जून १८८७ रोजी देण्यात आला.) या खटल्यातसुद्धा दत्तक घेण्यासंबंधीचा प्रश्न उपस्थित केला होता. या

खटल्याचा निकाल विद्धान मुख्य न्यायाधीश (चीफ जस्टिस) व माझे व्यवसाय बंधू टिरेल यांनी दिला आहे. तो निकाल लॉ रिपोर्टमध्ये नमूद केला नाही. येथे सांगितलेला प्रश्न या निकालातही सोडवला आहे, असेही मला वाटत नाही. परंतु या विषयासंबंधी मी आणखी काही जास्त न बोलणे बरे...

बंगाली कायस्थ शूद्रच

तिसरा खटला (1919-20 Cal W.N. 901) यामध्ये नमूद केला आहे. (असित मोहन घोष विरुद्ध निशेद मोहन घोष मौलिक), बंगाल प्रांतातील कायस्थ हे क्षत्रिय होते की शूद्र होते, हा प्रश्न या खटल्यात उपस्थित केला होता. ते शूद्र आहेत असा बंगालच्या उच्च न्यायालयाने निकाल दिला. या निकालाविरुद्ध प्रिव्ही कौन्सिलकडे अपील करण्यात आले. प्रिव्ही कौन्सिलने या अपीलाचा जो निकाल दिला आहे तो (1929 47.9 A. 140) यामध्ये नमूद केला आहे. बंगाली कायस्थ हे शूद्र आहेत किंवा क्षत्रिय आहेत या प्रश्नाचा निकाल प्रिव्ही कौन्सिलने दिला नाही. प्रिव्ही कौन्सिलने या प्रश्नाला हात न लावता तो तसाच सोडून दिला. मध्यंतरीच्या काळात १९१६ आणि १९२६ मध्ये बंगालचे कायस्थ तांतिस आणि डोम्स (१९२१, ४८ कलकत्ता ६२६-विश्वनाथ घोष विरुद्ध श्रीमती बालाई देसाई आणि डोम १९२४. ५१ कलकत्ता ७८७-भोलानाथ मित्तर विरुद्ध राजे बादशहा) या दोन-तीन जाती यांच्यामध्ये जे मिश्र विवाह झाले, यासंबंधी कलकत्ता हायकोर्टाने दोन निकाल दिले. कायस्थांचे तांतिस आणि डोम या जातीत मिश्र विवाह झाले ते कायदेशीर आहेत, कारण या तिन्ही जाती शूद्र वर्णाच्या उप-जाती आहेत, असा तो निकाल होता.

बिहारमधील कायस्थ क्षत्रिय

येथे सांगितलेल्या निकालांमुळे कायस्थांच्या सामाजिक दर्जाचा प्रश्न अधिक बिकट होऊन तसाच भिजत पडला. यानंतर दुसऱ्या एका खटल्याचा निकाल लागला. तो निकाल इंडियन लॉ, रिपोर्ट ६ (पाटणा ५०६, १९२५, ईश्वरीप्रसाद विरुद्ध राय हरिप्रसाद लाल) यामध्ये नमूद केला आहे. ज्यांच्यामध्ये कायस्थासंबंधी काही उल्लेख आहे, असे प्रत्येक पुराणातील व प्रत्येक स्मृतीतील उतारे काढून व त्या उताऱ्यांची कायद्याच्या दृष्टीने छाननी करून श्री. न्यायमूर्ती ज्वालाप्रसाद यांनी या खटल्यांचा ४८ पानांपेक्षा जास्त पानांचा अत्यंत सविस्तर निकाल लिहून काढला व तो कोर्टात वाचून दाखवला. कायस्थ शूद्र आहेत, असा कलकत्ता हायकोर्टाने जो

निकाल दिला होता, त्याच्याहून निराळा निकाल श्री. न्यायमूर्ती ज्वालाप्रसाद यांनी दिला. तो असा की, बिहार प्रांतातील कायस्थ क्षत्रिय होते.

मराठे क्षत्रिय की शूद्र?

यानंतर अनुक्रमाने येणारे खटले म्हणजे मराठे क्षत्रिय आहेत की शूद्र आहेत, हा प्रश्न ज्यांच्यामध्ये उत्पन्न झाला होता, असे खटले होत. हा प्रश्न ज्या खटल्यांमध्ये उत्पन्न केला होता असा पहिला खटला व त्यावरील निकाल (४८ मद्रास १, १९२४ कोल्हापूरचे महाराज विरुद्ध सुंदरम अय्यर) यामध्ये नमूद केले आहेत.

तंजावरच्या राजाच्या इस्टेटीचे रिसिव्हर म्हणून जे गृहस्थ नेमण्यात आले होते त्या गृहस्थाने या खटल्याची फिर्याद कोर्टात दाखल केली होती. राजाचे वंशज, जवळचे आणि दूरचे नातलग, आप्तसंबंधी या सर्वांना या खटल्यात प्रतिवादी केले होते. मराठी साम्राज्याचे संस्थापक शिवाजी यांचे बंधू व्यंकोजी उर्फ एकोजी यांनी तंजावरचे राज्य स्थापन केले होते. अर्थात व्यंकोजी हा मराठा होता. या खटल्याचा निकाल २२९ पानांचा आहे. मराठे क्षत्रिय होते काय, या प्रश्नाचा ऊहापोह या निकालात अत्यंत विस्तारपूर्वक रीतीने केला होता. मद्रास हायकोर्टाचा हा निकाल असा होता की, मराठे शूद्र होते. या खटल्यातील प्रतिवाद्यांचे म्हणणे होते की, मराठे क्षत्रिय होते. हे म्हणणे निकालात मान्य केले नाही.

यानंतरचा मराठ्यासंबंधीचा दुसरा खटला इंडियन लॉ रिपोर्ट (१९२७, ५२ मुंबई ४९७ सुब्बराव हंबीराव पाटील विरुद्ध राधा हंबीराव पाटील) यात कोर्टाने खालीलप्रमाणे निकाल दिला.

'मुंबई इलाख्यातील मराठ्यामध्ये तीन वर्ग आहेत. (१) पाच कुळे, (२) शहाण्णव कुळे आणि (३) बाकीची कुळे, यांपैकी पहिले दोन वर्ग कायदेशीर रीतीने क्षत्रिय आहेत.

याबाबतीत उल्लेखनीय असा शेवटचा खटला व त्याचा निकाल इंडियन लॉ रिपोर्ट (१९२७, ५२ मद्रास १ मोक्का कोने विरुद्ध अम्माकुटी) यामध्ये नमूद केला आहे. मथुरेचे यादव क्षत्रिय होते काय, असा प्रश्न या खटल्यात उत्पन्न झाला होता. आपण क्षत्रिय आहोत, हा दावा यादवांनी मांडला होता. परंतु मद्रास हायकोर्टाने हा दावा मानला नाही. यादव शूद्र आहेत, असा निकाल कोर्टाने दिला.

क्षत्रिय कोण व शूद्र कोण हे ठरवण्याच्या प्रश्नासंबंधी कायद्याने जे निकाल दिले आहेत त्यांचे एकंदर स्वरूप वर दिल्याप्रमाणे आहे.

यादवही शूद्र...

हे निकाल म्हणजे निरनिराळ्या मतांची मिळून केलेली खिचडी होय. या निकालांनी नक्की काहीच ठरवून दिले नाही. पूर्वी या विषयासंबंधी ज्या कल्पना होत्या त्यांना तर त्यांनी मुळीच स्पर्शही केला नाही. त्यामुळे हे निकाल वाचून नक्की कोणती कल्पना ग्राह्य मानावी, याबद्दल मोठा संभ्रम उत्पन्न होतो. बिहार व संयुक्त प्रांतातले आणि बनारस येथील कायस्थ क्षत्रिय आणि बंगालचे कायस्थ शूद्र असे निकाल कोर्टाने दिले आहेत. मद्रास हायकोर्टाचे मत असे की, मराठे शूद्र आहेत. परंतु मुंबई हायकोर्टाचे मत असे की, पाच कुळीचे व शहाण्णव कुळीचे मराठे हे क्षत्रिय आणि बाकीच्या कुळीचे मराठे शूद्र! कृष्ण यादव कुळात जन्मला होता व यादव क्षत्रिय होता, अशी आत्तापर्यंतची लोकश्रद्धा, परंतु मद्रास हायकोर्टाचे मत असे की, यादव शूद्र आहेत!

कोर्टाने निकाल देताना वापरलेल्या कसोट्या

आपल्या मुद्द्याच्या दृष्टीने उपरिनिर्दिष्ट खटल्यातील निकाल महत्त्वाचे नाहीत. ते निकाल देताना कोर्टांनी कोणते गमक वापरले होते ते पाहणे, हे आपल्या मुद्द्याच्या दृष्टीने अत्यंत महत्त्वाचे आहे. कोर्टाने आपला निकाल देताना जी गमके वापरली त्यांपैकी काही याप्रमाणे असावीत :

१) इंडियन लॉ रिपोर्ट, १० कलकत्ता ६८८ यामध्ये नमूद केलेल्या खटल्यातील निकाल देताना पुढील गमके वापरण्यात आली होती – (अ) 'दास' हा शब्द आडनाव म्हणून वापरणे (ब) पवित्र यज्ञोपवित वापरणे (क) होम करण्याबद्दल अधिकार असणे (ड) सूतक पाळण्याबद्दलचा काळ (इ) औरस नसलेल्या मुलाला आपल्या वडिलांचे अधिकार मिळण्याचे अधिकार किंवा अनाधिकार

२) इंडियन लॉ रिपोर्ट ६, पाटणा ६०६ यामध्ये नमूद केलेल्या खटल्याचा निकाल देताना सर्वसाधारण लौकिक हे गमक वापरले आहे. जर एखादी जात सर्वसाधारण लौकिकाने क्षत्रिय असेल, तर ती क्षत्रिय जात म्हणून समजण्यात यावी.

३) यात ४८ मद्रास १ मध्ये नमूद केलेल्या खटल्याचा निकाल देताना निरनिराळी गमके वापरण्यात आली होती. जातीबद्दलची जागृती हे एक गमक होते. पवित्र यज्ञोपवित वापरण्याव्यतिरिक्त उपनयनविधी करणे, हे दुसरे गमक होते. आपण क्षत्रिय किंवा वैश्य आहोत, असे जर ब्राह्मणेतरांनी सिद्ध करून दाखवले नाही तर ते सर्व ब्राह्मणेतर शूद्र होत असे समजणे हे तिसरे गमक होते.

(४) इंडियन लॉ रिपोर्ट, मुंबई ४९८ यामध्ये नमूद केलेल्या खटल्यात ही तीन गमके वापरण्यात आली होती – (अ) जातीबद्दलची जागृती (ब) जातीचे रीतिरिवाज आणि (क) जातीबद्दलच्या असलेल्या जागृतीला इतर जातींची मान्यता.

या विषयाची ज्याला काही तरी माहिती आहे, तो असे म्हणू शकणार नाहीं की, निरनिराळ्या कोर्टांनी जी गमके वापरली ती बरोबर आहेत. सूतक पाळण्याचा काळ हे गमक व यांसारखी इतर गमके हा प्रश्न सोडवण्याच्या कामात कुचकामाची आहेत. याबाबतीत अशा कसोट्यांना काही किंमत नाही. 'होम' करण्याचा अधिकार ही कसोटी व यांसारख्या इतर कसोट्या याबाबतीत उपयुक्त ठरतात. परंतु त्या ग्राह्य वाटत नाहीत.

असल्या प्रकारची कसोटी, कारणाला कार्य समजण्याची चूक करते. जातीच्या जागृतीबद्दलचे जे गमक आहे ते चांगल्या तऱ्हेचे गमक क्वचितच होईल. जरुरीचे धार्मिक विधी पुष्कळ काळ न केल्यामुळे एखाद्या जातीची जातीबद्दलची जागृती नष्ट झाली असेल, असली जागृती नष्ट होण्याला काही कारणे उत्पन्न झाली असतील व या कारणांवर त्या जातीला काही ताबा चालवता आला नसेल. उपनयनाबद्दलचे गमक निराळ्या स्वरूपाचे आहे. कोर्टांनी त्याचा योग्य परामर्श घेतला नाही. परंतु उपनयनाबद्दलच्या गमकाची जर पूर्ण माहिती करून घेतली व त्याचा योग्य तो परामर्श घेतला तर हे गमक योग्य व ग्राह्य आहे, याबद्दल शंका नाही.

उपनयनाचा अधिकार हीच कसोटी

तात्विक व व्यावहारिक दृष्टीने जातीची अवस्था उपनयनांच्या संबंधात कशी होते, याबद्दलची नीट फोड कोर्टांनी केली नाही. जसे व्यावहारिक दृष्टीने याबाबतीत खरे वाटते. तसेच तात्विक दृष्टीनेही असले पाहिजे. अशी समजूत करून घेऊन कोर्टांनी या गमकाचा उपयोग केला आहे. उपनयनाच्या गमकाचा उपयोग करताना कोर्टांनी अशी चूक केली म्हणून त्यांच्या निवाड्यात विसंगती आणि फोलपणा ही दिसला. याची उदाहरणे द्यावयाची तर ती ही की, कोर्टांनी एका प्रदेशातील जातीला एक दर्जा आपल्या निकालात दिला व दुसऱ्या प्रदेशात राहणाऱ्या त्याच जातीला दुसरा दर्जा दिला.

फसवेगिरीचा अवलंब करून यज्ञोपवित वापरण्याचा अधिकार सांगणाऱ्या जातीला कोर्टांनी यज्ञोपवित वापरण्याचा अधिकार दिला व यज्ञोपवित वापरण्याची

पुष्कळ दिवसांची वहिवाट झाल्यानंतर तो अधिकार त्या जातीला कोर्टांनी कायमचाच दिला.

त्याच्या उलट एखादी जात प्रत्यक्षपणे यज्ञोपवित वापरत नाही म्हणून तिला यज्ञोपवित वापरण्याचा तात्त्विक दृष्टीने मुळीच अधिकार नाही, असा निकाल देऊन कोर्टांनी त्या जातीला जबरदस्त शिक्षा दिली. पवित्र यज्ञोपवित वापरणे हे खरे गमक नाही, तर पवित्र यज्ञोपवित वापरण्याचा अधिकार हे खरे गमक आहे. उपनयनाचा अधिकार म्हणजे काय, याचा पूर्ण बोध झाला तर विरोधाची भीती न बाळगता असे म्हणता येईल की, उपनयनाचा अधिकार हीच एक अशी खरी कसोटी आहे की, जिच्या साहाय्याने एखाद्या माणूस शूद्र आहे, असा त्याचा सामाजिक दर्जा पडताळून पाहता येतो.

(५)

दुसरा आक्षेप अगदी अग्राह्य आहे. या आक्षेपात असे समजण्यात आले आहे की, अगदी प्रारंभापासून भारतीय-आर्य समाज आपल्यातील निरनिराळ्या वर्गांना उपनयनाच्या बाबतीत निरनिराळ्या रीतीने वागवत असे. हा समज माझ्या मते अगदी अनैसर्गिक आहे. वन्यावस्थेत राहणाऱ्या समाजात अगदी प्रथमतःच भेदभाव उत्पन्न होत नसतात. प्राचीन काळचा आर्य समाज आपल्यातील सर्व वर्गांना उपनयनाच्या बाबतीत समानतेने वागवत होते, असा समज करून घेतला तर ते नैसर्गिक होईल.

उलट बाजूने याबाबतीत असेही म्हणतील की, प्राचीन समाजाची एकोप्याची सद्भावना सर्व बाबतीत दृगोचर होती, असे धरून चालणे ठीक नाही, कारण प्राचीन आर्य समाजाने शूद्र व स्त्रिया यांना उपनयनाचा अधिकार दिला नव्हता. केवळ तर्कावर अवलंबून राहाण्याची मला गरज नाही. माझ्या सुदैवाने तर्क माझ्या बाजूने कौल देत आहे, अशी माझी खात्री आहे. कारण शूद्र आणि स्त्रिया यांना एके काळी यज्ञोपवित वापरण्याचा अधिकार होता, हे सिद्ध करण्यासाठी प्रत्यक्ष व अप्रत्यक्ष असा भरपूर पुरावा अस्तित्वात आहे.

हे स्पष्टपणे कळून येईल की, उपनयन हे सर्वांना अगत्याचे आहे, असे प्राचीन आर्य समाज मानत असे.

जे लोक बहिरे, मुके असत त्यांना उपनयनाचा अधिकार होता. जे लोक नपुंसक होते त्यांनासुद्धा हा अधिकार होता. बहिऱ्या व मुक्या लोकांसाठी जो उपनयनविधी

करावयाचा तो एका विशिष्ट पद्धतीने करावा, म्हणून ती विशिष्ट पद्धती शास्त्रात सांगितली होती, अशा लोकांचा उपनयनविधी आणि इतर चांगल्या लोकांचा उपनयविधी यांच्यामध्ये काही प्रमुख बाबतीत भेद ठेवण्यात आला होता. बहिरे, मुके व नपुंसक मुलांच्या बाबतीत जो विधी करावयाचा त्यात समिधा अर्पण करणे, दगडावर चालणे, वस्त्र वापरणे, मेखला बांधणे, हरणाचे कातडे व काठी देणे, हे सर्व प्रकार काही शब्द न उच्चारता करावे लागत असत. अशा विधीत मुलगा आपले नाव सांगत नसतो.

शिजवलेले अन्न किंवा शुद्ध लोणी यांचे अर्घ्य द्यावयाचे, ते आचार्यांनी दिले पाहिजे. या विधीत म्हणावयाचे सर्व मंत्र स्वतः आचार्याने हळूहळू पुटपुटत म्हणावे लागत असत. नपुंसक, आंधळे, वेडे असे लोक आणि फेफरे, पांढरे कोड किंवा महारोग अशा प्रकारच्या रोगांनी पछाडलेले लोक यांचा जो उपनयनविधी करावयाचा तो याप्रमाणेच करावा लागत असे.

उपनयनासंबंधी नियम

सहा प्रकारच्या अनुलोम जातीतील लोकांनाही उपनयनाचा अधिकार होता. क्षत्रिय, वैश्य आणि रथकारा, अंबाष्ठ वगैरे ज्या मित्र जाती आहेत, त्यावरून ही गोष्ट स्पष्ट होते. (बौधायन गृह्य सूत्र २०८, काणे, धर्मशास्त्राचा इतिहास १, पान २९९) पतितसावित्रीक म्हणून जे लोक होते त्यांना उपनयन करण्याची मुभा होती. ब्राह्मण मुलाचे उपनयन करावयाचे योग्य वय म्हणजे त्याच्या जन्मापासून ८वे वर्ष, क्षत्रिय मुलाचे ११वे वर्ष आणि वैश्य मुलाचे १२वे, पण काही कारणांमुळे या वर्षांपर्यंत अगर त्यानंतर काही दिवसांनी उपनयन करता आले नाही तर उपनयनाचा काळ संपला असे होऊ नये म्हणून याबाबतीत सवड ठेवण्यात आली. या सवडीप्रमाणे ब्राह्मण मुलाचे १६व्या वर्षापर्यंत, क्षत्रिय मुलाचे २२व्या वर्षापर्यंत आणि वैश्य मुलाचे २४व्या वर्षापर्यंत उपनयन करता येत असे.

मुलाचे उपनयन या वर्षाच्या आत करण्यात आले नाही, तर त्यानंतर तो मुलगा सावित्री (पवित्र गायत्री मंत्र) शिकण्यास अपात्र समजला जात असे. अशा माणसांना 'पतितसावित्रिक' किंवा 'सावित्रपतित' असे मानण्यात येई. उपनयनासंबंधी जे नियम आहेत, तद्नुसार बघावयाचे म्हटले तर अशा लोकांचे उपनयन सवलतींचा काळ संपल्यानंतर करता येत नसे. त्यांना वेद शिकवण्याचा अधिकार नसे किंवा त्यांच्या घरी होम केला तर त्यात कोणी पुरोहित म्हणून काम

करत नसत. त्यांच्याशी कोणी सामाजिक व्यवहार (लग्न-संबंध वगैरे) करत नसत. परंतु अशा लोकांनी काही प्रायश्चित्ते घेतली तर त्यांच्या बाबतीत हे निर्बंध शिथिल करण्याची मोकळीक या नियमांत ठेवण्यात आली आहे.

आपस्तंभ धर्मसूत्र, (१-१-१-२८-३१) यामध्ये असा नियम सांगितला आहे की, ज्यांचे उपनयन झाले आहे, जे तीन वेदांचा अभ्यास करण्यास लागले आहेत व ब्रह्मचाऱ्याचे आयुष्य घालवत आहेत, पण ज्यांचे उपनयन योग्य वेळी झालेले नाही, अशा मुलाने १६व्या किंवा २४व्या वर्षानंतर ब्रह्मचाऱ्याचे आयुष्य दोन महिनेपर्यंत घालवावे. (उदाहरणार्थ, भिक्षा मागून अन्न आणणे, वगैरे.), त्यानंतर त्याचे उपनयन करावे. त्यानंतर त्याने प्रत्येक दिवशी स्नान करावे. (शक्य असल्यास दिवसातून तीन वेळा स्नान करावे.) त्यानंतर त्याला वेद शिकवावा. हे प्रायश्चित्त काहीसे सोपे आहे. परंतु दुसऱ्या प्रायश्चित्तात यापेक्षा घोर कर्मे करण्याबद्दल सांगितले आहे.

वसिष्ठ धर्मसूत्र ११-७६- ७९ आणि वैक स्मार्त, ११-३ यांत असे सांगितले आहे की, जो माणूस पतितसावित्रीक आहे त्याने उद्दालाक व्रत तरी करावे किंवा अश्वमेध करणाऱ्या माणसाबरोबर स्नान करावे अथवा त्याने 'व्रत्यस्तोम' यज्ञ तरी करावा, (काणे, धर्मशास्त्राचा इतिहास २, १ पाने ३७७).

ब्रह्मघ्नास लोकांना उपनयन करण्याची मुभा होती, ज्याच्या वडिलांनी किंवा आजोबाने उपनयनविधी केले नाही, अशा माणसाला 'ब्रह्मघ्न' समजत असत. याबाबतीत प्रथमतः असा नियम होता की, एखाद्याचे वडील व आजोबा या दोघांनीही जर उपनयन केले नसेल तर ते (तीन पिढ्या) ब्रह्म (पवित्र प्रार्थना किंवा विद्या) यांचे मारेकरी म्हणून समजले जात. इतर लोकांनी अशा माणसाबरोबर सामाजिक व्यवहार करू नये, त्यांचे अन्न सेवन करू नये व त्यांच्याशी विवाहसंबंध करू नयेत.

आपस्तंभ धर्मसूत्र (१-१-१-३२-२-४) याबाबतीत असे प्रायश्चित्त सांगितले आहे की, त्या पिढीतील माणसांनी एकदा स्नान करावे. त्यावेळी काही मंत्र म्हणावेत. हे मंत्र म्हणजे ऋग्वेदातील सात पवमणी ऋचा - 'यद अंति यच्च दुरके' अशी सुरुवात असलेल्या ऋचा आणि यजुस पवित्र (तैत्तिरीय सूत्र, १-२-१-१ ऋग्वेद १०-१७-१) तसेच सामपवित्र व अंगिरस मंत्र (ऋग्वेद ४-०-५) ही सर्व मिळून म्हणावीत किंवा 'व्याहृती'[१] मधून पाणी ओतावे. हे सर्व विधी जो माणूस करील त्याला वेद शिकवणे किंवा न शिकवणे हे ठरवले जाईल. (काणे : पान ३७८ पाहा).

---

१ व्याहृती : हिंदू तत्त्वज्ञानातील पवित्र उच्चार जे 'भू' (भौतिक), 'भुव' (सूक्ष्म) आणि 'स्वह' (मानसिक) या तीन अक्षरांचा संदर्भ देतात. ते 'महा', 'जन', 'तप' आणि 'सत्यलोक' यांचा समावेश असलेल्या सात उच्च जगतांच्या संकल्पनेशी संबंधित आहेत.

परंतु अशा प्रकारच्या लोकांच्या बाबतीतसुद्धा हा नियम शिथिल करण्यात आला. आणि या लोकांनी विहित प्रात्यक्षिके घेतली, तर त्यांना त्यांची इच्छा असेल तर उपनयन करण्याची मोकळीक देण्यात झाली.

आतापर्यंत ज्याच्या पिढीत कोणत्याही माणसाचे उपनयन करण्यात आले नाही. अशा माणसांच्या बाबतीत आणखी दुसरी सवलत देण्यात आली होती. (आपस्तंभ धर्मसूत्र, १-१-२, ५-१०), अशा लोकांना उपनयन करण्याची इच्छा झाली तर त्या लोकांनी प्रायश्चित्त घ्यावे. म्हणजे त्यांना उपनयन करण्याची मुभा दिली जात असे. ते प्रायश्चित्त म्हणजे बारा वर्षे ब्रह्मचाऱ्याचे जीवन कंठणे आणि पवमणी व इतर ऋचा म्हणत स्नान करणे. अशा माणसाचे उपनयन केल्यानंतर त्याला गृहस्थाश्रमाची कर्तव्ये कोणती याबद्दल शिक्षण देण्यात येई. त्याला वेद शिकता येत नसत. असा माणूस व पतितसावित्रीक एकाच दर्जाचे असत. मात्र त्याच्या मुलाला वेद शिकण्याच्या अगोदरचे संस्कार करण्यात येत असत व तो मुलगा त्यानंतर वेद शिकत असे व एखाद्या आर्याप्रमाणे त्याला दर्जा प्राप्त होत असे.

'व्रत्य' लोक मूळचे कोण?

'व्रत्य' म्हणून ज्या लोकांना समजले जात असे, त्यांना उपनयन करण्याची मुभा होती. व्रत्य लोक मूळचे कोण हे नक्की सांगणे कठीण आहे. तीन पिढ्यांत उपनयन न करणारे ते आर्य होते किंवा आर्यत्वाच्या कक्षेबाहेर राहणारे आर्येतर होते. ब्राह्मण त्यांना आर्यत्वाची दीक्षा देऊन आर्य-धर्म स्वीकारण्यास लावत होते, हे सांगता येत नाही.

कदाचित ते लोक दोन्ही प्रकारचे असावेत, ते काही का असेना, 'व्रत्यस्तोम' नावाचा यज्ञ केला तर 'व्रत्य' लोकांना उपनयनाची मुभा होती, याबद्दल संदेह नाही. व्रत्य लोक म्हणजे ब्रह्मचाऱ्याचे आयुष्य पाळण्यास तयार नसलेले, शेती करून किंवा व्यापार-उद्योग करून आयुष्य व्यतीत करण्यास राजी नसणारे असे उनाड, भटकंती करणारे वैदिक धर्मानुसार नीचतम प्रतीचे जीवन कंठणारे लोक म्हणजे व्रत्य लोक.

अशा लोकांसाठी या चार प्रकारच्या व्रत्यस्तोमांपैकी प्रत्येक प्रकारात सोडषस्तोम यज्ञ नेहमी करावा लागत असे. (काणे यांनी 'धर्मशास्त्राचा इतिहास', पान ३५८ यामध्ये ताड्य ब्राह्मण १७-१-१ याचा उल्लेख केला आहे.)

या उल्लेखात अशी कथा आहे की, देव जेव्हा इह लोकांपासून स्वर्ग लोकी गेले तेव्हा जे काही आश्रित होते की, ज्यांनी इह लोकात व्रत्य जीवन व्यतीत केले

होते ते लोक स्वर्गलोकी न जाऊ शकल्यामुळे पृथ्वीतलावर अडकून पडले. हा सोडषस्तोम यज्ञ केला तरच व्रत्य लोकांना वरचा सामाजिक दर्जा मिळू शकत असे, व्रत्य लोकांच्या अंगातील मलिन्य नष्ट करण्याची शक्ती सोडषस्तोमात होती, असे समजले जात असे. व्रत्य लोकांनी व्रत्यस्तोम यज्ञ केला तर ते व्रत्य म्हणून न राहता उच्च दर्जाला जात व कर्मठ आर्यांच्या बरोबर सामाजिक व्यवहार करण्यास पात्र होत. त्यांचे उपनयन करण्यात येई व नंतर ते वेदाभ्यासाला पात्र होत.

बारा पिढ्या गेल्यानंतरसुद्धा योग्य ती प्रायश्चित्ते घेऊन व्रत्य लोकांना शुद्ध करून घेण्याबद्दलची तरतूद व्रत्य शुद्धिसंग्रह यामध्ये केलेली आहे. (काणे, 'धर्मशास्त्राचा इतिहास' पान ३८७)

उपनयनाला इतके महत्त्व देण्यात आले होते की, 'बौधायन' (२-१०) यात अश्वत्थ (पिंपळ) झाडालासुद्धा उपनयन करण्याबद्दल मुभा दिली होती.

या सर्व गोष्टी लक्षात घेतल्या तर आर्य समाजाने अगदी प्रारंभापासून स्त्रिया व शूद्र यांना उपनयनाचा अधिकार दिला नव्हता. या म्हणण्यावर विश्वास ठेवणे कठीण आहे. भारतीय-इराणी व भारतीय-आर्य हे संस्कृती व धर्म याबाबतीत परस्परांशी फारच जवळचे होते. भारतीय-इराणी लोकात एक रूढी चालू होती, ती याबाबतीत लक्षात घेणे जरूर आहे, भारतीय-इराणी समाजात जेवढे वर्ग अस्तित्वात होते, त्या सर्व वर्गातील पुरुष व स्त्रिया यांना पवित्र यज्ञोपवित देण्यात येत असे. अशा प्रकारची पद्धत भारतीय-आर्य समाजात रूढ न होता निराळीच पद्धत रूढ का झाली, याची कारणे सांगण्याची जबाबदारी मी मांडलेले सिद्धान्त खोडून काढण्याची ज्यांची इच्छा आहे, अशा लोकांची आहे.

तथापि, परिस्थितीनुरूप उत्पन्न झालेल्या पुराव्यावर अवलंबून राहणे अगदी जरुरीचे नाही. स्त्रिया व पुरुष या दोघांनाही उपनयन अधिकार एकेकाळी होत. या उपनयनाचा विधी त्या दोघांच्याही बाबतीत करण्यात येत असे. हे सिद्ध करण्यास प्रत्यक्ष भरपूर पुरावा अस्तित्वात आहे.

स्त्रियांचे उपनयन करण्याच्या बाबतीत हिंदू धर्मशास्त्राची मते सर्वश्रुत आहेत. ('पुरुषार्थ' या मासिकाच्या सप्टेंबर १९४०च्या अंकात या मुद्द्यासंबंधी शास्त्रातील सर्व आधार एकत्र दिले आहेत.) जो त्या मतांची छाननी करून पाहील त्याला हे आढळून येईल की, स्त्रियांना उपनयन करण्याची मुभा होती. स्त्रियांनी वेदाभ्यास केला होता, एवढेच नव्हे तर वेद शिकवणाऱ्या शाळा स्त्रिया चालवत असत, आणि स्त्रियांनी स्त्रीपूर्वमीमांसा यावर टीकाही लिहिल्या होत्या, असे समजले जाते.

शूद्रांचे उपनयन करण्यात येत होते किंवा नाही, या बाबतीतसुद्धा भरपूर पुरावा अस्तित्वात आहे. जर सुदास राजा होता, जर सुदास शूद्र होता, जर त्याचा राज्याभिषेक विधी वसिष्ठाने केला होता आणि जर त्याने राजसूय यज्ञ केला होता तर मग शूद्र एके काळी यज्ञोपवित वापरत होते, याबद्दल शंकाच राहात नाही, परिस्थितीनुरूप उत्पन्न झालेले पुरावे व धर्मशास्त्रातील पुरावे वर सांगितले आहेत. यांच्याशिवाय 'संस्कार गणपती' या ग्रंथात पुरावा सापडतो. शूद्र उपनयनाला पात्र होते, अशी स्पष्ट तरतूद या ग्रंथात केली आहे. याबद्दल मॅक्स म्युलर यांनी उल्लेख केला आहे. (History of Ancient Sanskrit Literature 1860 p. 207).

शूद्र व स्त्रिया उपनयनामध्ये फरक

स्त्रिया व शूद्र यांच्या उपनयनाच्या बाबतीत एक फरक आहे. स्त्रियांचे उपनयन बंद का करण्यात आले, यांबद्दल तर्काला पटणारे असे काहीतरी स्पष्टीकरण देण्यात आले आहे. परंतु शूद्रांचे उपनयन करण्याचे बंद का करण्यात आले याबद्दल मात्र कसल्याही प्रकारचे स्पष्टीकरण देण्यात आले नाही. वय व स्त्रियांचे लग्न करण्याचे वय ही जोपर्यंत निरनिराळी होती तोपर्यंत स्त्रियांचे उपनयन करण्यात येत असे, असा युक्तिवाद करण्यात येतो.

याबाबतीत असे सांगण्यात येते की, प्राचीन काळी उपनयन ज्या वर्षी करण्यात येई, लग्नाची वयोमर्यादा त्याच्यापुढे बरीचशी असे. परंतु काहीकाळ लोटल्यानंतर लग्नाची वयोमर्यादा आठव्या वर्षांवर आणून सोडली व त्यामुळे असा परिणाम झाला की, स्त्रियांच्या बाबतीत उपनयन हा तोपर्यंत एक स्वतंत्र विधी होता, पण त्यानंतर तो लग्नाच्या समारंभात उरकून घ्यावा लागल्यामुळे त्याचे स्वतंत्र अस्तित्व नष्ट झाले. स्त्रियांचे उपनयन बंद करण्यात का आले, त्याबद्दलचा हा खुलासा बरोबर आहे की चुकीचा आहे, ही गोष्ट वेगळी. येथे मुख्य मुद्दा असा की, शूद्रांना एकेकाळी उपनयन मोकळे होते. परंतु काही काळानंतर ते बंद करण्यात आले आणि त्यामुळे जो फरक झाला तो का झाला, याबद्दल मात्र कसलाही खुलासा अस्तित्वात नाही.

शूद्रांचा उपनयनाचा अधिकार हिरावून घेतला

मी जो पुरावा दिला आहे तो लक्षात घेऊनसुद्धा शूद्रांना उपनयनाचा कधीकाळी अधिकार होता काय, हा आक्षेप खरा मानण्याबद्दल जे लोक अट्टाहास करतात त्यांची बाजू लंगडी पडली आहे. शूद्रांना उपनयनाचा अधिकार मिळाला नव्हता, असे मानले

तरी या लोकांच्या पुढे असा प्रश्न उभा राहतो की, शूद्रांना उपनयनाचा अधिकार नाही, एवढेच केवळ जीर्णमताभिमान्याचा सिद्धान्त निवेदन करतो, परंतु शूद्रांचा उपनयनविधी का केला जात नाही, याबद्दल तो सिद्धान्त काही खुलासा करत नाही.

शूद्र हा अनार्य होता म्हणून त्याला उपनयनाचा अधिकार नव्हता, असा जो एक खुलासा पुढे करण्यात येतो तो अगदी अलीकडच्या काळात तयार केला आहे. शूद्रांना एके काळी उपनयनाचा अधिकार होता, असे तरी एक म्हणावे लागेल किंवा शूद्रांना अगदी प्रारंभापासून उपनयनाचा अधिकार दिला नव्हता, असे तरी म्हणावे लागेल.

कदाचित या दोन गोष्टी खऱ्या असतील. परंतु यांपैकी खरी गोष्ट कोणती हे ठरवण्याच्या अगोदर ती खरी कशी, हे सिद्ध करण्यास कारणे दिली पाहिजेत. शूद्रांना उपनयनाचा अधिकार का देण्यात आला नाही, या मुद्द्यावर एकही कारण सांगण्यात येत नाही, अशी वस्तुस्थिती आहे. म्हणून शूद्रांना उपनयनाचा अधिकार होता, परंतु तो त्यांच्याकडून हिरावून घेण्यात आला, असा जो सिद्धान्त आहे, तोच खरा मानावा लागतो. शूद्रांचा उपनयनासंबंधीचा अधिकार का हिरावून घेण्यात आला याबद्दलची मी कारणे दिली आहेत.

(६)

तिसरा आक्षेप हा मुळी आक्षेपच नव्हे, ज्या माणसाला उपनयनाच्या सर्व खाचाखोचा संपूर्णपणे माहीत नाहीत तोच हा खरा, असे समजून त्याला उचलून धरण्याचा आग्रह करेल.

आर्य समाज काही विधींना संस्कार समजत असत. असले संस्कार चाळीस आहेत. असे गौतम धर्मसूत्र (७-१४-२४) निवेदन करते, ते संस्कार येणेप्रमाणे –

गर्भाधान, पुंसवन, सीमंतोत्रयन, जातकर्म, नामकरण, अन्नप्राशन, कौल, उपनयन, वेदांचे चार व्रत, स्नान (किंवा समवर्तन), विवाह, दररोजचे पाच महायज्ञ (देव, पितृ, मनुष्य, भूत आणि ब्रह्म यांच्याकरिता), सात पाकयज्ञ (आस्तक, पर्वणास्थालिपाक, श्राद्ध, श्रावणी, अगृहयाणी, कैत्री, अश्वयुजी) सात हविर्यत्र (ज्यात अर्घ्य जाळतात पण सोम अर्पण करत नाहीत, त्यांची नावे अग्नियध्येय, अग्निहोत्र, दर्शपूर्णमस, अग्रायन, चातुर्मास्य, निरुधपसुबंध व सौत्रमणी), सात सामयज्ञ (अग्निस्तोम, अत्याग्निस्तोम, उक्थ्य, सोडसिन, वाजपेय, अतिरत्रा, आप्तोर्यम).

संस्कारांची संख्या सोळावर आली

काही काळ लोटल्यानंतर संकुचित अर्थाने संस्कार म्हणजे काय व व्यापक अर्थाने संस्कार म्हणणे काय, असा संस्कारांमध्ये फरक केला असावा असे दिसते. व्यापक अर्थाने जे संस्कार म्हणून समजले जात होते ते खरोखर यज्ञ होत आणि म्हणून त्यांची संस्कार या खऱ्या अर्थाने गणना करण्यात आली नव्हती. खऱ्याखुऱ्या अर्थाने जे संस्कार समजले जात होते, त्यांची संख्या सोळावर आणून सोडण्यात आली होती.

संस्कारासंबंधी विचित्रपणा असा काहीच बघावयास मिळत नाही. प्रत्येक समाज संस्काराला महत्त्व देतो. उदाहरणार्थ, बाप्तिस्मा, पुष्टीकरण (कन्फर्मेशन), विवाह, पवित्र सहभोजन (एक्स्ट्रीम अंक्शन), (युकेरिस्ट), द लॉर्डस सपर आणि होली कम्युनियन यांना ख्रिस्ती लोक संस्कार मानतात. तथापि संस्कारांच्या बाबतीत, भारतीय-आर्य व ख्रिस्ती लोक यांच्यात मतभेद आहे असे दिसते. ख्रिस्ती लोकांच्या कल्पनेप्रमाणे संस्कार म्हणजे काही विशिष्ट विधी केल्यानंतर परमेश्वराच्या कृपेने प्राप्त होणारी शुद्ध आध्यात्मिक अवस्था; तिला सामाजिक महत्त्व नाही. भारतीय-आर्य समाजात संस्कारांना प्रथमतः शुद्ध आध्यात्मिक महत्त्व होते.

पूर्व मीमांसेचा कर्ता जैमिनी याने संस्कारांबद्दल जे म्हटले आहे, त्यावरून हे स्पष्ट होते. त्याच्या मताप्रमाणे असा सर्वसाधारण सिद्धान्त दिसतो की, त्यावरून संस्कार माणसाला दर्जा प्राप्त करून देतात. त्याचे दोन परिणाम दिसून येतात; ते अंगातील मलिन्य दूर करतात आणि नवे सद्‌गुण उत्पन्न करतात. एखाद्याच्या अंगात संस्कार नसतील तर तो यज्ञ करण्यास पात्र होत नाही. संस्कार नसताना जर त्याने यज्ञ केला तर त्याला यज्ञाचे फळ मिळणार नाही.

उपनयन नष्ट झाल्यामुळे शूद्रांची अधोगती

उपनयन हा एक संस्कार होता. इतर संस्काराप्रमाणे याचे महत्त्व केवळ आध्यात्मिक होते. शूद्रांना उपनयन नाकारल्यामुळे साहजिकच उपनयनात महत्त्वाचा फरक घडवून आणला गेला. प्रथम त्याला आध्यात्मिक महत्त्व होते. त्यात पुढे सामाजिक महत्त्वाची भर पडली. पूर्वी त्याला सामाजिक महत्त्व मुळीच नव्हते. जेव्हा उपनयनाचा अधिकार प्रत्येकाला, आर्याला व अनार्याला होता, तेव्हा त्याला सामाजिक महत्त्व नव्हते. तो अधिकार साधारणतः सर्व लोकांचा

होता. तो अधिकार काही थोड्या विवक्षित लोकांचा नव्हता. जेव्हा तो अधिकार शूद्रांपासून हिरावून घेतला, तेव्हा या अधिकाराचे महत्त्व मोठे होते, हा अधिकार धारण करणारा माणूस मोठा मानमरातब मिळवत असे.

उलट हा अधिकार नसलेला हीन दर्जाचा माणूस समजला जाऊ लागला. शूद्रांना उपनयनाचा अधिकार न दिल्यामुळे भारतीय-आर्य समाजात एक नवी प्रथा सुरू झाली. या प्रथेने शूद्रांना आपल्या वरील वर्गाकडे श्रेष्ठतम वर्ग म्हणून पाहण्याची दृष्टी आली व शूद्र हे कनिष्ठ आहेत, अशी अहंगंडाची दृष्टी वरिष्ठ वर्गामध्ये आली. उपनयन नष्ट झाल्यामुळे शूद्रांची जी अधोगती झाली ती अशी!

उपनयनाची दुसरी उदाहरणे आहेत. पूर्व मीमांसेचे जे नियम आहेत त्यांचा विचार केला तर कोणालाही याबद्दल थोडी कल्पना येईल. (See Garganath Jha, Purva Mimansa pp 368-369 and 171-172).

इस्टेट करण्याचा अधिकार फक्त...

एक नियम असा आहे की, एखाद्याची जी इस्टेट आहे ती प्रायः यज्ञ कार्यासाठी तिचा उपयोग व्हावा, अशासाठी आहे. इस्टेटीवरचा हक्क हा यज्ञ करण्याच्या पात्रतेवर अवलंबून असतो. मनुस्मृती व इतर स्मृती यांनी स्त्रिया व शूद्र यांना इस्टेट करण्याचा व वेद शिकण्याचा अधिकार का दिला नाही, हे फार थोड्या लोकांना समजते. हे निर्बंध पूर्व मीमांसेतील नियमांचे नैसर्गिक परिणाम आहेत, ही गोष्ट लक्षात ठेवली तर या बाबतीतील गूढ आपोआप सुटते. स्त्रिया व शूद्र केवळ त्या स्त्रिया व शूद्र आहेत, म्हणून त्यांना इस्टेट करता येत नाही. (त्यांना यज्ञ करण्याचा अधिकार नाही म्हणून.)

हेच दुसऱ्या शब्दांत सांगावयाचे म्हटले तर ज्याला यज्ञ करण्याचा अधिकार नाही त्याला इस्टेट करण्याचा अधिकार नाही. यज्ञ करण्याचा अधिकार उपनयनावर अवलंबून आहे. याचा अर्थ असा की, उपनयनाचा अधिकार ज्यांना आहे त्यांनाच फक्त इस्टेट करण्याचा अधिकार आहे.

ज्ञानाचा अधिकारही नाही

पूर्व मीमांसेचा नियम असा आहे की, यज्ञात वैदिक मंत्र म्हटले पाहिजेत, म्हणजेच यज्ञ करणाराने वेदांचा अभ्यास केला असला पाहिजे. ज्याने वेदांचा अभ्यास केला नाही, तो यज्ञ करण्यास योग्य नाही. ज्यांचा उपनयनविधी झाला आहे, त्यांनाच

वेदांचा अभ्यास करता येतो. हेच दुसऱ्या शब्दांत सांगावयाचे तर, ज्ञानार्जन व विद्यार्जन म्हणजेच वेदाभ्यास उपनयनावर अवलंबून आहेत. ज्याचे उपनयन झाले नसेल त्याचा ज्ञानाकडील मार्ग बंद आहे. उपनयन हा दिसतो इतका साधा विधी नाही. इस्टेटीचा अधिकार, ज्ञानाचा अधिकार या उपनयनाच्या दोन अत्यंत महत्त्वाच्या पायऱ्या आहेत.

उपनयन नष्ट झाल्याने शूद्रांची अधोगती झाली, हे ज्यांना आकलन करता येत नाही त्यांनी येथे सांगितलेले पूर्व मीमांसेतील नियम लक्षात ठेवले तर हा मुद्दा समजण्यास जड जाणार नाही. उपनयन व शिक्षण यांचे नाते काय आहे याची एकदा जाणीव झाली तर केवळ उपनयन नष्ट झाल्यामुळे शूद्रांची अधोगती झाली, हा सिद्धान्त समजण्याच्या बाबतीत जी अडचण भासते, ती दूर झालीच पाहिजे.

या विवेचनावरून हे दिसून येईल की, प्राचीन आर्य समाजात उपनयनाच्या संस्काराला किती प्राधान्य देण्यात येत होते आणि त्याच्यावर माणसाचा सामाजिक दर्जा आणि माणसाचे वैयक्तिक हक्क कसे अवलंबून होते. ज्याला उपनयन नसेल त्या माणसाला सामाजिक अधोगतीच्या, अज्ञानाच्या आणि दारिद्र्याच्या गर्तेत लोटण्यात येत असे. उपनयनविधी करण्याचे बंद करणे, हे भयंकर शस्त्र ब्राह्मणांनी शूद्रांविरुद्ध सूड उगवण्यासाठी शोधून काढले. ॲटम बाँबप्रमाणे त्याचा परिणाम झाला. ब्राह्मणांच्याच शब्दांत सांगावयाचे तर त्या शस्त्राने शूद्रांची स्मशानभूमी केली.

(७)

शूद्रांना उपनयन नाकारण्याचे सामर्थ्य ब्राह्मणांच्या अंगात होते त्याबद्दल वाद नाही. परंतु ब्राह्मणांच्या अंगात अशा प्रकारची शक्ती होती, याबद्दल कोठेही उल्लेख आढळत नाही, म्हणून या शक्तीबद्दल शंका घेण्यास वाव राहतो. ते काही असो. ज्यांना भारतीय-आर्य समाजाच्या धार्मिक शासनपद्धतीची माहिती नाही, त्यांच्या मनात जर या प्रकारची शंका उत्पन्न झाली असेल तर दोन गोष्टी लक्षात घेतल्या तर नष्ट होईल :

१) उपनयनाच्या वेळी पुरोहितपणा करण्याचा ब्राह्मणांचा एकमेव हक्क

२) अनधिकृत उपनयनाच्या वेळी पुरोहितपणा करणाऱ्या ब्राह्मणाला सांगितलेल्या शिक्षा.

अगदी प्राचीन काळी वडील मुलाला गायत्री मंत्र शिकवत असावेत व त्यानंतर त्या मुलाला वेदाभ्यास करता येत असावा. काही काळ लोटल्यानंतर उपनयनविधीचा समारंभ शोधून काढण्यात आला व त्याचा उपयोग करण्यात आला

हे शक्य आहे. परंतु मुलाचा उपनयनविधी गुरूने म्हणजे आचार्याने केला पाहिजे, मुलाने आचार्याच्या घरी जाऊन राहिले पाहिजे ही रूढी फार पुरातन काळापासून रूढ झाली होती, त्याबद्दल वाद नाही.

आचार्य कोण असावा व त्याचे गुणधर्म व त्याची लायकी काय असावी, या प्रश्नाबद्दल फार प्राचीन काळापासून ऊहापोह होत आला आहे.

आचार्य वेदाभ्यासात पारंगत असले पाहिजेत. आपस्तंभ धर्मसूत्र (१-१-१ ११, काणे, २ (१), पान ३२४) म्हणते, 'ज्या ब्रह्मचाऱ्याचे उपनयन विद्याहीन आचार्य करतो, तो ब्रह्मचारी एका काळोखातून दुसऱ्या काळोखात प्रवेश करतो. त्याचप्रमाणे तो विद्याहीन आचार्य एका काळोखातून दुसऱ्या काळोखात प्रवेश करतो.'

आचार्य कसा शोधावा

आपस्तंभ धर्मसूत्र (१-१-१२-१३) म्हणते की, उपनयन करण्यासाठी आचार्य असा शोधून काढावा की, जो अत्यंत विद्वान आहे, त्याचे कुटुंब वंशपरंपरागत विद्वत्तेत प्रवीण आहे, जो मनाने गंभीर आहे आणि अशाच आचार्याच्या हाताखाली ब्रह्मचर्य संपेपर्यंत मुलाने वेदांचा अभ्यास संपवावा. मात्र हा अभ्यास संपवताना तो आचार्य धर्मग्रंथापासून यत्किंचितही च्युत झालेला नसावा, हे मुलाने व त्याच्या वडिलांनी पाहिले पाहिजे.'

याबाबतीत (Sam : p. 408) व्यासाचे मत असे आहे की, 'आचार्याने वेदाभ्यासाला सर्वस्वी वाहून घेतले असले पाहिजे. त्याला धर्माची उत्तम माहिती पाहिजे, त्याचा जन्म चांगल्या कुटुंबात झाला असला पाहिजे, तो स्वतः आचरणाने शुद्ध असला पाहिजे, वेदशाखेचा अभ्यास करून त्याने श्रोत्रिय हे उपपदे मिळवले असले पाहिजे आणि तो स्वतः आळशी नसला पाहिजे. ज्याने वेदाच्या एका शाखेचा अभ्यास केला आहे, त्याला 'श्रोत्रिय' म्हणावे, अशी श्रोत्रिय या शब्दाची व्याख्या करण्यात येते.

परंतु आचार्याची पहिली आणि सर्वांत अधिक श्रेष्ठ लायकी म्हणजे तो ब्राह्मण असला पाहिजे. एखाद्या अडचणीच्या वेळी म्हणजे आचार्य उपलब्ध नसेल तर क्षत्रिय किंवा वैश्य आचार्य कामाला चालत असे. याबाबतीत विशेष विचित्र गोष्ट म्हणजे क्षत्रिय किंवा वैश्य आचार्याचे जे ब्राह्मण विद्यार्थी (ब्रह्मचारी) असत, त्यांना आचार्यांची सेवा करावी लागे. आचार्यांच्या मागे ब्राह्मण विद्यार्थ्यांनी फिरले की, ही सेवा घडत असे. आचार्याचे अंग रगडणे, पाय धुणे वगैरे गोष्टी ब्राह्मण

विद्यार्थ्यांना कराव्या लागत नसत. (आपस्तंभ धर्मसूत्र २, ३, ४, २५-२८, गौतम ७, १-३; बौध स. १, २, ४०-४२: मनु २, २४१ पाहा.)

याशिवाय असाही एक प्रघात रूढ होता की, ब्राह्मणाने क्षत्रिय किंवा वैश्य आचार्यांकडे शिकण्याची इच्छा प्रदर्शित केली तरच त्या क्षत्रिय किंवा वैश्य आचार्याला ब्राह्मणाला शिकवता येत असे. क्षत्रिय किंवा वैश्य आचार्याला इच्छा असूनही ब्राह्मणाला शिकवता येत नसे. वेद शिकणे आणि वेद शिकवणे यांच्यामध्ये जेव्हा फरक मानण्यात आला नव्हता, तेव्हा हा अपवाद अस्तित्वात राहू दिला होता. हा फरक फार प्राचीन काळात मानण्यात आला. याच मुद्द्यावर वसिष्ठ आणि विश्वामित्र यांच्यामध्ये वाद सुरू झाला आणि उपनयनाच्या विधीमध्ये पुरोहितपणा करण्याची पात्रता फक्त ब्राह्मण लोकांनाच प्राप्त झाली.

म्हणून एक गोष्ट ठाम झाली होती, हे धरून चालले पाहिजे. ती गोष्ट म्हणजे ब्राह्मणाशिवाय इतर कोणीही उपनयनविधी करू शकत नसत. कोणी तसा उपनयनविधी केला असता तर तो विधी शास्त्रशुद्ध समजला जात नसे; ते खरे उपनयन समजले जात नसे.

कोणतेही धार्मिक स्वरूपाचे अनधिकृत कृत्य करावयाचे नाही, हा भारतीय-आर्य समाजाच्या धार्मिक पद्धतीतील दुसरा शासनदंडक होता. ब्राह्मणाने कर्तव्यकर्मे म्हणून याला विहित करण्यात आले होते. या कर्तव्यकर्माप्रमाणे ब्राह्मणाने जर वर्तन केले नाही तर त्याला शिक्षा भोगावी लागत असे किंवा प्रायश्चित्त घ्यावे लागत असे. अशा प्रकारच्या पुष्कळ शिक्षा प्राचीन काळच्या (धर्मशास्त्र) कायद्याच्या ग्रंथात मिळतात. मनु व पराशर यांचा येथे उल्लेख करणे आवश्यक आहे.

कोणत्या वर्गाचे ब्राह्मण देवांना व पितरांना अर्घ्य देण्यास अपात्र समजले पाहिजेत, याबद्दल मनुने (३-१५० आणि पुढे) यादी दिली आहे. त्याने या यादीत खालील ब्राह्मणांचा समावेश केला आहे :

'जो उराविक वेतन घेऊन शिकवतो, जो त्याच अटीवर शिक्षण घेतो, जो शूद्र विद्यार्थ्यांना शिकवतो, ज्याचा शिक्षक शूद्र आहे, जो उन्मत्तपणे बोलतो, जो व्यभिचारी स्त्रीचा मुलगा आहे व जो विधवेचा मुलगा आहे.' ३-१५६

पराशर म्हणतो (Vyavahar mayukha edited by Kane p. 115) – 'जो ब्राह्मण दक्षिणा मिळण्याच्या आशेने शूद्राच्यातर्फे अग्नीमध्ये अर्घ्य अर्पण करतो, तो शूद्र होईल. ज्या शूद्रातर्फे तो ब्राह्मण अर्घ्य अर्पण करतो, तो शूद्र ब्राह्मण होईल. माधवाच्या मताप्रमाणे त्या विधीचे श्रेय शूद्रालाच जाते व पाप ब्राह्मणाला लागते.'

उपनयन नाकारण्याचे अधिकार ब्राह्मणांना

उपनयनाचा अधिकार शूद्रांकडून हिरावून घेण्याइतके ब्राह्मणांच्या हातात अधिकार होते काय? असे जे विचारतील त्यांनी दोन गोष्टींचा संमिश्र परिणाम काय होतो, याचा विचार करावा –

१) उपनयनाच्या वेळी ब्राह्मणांना पुरोहितपणा करण्याचा एकमेव अधिकार होता आणि

२) अनधिकृत उपनयन केले तर ब्राह्मणाला शिक्षा भोगाव्या लागत असत.

उपनयन नाकारण्याचे अधिकार ब्राह्मणांना मिळाले व उपनिर्दिष्ट दोन गोष्टींचाच हा संमिश्र परिणाम झाला, याबद्दल मुळीच संशय नाही.

असल्या तऱ्हेचा अधिकार ब्राह्मणांना प्रत्यक्ष मिळाला नाही किंवा तो कोणी स्वखुशीने त्यांना दिला नाही. हे खरे आहे. परंतु असला अधिकार त्यांना अप्रत्यक्ष रीतीने पण जास्त परिणामकारक उपायांनी आपोआप हळूहळू मिळत गेला. म्हणून तो त्यांना कोणी राजरोसपणे देण्याची मुळीच जरुरी राहिली नाही. (वाढत्या बौद्धधर्माला आळा घालण्यासाठी व त्याचा पाडाव करण्यासाठी योजना आखण्याची वेळोवेळी गरज भासत होती, हे लक्षात असेल तर ही गोष्ट सुलभतेने समजते.)

उपनयन नाकारण्याची आपणास सत्ता आहे. याची ब्राह्मणांना जाणीव आहे, याबद्दलसुद्धा वाद नाही. याबाबतीत जे ऐतिहासिक कागदपत्र उपलब्ध आहेत त्यावरून असे दिसते की, अनेक जातीच्या विरुद्ध ब्राह्मणांनी या सत्तेचा उपयोग केला आहे. त्यांपैकी १६ खटले कोर्टात गेले. नऊ खटल्यांत ब्राह्मणांनी कायस्थांचे उपनयन करण्याचे नाकारले होते. एका खटल्यात ब्राह्मणांनी पळशे ब्राह्मणांचे उपनयन करण्याचे नाकारले होते.

विशेष महत्त्वाचे हे की, ब्राह्मणांनी खुद्द दोन मराठे राजांचे उपनयन करण्याचे नाकारले होते. ही उदाहरणे इ.स. ५५६ ते १९०४ या अवधीत घडून आली आहेत. ही उदाहरणे पुरातन काळची नाहीत ही गोष्ट खरी. तथापि ही गोष्ट लक्षात घेतली पाहिजे की, ही उदाहरणे म्हणजे उपनयन नाकारण्याची ब्राह्मणांनी जी शिरजोरी केली तिचे पुरावे आहेत. ब्राह्मणांनी ही शक्ती फार पुरातन काळी कमवलेली असली पाहिजे. हे सामर्थ्य त्यांनी प्राचीन काळी कमावून घेतले असले पाहिजे. ते म्हणणे काही वावगे नाही, त्याला आधार आहे.

सत्यकाम जबालीचे उदाहरण फारच प्राचीन काळचे आहे. एखाद्याचा वर्ण त्याच्या गुणावरून (मानसिक व नैतिक सद्‌गुण) ओळखता येतो, जन्मावरून

नव्हे, हे दाखवण्यासाठी या उदाहरणाचा दाखला बहुधा घेतला जातो, ही गोष्ट खरी आहे. त्याचप्रमाणे जबालीच्या उदाहरणावरून हेच सिद्ध होते की, फार प्राचीन काळीसुद्धा ब्राह्मणांनी उपनयन नाकारण्याचा अधिकार प्राप्त करून घेतला आहे.

शिवाजी विरुद्ध ब्राह्मण

आपल्या उद्दिष्टाला अनुरूप अशा बऱ्याच गोष्टी आत्तापर्यंत सांगितल्या. परंतु त्या गोष्टीवरून कोणते सारांश निघतात, याची जाणीव जर आपणाला होत नसेल तर त्या गोष्टीचा आपल्या उद्दिष्टाला काय उपयोग? हे सारांश काढण्यासाठी प्रत्येक गोष्टीचा तपशील माहीत करून घेतला पाहिजे. दुर्दैवाने बहुधा या सर्व गोष्टींचा शेवट माहीत आहे. परंतु त्याच्या तपशिलासंबंधी सविस्तर माहिती काढण्यास वाव राहत नाही. परंतु एक गोष्ट अशी आहे की, जिच्यासंबंधी तपशील परिपूर्ण आणि जगजाहीर आहे, ती गोष्ट म्हणजे शिवाजी विरुद्ध ब्राह्मण ही कहाणी फार महत्त्वाची आहे. म्हणून तिचे सविस्तर विवरण करणे योग्य आहे. तिच्यापासून जे सारांश निघतात, ते नुसते मनोरंजक आणि मार्गदर्शक नाहीत तर ते आपल्या विवाद्य मुद्द्यावर प्रकाशाचा झोत फेकतात.

हे सर्वांना माहीत आहे की, महाराष्ट्राच्या पश्चिम भागात स्वतंत्र राज्य स्थापन केल्यानंतर शिवाजीने स्वतःचा राज्यभिषेक करून घेऊन स्वतःला राजा म्हणून जाहीर करण्याचा विचार केला. राज्याभिषेकाचा विधी विशेष महत्त्वाचा हवा असल्यास तो वैदिक पद्धतीत केला पाहिजे. ही गोष्ट शिवाजी व त्याचे मित्र यांना पटली होती. परंतु आपली इच्छा सफळ करण्यात बऱ्याच अडचणी आहेत, याची जाणीव शिवाजीला होती.

शिवाजी क्षत्रिय... ?

आपला राज्याभिषेक वैदिक पद्धतीने केला जाईल किंवा नाही, ही बाब सर्वस्वी ब्राह्मणांच्या मर्जीवर अवलंबून आहे, याची त्याला खात्री होती. हा विधी धार्मिक दृष्टीने करण्याला ब्राह्मणांशिवाय असला विधी होणे शक्य नव्हते. दुसरे कारण असे की, तो स्वतः क्षत्रिय आहे हे सिद्ध करून दाखवल्याशिवाय असला विधी होणे शक्य नव्हते.

तिसरी एक अडचण होती, ती ही की, तो क्षत्रिय आहे असे जरी मानण्यात आले तरी उपनयन करण्याचे त्याचे वय निघून गेले होते. उपनयनाशिवाय राज्याभिषेक

होणे शक्य नव्हते. तिसरी अडचण सोपी होती. कारण ती व्रत्यस्तोम करून दूर करता येण्यासारखी होती. पहिली अडचण मात्र शिवाजीच्या मार्गातील मोठी धोंड होती. ती शिवाजीचा सामाजिक दर्जा दर्शवत होती. तेव्हा जो प्रश्न उपस्थित झाला तो हा की, शिवाजी क्षत्रिय होता काय? हा प्रश्न सोडवला तर बाकी सारे प्रश्न सोपे आहेत.

'मी क्षत्रिय आहे,' असे शिवाजीचे म्हणणे होते. याला पुष्कळांचा विरोध होता. त्याचे मुख्य विरोधी ब्राह्मण लोक होते. त्या ब्राह्मणांचा पुढारी शिवाजीचाच मुख्य प्रधान मोरोपंत पिंगळे होता. शिवाजीच्या दुर्दैवाने त्यांचे मराठे सरदार त्याला आपल्यापेक्षा जास्त उच्च सामाजिक दर्जा द्यावयास तयार नव्हते, उलट अंशी ते त्याच्या क्षत्रियत्वाच्या हक्काचा विरोध करण्यासाठी त्यांच्या विरुद्ध एकजुटीने उभे राहिले.

राज्याभिषेकाची कल्पना कशी अद्भुत झाली. यासंबंधी किनकेड याने काही मनोरंजक विचार प्रदर्शित केले आहेत. तो म्हणतो –

'कारण, जरी अत्यंत बाणेदार दक्षिणी सरदार रणक्षेत्रात शिवाजीच्या खांद्याला खांदा लावून लढले तरी ते खासगी आयुष्यात शिवाजीला आपल्यापेक्षा श्रेष्ठ मानावयास तयार नव्हते.

आणि जेव्हा दरबारी खाने होत त्यात भोसल्याचे ताट मोहिते, निंबाळकर, सावंत व घोरपडे यांच्या ताटांच्या आसनापेक्षा जास्त उंचीच्या आसनावर मांडलेले असे. हे पाहून मोहिते, निंबाळकर, सावंत व घोरपडे याबद्दल नापसंती दर्शवत असत.

शिवाजीने आपल्या राज्याभिषेकासंबंधी आपला चिटणीस बाळाजी आवजी चिटणीस याच्याशी बोलणे केले. तेव्हा चिटणीसाने त्याला आग्रह केला की, राजमुकुट घ्यावयाचा तर तो मोगल बादशहाच्या हातून न घेता काशीच्या पुरोहिताकडून घ्यावा. राजाने आपली माता जिजाबाई, साधू रामदास आणि आराध्य देवता भवानी यांचा सल्ला घेतला व त्या सर्वांनी चिटणीसाच्या म्हणण्याला दुजोरा दिला.' (History of Maharashtra p. 244.)

यावरून असे दिसते की, वैदिक राज्याभिषेकांच्या पाठीमागे जी कल्पना आहे, ती सामाजिक दर्जा प्राप्त करून घेण्यासाठी. कायदेशीर किंवा राजकीय राजेशाही मिळवण्यासाठी नाही.

त्यांच्या मते तो शूद्र होता, आपण क्षत्रिय आहोत, हे शिवाजीचे म्हणणे. कलियुगात क्षत्रिय नाहीत. हा ब्राह्मणांनी प्राचीन काळापासून रूढ केलेला जो सिद्धान्त आहे त्याच्याविरुद्ध जाणारे होते. शिवाजी कलियुगात राहत होता. अर्थात

तो क्षत्रिय असणे शक्य नव्हते. क्षत्रियत्वाच्या विरुद्ध असणारा हा आरोप पुढील गोष्टीमुळे द्विगुणित होतो.

त्याने योग्य वयात उपनयन विधी केला नव्हता. शास्त्राप्रमाणे क्षत्रियाने ११व्या वर्षी हा विधी केला पाहिजे. हा विधी करण्याचे त्याचे वय निघून गेले होते. त्याचा हा विधी झाला नव्हता. हा पुरावा त्याच्या विरुद्ध आहे असे मानण्यात आले. तथापि त्याच्या सुदैवाने त्याला गागा भट्टाची मदत मिळाली. गागा भट्ट हा बनारसच्या (काशीचा) रहिवाशी, प्रसिद्ध ब्राह्मण, वेद व शास्त्रे यात पारंगत असा होता. गागा भट्टाने सर्व अडचणी दूर करून तारीख ६ जून १६७४ रोजी रायगड येथे शिवाजीचा राज्याभिषेक केला, प्रथम त्याने शिवाजीचा व्रस्तस्तोम केला व नंतर उपनयन केले. त्यानंतर राज्याभिषेक विधी केला.

शूद्र राजाचा राज्याभिषेक अवैदिक पद्धतीने म्हणजे पुराणातील विधी करून करण्याची पद्धत होती. या पद्धतीप्रमाणे शिवाजीचा राज्याभिषेक करण्यास काही ब्राह्मण तयार होते, असे दिसते. वैदिक पद्धतीने शिवाजीने आपला राज्याभिषेक करवून घेतला, तर कोणत्या प्रकारचे घोर अनर्थ प्राप्त होतील, याबद्दलचे भविष्य वर्तवण्यासही त्यांना काही वाटले नाही. दुर्दैवाने हे अनर्थ घडले; आणि शिवाजी ज्योतिष शकुनावर, धर्मसमजुतीवर नितांत विश्वास ठेवणारा असल्यामुळे त्याने आपला दुसरा राज्याभिषेक अवैदिक पद्धतीने करून घेतला. या राज्याभिषेकाचा पुढील मनोरंजक वृत्तान्त श्री. चिंतामणराव वि. वैद्य यांच्या (Shivaji the Founder of Maratha swaraij, pp. 252-253) या ग्रंथातून घेतला आहे :

'राज्याभिषेक कल्पतरू' काव्य

निरर्थक अडथळे उत्पन्न करणारे आणि समाधान न मानणारे नेहमीप्रमाणे तेव्हाही ब्राह्मण होते. हा विधी साऱ्या महाराष्ट्राला आवडला. तरी त्या ब्राह्मणांना तो समाधानकारक वाटला नाही. कोण्या एका कवीने या समारंभासंबंधी 'राज्याभिषेक कल्पतरू' या नावाचे काव्य लिहिले होते. त्या काव्याची एक प्रत बंगाल रॉयल एशियाटिक सोसायटीच्या लायब्ररीत होती. त्या प्रतीवरून ते काव्य पुण्याच्या इतिहास संशोधक मंडळाने आपल्या त्रैमासिकात (Vol. xoi) छापले होते. या राज्याभिषेक विधीच्या विरुद्ध असलेले काही आक्षेप या काव्यात ग्रंथित केले होते.

शिवभारत या कवीने शिवाजीला विष्णूचा अवतार मानून त्याच्यावर कविता फार पूर्वी केल्या होत्या. 'राज्याभिषेक कल्पतरू' या काव्यात शिवाजीला शिवाचा

अवतार मानले आहे. शिवाजी शिवाचा अवतार ही कल्पना राजाराम महाराजांच्या कारकिर्दीत लोकप्रिय झाली होती.

यावरून असे दिसते की, शिवाजीचा दुसरा राज्याभिषेक झाल्यानंतर थोड्याच काळात 'राज्याभिषेक कल्पतरू' हे काव्य लिहिण्यात आले होते. तर शिवभारत हे राजाराम महाराजांच्या कारकिर्दीत लिहिले गेले असले पाहिजे. काशीचा विद्वान ब्राह्मण यती आणि गागा भट्टाचा विरोधी निश्चलपुरी याचे आणि गोविंदभट बर्वे यांचे कोकणामध्ये संभाषण चालले आहे, अशी कल्पना काव्यात मांडली आहे. शिवाजीच्या दुसऱ्या राज्याभिषेकाच्या अगोदर तसेच नंतर कोणते अपशकुन, अपघात झाले याची माहिती निश्चलपुरी व बर्वे संभाषणाच्या द्वारे या काव्यात दिली आहे.

उदाहरणार्थ, प्रतापराव गुजर यांचा मृत्यू, शिवाजीची पत्नी काशीबाई हिचा मृत्यू, मंडपाचा वासा पडून खुद्द गागा भट्ट याच्या निकाला झालेली जखम वगैरे. जे ब्राह्मण गागा भट्टाचे वर्चस्व मान्य करत होते तेवढ्यांनाच राज्याभिषेक विधीमध्ये गागा भट्टाने कामाला लावले आणि ज्या ब्राह्मणांना कामाला लावा अशी निश्चलपुरीने शिफारस केली त्या ब्राह्मणांना कामावर ठेवण्याचे गागा भट्टाने साफ नाकारले, असा या काव्यात स्पष्ट खुलासा आहे. विधीच्या बाबतीत पुष्कळ दोष राहिले, असा उल्लेख नंतर या काव्यात केला आहे.

उदाहरणार्थ सिंहासनावर बसण्याचा विधी संपल्यानंतर रथात बसण्याचा विधी व्हावयाचा होता. शिवाजी रथात चढण्याच्या अगोदर गागा भट्ट रथात चढला व बसला; त्यानंतर शिवाजी रथात चढला व बसला. निश्चलपुरीने राज्याभिषेकाचा विधी सुरुवातीपासून शेवटपर्यंत पाहिला व नंतर तो रायगड सोडून गेला. परंतु जाण्यापूर्वी त्याने शिवाजीला असे सांगितले की, १३व्या, २२व्या आणि ५५व्या दिवशी काही अशुभ गोष्टी घडतील. निश्चलपुरीच्या भविष्याप्रमाणे १३व्या दिवशी शिवाजीची मातोश्री वारली. त्यानंतर प्रतापगडावर घोड्यांची पागा जळाली व बरेच घोडे जळून मेले.

सिंहगडावर हत्ती मेला, या अशुभ घटना पाहून त्याचा निश्चलपुरीवर विश्वास बसला. त्याने त्याला व ब्राह्मण अनुयायांना बोलावून आणले आणि त्यांच्या साहाय्याने पुनः दुसरा राज्याभिषेक करवून घेतला. यावेळी वैदिक विधी वापरले नव्हते. तर तांत्रिक म्हणजे जादुटोण्याचे विधी वापरले. या समारंभाचेसुद्धा सविस्तर वर्णन या काव्यात दिले आहे. सामवेदातील काही मंत्र या काव्यात दिले आहेत. परंतु या समारंभाचा एकंदर विधी वैदिक नव्हता. हा समारंभ अश्विन शुद्ध

पंचमीला (ललित पंचमी संवत १५९६) झाला, असे या काव्यात म्हटले आहे. या समारंभाचा उल्लेख यदुनाथ सरकार यांनीही केला आहे. निश्चलपुरी याचे नाव मुसलमानी ऐतिहासिक कागदपत्रात सापडते.

शिवाजीचे उदाहरण अनेक कारणांसाठी महत्त्वाचे आहे. ब्राह्मणाशिवाय इतर कोणालाही उपनयन करण्याचा हक्क नाही आणि ब्राह्मणावर एखाद्याचे उपनयन करण्याची सक्ती करण्याची शक्ती कोणाला नाही. या गोष्टी शिवाजीच्या उदाहरणावरून सिद्ध झाल्या आहेत. म्हणून ते उदाहरण महत्त्वाचे आहे. शिवाजी एक स्वतंत्र राज्याचा राज्यकर्ता होता, त्याने स्वतःला महाराजा व छत्रपती हे किताब घेतले होते. त्याच्या प्रजेपैकी बरेचसे ब्राह्मण होते अशी परिस्थिती होती. तरीसुद्धा आपला राज्याभिषेक विधी करवून घेण्याच्या बाबतीत शिवाजीला एकाही ब्राह्मणावर सत्ता गाजवता आली नाही.

राज्याभिषेक कायदेशीर?

राज्याभिषेकाचा विधी कायदेशीर ठरावयाचा असेल तर तो ब्राह्मणांच्याच हातून झाला पाहिजे, ही गोष्ट शिवाजीच्या उदाहरणावरून सिद्ध झाली आहे. म्हणून हे उदाहरण महत्त्वाचे आहे. राज्याभिषेकाचा विधी जर ब्राह्मणेतराच्या हातून करण्यात आला तर तो विधी सफळ होत नसतो, म्हणजे तो वांझ ठरतो. ब्राह्मणेतरांच्या हातून विधी उरकून घेण्याचा मार्ग शिवाजीच्यापुढे होता. परंतु तो मार्ग चोखाळण्याची त्याची छाती नव्हती. (कायस्थांचा सामाजिक दर्जा हिंदू समाजात उच्च आहे. असा पक्ष जेव्हा कायस्थांनी मांडला तेव्हा ब्राह्मणांनी त्यांना विरोध केला.

ब्राह्मणांच्या या वृत्तीबद्दल धिःकार प्रदर्शित करण्यासाठी कायस्थांनी ब्राह्मणांवर बहिष्कार व आपल्या जातीचे सर्व धार्मिक विधी कायस्थातील लोकच करतील, अशी घोषणा जाहीर केली. परंतु ही घोषणा कायस्थांनी अंमलात आणली नाही, याचे कारण तेच असावे.) कारण शिवाजी राजे जाणून होते की, ब्राह्मणेतरांकडून जर हा विधी केला तर त्या विधीपासून सामाजिक किंवा आध्यात्मिक इष्ट फळ प्राप्त होणार नाही.

तिसरे कारण असे की, एखाद्या हिंदूचा दर्जा कोणता आहे, हे ठरवण्याचा सर्वाधिकार सर्वस्वी ब्राह्मणांचा आहे. ही गोष्ट शिवाजीच्या उदाहरणावरून सिद्ध होते, म्हणून ते उदाहरण महत्त्वाचे आहे. मारवाड्याचे सिसोदिया हे क्षत्रिय समजले जात होते. शिवाजीचा मित्र बाळाजी आवजी याने मारवाड्याच्या सिसोदिया

घराण्याची वंशावळ मिळवून असे सिद्ध करून दाखवले की, शिवाजीच्या पूर्वजांचा या घराण्याशी धागादोरा लागतो व म्हणून शिवाजी क्षत्रिय ठरतो.

याबाबतीत असे म्हणण्यात येते की, केवळ शिवाजीचा राज्याभिषेक निर्विघ्नपणे पार पाडावा म्हणून ही बनावट वंशावळ आणली. तयार करून आणलेली वंशावळ बनावट नव्हती, असे समजले तरी त्यावेळी शिवाजीचा क्षत्रियत्वाचा हक्क कसा सिद्ध केला जातो? मेवाडचे सिसोदिया कुळ दोन्ही कारणांनी महत्त्वाचे होते.

१) रामायणाचा नायक, त्याचा वडील पुत्र लव आणि लवाच्या कुळात जन्मले ते उदेपूरचे सिसोदिया. मेवाडचे सिसोदिया हे उदेपूरच्या सिसोदियाची एक शाखा.

२) मेवाडच्या सिसोदियाने आपल्या कुळात रक्तशुद्धी ठेवली होती. कारण त्यांनी आपल्या घराण्यातील स्त्रियांना मोगल बादशहांना देण्याचे नाकारले होते.

जयपूर व जोधपूर येथील रजपूत कुटुंबांनी आपल्या घरातील स्त्रिया मोगल बादशहांना दिल्या होत्या, म्हणून अशा रजपूत घराण्याशी बेटी व्यवहार करण्याचे मेवाडच्या सिसोदियांनी नाकारले होते.

शिवाजी सिसोदिया घराण्यातील वंशज आहे हे सिद्ध करण्याचा खटाटोप करण्यात आला तो याच एका गोष्टीमुळे काय? या वंशावळीमुळे शिवाजी क्षत्रिय होता, हे ठरण्याचे दूरच राहिले उलट सिसोदिया हे क्षत्रिय होते काय, हा नसता प्रश्न या वंशावळीमुळे उपस्थित झाला.

सिसोदिया रजपूत होते. प्राचीन काळची जी आर्य जमात होती तीमध्ये दुसऱ्या वर्णाचे क्षत्रिय होते. रजपूत हे या प्रारंभीच्या क्षत्रियांचे वंशज आहेत की काय, याबद्दल जबरदस्त शंका आहे. हूण या परकीय लोकांनी भारतावर स्वारी केली व त्यातील बरेच लोक राजपुतान्यामध्ये स्थायिक झाले.

त्यावेळी भारतात बौद्ध धर्माची चांगली चलती होती. त्या धर्माचा मध्य भारतात पाडाव करण्यासाठी ब्राह्मणांनी या हूण लोकांना हाती धरले. पवित्र अग्नीसमोर काही विशिष्ट विधी करून ब्राह्मणांनी हूण लोकांना क्षत्रियाचा दर्जा दिला म्हणून ते 'अग्निकुल क्षत्रिय' या नावाने ओळखले जातात. हूण लोक क्षत्रिय झाल्यानंतर त्यांनी ब्राह्मण धर्माच्या संरक्षणार्थ तरवार उपसली व ती बौद्ध धर्मानुयायांची मुंडकी तोडण्यासाठी वापरली. याप्रमाणे ब्राह्मणांनी रजपुतांच्या करवी बौद्ध धर्म रसातळाला नेला. म्हणजे, रजपूत हे हूण लोकांचे वंशज म्हणजे परदेशी लोक होत. हे मत काही विद्वानांचे आहे. या विषयावर अधिकार वाणीने बोलण्याची ज्यांची शक्ती आहे, अशा बऱ्याच महापंडितांचा या मताला दुजोरा आहे. याबाबतीत

व्हिसेंट स्मिथ म्हणतो (C.V. Vaidya, History of Mediaeval India Vol. 11, p.8) –

या ठिकाणी ज्या एका गोष्टीकडे मी लक्ष वेधू इच्छितो ती गोष्ट ही की, राजपुतान्यात आणि गंगेच्या वरच्या भागात परकीय लोक आले व त्यांनी एतद्देशीय राजे लोकांशी निकराचे भांडण केले. हे परकीय लोक म्हणजे हूण होत. एतद्देशीय राजांनी या परक्या लोकांची पूर्णपणे कत्तल करून त्यांना नामशेष केले होते की काय, याबद्दल पुष्कळ काळ शंका होती. परंतु याबाबतीत भरपूर पुरावे उपलब्ध झाले आहेत व त्या पुराव्यांवरून आता असे सिद्ध झाले की, हे परकीय लोक या वादामध्ये नामशेष झाले नव्हते. अर्थात या परक्या लोकांपैकी बरेच लोक या युद्धात नष्ट झाले होते. परंतु त्यांच्यापैकी बरेच लोक वाचले होते. या युद्धातून जिवंत सुटलेले परके लोक राजपुतान्यात वसती करून राहिले व ते एतद्देशीय लोकांमध्ये मिळून मिसळून वागू लागले.

राजपुतान्याची सर्वसाधारण जी लोकसंख्या आहे तिचा बराचसा भाग या परक्या लोकांच्या वंशजांचा आहे. हूण लोकांच्या अगोदर शक आणि युची लोक भारतात आले होते. शकांनी एतद्देशीयांशी लढाया केल्या आणि शेवटी हिंदू धर्माच्या विश्वव्यापक स्वरूपाने आणि दिव्य प्रभावाने दिपून जाऊन त्यांनी हिंदू धर्माचा स्वीकार केला, आणि ते अल्प काळातच हिंदुमय झाले.

'गुर्जर' नाव मिळाले

हूण लोकांची अशीच अवस्था झाली. राजपुतान्यात स्थायिक झाल्यानंतर त्यांनी हिंदू धर्म स्वीकारला व अगदी थोड्या काळात तेसुद्धा हिंदुमय झाले. ज्या जमातीच्या किंवा कुळांच्या लोकांनी राज्ये स्थापन केली, त्या लोकांना ब्राह्मणांनी हिंदू धर्मात सहजासहजी घेतले व त्यांना 'क्षत्रिय' किंवा 'राजपूत' हे नाव दिले.

परिहार आणि उत्तरेकडील दुसऱ्या पुष्कळ रजपूत जमाती यांची उत्पत्ती पाचव्या व सहाव्या शतकात भारतात टोळ्याटोळ्यांनी प्रवेश करणाऱ्या रानटी लोकांपासून झाली असावी, याबद्दल संदेह नाही. या परकीय लोकांबरोबर जे सामान्य प्रतीचे लोक भारतात आले होते, ते पुढे 'गुजर' या नावाने मिरवू लागले, यांचा सामाजिक दर्जा रजपुतांच्या खालचा ठेवण्यात आला. दक्षिणेच्या बाजूलासुद्धा असलीच परिस्थिती आढळून येते. या प्रदेशात डोंगराळ भागात पुष्कळ रानटी टोळ्या होत्या. ब्राह्मणांनी त्यांना हिंदू धर्माची दीक्षा देऊन त्यांचा सामाजिक दर्जा उंचावून ठेवला. हिंदू धर्म स्वीकारल्यानंतर गोंड लोकांना चंडेल, भार लोकांना राठोड व खावास

लोकांना गहारवर अशी नावे ब्राह्मणांनी दिली. अशा रानटी टोळ्यांचे आणि इतर प्रसिद्ध रजपूत जमातीचे स्थित्यंतर ब्राह्मणांनी केले. कोणाचा मूळपुरुष सूर्य तर कोणाचा मूळपुरुष चंद्र असेही ब्राह्मणांनी त्या सर्व रानटी टोळ्यांना व रजपूत जमातींना सांगून ठेवले.'

याबाबतीत विल्यम क्रुक म्हणतो (Vaidya, History of Mediaeval L.dia, Vol, II. p. 8) :

'अलीकडच्या काळात जे संशोधन करण्यात आले आहे, त्यामुळे बरीच माहिती हातात आली आहे. ही माहिती रजपुतांच्या उत्पत्तीवर पुष्कळ प्रकाश टाकते.

वैदिक क्षत्रिय व रजपूत फरक

वैदिक क्षत्रिय आणि मध्य युगातील रजपूत यांच्यामध्ये जमीन-अस्मानचा फरक आहे; आणि हा फरक नाहीसा करणे आता अशक्य झाले आहे. आता एवढी गोष्ट खरी की, रजपुतांच्या बऱ्याच जमातींची उत्पत्ती ज्यांनी भारतावर स्वाऱ्या केल्या त्या 'शक' किंवा 'हूण' लोकांपासून, अथवा यापेक्षाही काटेकोरपणाने सांगावयाचे तर ज्यांनी इ.स. ४८०च्या सुमारास गुप्ताचे साम्राज्य धुळीस मिळवले त्या श्वेत हूण लोकांपासून झाली. 'गुर्जर' नावाची टोळी पुढील काळातील लोकांशी निगडित झाली. तिने हिंदू धर्म स्वीकारला. त्या टोळीचे जे प्रमुख पुढारी होते, ते या टोळीचे आधारस्तंभ होते. त्यांच्यापासून पुढे वरिष्ठ दर्जाची रजपूत घराणी उत्पन्न झाली. या घराण्यांना राज्यपदाचे अधिकार नवीन मिळाल्यामुळे या घराण्यातील लोकांनी हिंदू धर्माचा स्वीकार केला व ब्राह्मणांचे धार्मिक वर्चस्व मान्य केले. या कारणांनी या घराण्यातील थोर पुरुषांच्या वंशाचा संबंध महाभारत व रामायण यांतील नायकांशी साहजिकच भिडवण्याचा प्रयत्न करण्यात आला.

या रजपूत घराण्यांपैकी काही घराण्यांची उत्पत्ती सूर्यापासून झाली व काही घराण्यांची उत्पत्ती चंद्रापासून झाली. अशा अद्‌भुत रम्य कल्पना ब्राह्मणांनी ग्रंथांमध्ये रचल्या, यांमुळे या ग्रंथात रजपूतांसंबंधी अनेक दंतकथा पाहावयास मिळतात. क्षत्रिय किंवा रजपूत या नावाने ओळखली जाणारी जी जमात होती, तिने लढाया जिंकून आपला दरारा बसवला होता व ती आपल्या सामाजिक दर्जाला जास्त महत्त्व देत होती.

या काळात जातिबंधने फारशी पाळली जात नसत, अशा परिस्थितीत परकीय देशातून येऊन येथे कायमची वसती करून राहिलेल्या लोकांना अशा टोळ्यांमध्ये

(क्षत्रिय किंवा रजपूत म्हणून) सहजपणे ढकलणे ब्राह्मणांना शक्य होते. परंतु परकीय लोकांचा हा टोळ्यांमधील प्रवेश योग्य ती युक्ती योजून लपवणे ब्राह्मणांना भाग पडले.

याबाबतीत ब्राह्मणांनी अशा कपोलकल्पित कथा रचल्या की, बुद्ध धर्माचा व इतर पाखंडी मताचा जगात फार बुजबुजाट झाला व त्यामुळे पाप फार वाढले. म्हणून परमेश्वराने ब्राह्मणांना आदेश दिला आहे की, तुम्ही बुध्द व पाखंडी मते यांचा नाश करा. याबाबतीत ब्राह्मणांना साहाय्य करण्यासाठी परमेश्वराने प्राचीन वैदिक ऋषींच्या नेतृत्वाखाली शुद्धीच्या गंभीर विधीने किंवा दीक्षेने काही लोक अग्नीतून उत्पन्न केले. ही अद्‌भुतरम्य कथा परमार, परिहार, चालुक्य व चव्हाण या ज्या चार जमाती कुल म्हणून मानल्या जातात त्यांच्या उत्पत्तीसभोवती गुंफल्या आहेत.'

डॉ. डी. आर. भांडारकर यांचेसुद्धा असेच मत आहे, त्यांच्या मते रजपूत हे गुर्जर लोकांचे वंशज आहेत. गुर्जर हे परक्या देशातून येऊन येथे राहिलेले लोक आहेत. म्हणून रजपूत हे परकीय लोकांचे वंशज ठरतात. (Mr. Vaidya, History of Mediaeval India, p. 10). वैद्य हे या मताला विरोध करतात. रजपूत हे परके नाहीत तर ते अगदी प्रारंभीच्या आर्य-क्षत्रियांचे वंशज आहेत. असे सिद्ध करण्याचा श्री. वैद्य यांनी प्रयत्न केला आहे.

शिवाजीच्या राज्याभिषेक विधीच्या वेळी ज्या ब्राह्मणांना कामावर लावले होते, त्यांना रजपुतांची उत्पत्ती कशी झाली होती व रजपूत लोक आपण क्षत्रियांचे वंशज आहोत, असे जे म्हणतात त्यात कितपत तथ्य आहे, या गोष्टीबद्दल माहिती असली पाहिजे, परंतु असली माहिती नव्हती असे मानले तरी कलियुगात क्षत्रिय नाहीत, हा ब्राह्मणांनी जो निर्णय दिला होता, त्याबद्दल त्यांना माहिती असलीच पाहिजे. हा निर्णय फार जुन्या काळचा असून तो वंशपरंपरेने सर्वांना माहीत झाला होता.

पूर्वपरंपरेला आदर द्यावयाचे जर ब्राह्मणांच्या मनात असते तर आपण क्षत्रिय आहोत, अशी घोषणा सिसोदिया त्याप्रमाणे शिवाजीने जेव्हा केली तेव्हाच ती ब्राह्मणांनी ताज्य मानावयास हवी होती. ब्राह्मणांनी असे केले असते, तर त्यांना कोणी दोष दिला नसता. परंतु परंपरा ब्राह्मणांना बंधनकारक आहे, असे त्यांनी कधीच मान्य केले नाही.

शिवाजीचे उदाहरण महत्त्वाचे आहे. याचे चौथे कारण असे की, सामाजिक दर्जा ठरवण्याच्या बाबतीत जे निर्णय देत असत, ते कोणत्या पक्षाकडून किती पैसा मिळेल याकडे दृष्टी ठेवून कमी-जास्त अनुकूल निर्णय देत असत. रोमन कॅथोलिक

पंथातील पाद्री लोक, लोकांच्याकडून पैसे घेऊन त्यांच्या पापांचे क्षालन करत असत. त्याचप्रमाणे ब्राह्मण लोक आपले निर्णय विकत असत. शिवाजी क्षत्रिय होता, असा जो निर्णय गागा भट्टाने दिला होता, तो प्रामाणिकपणे दिलेला निर्णय नव्हता. शिवाजीच्या राज्याभिषेक विधीच्या प्रसंगी पुरोहितपणा करण्यासाठी म्हणून गागा भट्ट आणि त्याच्या बाजूचे ब्राह्मण यांना जी रक्कम शिवाजीने दिली होती ती रक्कम लक्षात घेतली तर तो निर्णय प्रामाणिकपणे दिला नव्हता, हा मुद्दा स्पष्ट होतो. शिवाजीच्या राज्याभिषेक विधीसाठी किती पैसा खर्च झाला व त्यांपैकी गागा भट्ट व त्याचे ब्राह्मण यांच्या हातात किती गेला, याची तपशीलवार माहिती श्री. वैद्य यांनी गोळा केली आहे.

ती याप्रमाणे आहे. (Shivaji, the Founder Maharashtra Swaraj, pp. 248 and 252) :

'या प्रधानांपैकी प्रत्येकाला एक लक्ष होन, एक घोडा, कपडे व दागिने यांचा नजराणा देण्यात आला. समारंभाच्या निरनिराळ्या वेळी त्या त्या वेळच्या योग्यतेप्रमाणे शिवाजीने ब्राह्मणांना दक्षिणा दिल्या.

खर्च १ कोटी ४२ लक्ष होन

सभासदाने असे लिहून ठेवले आहे की, समारंभाचा एकंदर खर्च एक कोटी बेचाळीस लक्ष होन अथवा ४२६ लक्ष रुपये झाला होता.

सभासद असे म्हणतो की, शिवाजीच्या राज्याभिषेकाच्या समारंभाला ५०,००० वैदिक ब्राह्मण उपस्थित झाले होते. (श्री. वैद्य म्हणतात की, ५०,००० हा आकडा ५०० या आकड्याऐवजी चुकून पडला असावा. परंतु याबाबतीत त्यांनी काही साधकबाधक पुरावा पुढे ठेवता आला नाही.) याशिवाय जोगी, संन्यासी वगैरे हजारोंच्या संख्येने हजर राहिले होते. या लोकांना किल्ल्यांच्या खाली जेऊ घालण्यात आले. काहीना शिधा देण्यात आला. त्यावेळच्या कागदोपत्री असा उल्लेख सापडतो की, राज्याभिषेक करण्याच्या अगोदर शिवाजीची सोन्याने आणि इतर सर्व धातूंनी त्याचप्रमाणे शुभ्र वस्तूंनी तुला केली होती.

डच लेखकांनी समारंभाचे सविस्तर वर्णन केले आहे. ते लेखक म्हणतात की, हा समारंभ ३ ऑक्टोबर १६८४ रोजी झाला; शिवाजीचे वजन १७,००० होन किंवा १६० पौंड झाले. रूपे, तांबे, लोखंड वगैरे धातू आणि कापूर, मीठ, साखर, लोणी, निरनिराळ्या प्रकारची फळे, सुपारी वगैरे वस्तूंच्या बरोबर शिवाजीला तोलण्यात

आले. त्या सर्व धातूंची व वस्तूंची जी किंमत झाली तेवढी रक्कम ब्राह्मणांना दक्षिणा म्हणून वाटण्यात आली.

दीड लक्ष होन दक्षिणा

७ जून म्हणजे राज्याभिषेक विधी झाल्यानंतरच्या दुसऱ्या दिवशी सर्वसामान्य ब्राह्मणांना दक्षिणा देण्यात आली. तेव्हा प्रत्येक ब्राह्मणाला तीन ते पाच रुपये मिळाले आणि बाकीच्यांना, स्त्रिया आणि लहान मुले यांना अनुक्रमे दोन रुपये व एक रुपया अशी दक्षिणा मिळाली. एकंदर जी दक्षिणा वाटण्यात आली. तिची किंमत दीड लक्ष होन (एक होन म्हणजे तीन रुपये) झाली होती.

१३ मे ते १३ जून या काळात ऑक्झेंडेन यांनी जी आपली रोजनिशी लिहिली होती, त्यात तोसुद्धा असे म्हणतो की, शिवाजीचे सोन्याबरोबर वजन केले तेव्हा ते वजन १६,००० होनांचे झाले; हे १६,००० व दुसरे एक लक्ष होन यांची दक्षिणा ब्राह्मणांमध्ये वाटण्यात आली.

ऑक्झेंडेन पुढे लिहितो की, व्रत्यस्तोमाचा विधी करण्यासाठी गागा भट्टाला ७,००० होन आणि त्याच्या बाजूच्या ब्राह्मणांना १७,००० देण्यात आले. ५ जूनला शिवाजीने पवित्र गंगेच्या पाण्याने स्नान केले. तेव्हा जे ब्राह्मण त्या ठिकाणी हजर होते, त्यांना प्रत्येकी १०० होन देण्यात आले.'

गागा भट्टाला जी रक्कम देण्यात आली होती, ती रक्कम म्हणजे पुरोहिताला देण्याला योग्य अशी दक्षिणा होती, यापेक्षा त्या रकमेला दुसरा अर्थ नाही असे होते काय? दुसरा एक असा मुद्दा आहे की, ज्याच्या आधारावर असाही अर्थ काढता येईल की, गागा भट्टाला पाहिजे तितका पैसा दिला नव्हता, तो मुद्दा हा की, शिवाजीच्या प्रधानांना जी रक्कम मिळाली, तिच्या मानाने गागा भट्टाला मिळालेली रक्कम फार कमी होती. या गोष्टीपासून सारांश काढण्याच्या अगोदर दुसऱ्या दोन गोष्टींचे महत्त्व विरुद्ध बाजूच्या दृष्टीने काय होते, हे समजावून घेतले पाहिजे.

त्या दोन गोष्टी गागा भट्टाला रक्कम कमी मिळाली होती, या म्हणण्याची सत्यता खोटी ठरवतात. त्या दोन गोष्टींपैकी एक गोष्ट ही की, प्रधानांनी स्वतः राज्याभिषेकाच्या वेळी शिवाजीला नजराणे दिले होते (Vaidya, Shivaji the Founder of Maratha Swaraj, p. 247).

शिवाजीचा पेशवा किंवा मुख्य प्रधान मोरोपंत पिंगळे याने ७,००० होन, आणि दुसरे दोन प्रधान यांनी प्रत्येकी ५,००० होन शिवाजीला नजर केले होते. शिवाजीने

यांना ज्या रकमा नजर केल्या होत्या, त्यातून या रकमा वजा केल्या तर प्रधानांच्या हाती शिवाजीकडून मिळालेल्या ज्या रकमा शिल्लक राहतात, त्या बऱ्याच अल्प असाव्यात.

गागा भट्ट यांना दक्षिणा

दुसरी गोष्ट ही की, शिवाजीचे हे प्रधान त्याच्या राज्याभिषेकाला कसून विरोध करणारे होते. शिवाजी शूद्र आहे आणि म्हणून त्याला राज्याभिषेक करून घेण्याचा अधिकार नाही; कारण, हा अधिकार फक्त क्षत्रियांचा आहे, अशी त्या प्रधानांची ठाम समजूत झाली होती. त्यांचा विरोध बंद करण्यासाठी आणि त्यांना आपल्या बाजूचे कायमचे करण्यासाठी शिवाजीने त्या प्रधानांना मोठमोठे नजराणे दिले, यात आश्चर्य काही नाही. म्हणून शिवाजीने प्रधानांना जी रक्कम दिली तिचा गागा भट्टाला दिलेल्या रकमेची तुलना करणे योग्य ठरत नाही. त्याचप्रमाणे गागा भट्टाला दिलेली रक्कम ही त्याच्या पुरोहितपणाची अपुरी दक्षिणा होती, असाही सारांश या गोष्टीवरून काढणे योग्य ठरत नाही. खरोखर, शिवाजीच्या राज्याभिषेकाला संमती देण्याच्या अगोदर गागा भट्टाने इतके आढेवेढे घेतले होते की, त्याला जी रक्कम शिवाजीने दिली होती त्यात त्याच्या पुरोहितपणाची दक्षिणा म्हणून एक रक्कम होतीच; परंतु गागा भट्टाची संमती मिळवण्यासाठी त्याला जी लाच शिवाजीने दिली होती, त्या रकमेचाही त्यात समावेश होत होता, असा कोणीही निष्कर्ष काढील.

तीन ब्राह्मण काशीला पाठवले

या राज्याभिषेकाच्या बाबतीत प्रारंभापासून शेवटपर्यंत ज्याने प्रामुख्याने भाग घेतला व तो समारंभ साजरा करून दाखवला, तो गृहस्थ महाराष्ट्राचा कायस्थ बाळाजी आवजी हा होता. हा गृहस्थ शिवाजीचा खासगी चिटणीस होता. त्याने पहिले काम असे केले की, त्याने काशीहून गागा भट्टाला आणण्यासाठी केशव भट, भालचंद्र भट, सोमनाथ भट हे तीन ब्राह्मण काशीला पाठवले. शिवाजीच्या एकंदर घराण्याची व पुढे होणाऱ्या राज्याभिषेकाची संपूर्ण रूपरेषा या ब्राह्मणांजवळ गागा भट्टाला पाठवण्यात आली होती. गागा भट्टाने काय केले? शिवाजी हा शूद्र आहे म्हणून तो राज्याभिषेकाला पात्र नाही आणि म्हणून त्याचे आमंत्रण स्वीकारण्यास आपण तयार नाही, अशा अर्थाने पत्र लिहून ते पत्र त्या तीन ब्राह्मण दूतांच्या स्वाधीन करून गागा भट्टाने त्यांना काशीहून परत पाठवले.

शिवाजी क्षत्रिय असल्याचे पुरावे

यानंतर जे दुसरे कृत्य बाळाजीने केले ते शिवाजी क्षत्रिय आहे, हे सिद्ध करणारे पुरावे गोळा करणे. एक वंशावळ मिळवण्यात बाळाजीला यश आले. मेवाडचे राज्यकर्ते सिसोदिया रजपूत यांच्या वंशजापासून शिवाजीचे वंशज जन्मले आहेत, म्हणून शिवाजी क्षत्रिय ठरतो, असे त्या वंशावळीवरून सिद्ध होत होते. बाळाजीने ही वंशावळ दुसऱ्या दूताबरोबर गागा भट्टाकडे पाठवून दिली. (या दूताचे नाव निळो येसाजी होते, तो कायस्थ होता. गागा भट्टाला काशीहून आणण्यासाठी प्रथम जे तीन ब्राह्मण पाठवण्यात आले होते, त्यांना ज्याप्रमाणे सूचना दिल्या होत्या, त्याप्रमाणे त्यांनी काही केले नव्हते; ब्राह्मण असल्यामुळे त्यांना शिवाजीच्या हिताची गोष्ट पटत नसे. त्यामुळे त्यांनी काही तरी कपट नाटक तयार करून शिवाजीच्या हितावर अग्नी ठेवला असावा, अशी पुढे शंका घेण्यात आली.

काशीहून त्या तीन ब्राह्मणांनी गागा भट्टाचे म्हणून जे पत्र आणले होते ते गागा भट्टाला भलत्या-सलत्या गोष्टी सांगून लिहून आणलेले असावे, असे बाळाजीला वाटले असेल, हे शक्य आहे. म्हणूनच बाळाजीने यावेळी आपला कायस्थ जातीचा एक माणूस गागा भट्टाकडे पाठवला.) हा वंशावळीचा पुरावा पाहून गागा भट्टाची खात्री झाली की शिवाजी क्षत्रिय आहे.

कारण तो शिवाजीचा राज्याभिषेक विधी करण्यासाठी रायगडाला यावयास तयार झाला. आल्यानंतर गागा भट्टाने काय केले? मी वंशावळीच्या पुराव्याची कसून पाहणी केल्यानंतर असा सारांश काढला की, शिवाजी शूद्र आहे आणि म्हणून राज्याभिषेक करून घेण्यास तो अपात्र आहे, असे तो म्हणाला.

'गागाभट्टी' प्रबंध

याबाबतीत ही एवढीच कोलांटी उडी गागा भट्टाने मारली नाही. या गोष्टीला गागा भट्टाने अशी काही चमत्कारिक कलाटणी दिली की, सांगता सोय नाही. ही त्याची दुसरी कोलांटी उडी होय, बाळाजी आवजी हा कायस्थ आहे, म्हणजे तो क्षत्रिय आहे. म्हणून त्याचा राज्याभिषेक विधी करावयास आपण तयार आहोत, पण शिवाजीचा राज्याभिषेक विधी करावयास आपण मुळीच तयार नाही, कारण तो शूद्र आहे. असे गागा भट्टाने आपले मत प्रदर्शित केले. एवढेच करून गागा भट्ट थांबला नाही. पुनः त्याने आपली पगडी फिरवली व असे मत सांगितले की, शिवाजी हा क्षत्रिय आहे व त्याचा राज्याभिषेक करावयास आपण तयार आहोत.

याबाबतीत त्याची मजल इथपर्यंत गेली की, कायस्थ हे अकरमारे आहेत, हे सिद्ध करण्यासाठी त्याने एक प्रबंध लिहिण्याचा खटाटोप केला. हा प्रबंध 'गागाभट्टी' या नावाने ओळखला जातो.

'ग्रामण्यांचा साद्यंत इतिहास' उल्लेख

गागा भट्टाने वेळोवेळी सरड्याप्रमाणे जे रंग पालटले व ज्या कोलांटया उड्या मारल्या त्या काय दर्शवतात? राज्याभिषेक विधी करण्यास तो तयार नव्हता व त्याला तयार करण्यासाठी त्याच्यापुढे पैशांच्या राशी उभ्या कराव्या लागल्या, हे यावरून दिसत नाही काय? ही कारणमीमांसा जर बरोबर असेल तर शिवाजी हा क्षत्रिय होता, हा गागा भट्टाने जो निर्णय दिला तो लाच घेतल्यानंतरच दिला, याबद्दल संशय नाही. (गागा भट्टाने जे पगडी पालट केले व ज्या कोलांट्या उड्या मारल्या याबद्दल जो उल्लेख केला आहे, तो श्री. के. ठाकरे यांच्या 'ग्रामण्यांचा साद्यंत इतिहास' या पुस्तकात दिलेल्या माहितीवर आधारलेला आहे. श्री. ठाकरे यांनी ही माहिती बखरी व इतिहास यांच्यामधून गोळा केली आहे. ही माहिती कितपत विश्वसनीय आहे, हे सांगणे कठीण आहे. तथापि, हे मात्र कबूल केले पाहिजे की, गागा भट्टाने वेळोवेळी आपली पगडी फिरवून निरनिराळ्या वेळी मते प्रदर्शित केली होती. हे जर मान्य केले नाही तर शिवाजीच्या राज्याभिषेकाला जी विघ्ने उपस्थित झाली होती, ती कोणामुळे या मुद्द्याचा खुलासा होणे इष्ट आहे.

उदाहरणार्थ पुढील प्रश्न घ्या –

काशीहून रायगडला येऊन पोहोचल्यानंतर गागा भट्टाने आपले मत बदलले की नाही आणि बदलले असेल तर ते कोणत्या कारणांमुळे? रायगडला आल्यानंतर गागा भट्टाला कळून आले की, खुद्द शिवाजीचा मुख्य प्रधान मोरोपंत पिंगळे हा ब्राह्मण शिवाजीला क्षत्रिय मानावयास तयार नाही. मोरोपंत पिंगळे यांनी शिवाजीच्या राज्याभिषेकाच्या विरुद्ध जे वातावरण उत्पन्न केले होते, ते पाहून गागा भट्टाने आपली पगडी फिरवून मोरोपंत पिंगळे याच्या सुरांत सूर मिसळला. याबाबतीत गागा भट्ट व मोरोपंत पिंगळे यांनी बैठकी भरवून या प्रश्नावर खूप चर्चा केली असेल व गागा भट्टाला मोरोपंत पिंगळे यांचे मत जास्त ग्राह्य वाटले असेल, हे शक्य आहे.

मोरोपंत पिंगळे शिवाजीच्या राज्याभिषेकाला प्रथम कसून विरोध होता, पण थोड्याच दिवसांत त्याने आपले मत बदलले व तो शिवाजीच्या राज्याभिषेकाला उचलून धरू लागला. मोरोपंताचे हे जे मतांतर झाले ते कशामुळे; बाळाजीला

राजा म्हणून जाहीर करावे, असे गागा भट्टाने सुचवले होते. ही गोष्ट खरी असेल तर मोरोपंतामध्ये मतांतर का घडून आले, याचा खुलासा त्या गोष्टीवरून होतो. बाळाजी हा कायस्थ होता. कायस्थ हे त्यावेळी ब्राह्मणांचे हाडवैरी होते. गागा भट्टाने बाळाजीला राजा करण्याची सूचना केली. तेव्हा मोरोपंताच्या डोळ्यात झणझणीत अंजन घातले गेले. बाळाजीला राजा मानण्यापेक्षा शिवाजीला राजा मानणे, बरे! असा मनात हिशेब करून मोरोपंताने शिवाजीच्या राज्याभिषेकाला टेकू दिला.

शिवाजीचे उदाहरण महत्त्वाचे आहे. याचे शेवटचे कारण हे की, दर्जा ठरवण्याच्या बाबतीत पूर्वी निर्णय स्वतःला बंधनकारक आहेत, असे ब्राह्मण मानत नसत, ते या उदाहरणावरून सिद्ध होते. त्यांनी एकदा खटला निकालात काढला तरी तो खटला पुनः उपस्थित करून त्याच्यावर निराळा निर्णय देण्याचा अधिकार आहे, असे ब्राह्मण समजत असत. कारण, शिवाजी हा क्षत्रिय होता, हा जो निर्णय ब्राह्मणांनी दिला, तो त्यांनी किती काळ पाळला?

राज्याभिषेकाची ओळख 'शक'ने

६ जून, १६७४ या दिवशी शिवाजीचा राज्याभिषेक झाला. तेव्हापासून त्याने नवे शक सुरू केले. तो राज्याभिषेक 'शक' या नावाने ओळखला जातो. तो 'शक' किती काळ पाळला गेला? जोपर्यंत शिवाजी आणि त्याचे वंशज गादीवर बसून स्वतः राज्यकारभार पाहात होते, तोपर्यंत हे 'शक' पाळले गेले. जेव्हा राज्यकारभाराचे सर्व अधिकार ब्राह्मण पेशव्यांच्या हातात गेले तेव्हा पेशव्यांनी असा हुकूम जाहीर केला की, हा 'शक' व्यवहारातून बंद करावा (Sardesai, Marathi Riyasat 2nd p. 363, and Vaidya, Shivaji p. 251).

शिवाजीचा राज्याभिषेक 'शक' बंद करून ब्राह्मण पेशव्यांनी मोगल बादशहांचे 'फसली शक' सुरू केले. एवढे करून ब्राह्मण थांबले नाहीत, त्याच्याही पुढे त्यांनी मजल मारली. शिवाजीचे वंशज क्षत्रिय आहेत काय, असा प्रश्न उपस्थित करून त्यांनी पुनः वाद माजवला. (याच्या पुढील मजकूर रावबहादूर डोंगरे यांच्या 'सिद्धान्त विजय' या पुस्तकाच्या आधारे लिहिला आहे.) ब्राह्मण शिवाजीचे मुलगे संभाजी व राजाराम या दोघांचे काही वाकडे करू शकले नाहीत, शिवाजीने या दोन मुलांची उपनयने वैदिक पद्धतीने ब्राह्मणाकडून आपल्या हयातीतच करून घेतली होती. शिवाजीचा नातू शाहू याच्या बाबतीतही ब्राह्मणांना काही काळेबेरे करता आले नाही. कारण शेवटी त्यावेळी ब्राह्मणांच्या हातात राज्यकारभाराची सर्व

सत्ता आली नव्हती. ज्या क्षणाला शाहूने आपली सार्वभौम राज्यकारभाराची सत्ता ब्राह्मण पेशव्यांच्या हातात दिली, त्या क्षणाला शिवाजीचे वंशज क्षत्रिय नव्हते, असा गलगलाट करण्याला ब्राह्मणाला रस्ता मोकळा झाला.

शाहूचा दत्तक पुत्र रामजी राजे हा शाहूनंतर गादीवर आला. तो अल्पवयी होता. तोपर्यंत ब्राह्मण पेशवे त्याचे पालक होते. रामजी राजे याचे उपनयन केलेले होते की नव्हते, केले असेल तर ते वैदिक पद्धतीने केले होते काय, या प्रश्नाची समर्थक उत्तरे देण्यास काही पुरावा उपलब्ध नाही.

रामजी राजे याच्यानंतर दुसरा शाहू गादीवर आला. दुसरा शाहू याला १७७७मध्ये दत्तक घेतले होते. दुसरा शाहू याचे उपनयन पेशव्यांच्या हुकुमान्वये पौराणिक विधीने करण्यात आले होते. (डोंगरे, प्रस्तावना, पा. ६) दुसऱ्या शाहूचे उपनयन पौराणिक विधीने केले याचा अर्थ असा की, पेशवे दुसऱ्या शाहूला शूद्र मानत होते, कारण फक्त शूद्रांच्या बाबतीत सर्व विधी पौराणिक पद्धतीने करण्यात येतात. दुसऱ्या शाहूनंतर महाराजा प्रतापसिंह हा १८०८मध्ये गादीवर आला. त्याचे उपनयन केले होते काय? केले असेल तर ते वैदिक पद्धतीने केले की पौराणिक पद्धतीने याबद्दल ठाम मत देणे अशक्य आहे. तथापि एक गोष्ट मात्र नक्की माहीत आहे की, सांगलीच्या कायस्थांचा सामाजिक दर्जा काय आहे, यासंबंधी १८१७च्या सुमारास करवीरचे शंकराचार्य यांनी असा निर्णय दिला होता की, 'कलियुगात क्षत्रिय अस्तित्वात नाहीत आणि शिवाजी, संभाजी किंवा शाहू हे क्षत्रिय होते, याबद्दलचा पुरावा दाखवणारे कागदपत्र त्यांच्या दप्तरात नाही.' (डोंगरे, प्रस्तावना पा. ९).

ब्राह्मणांची १८३०मध्ये परिषद

या निर्णयासंबंधी असे म्हणण्यात येते की, हा निर्णय शंकराचार्यांचा मूळचा नाही तर तो शंकराचार्यांच्या मूळच्या निर्णयात सांगलीच्या ब्राह्मण राजाने घुसडून दिलेला भाग आहे. ते काही का असेना, तो निर्णय म्हणजे शिवाजीचा वंशज म्हणून प्रतापसिंहाचा जो सामाजिक दर्जा होता, त्या दर्जाला रोखठोक आव्हान होते. या निर्णयाचा विचार करण्याकरिता प्रतापसिंहाने सातारा येथे १८३०मध्ये ब्राह्मणांची परिषद भरवली. या परिषदेतील ब्राह्मणांचे मताधिक्य असे पडले, की प्रतापसिंह क्षत्रिय होता. या निर्णयामुळे प्रतापसिंहाला शूद्राचे स्थान देण्याची जी आपत्ती आली होती ती टळली.

शिवाजीच्या वंशजांची दोन घराणी राज्य करत होती; एक साताऱ्याला, दुसरे कोल्हापूरला. साताऱ्याच्या घराण्याला शूद्रपदी नेण्याचा ब्राह्मणांचा प्रयत्न फसला. हे पाहून त्यांनी आपला मोर्चा कोल्हापूरच्या घराण्याकडे वळवला, बाबासाहेब महाराज हे कोल्हापूरचे राजे होते. त्यांच्या कारकिर्दीत रघुनाथ शास्त्री पर्वते या नावाचा राजवाड्यातील पुरोहित होता. राजवाड्यातील सर्व विधी पौराणिक पद्धतीने करावेत, असा विचार पुरोहिताच्या डोक्यात शिरला. असे सांगण्यात येते की, पौराणिक पद्धतीने विधी न करण्याची सक्ती त्या पुरोहितावर करण्यात आली.

बाबासाहेब १८८६मध्ये वारले. १८८६ ते १८९४पर्यंत जे राजे झाले ते सर्व अल्पवयी होते. म्हणून राज्यकारभाराची सत्ता ब्रिटिशांच्या हातात होती. परलोकवासी शाहू महाराज यांनी १९०२मध्ये पुरोहितावर असा हुकूम बसवला की, त्याने राजवाड्यातील सर्व विधी वैदिक पद्धतीने केले पाहिजेत. हा हुकूम मान्य करण्याचे पुरोहिताने नाकारले. उलट अंशी हे विधी पौराणिक पद्धतीनेच केले गेले पाहिजेत, असा त्याने आग्रह धरला. पुरोहिताच्या या आग्रहाचा गर्भित अर्थ असा होता की, कोल्हापूरचे राज्यकर्ते क्षत्रिय नसून शूद्र होते. या प्रकरणात करवीर मठाचे शंकराचार्य यांनी जो भाग घेतला होता, तो विशेष महत्त्वाचा होता. हे प्रकरण चालू होते तेव्हा मठाच्या गुरूने म्हणजे शंकराचार्याने शिष्य दत्तक घेतला होता. त्या शिष्याचे नाव ब्रह्मणाळकर होते. गुरूने शिष्याला मठाधिपतीचे सर्व हक्क दिले होते. प्रथमतः गुरू व शिष्य या दोघांनीही राजवाड्यातील पुरोहिताची बाजू घेतली. परंतु पुढे शिष्याने महाराजांच्या क्षत्रियत्वाला मान्यता दिली. गुरू पुरोहिताच्या बाजूला चिकटून राहिला. त्याने शिष्याला वाळीत टाकले. त्यानंतर काही दिवसांनी महाराजांनी स्वतःचा शंकराचार्य निर्माण करण्याचा प्रयत्न केला. (आता ते डॉ. कुर्तकोटी म्हणून ओळखले जातात.) परंतु त्यानेही महाराजाला दगा दिला.

क्षत्रिय असल्याचा निर्णय धुडकावला

शिवाजी क्षत्रिय होता, हे मान्य करण्यात आले होते. त्याच्या वैयक्तिक मोठेपणाकडे पाहून क्षत्रियाचा दर्जा शिवाजीला देण्यात आला नव्हता, हे उघड आहे. हा त्याला जो दर्जा दिला तो त्याच्या घराण्यात वंशपरंपरेने चालणारा होता. त्या दर्जाबद्दल शंका प्रदर्शित करण्याची कोणाची छाती नव्हती. त्याच्या घराण्यातील एखाद्या वंशजाने त्या दर्जाला न शोभणारे असे काही अनिष्ट कृत्य केले, तर तो दर्जा त्या घरातून नष्ट होऊ शकत होता. सामान्यतः तो दर्जा नष्ट होऊ शकत नव्हता.

क्षत्रियाच्या दर्जाला न शोभणारे एखादे कृष्णकृत्य शिवाजीच्या एखाद्या वंशजाने केले होते, असा आरोप कोणीही केला नव्हता. असे असताही, शिवाजी व त्याचे वंशज क्षत्रिय होते असा ब्राह्मणांनी पूर्वी जो निर्णय दिला होता, तो निर्णय धुडकावून लावण्यासाठी ब्राह्मण पुनः पुढे सरसावले.

असे होण्याचे कारण हेच की, एखाद्या हिंदू माणसाचा सामाजिक दर्जा ठरवताना वाटेल तेव्हा वाटेल तो निर्णय देण्याचा किंवा दिलेला निर्णय बदलण्याचा आपणाला अधिकार आहे, अशी ब्राह्मणांची भावना होऊन बसली आहे. ब्राह्मण लोक एखाद्या शूद्र माणसाला क्षत्रिय बनवतील. ते एखाद्या क्षत्रिय माणसाला शूद्र ठरवून त्याला अधोगतीला नेतील. सामाजिक दर्जा ठरवण्याच्या बाबतीत ब्राह्मणांचे अधिकार अमर्यादित आणि निरंकुश अशा स्वरूपाचे आहेत.

ही उदाहरणे मुंबई प्रांतातून घेतली आहेत याबद्दल वाद नाही. (या उदाहरणातील प्रत्येकाची तपशीलवार माहिती श्री. के. सी. ठाकरे यांच्या 'ग्रामण्यांच्या साद्यंत इतिहास' या पुस्तकात आहे ती पाहावी. हे पुस्तक १९१९मध्ये प्रसिद्ध झाले होते. परंतु त्यातून जी तत्त्वे वेचून काढता येतात ती स्पष्ट आहेत. ती इतर प्रांतातील उदाहरणामध्येही पाहावयास मिळतील, ती येणेप्रमाणे :

उपनयन करण्याचा अधिकार फक्त ब्राह्मणांनाच आहे. शिवाजी, प्रतापसिंह कायस्थ, पांचाळ आणि पवशे यांच्यापैकी कोणालाही आपले उपनयन ब्राह्मणेतरांकडून व्हावे असे वाटत नव्हते.

ब्राह्मण कोणाचे उपनयन करील व कोणाचे करणार नाही, हे सांगण्याचा अधिकार ब्राह्मणाचा आहे. दुसऱ्या शब्दांत सांगावयाचे तर ते असे की, एखाद्या जातीला उपनयनाचा अधिकार आहे किंवा नाही हाही निर्णय ब्राह्मणांकडेच.

एखाद्याला उपनयनाचा अधिकार देण्याचा निर्णय ब्राह्मणाने प्रामाणिकपणे दिला असे समजू नये. तो निर्णय पैसे देऊन विकत घेता येतो. शिवाजीने गागा भट्टाचा निर्णय गागा भट्टाला पैसे देऊन विकत घेतला होता.

ब्राह्मणाने एखाद्याला उपनयन नाकारले तर ते काही कायदेशीर किंवा धार्मिक कारणामुळे नाकारले असे समजू नये. असा नकार देण्यात ब्राह्मणांना काही कुटिल राजकारणाचे डावपेच टाकावयाचे असतात. ब्राह्मणांनी क्षत्रियांना उपनयन करण्याचे नाकारले याचे कारण हेच होते की राजकीय सत्ता आपल्या हातात ठेवण्यासाठी, ब्राह्मण व क्षत्रिय हे परस्परांचे प्रतिस्पर्धी म्हणून भांडत होते.

उपनयन नाकारण्याबद्दलचा निर्णय दिला गेला तर त्याच्या विरुद्ध फेरतपासणी करावयाची असेल तर ती विद्वत परिषदेने नाकारावयाची आणि या परिषदेचे सर्व सभासद फक्त ब्राह्मणच असले पाहिजेत.

येथे जो ऊहापोह केलेला, त्यावरून सर्वांना हे स्पष्ट दिसून येईल की, उपनयन नाकारण्याचा अधिकार फक्त ब्राह्मणांच्या हातात होता. असला अधिकार ब्राह्मणांच्या हातात असता आणि सर्व ब्राह्मणेतरांच्या डोक्यावर मिरे वाटण्याची जबरदस्त हौस मनात असता ब्राह्मणांनी त्या सत्तेचा उपयोग केवळ शूद्रांच्या विरुद्ध केला, यात आश्चर्य मानण्यासारखे काही नाही.

●●●

समेटाचा वृत्तान्त

मी आतापर्यंत पुढील विधाने सिद्ध करण्याचा प्रयत्न केला आहे :

१) शूद्रांचे भारतीय-आर्य समाजात मूळचे स्थान क्षत्रिय वर्णात होते. त्या दुसऱ्या वर्णातून त्यांना काढून ब्राह्मणांनी त्यांची गणना चौथ्या वर्णात केली.

२) शूद्रांना अधोगतीस पोहोचवण्यासाठी ब्राह्मणांनी जे तंत्र वापरले; ते म्हणजे, उपनयनाचा अधिकार शूद्रांना न देणे.

३) शूद्र राजांनी पूर्वी ब्राह्मणांवर बरेच अत्याचार केले होते व त्यांची विटंबनाही केली होती. याबद्दल सूड उगवण्याच्या ईर्षेने ब्राह्मणांनी शूद्रांना दुसऱ्या वर्णातून काढून चौथ्या वर्णात ढकलून दिले. त्यांना अधोगतीस मिळवले.

ही सर्व विधाने सत्य आहेत. तथापि त्यांच्याविरुद्ध काही प्रश्न उपस्थित करणारा जर कोणी असू शकेल, तर त्याचे प्रश्न याप्रमाणे असतील :

- काही थोड्या शूद्र राजांबरोबर ब्राह्मणांचे वाद झाले असतील. पण त्यावरून ब्राह्मण सर्व शूद्र जातींचे शत्रू कसे झाले असतील?
- शूद्र राजांनी ब्राह्मणांना इतके सतावले होते काय की, ज्यामुळे ब्राह्मणांमध्ये शूद्रांच्या विरुद्ध तिरस्काराची भावना आणि सुडाची इच्छा उत्पन्न झाली?
- ब्राह्मण आणि शूद्र यांच्यात समेट झाला नव्हता काय? समेट झाला होता तर शूद्रांना अधोगतीस पोहोचवण्याचे ब्राह्मणांना काही प्रयोजन नव्हते.
- शूद्रांनी आपली अधोगती कशी होऊ दिली?

हे प्रश्न महत्त्वाचे व मुद्देसूद आहेत. त्यांचा गंभीरपणे विचार केला पाहिजे, हे मी कबूल करतो. या प्रश्मांना उत्तरे देणे हे योग्य आहे.

(१)

ब्राह्मणांचे काही थोड्या शूद्र राजांच्याबरोबर भांडण झाले होते, एवढ्याशा कारणाने ब्राह्मणांनी सर्व शूद्र जातीला अधोगतीस नेण्याचा चंग बांधला तो का? हा प्रश्न योग्य व महत्त्वाचा आहे. तथापि जर दोन गोष्टी लक्षात ठेवल्या, तर या प्रश्नाचे उत्तर देणे कठीण नाही.

ब्राह्मण-शूद्र लढे सामाजिक

प्रथम हे लक्षात घेतले पाहिजे की, नवव्या प्रकरणात वर्णन केलेले ब्राह्मण आणि शूद राजे यांमधील वाद हे वैयक्तिक स्वार्थाचे दिसतात तसे नव्हते, ते सामाजिक म्हणजे सार्वजनिक स्वार्थाचे होते. या भांडणांमध्ये ज्या कथा दिल्या आहेत त्या सर्व ब्राह्मणांना उद्देशून आहेत. त्यात फक्त एकच कथा वसिष्ठाला उद्देशून आहे. राजांच्या दृष्टीने पाहिले तर असे दिसते की, या कथेतील राजे व्यक्तिशः ब्राह्मणांच्या बरोबर भांडत आहेत. परंतु हे सर्व राजे सुदासाच्या वंशाशी संबंध असलेल्या वंशाचे होते, ही गोष्ट विसरता कामा नये.

सुदासासंबंधी सांगावयाचे तर ते असे की, तो ज्या वादात अडकला होता, तो वाद ब्राह्मण आणि क्षत्रियांपैकी शूद्र जमात (कूळ/वंश) यांच्यामधला होता, यासंबंधी तिळमात्र संशय नाही. इतर दुसऱ्या वादात सापडलेले जे राजे होते, तेसुद्धा या शूद्र जमातीचे होते, असे म्हणावयास आपणापुढे प्रत्यक्ष पुरावा नाही. पण आपणापुढे दुसरा पुरावा आहे, त्यावरून आपण असा निष्कर्ष काढू शकतो की, सुदास ज्या वंशात जन्मला होता, त्या वंशाशी धागेदोरे असलेल्या वंशांमध्ये ते राजे जन्मले होते.

याबाबतीत वंशवृक्ष पाहा. हा महाभारताच्या आदिपर्वावरून तयार केला आहे (Muir, Vol. 1. p. 126)

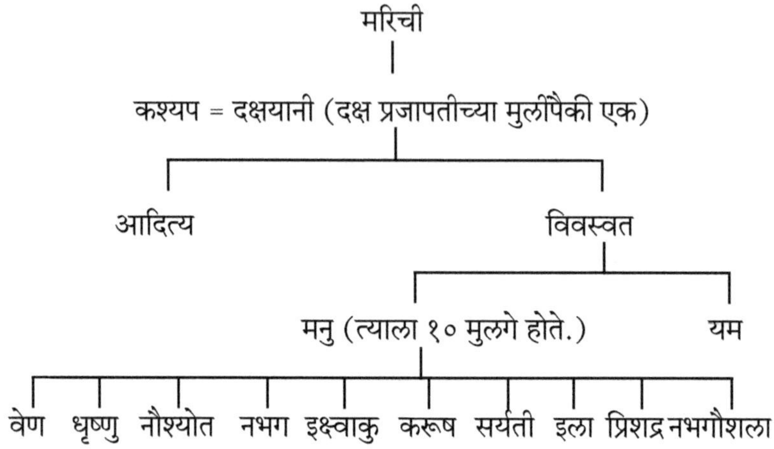

जे क्षत्रिय राजे ब्राह्मणांबरोबर वाद खेळले, ते सर्व राजे आप्त आणि नातेवाइकापणाच्या धाग्याने एकत्र बांधलेले होते. ही गोष्ट प्रस्तुतच्या मुद्द्यावर चांगला प्रकाश पाडतो.

पुरुरवा हा इलाचा मुलगा आणि मनु वैवस्वत याचा नातू होता. (Muir, Vol. 1. p. 307). निमी हा इक्ष्वाकुच्या अनेक मुलांपैकी एक मुलगा आहे. इक्ष्वाकु हा मनु विवस्वत याचा मुलगा आहे (Muir, Vol. 1. p. 361). त्रिशंकू हा इक्ष्वाकुचा २८वा वंशज (Muir, Vol. 1. p. 362) सुदास हाही इक्ष्वाकुचा वंशज होता (Muir, Vol. 1. p. 362). वेणा हा मनु वैवस्वताचा मुलगा आहे. (सुदासाचे वडील दिवोदास हा पुरुचा राजा होता आणि पुरू लोक इक्ष्वाकु वंशाचे होते, असे वर्णन ऋग्वेदात आहे.) आपला पूर्वज इक्ष्वाकु आहे, असे काही राजे म्हणत असत. ते सर्व राजे मनु व इक्ष्वाकु वंशज असल्यामुळे, ते सर्व सुदासाचे नातेवाईक ठरतात, असे म्हणावयास काही हरकत नाही. सुदास शूद्र होता, ही गोष्ट जर मान्य केली, तर हे सर्व राजे शूद्र जमातीचे होते, हे ओघाने सिद्ध होते.

शूद्र राजे व ब्राह्मण लोक वाद

याबाबतीत जरी प्रत्यक्ष पुरावा उपलब्ध नाही, तरी हे वाद काही शूद्र राजे व ब्राह्मण लोक यांच्यात झालेले नसून ते व सर्व ब्राह्मण जमात यांच्यामध्ये झालेले होते, अशी कल्पना केली तर अनैसर्गिक वाटणार नाही. भारतीय-आर्य समाज वन्यावस्थेत होता आणि एका जमातीच्या एका व्यक्तीने जे कृत्य केले असेल, ते कृत्य सर्व जमातीने केले, अशी त्यावेळी भावना रुढ झाली होती. अशा पुरातन

काळात हे वाद ब्राह्मण जमात व शूद्र राजे यांच्यामध्ये झाले होते, ही गोष्ट लक्षात घेतली पाहिजे.

एका राजाने केलेला वाद त्या त्या लोकांच्या जातीला बंधनकारक समजला जात होता हे उघड आहे. जुन्या काळच्या सर्व समाजाची अशी अवस्था होती की, टोळी किंवा जमात यांना घटक समजले जात असे. एका व्यक्तीला घटक समजले जात नसे, याचा परिणाम असा झाला की, एका व्यक्तीचा अपराध हा पूर्ण टोळीचा किंवा जमातीचा अपराध मानला जात असे. त्याचप्रमाणे, टोळीचा किंवा जमातीचा जो अपराध असेल तो त्या टोळीच्या किंवा जमातीच्या प्रत्येक व्यक्तीचा अपराध मानला जात असे. ही गोष्ट लक्षात ठेवली तर असे म्हणावयास काही हरकत नाही की, फक्त आपणाशी विरोध करणाऱ्या राजांचा ब्राह्मणांनी द्वेष केला नाही तर सर्व शूद्र जमातीचा द्वेष त्यांनी केला. म्हणूनच शूद्रांचे उपनयन करू नये, असा निर्बंध ब्राह्मणांनी घातला.

(२)

शूद्र राजांनी ब्राह्मणांना फार सतावले होते काय, या मुद्द्याबद्दल शंका घेण्याचे कारण नाही. काही गोष्टी राजांच्या हातून झाल्या असतील, काही ब्राह्मणांच्या हातून झाल्या असतील, याबाबतीत दोन पक्षात क्रोधाग्नीचा स्फोट घडवून आणण्याइतके स्फोटक साहित्य दोन्ही पक्षांच्या हातात होते.

ब्राह्मण पक्षाच्या हातांत कोणते स्फोटक साहित्य होते ते पाहा. समाजातील आपला दर्जा, सर्वांपेक्षा श्रेष्ठ आहे, आणि समाजात आणण्यासाठी खास हक्क, अधिकार व सवलतीही राखून ठेवलेल्या आहेत, असे ब्राह्मणांचे म्हणणे होते. श्रेष्ठ दर्जा, खास हक्क, अधिकार व सवलती यांच्यासंबंधी जेव्हा जेव्हा ब्राह्मण तंटे उपस्थित करत असत तेव्हा तेव्हा त्यांचे वर्तन इतरांना अत्यंत त्रासदायक आणि असह्य होऊ लागले.

ब्राह्मणांसाठी श्रेष्ठ दर्जा

ब्राह्मणांचा श्रेष्ठ दर्जा, खास हक्क, अधिकार आणि सवलती दर्शवणारी यादी खाली दिली आहे. यादीतील सारांशरूप माहिती काणे यांचे 'धर्मशास्त्र' भाग २ (१), पान १३८-१५३ या पुस्तकात दिलेल्या जंत्रीवरून तयार केलेली आहे :

१) ब्राह्मण माणूस ब्राह्मण जातीत जन्मला. केवळ एवढ्याच कारणासाठी सर्वांनी त्या ब्राह्मणाला सर्व वर्गाचा गुरू मानले पाहिजे.

२) सर्व वर्गांची कर्तव्यकर्मे कोणती, त्या वर्गांनी योग्य कसे राहावे व वागावे आणि त्यांच्या उपजीविकेची साधने कोणती असावीत, हे सर्व ठरवण्याचा खास हक्क ब्राह्मणांचा आहे. ब्राह्मण जसे उपदेश करतील त्याप्रमाणे वागणे, हे सर्व वर्णाचे कर्तव्यकार्य आहे. ब्राह्मण जशी सल्लाससलत देतील त्याप्रमाणे राज्यकारभाराचा गाडा रोजच चालवला पाहिजे.

३) राजाचे वर्चस्व ब्राह्मणांवर चालू शकत नाही. ब्राह्मण लोक वगळून बाकीच्या सर्व लोकांवर राजाचे वर्चस्व चालू शकते.

४) फटके मारण्याची शिक्षा, बेड्या घालणे, दंड करणे, हद्दपार करणे, निंदा करणे आणि त्याग करणे, या शिक्षा ब्राह्मणांना माफ आहेत.

५) जो ब्राह्मण श्रोत्रिय वेदामध्ये पारंगत आहे, त्याला कर माफ आहेत.

६) ब्राह्मणाला भूमीत जो पैसा सापडेल, त्या सर्व पैशांवर त्याचा मालकीहक्क ठरतो. असला पैसा राजाला सापडला तर त्याने त्यातील अर्धा-हिस्सा ब्राह्मणाला द्यावा.

७) मालमत्ता राजाकडे देऊ नये. ती मालमत्ता क्षत्रियांमध्ये किंवा ब्राह्मणांमध्ये वाटावी.

८) रस्त्याने राजा जात असताना त्याला क्षत्रिय किंवा ब्राह्मण भेटला, तर राजाने त्यांना प्रथम वाट द्यावी.

९) सर्वांनी ब्राह्मणांना प्रथम नमस्कार करावा.

१०) ब्राह्मणाला मारण्याची धमकी देणे किंवा त्याला मारणे किंवा त्याच्या शरीरातून रक्त बाहेर काढणे, हे गुन्हे समजले पाहिजेत.

११) ब्राह्मण व्यक्ती पवित्र आहे. ब्राह्मणाने जरी खून केला असला तरी त्याला फाशीची शिक्षा देऊ नये.

१२) काही गुन्ह्याच्या बाबतीत, त्या गुन्ह्यासाठी इतर वर्गातील गुन्हेगारांना जी शिक्षा देतात, त्या शिक्षेपेक्षा कमी शिक्षा ब्राह्मणांना दिली पाहिजे.

१३) ज्या खटल्यात ब्राह्मण पक्षकार नाही, त्या खटल्यात राजाने ब्राह्मण साक्षीदार म्हणून बोलावू नये.

१४) एखाद्या स्त्रीला पूर्वीचे काही ब्राह्मणेतर नवरे असले तरी अशा स्त्रीबरोबर जर ब्राह्मणाने लग्न केले तर फक्त तो ब्राह्मण त्या स्त्रीचा नवरा ठरतो, तिचा पूर्वीचा क्षत्रिय, वैश्य किंवा शूद्र नवरा हा ब्राह्मणाने तिच्याशी विवाह केल्यानंतर नवरा ठरू शकत नाही. (हा क्रमांक काणे यांनी उल्लेखलेला नाही, परंतु तो अथर्ववेद ५-१७, ८-९ यामध्ये सापडतो.)

येथे सांगितलेले ब्राह्मणांचे खास हक्क व सवलती यांचे विवेचन केल्यानंतर श्री. काणे यांनी आपले विचार याप्रमाणे प्रदर्शित केले आहेत. (काणे 'धर्मशास्त्र' भाग २. पा. १५३-५४) –

> 'ब्राह्मणांना अधिक सवलती व हक्क देण्यात आले होते.
> ते म्हणजे; भिक्षा मागण्यासाठी दुसऱ्यांच्या घरात निर्वेधपणे प्रवेश, सर्पण व फुले गोळा करणे, पाणी आणणे आणि यांसारखी इतर कामे जर ब्राह्मणांनी केली तर ती कामे चोरीच्या सदरात मानू नयेत.
> दुसऱ्यांच्या बायकांबरोबर संभाषण करण्याचा ब्राह्मणांना हक्क आहे आणि स्त्रियांशी ब्राह्मण संभाषण करत असता ब्राह्मणांना कोणी दुसऱ्यांनी मध्येच अडथळा उत्पन्न करू नये.
> नावेत मोफत बसून नदीपार इतरांच्या अगोदर जाणे, हा ब्राह्मणांचा हक्क आहे. ब्राह्मण व्यापारासाठी नावेचा उपयोग करत असतील, तर त्यांना त्या नावेसाठी कर माफ असावा.
> जो ब्राह्मण प्रवासाला चालला आहे व थकला भागलेला आहे आणि त्याच्याजवळ खाण्यास काही नाही, अशा ब्राह्मणाने जर उसाच्या मळ्यातून दोन ऊस घेतले किंवा शेतात काही कांदे किंवा भुईमुगाच्या शेंगांच्या डहाळ्या उपटून घेतल्या, तर त्या ब्राह्मणाच्या हातून काही अपराध होत नसतो.'

या सवलती हक्काच्या संख्या कालमानाने वाढत वाढत गेल्या, ब्राह्मण आणि शूद्र राजे यांच्यात जेव्हा वाद चालू होते तेव्हा कोणते सवलती हक्क रुढ झाले होते, हे सांगणे कठीण आहे. परंतु या सवलती हक्कांपैकी बरेच त्रासदायक सवलती हक्क उदाहरणार्थ क्रमांक १, २, ३, ८ आणि १४ हे त्यावेळी रुढ झालेले होते, त्याबद्दल शंका नाही. असले सवलती हक्क सच्छील, स्वाभिमानी असलेल्या कोणत्याही माणसाचे डोके भडकून टाकतील त्याबद्दल तिळमात्र संशय नाही.

क्षत्रिय राजांच्या पक्षातर्फे बोलावयाचे तर असे म्हणता येईल की, ब्राह्मणाचे मग्रुरीचे वर्चस्व पाहून राजे लोक भडकून गेले असतील व ते ब्राह्मणाचे हे वर्चस्व सहन करण्यास राजी नसतील. ते राजी होणे शक्य होते काय? ब्राह्मणांच्या बरोबर ज्या क्षत्रिय राजांनी वाद केले, त्यांच्यापैकी बरेच राजे सूर्यवंशाचे होते, ही गोष्ट

विसरता कामा नये. फक्त पुरुरव आणि नहुष हे राजे सोमवंशाचे होते, ही गोष्ट पुढील वंशवृक्षावरून दिसून येईल :

सोम = तारा
|
बुध = इला
|
पुरुरव = उर्वशी
|
आयुष
|
नहुष

पुरुरवाची आई इला ही मनु वैवस्वत याची मुलगी होती. ही गोष्ट लक्षात धरली तर सोमवंशाचे राजे आणि ब्राह्मणांशी वाद खेळणारे सूर्यवंशाचे क्षत्रिय राजे हे एकमेकांचे आप्त ठरतात. हे सूर्यवंशाचे राजे विद्या, घमेंड आणि क्षात्रतेज याबाबतीत सोमवंशीय राजाहून निराळे होते. सूर्यवंशाचे जे क्षत्रिय होते, ते तडफदार, बाणेदार होते. सोमवंशाचे जे क्षत्रिय होते, ते स्वाभिमानशून्य व दळभद्र होते. सूर्यवंशाच्या क्षत्रियांनी ब्राह्मणांपुढे लोटांगणे घातली व ब्राह्मणांचे गुलाम होऊन राहिले.

याचे कारण असे की, सोमवंशाचे क्षत्रिय लोक अक्षरशत्रू होते. सूर्यवंशाचे क्षत्रिय लोक विद्येच्या बाबतीत ब्राह्मणांइतके विद्वान होते, एवढेच नव्हे तर ब्राह्मणांपेक्षा ते उच्च दर्जाचे विद्वान राजर्षी म्हणून समजले जात असत. जे क्षत्रिय विद्वान ब्राह्मणांच्या भांडणात पडले, विशेषतः त्यांची ही सत्य कथा आहे.

ऋग्वेदाची अनुक्रमणिका हिच्यावरून आणि आजपर्यंत परंपरेने जी माहिती सांगण्यात आली आहे, तिच्यावरून असे मानण्यात येते की, वेदातील ऋचांचे कर्ते सूर्यवंशी राजे याप्रमाणे आहेत. (Muir. Vol 1 p. 268)

६-१५ वितहव्य (अथवा भारद्वाज), १०-९ सिंधुविपाचा मुलगा अंबरीश (अथवा त्रिसिरसचा मुलगा त्वष्टी), १०-७५ प्रियमेधाचा मुलगा सिंधुक्षित, १०-१३३ पिजवनाचा मुलगा सुदास, १०-१३४ युवानस्वाचा मुलगा मंथाली,

१७९ उसिनराचा मुलगा शिबी, काशीचा राजा दिवोदासाचा मुलगा प्रतार्दन, रोहिदास्वचा मुलगा वसुमन, १०-१४८ पृथू वैन्य!

ऋग्वेदातील ऋचा कोणी रचल्या आहेत, त्याबद्दलची माहिती मत्स्य पुराणात एके ठिकाणी दिली आहे. ती याप्रमाणे (Muir, Vol. 1. p. 279) –

"भृगु, काश्य, प्रचेतस, दधिच, आत्मवत, और्य, जमदग्नि, कृप, शारद्वत, अर्ष्टिशेन, युधजित, वितहव्य, सुवर्चस, वैन, पृथु, दिवोदास, ब्रह्मस्व, ग्रित्स, शौनक हे ऋचा रचणारे भृगुवंशातील १९ जण होत.

'अंगिरस, वेधस, भारद्वाज, भालनंदन, ऋतुबद्ध, गर्ग, सिती, संस्कृती, गुरुधिर, मान्धात्री , अंबरिश, युवनास्व, पुरुकुत्स, प्रद्युम्न, श्रावणात्य, अजामिध, हर्याश्व, तक्षप, कवि प्रिशादश्व, विरुप, कण्व, मुद्गल, उतथ्य, शरदवत, वजस्तवस, अपस्य, सुवित्ता, वामदेव, अजिवा, बृहदुक्थ, दीर्घतमस, कक्षीवत हे ३३ प्रमुख अंगिरस वंशाचे होते, त्या सर्वांनी ऋचा रचल्या होत्या.

'आता कश्यप वंशजाकडे वळू या. गधीचा मुलगा विश्वामित्र, देवराज, वळू, शद्राम, मधुचनदास, ऋषभ अद्धमर्पण, अष्टक, लोद्रित, मृतिकल, वेदास्त्रवतू, देवरन मुणदाश्व, धनंजय, किर्तीवंत किथील, सललकायन, हे १३ कौशिक मोठे भक्तिमान आणि श्रेष्ठ समजले जात होते.

'या प्रेमाने ज्यांनी ऋचांना जन्मास घातले असे ब्राह्मण, क्षत्रिय, वैश्य यांच्यापैकी ९१ लोक होते असे समजले जाते.'

वैदिक ऋचा रचणाऱ्यांमध्ये क्षत्रियही

वैदिक ऋचा रचणाऱ्यांची जी यादी दिली आहे, त्यामध्ये क्षत्रियांची नावे आहेतच, पण ज्या क्षत्रियांनी ब्राह्मणांशी वाद केले अशाही क्षत्रियांची नावे त्या यादीत आहेत. वैदिक ऋचा रचणारे जे लोक होते, त्यांच्यात क्षत्रिय लोक अग्रगण्य होते. सर्व वैदिक ऋचांमध्ये अत्यंत प्रसिद्ध असलेली ऋचा म्हणजे गायत्री मंत्र. ही ऋचा विश्वामित्राने रचली होती. विश्वामित्र क्षत्रिय होता. अशा श्रेष्ठ दर्जाच्या क्षत्रियांनी ब्राह्मणांच्या भांडणाचे आव्हान न स्वीकारणे ही गोष्ट त्रिकाळ अशक्य होती.

क्षत्रियांनी राज्याधिकार गाजवले होते. त्यांच्यात अभिमान होता. शिवाय ते विद्यार्जनातही पारंगत होते. अशा क्षत्रियांनी आपल्या पायावर लोटांगण घालावे म्हणून ब्राह्मणांचे आव्हान त्यांनी जेव्हा स्वीकारले असेल तेव्हा ते अगदी निर्दय वृत्तीने स्वीकारले असेल. हे आव्हान स्वीकारून त्यांनी ब्राह्मणांना पुरे झोडपून

काढले; वेण राजाने ब्राह्मणांना आपली पूजा करावयास लावली, कोणत्याही इतर देवांची पूजा ब्राह्मणांनी करावयाची नाही, असा त्याने ब्राह्मणांवर निर्बंध घातला.

पुरुरवाने ब्राह्मणांची मालमत्ता लुटली. नहुशाने ब्राह्मणांना आपल्या रथाला घोड्याप्रमाणे जुंपले व त्या रथात स्वतः बसून त्याने तो रथ ब्राह्मणांना शहरामधून ओढावयास लावला, राजघराण्यातील सर्व विधी करण्याची वहिवाट एका ब्राह्मण कुटुंबात वंशपरंपरेने चालत आली होती. ती वहिवाट निमीने बंद केली. सुदासाने तर इतकी मजल मारली की, वसिष्ठ त्याच्या घराण्याचा पुरोहित होता तरी सुदासाने वसिष्ठाच्या मुलांना जिवंत जाळले. या गोष्टी लक्षात घेतल्या म्हणजे ब्राह्मण जातीला सर्व शूद्र जातीवर सूड उगवण्याची ईर्ष्या का उत्पन्न झाली असावी, या प्रश्नाचे उत्तर मिळते. खरोखर, शूद्र जातीचा सूड घेण्यासाठी ब्राह्मणांचा मनःक्षोभ व्हायला यापेक्षा बलवत्तर कारण असणे शक्य नाही.

(३)

ब्राह्मण आणि शूद्र यांच्यात समेट झाला असावा, या मुद्द्याला अनुकूल असा काही पुरावा अस्तित्वात आहे, याबद्दल शंका नाही. या पुराव्यावर काही लोक विश्वास ठेवतील, हेही शक्य आहे. हा पुरावा कितपत विश्वसनीय आहे, याबद्दल माझे विचार सांगण्याच्या अगोदर त्या पुराच्याकडे प्रथम वाचकांचे लक्ष वेधणे इष्ट आहे. ब्राह्मण आणि शूद्र यांच्यामध्ये जे समेट घडून आले त्याच्यासंबंधीच्या कथा महाभारत आणि पुराणे यांच्यामध्ये हा पुरावा आहे.

विश्वामित्र : भरत व वसिष्ठ : त्रित्सु

समेटाची पहिली कथा दोन टोळ्यासंबंधीची आहे. त्या टोळ्या म्हणजे भरत आणि त्रित्सु होत. विश्वामित्र भरत टोळीचा होता, वसिष्ठ त्रित्सु टोळीचा होता. भरत टोळीचे लोक वसिष्ठाचे किंवा त्रित्सु टोळीच्या लोकांचे शत्रू होते, ही गोष्ट खुद्द ऋग्वेदावरून सिद्ध होते. ऋग्वेदातील तो मजकूर याप्रमाणे आहे. (Muir, Vol. p. 354).

३-५३-२४ 'हे इंद्रा! भारताचे हे पुत्र वसिष्ठाच्या लोकांना भेटण्यास टाळतात, ते त्याच्याजवळ जाण्यास इच्छित नाहीत.

या दोन प्रकारच्या लोकांमध्ये कसा समेट घडून आला, याचा वृत्तान्त महाभारताच्या आदिपर्वात सांगितला आहे. तो याप्रमाणे (Muir, Vol 1. p. 361) –

'आणि त्यांच्या शत्रूंचे थवे भारतांवर तुटून पडले. त्यांनी भारताला खूप मार दिला, पांचाल्य राजाच्या चतुरंग सेनेने पृथ्वीला थरथर कापावयास लावले. त्या राजाने पृथ्वीला वेगाने पादाक्रांत केले. भारतावर स्वारी करून त्यांच्या सैन्याचे दहा थवे उद्ध्वस्त केले व त्यांनाही जिंकले. नंतर राजासंवरण हा आपल्या पत्नीना प्रधानांना, पुत्रांना आष्णि मित्रांना बरोबर घेऊन त्या भीतिदायक महासंकटापासून पळत सुटला आणि सिन्धु नदीच्या तीरावर असलेल्या प्रदेशात दाट जंगले व डोंगर यांचा आश्रय करून राहिला. त्या ठिकाणी त्या भरत लोकांनी किल्ला बांधला. त्यामध्ये ते फार दिवस राहिले. भरत लोक तेथे राहून एक हजार वर्षे झाल्यानंतर वंदनीय ऋषी वसिष्ठ त्यांच्याकडे आला. वसिष्ठ येत असलेला पाहून भरत लोक त्याला सामोरे गेले व त्याला आदराने अभिवादन करून त्यांनी त्याला अर्घ्य अर्पण केले व त्यांनी त्या तेजस्वी ऋषीचा आदरसत्कार केला.

त्याला आसनावर बसवल्यावर खुद्द राजाने त्याला विनंती केली की, 'तुम्ही आमचे पुरोहित व्हा! माझे राज्य परत मिळवण्यासाठी आपण एकत्र प्रयत्न करू या!'

भरत लोकांचा पुरोहित होण्याचे वसिष्ठाने कबूल केले आणि आपण ऐकलेच आहे की, वसिष्ठाने त्या पुरुच्या वंशजांकडे सर्व क्षत्रिय जातीचे संपूर्ण सम्राट पद दिले. सर्व पृथ्वीवर त्याची एकट्याची सत्ता चालावी, असेही वसिष्ठाने केले. ज्या सुंदर शहरात भरत लोक पूर्वी राहत होते, त्या शहरात तो राजा होऊन राहिला व त्याने पूर्वीच्या सर्व राजांना पुनः आपले मांडलिक केले.'

सुडापोटी क्षत्रियांना केले आंधळे

दुसरी कथा भृगू लोक आणि क्षत्रिय राजा कृतवीर्य यांच्यामध्ये झालेला वाद व त्यानंतर त्यांच्यात झालेला समेट, या संबंधीची आहे. ही कथा महाभारताच्या आदि पर्वात आहे. ती येणेप्रमाणे (Muir Vol. 1. pp. 448-449) :

कृतवीर्य या नावाचा एक राजा होता. तो फार उदार होता. वेदामध्ये प्रवीण असलेले भुगु लोक त्याचे पुरोहित होते. कृतवीर्याच्या औदार्यांमुळे भृगु लोकांच्या घरांत गायी व संपत्ती भरपूर आली असल्यामुळे ते फार श्रीमंत झाले होते. ती स्वर्गाला गेल्यानंतर त्याच्या वंशजाजवळ पैसा-अडका राहिला नाही. भृगू लोकांजवळ खूप संपत्ती आहे अशी त्यांना माहिती होती. म्हणून ते भृगू लोकांकडे पैशांची याचना करण्यास आले. काही भृगू लोकांनी आपली संपत्ती जमिनीत पुरून

दडवली, तर काहींनी ब्राह्मणांना दान देऊन टाकली. कारण त्यांना क्षत्रियांच्या उपद्रवाची भीती वाटत होती. काहींनी मात्र क्षत्रियांना जितका पैसा त्याच्याकडून पाहिजे होता, तितका दिला.

एकदा असे झाले की, एक क्षत्रिय एका भृगू ब्राह्मणाच्या घरातील जमीन खणीत असता त्याला जमिनीत पुरून ठेवलेला काही पैसा सापडला. ही बातमी चोहोकडे पसरल्यावर क्षत्रिय लोक तेथे गोळा झाले व त्यांनी हा सापडलेला ठेवा पाहिला. त्या गोष्टीचा क्षत्रियांना राग आला. ते अगोदरच भृगुंना तिरस्काराने पाहात होते. त्यांनी भृगुंची सर्रास कत्तल केली. त्यांनी गर्भवती भृगू स्त्रियांनासुद्धा ठार केले. तथापि, विधवा स्त्रिया हिमालय पर्वतामध्ये पळून गेल्या.

त्यांपैकी एका विधवेने आपल्या गर्भातील न जन्मलेले मूल आपल्या मांडीत लपवून ठेवले. त्या मुलाच्या अस्तित्वाची बातमी एका ब्राह्मण बाईने क्षत्रियांना सांगितली, तेव्हा क्षत्रिय त्या मुलाला मारण्यासाठी गेले. परंतु ते मूल आईच्या मांडीतून बाहेर पडले तेव्हा त्याचे तेज इतके दिव्य होते की, त्यामुळे त्याला मारावयास आलेल्या क्षत्रियांचे डोळे दिपून गेले व ते क्षत्रिय आंधळे झाले. आंधळे झालेले ते क्षत्रिय गोंधळून गेले व काही दिवस पर्वतांमध्ये चाचपडत फिरल्यानंतर त्यांनी त्या मुलाच्या आईची करुणा भाकली की, 'तू आम्हांला दृष्टी दे!'

पण तिने 'आपले बालक और्व याच्याकडे तुम्ही करुणा भाका,' असे त्यांना सांगितले.

और्व याच्या अंगात सर्व वेद व सहा वेदांगे शिरलेली होती. आपल्या नातलगांची कत्तल केल्याबद्दल सूड उगवण्यासाठी और्यने त्या क्षत्रियांना आंधळे केले होते. त्यांना दृष्टी परत देण्याचे सामर्ध्ये त्याच्याच अंगात होते.

त्याप्रमाणे ते आंधळे क्षत्रिय ओर्वाकडे गेले. त्यांची दृष्टी त्यांना परत मिळाली. तथापि भृगुंची कत्तल केल्याबद्दल सूड उगवण्याचा विचार और्यने केला. म्हणून त्याने निरनिराळ्या घोर तपश्चर्या केल्या. तो तपश्चर्या करत होता, तेव्हा त्याच्या प्रभावाबद्दल देव, असुर आणि मानव लोक यांना फार भीती वाटू लागली. परंतु त्याचे वाडवडील (पुत्र) त्याच्या समोर उपस्थित झाले.

या सुडाच्या भावनेपासून त्याला परावृत्त करण्याचा ते प्रयत्न करू लागले.

ते त्याला म्हणाले की, "आम्हांला क्षत्रियांचा सूड घेण्याची इच्छा नाही. प्राणघातक क्षत्रियांनी भक्तिवान भृगुंची जी कत्तल केली, तिच्याकडे भृगुंनी कानाडोळा केला तो त्यांच्या दौर्बल्यामुळे नव्हे."

ते पित्र म्हणाले, "आम्हांला म्हातारपणाची दुःखे सहन करवेनात म्हणून आमची क्षत्रियांनी कत्तल करावी, अशी आम्ही इच्छा प्रदर्शित केली. भृगुंच्या घरात जो पैसा पुरण्यात आला होता, तो त्यांना भूगुंच्या विरुद्ध क्षत्रियांना चिथवून देण्याची इच्छा झाली. अशा लोकांच्या उत्तेजनाने कोणी माणसाने तो पैसा तेथे मुद्दाम पुरून ठेवला होता. कारण सर्व प्राप्तीची इच्छा धरणाऱ्या आम्हां लोकांना पैशाशी काय करावयाचे होते?"

इतके बोलून ते म्हणाले की, "आम्ही जी ही गोष्ट सांगत आहोत ती एवढ्यासाठी की, मनुष्यवधाचे पाप आमच्या माथी बसू नये."

शेवटी ते और्यला म्हणाले की, "तू आपला राग आवर आणि ते पाप करण्याचे तू योजले आहेस ते करू नकोस."

ते म्हणाले, "हे पुत्रा! क्षत्रियांचा किंवा सात जगांचा विध्वंस करू नकोस, तुझा तप्त झालेला राग आवर. कारण तो राग अनावर झाला तर तपश्चर्यांने प्राप्त झालेलो तुझी दिव्य शक्ती निष्फळ होईल."

तथापि, और्यने उत्तर दिले की, "आपण केलेली प्रतिज्ञा अपुरी राहू देणार नाही. माझ्या अंतःकरणात जो क्रोधाग्नी भडकला आहे तो दुसऱ्या कोणत्यातरी वस्तूवर सोडला नाही तर तो क्रोधाग्नी मलाच भस्म करेल." असे और्व पित्रांना म्हणाला.

"न्याय, काळ आणि कर्तव्यकर्म यांचा विचार केला तर क्षत्रियांना दया दाखवून सूड न घेता सोडून द्यावे, असा जो सल्ला तुम्ही मला देता तो मला स्वीकारता येत नाही." असे और्यने त्यांना सांगितले. तथापि, "तू आपला क्रोध समुद्रात फेकून दे," अशी पित्रांनी त्याला गळ घातली.

'क्रोध समुद्रात पडला तरी तो पाण्यातील जीवजंतूंचा संहार करेल व मग तुझी प्रतिज्ञा पूर्ण झाली. असेही होईल.' असा सल्ला त्यांनी और्यला दिला.

और्यने आपला राग समुद्रात फेकून दिला. तेव्हा त्यातून हयासिरस उत्पन्न झाला. हयासिरस तोंडातून अग्नी बाहेर फेकतो व समुद्राचे पाणी पितो. वेदांशी परिचय असणाऱ्यांना हे माहीत आहे.

कृतविर्याचा मुलगा हैहायास लोकांचा राजा अर्जुन व परशुराम यांच्यामध्ये जो वाद झाला होता व त्यानंतर त्यांच्यात जो समेट झाला, त्या संबंधीची ही तिसरी कथा होय. ती महाभारताच्या वनपर्वात निवेदन केली आहे. ती येणेप्रमाणे (Muir, Vol. I, pp 449-454) –

अर्जुन व परशुराम वाद

आम्हांला असे सांगण्यात आले आहे की, कृतविर्याचा मुलगा व हैहायास लोकांचा राजा अर्जुन याला एक हजार हात होते. त्याने दत्तात्रयापासून सोन्याचे विमान मिळवले होते. त्या विमानाची गती कोणालाही रोधता येत नव्हती. म्हणून त्याने देव, यज्ञ व ऋषी यांना पदतळी तुडवले आणि सर्व प्राण्यांना त्रास देऊन त्रस्त केले, देव व ऋषी यांनी विष्णूची मदत मागितली. अर्जुनाने इंद्राचा एकदा अपमान केला होता. अर्जुनाचा नाश कोणत्या मार्गांनी करावा, याबद्दल विचार विष्णू व इंद्र या दोघांनी मिळून केला.

त्यावेळी कान्यकुब्ज या देशात 'गधी' या नावाचा राजा राज्य करत होता. त्याला सत्यवती या नावाची मुलगी होती. या राजकन्येचा ऋषी रिचिक याच्याबरोबर झालेला विवाह आणि त्याच्यापासून जमदग्निचा झालेला जन्म, याबद्दलचा वृत्तान्त, वर जशा रीतीने सांगितला आहे, जवळ जवळ तशाच रीतीने सांगण्यात आला आहे. जमदग्नि व सत्यवती यांना पाच मुलगे झाले. त्यातील सर्वांत लहान मुलगा प्रसिद्ध परशुराम हा होता. त्याने वडिलांच्या आज्ञेने आईला ठार मारले. कारण ती दुष्ट भावनेला बळी पडून पावित्र्यभ्रष्ट झाली होती. त्याच्या चार वडीलभावांनी आईला मारण्याची आपल्या वडिलांची आज्ञा पाळली नव्हती. त्यामुळे वडिलांनी त्या चार भावांना शाप दिला होता की, 'तुम्ही मतिभेद व्हा!'

तथापि परशुरामाच्या इच्छेने त्याच्या वडिलांनी त्याची आई जिवंत केली व त्याच्या भावांना बुद्धिमान केले. आणि त्याला स्वतःला मातृहत्येच्या पापापासून मुक्त केले. शिवाय तो अजिंक्य राहील आणि चिरायु होईल, असा वर त्याला वडिलांपासून मिळाला होता.

त्याचा इतिहास राजा अर्जुन किंवा कृतविर्य याच्या कथेशी आता जुळवून पुढे सांगावयाचा आहे. राजा अर्जुन जमदग्निच्या आश्रमाला आला असता त्याचे आदरातिथ्य जमदग्निच्या बायकोने फार आदराने केले, परंतु राजाने त्या आदरातिथ्याचे ऋण ऋषीच्या यज्ञात बलिदान द्यावयासाठी गायीचे वासरू बळजबरीने नेऊन आणि आश्रमातील उंच झाड खाली पाडून फेडले. या अत्याचाराचा वृत्तान्त जेव्हा परशुरामाला कळवला, तेव्हा त्याच्या तळपायाची आग मस्तकाला जाऊन भिडली व त्याने अर्जुनावर हल्ला करून त्याचे हजार हात तोडले व त्याला ठार मारले. याचा सूड म्हणून अर्जुनाच्या मुलाने परशुराम नाही असे पाहून शांतिप्रिय ऋषी जमदग्नि याला ठार केले.

आपल्या पित्याला मारलेले पाहून परशुरामाचा क्रोधाग्नी भडकला व त्याने अशी प्रतिज्ञा केली की, 'मी या पृथ्वीच्या तळावरील सर्व क्षत्रिय ठार करेन.' प्रतिज्ञा केल्यावर त्याने आपली हत्यारे हातात घेतली आणि मग त्याने अर्जुनाचे सर्व मुलगे व नातू आणि हजारो हैह्या लोक यांची कत्तल केली. परशुरामाने इतके लोक ठार मारले की, त्यांच्या रक्ताने व मांसाने सर्व पृथ्वी चिखलात गोळा होऊन बसली. पृथ्वीवरील सर्व क्षत्रियांचा याप्रमाणे निःपात केल्यानंतर त्याच्या अंतःकरणात दयेची भावना जागृत झाली व तो वनात तपश्चर्येला निघून गेला.

हजारो वर्षे लोटल्यानंतर तप्त डोक्याचा परशुराम एका जाहीर सभेला हजर राहिला. रैभ्य याचा मुलगा आणि विश्वामित्राचा नातू परवसु हा या सभेत परशुरामाला टोचून बोलला की, "प्रतर्दन आणि इतर लोक ययातीच्या या शहरात यज्ञासाठी जमा झाले आहेत. हे सत्पुरुष क्षत्रिय नाहीत काय? तू सभेत भलत्यासलत्या बढाया मारत आहेस. या शूर क्षत्रियांच्या भीतीमुळे तू डोंगरात पळून गेलास व नंतर या पृथ्वीवर क्षत्रिय कुळांचा चोहोकडे सुळसुळाट झाला."

हे शब्द ऐकून परशुरामाने आपली शस्त्रे हातात घेतली. जे शेकडो क्षत्रिय पूर्वी परशुरामाच्या तडाख्यातून सुटले होते व ते बलाढ्य राजे झाले होते. तथापि परशुरामाने या क्षत्रियांना, त्यांच्या मुलांना आणि गरोदर स्त्रियांना ठार मारले. काही गरोदर स्त्रियांनी आपली गर्भातील मुले उघडकीस येऊ दिली नाहीत. एकवीस वेळा पृथ्वीला निःक्षत्रिय केल्यानंतर त्याने अश्वमेध यज्ञ केला व तो संपताना यशाची दक्षिणा म्हणून परशुरामाने कश्यपाला पृथ्वी दान दिली.

पृथ्वी २१ वेळा निःक्षत्रिय

महाभारतकर्त्याने वादाचा वृत्तान्त याप्रमाणे सांगितल्यानंतर त्या वादाचा समेट कसा झाला, याबद्दलची कथा पुढीलप्रमाणे सांगितली आहे. (Muir, Vol, 1, pp. 42) :

'पृथ्वीला एकवीस वेळा निःक्षत्रिय केल्यानंतर जमदग्निचा मुलगा सर्व डोंगरामध्ये अत्यंत उत्कृष्ट असलेल्या महेंद्र डोंगरावर तपश्चर्या करू लागला, पृथ्वी निःक्षत्रिय झाल्यानंतर मृत क्षत्रियांच्या विधवा बायका ब्राह्मणांकडे संतती द्या, अशी त्यांची प्रार्थना करू लागल्या. जे धार्मिक ब्राह्मण होते व ज्यांच्या मनात विषयवासना लवमात्र नव्हती, अशा ब्राह्मणांनी या विधवा स्त्रियांबरोबर योग्य काळी समागम केला; त्यामुळे त्या स्त्रिया गरोदर झाल्या व त्यांना तेजस्वी पुत्र व

कन्या झाल्या, यांमुळे क्षत्रिय जमातीचा वंश पुढे चालू झाला. याप्रमाणे ब्राह्मणांनी क्षत्रिय स्त्रियांमधून क्षत्रिय जातीची मोठ्या उत्साहाने उत्पत्ती झाली. ती जात पुढे संख्येने वाढत गेली व चिरंजीव झाली. त्यामुळे ब्राह्मणांपेक्षा कनिष्ठ अशा चार जाती उत्पन्न झाल्या.'

ब्राह्मण व क्षत्रिय यांच्यामध्ये जे वाद झाले व त्यानंतर त्यांच्यामध्ये जो समेट झाला त्यासंबंधी जी उदाहरणे दिली आहेत, ती उदाहरणे ज्या क्षत्रिय राजांनी ब्राह्मणांविरुद्ध युद्ध पुकारले होते त्या राजांच्या संबंधीची नाहीत. ज्या राजांनी ब्राह्मणांच्या विरुद्ध युद्ध पुकारले होते त्या राजांनी ब्राह्मणांच्या बरोबर समेट केला, हे दाखवणारी उदाहरणे आता घेऊ या.

यांपैकी पहिले उदाहरण, कल्माशापाद यांचे आहे. पुढे दिलेल्या कथेमध्ये जे राजे दिसतात ते राजे प्रकरण ९मध्ये ज्यांचा नामनिर्देश केला आहे, तेच होत, याबद्दल माझी खात्री नाही. ते राजे इक्ष्वाकु कुळाचे आहेत म्हणून मी त्यांचा उल्लेख करत आहे. कल्माशापाद हा सुदासाचा मुलगा होता, असे समजले जाते (हा कोणता सुदास याबद्दल मला नक्की सांगता येत नाही, त्याच्याबद्दल जी सविस्तर माहिती दिली आहे, त्यावरून असे दिसते की, तो पैजवन सुदास असावा.) ही कथा महाभारताच्या आदिपर्वास दिली आहे (Muir Vol. 1. pp. 415-418). कल्माशापाद आणि वसिष्ठ यांच्यात जे वैर होते त्याबद्दलच्या कथेचा भाग ९व्या प्रकरणात दिला आहे. त्यांच्यात समेट कसा झाला तो कथेचा भाग दिला आहे :

पुष्कळ डोंगर व प्रदेश पायाखाली घातल्यानंतर वसिष्ठ घरी आला व त्याच्या पाठोपाठ त्याची विधवा सून आद्रिशांती ही आली. ती मृत शक्त्रीची पत्नी होती. ('शक्त्री' हा शब्द 'शक्ती' या शब्दापासून चुकून पडला असावा.) ती गरोदर होती. तिच्या उदरातून वेदाचा घोष होत आहे, असा आवाज वसिष्ठाने ऐकला. तिच्या गर्भाशयातील मूल जन्मले, तेव्हा त्याचे नाव पराशर असे ठेवले.

अद्रिशांतीच्या तोंडून जेव्हा वसिष्ठाने ऐकले की, आपला वंश पुढे चालू होण्याची अजून आशा आहे, तेव्हा त्याने ठरवलेला आत्महत्या करण्याचा विचार सोडून दिला. तथापि वसिष्ठ आणि त्याची सून हे वनात फिरत होते, तेव्हा त्यांना राजा कल्माशापाद हा भेटला व तो त्यांना गिळंकृत करण्याचा प्रयत्न करू लागला. कारण शापवाणीने तो मनुष्यभक्षक झाला होता. तो त्यांना खावयास पुढे सरसावला तेव्हा वसिष्ठाने जोराने फुंकर मारून त्याला जागच्या जागी स्थिर केले. त्याच्या

अंगावर पाणी शिंपडून व काही पवित्र मंत्र म्हणून वसिष्ठाने राजाला, बारा वर्षे भोगलेल्या शापातून मुक्त केले.

नंतर राजा वसिष्ठाला म्हणाला, “हे सर्वश्रेष्ठ मुने! ज्याचा तू पुरोहित आहेस तो मी सौदास आहे. मी तुझे उपकार फेडण्यासाठी काय करावे?”

वसिष्ठ उत्तरला, “हे जे काही घडले आहे ते दैवाच्या जोरामुळे. तू जा आणि तुझ्या राज्यावर राज्य कर. परंतु हे राजा, तू ब्राह्मणांचा कधीही द्वेष करू नको.”

राजा उत्तरला, “मी सर्वोत्कृष्ट ब्राह्मणांचा कधीही तिरस्कार करणार नाही, मी तुमच्या सर्व आज्ञा पाळेन आणि इक्ष्वाकु कुळाचे जे ऋण माझ्यावर आहेत, ते फेडण्याचे साधन मी तुम्हापासून घेतले पाहिजे. मला संतती व्हावी, अशी माझी इच्छा आहे. तर ती तुम्ही मला दिली पाहिजे.”

त्याची विनंती पार पाडण्याचे वसिष्ठाने त्याला वचन दिले. नंतर ते अयोध्येला परतले आणि गादीला वारस तुम्ही उत्पन्न करावा, अशी राजाने वसिष्ठाला विनंती केल्यावरून वसिष्ठाकडून राणी गरोदर झाली. बारा वर्षांच्या शेवटी तिने मुलाला जन्म दिला. राणीचे नाव दमयंती होते. ती मित्रसह उर्फ कल्माशापाद याची पत्नी म्हणून तिचा अनुशासन पर्वामध्ये उल्लेख केला आहे. (Muir Vol. I. pp. 418, 423 and 514) :

गायीचे दान केल्याने पुण्य

दुसरे उदाहरण महाभारताच्या अनुशासन पर्वातील आहे. ते याप्रमाणे (Muir, Vol I. P. 374) :

त्यावेळी फार बोलणारा आणि इक्ष्वाकु कुळात जन्मलेला राजा सौदास याने चिरंजीव साधू, ऋषीमधील सर्वोत्कृष्ट ऋषी, सर्व विश्वात संचार करण्यास समर्थ आणि पवित्र विद्येचे भांडार असा त्याचा कुलपुरोहित वसिष्ठ याला साष्टांग नमस्कार करून विचारले की, ‘हे पूज्य व पापरहित माणसा! सर्वांपेक्षा शुद्ध अशी तिन्ही लोकांमध्ये कोणती गोष्ट आहे की एखाद्याने तिचे एकसारखे समारंभपूर्वक पालन केले तर त्याला सर्वोत्कृष्ट दर्जाचे पुण्य प्राप्त होईल?’

गायीचे दान केल्याने केवढे मोठे पुण्य प्राप्त होते. गायीमध्ये कोणकोणते आश्चर्यकारक सद्‌गुण आहेत, त्या सद्‌गुणामुळे गाय सर्व प्राणिमात्रांना सध्याच्या काळी व भविष्य काळात जीवनोपयोगी कशी झाली, गाय विश्वव्यापक आहे, ती भूतकाळची व भविष्यकाळची माता आहे, याबद्दल वसिष्ठाने आपल्या उत्तरात

सौदासाला संपूर्ण माहिती सांगितली. स्वयंप्रेरणेने नम्रता धारण करणाऱ्या त्या राजाने ऋषीचे हे शब्द फार महत्त्वाचे व फार मोलाचे आहेत, असे मनात समजून गायीच्या रूपाने ब्राह्मणांना अपार संपत्ती देऊन टाकली व त्यामुळे त्याला सर्व लोक प्राप्त झाले. म्हणून या चार ठिकाणी सौदासाच्या मुलाला संताची पदवी देऊन त्याचा गौरव केलेला आपणाला पाहावयास मिळतो.

समेटाचे तिसरे उदाहरण जे आहे, त्यात सुदामाच्या वंशजांचा उल्लेख केलेला आढळतो. ते महाभारताच्या शांती पर्वात पाहावयास मिळते. (Muir Vol. I. pp. 455-456) :

...म्हणून पृथ्वीला 'उर्वी' नाव

'पृथ्वीतलावर वसती करणाऱ्यास जागा प्राप्त करून घेतल्यानंतर त्यामध्ये कश्यपाने ब्राह्मणांची वसाहत उघडली व स्वतः अरण्यात निघून गेला. नंतर शूद्र व वैश्य ब्राह्मणांच्या बायकांशी गैरवर्तन करू लागले आणि बलवान लोक दीनदुबळ्या लोकांवर अत्याचार करू लागले. आपली धनदौलत सुरक्षितपणे आपल्या ताब्यात राहील, अशी कोणाला खात्री राहिली नाही. अशा परिस्थितीमुळे चोहोकडे अंदाधुंदी सुरू झाली. पृथ्वी दुष्टांच्या कचाट्यात सापडली. तरी तिचे क्षात्रधर्माप्रमाणे दुष्टापासून संरक्षण करण्यास कोणी क्षत्रिय राहिला नाही. अशा समयी न्यायाचे पालक स्वर्गातून पाताळावर उतरले. भीतीने संत्रस्त झालेली पृथ्वी इकडेतिकडे संरक्षणासाठी धावत सुटली. तेव्हा तिला पाहून कश्यपाने तिला मांडीवर (उरु) घेऊन वर उचलली. यामुळे पृथ्वीला 'उर्वी' हे नाव मिळाले. नंतर पृथ्वी देवीने कश्यपाची करुणा भाकली आणि माझे संरक्षण करा अशी तिने त्याला विनंती केली.

ती राजाला म्हणाली, "मी पुष्कळ स्त्रियांमध्ये क्षत्रियांना जिवंत ठेवले; ते क्षत्रिय नंतर हैह्या कुळात जन्मले. ते क्षत्रिय माझे संरक्षक होवोत. पौरवांचा वारस व बिंदुरथाचा मुलगा याला ऋक्षावंत पर्वतावर अस्वलांनी वाढवले, तो आहे; तो माझे संरक्षण करो. त्याचप्रमाणे, कोमल अंत:करणाचा व तेजस्वी पुरोहित पराशर हा ब्राह्मण असूनसुद्धा त्याने शूद्राप्रमाणे सौदासाच्या वारसाची कामे करून सेवाचाकरी केली व त्या वारसाला वाढवले. त्यामुळे त्या वारसाला 'सर्वकर्मन' हे नाव प्राप्त झाले. तो वारस आहे. तोसुद्धा माझे संरक्षण करो."

ज्या राजांना संकट काळातून वाचवण्यात आले होते, अशा राजांशी नावे सांगून पृथ्वी पुढे म्हणाली, "या सर्व क्षत्रिय वंशाच्या लोकांना द्योकारास व सोनार

लोकांमध्ये राहावयास लावून त्यांना निरनिराळ्या ठिकाणी जगवले आहे, ते माझे संरक्षण करतील तर काही न डगमगता मी अशीच पुढे वाचेन, माझ्यामुळे त्यांच्या पित्यांची व आज्यांची कोणतेही कृत्य करण्यास उत्साही झालेल्या रामाने (परशुरामाने) कत्तल केली होती. त्या कृत्याचे ऋण फेडणे हे माझे कर्तव्य आहे. कारण, माझे संरक्षण (कश्यपासारख्या) एखाद्या असामान्य माणसाकडून वेळोवेळी केले जावे, अशी माझी इच्छा नाही. मला एखादा सामान्य शास्ता मिळाला तरी माझे समाधान होईल, ते लवकर होऊ द्या." पृथ्वीने ज्या क्षत्रियांचा नामनिर्देश केला होता, त्यांना कश्यपाने बोलावणे पाठवले आणि गादीवर त्यांची स्थापना केली.

ब्राह्मण व शूद्र यांमध्ये झालेले समेट दर्शवणारे पुरावे हे अशा स्वरूपाचे आहेत. असे पुरावे मान्य करण्यापेक्षा त्यांना दोन हाताच्या अंतरावर ठेवणे योग्य, असे माझे मत आहे.

क्षत्रियांच्या मानहानीची कथा

याचे पहिले कारण असे की, या सर्व कथांचा शेवट क्षत्रियांशी शांततामय समेट प्रस्थापित करण्यात झाला आहे. पण तो समेट क्षत्रियांना सन्माननीय नव्हता, क्षत्रिय ब्राह्मणांना हीनपणे शरण गेले, असे प्रत्येक कथेत दाखवले आहे. भरत हे वसिष्ठाचे शत्रू होते. त्यांच्या देशात एकाएकी दुष्काळ पडतो. ते देशत्याग करतात व राज्य गमावतात. त्यांच्या पिढ्यान्‌पिढ्यांचा शत्रू वसिष्ठ याला ते विनंती करतात व प्रार्थना करतात की, तुम्ही आमचे पुरोहित व्हा व आम्हांला या संकटापासून मुक्त करा. लढणे हे आमच्या ब्रीदाला शोभत नाही, असा हेका ब्राह्मणांनी धरला. ही गोष्ट भृगू लोक व क्षत्रिय यांच्या कथेमध्ये स्पष्टपणे दाखवण्यात आली आहे.

म्हणजे युद्ध टाळण्याचे श्रेय ब्राह्मणांना दिले आहे. हैह्या, क्षत्रिय आणि कल्माशापादासारखे सौदास लोक यांच्या कथेत असे दाखवले आहेत की विजयी ब्राह्मणांना जेते क्षत्रिय शरण गेले व क्षत्रियांनी आपल्या बायका ब्राह्मणांना देऊन आपली शरणागती ब्राह्मणांकडून विकत घेतली. ब्राह्मणांचा उदो-उदो करावा आणि क्षत्रियांची मानहानी करावी, या हेतूने या कथा मुद्दाम रचल्या आहेत. या असल्या घाणेरड्या, गलिच्छ, हिडीस व दंभोक्तीपूर्ण कथा खऱ्या ऐतिहासिक घटना आहेत, असे कोण समजेल? जो कोणी ब्राह्मणाचा भक्त असेल तोच फक्त या कथांना महत्त्व देईल.

ब्राह्मण व शूद्र यांच्यामध्ये समेट झाला हे दर्शवणारे जे पुरावे मिळतात, त्यांचे स्वरूप हे असे आहे. ब्राह्मण व शूद्र यांच्यामध्ये समेट झाला होता हे दर्शवणारे एखादे उदाहरण पाहू या.

हे उदाहरण सुदासाच्या पुत्रपौत्रादी वंशजाचे आहे. त्यावरून असे दिसते की, असल्या प्रकारचा समेट झाला नव्हता, याबद्दल भरपूर पुरावा या उदाहरणावरून मिळतो. याचे एक कारण असे की, वसिष्ठाचा मुलगा शक्ती किंवा शस्त्री याला मुलगा पराशर याने जेव्हा ऐकले की, आपल्या वडिलांना सुदासाने जिवंत जाळले, तेव्हा सर्व प्राणिमात्रांची सर्रास हत्या करण्याची त्याने प्रतिज्ञा केली, असे समजणे हे चमत्कारिक आहे. सर्रास कत्तल हा शब्दप्रयोग अलंकारिक रीतीने वापरला आहे, हे उघड आहे. यात सांगण्याचा हेतू हा आहे की, सुदासाच्या वंशजावर म्हणजे शूद्रांवर सर्रासपणे सूड उगवण्याची शपथ वसिष्ठाने (?) (पराशराने) घेतली होती. भृगू लोक व क्षत्रिय यांमध्ये वाद कसे झाले व अहिंसेचा अवलंब करून ब्राह्मण या वादात कसे यशस्वी झाले, याबद्दलचा वृत्तान्त पराशराला सांगून सुडाचे कृत्य तू करू नकोस, असे सांगून त्याला विश्वामित्राने सुडापासून परावृत्त केले, असे महाभारतात म्हटले आहे, याबद्दल शंका नाही. परंतु ही कथा खरी असणे शक्य नाही. कारण इतर कथांमध्ये ही कथासुद्धा ब्राह्मणांचे वर्चस्व दाखवण्याच्या हेतूने मुद्दाम रचली आहे.

असले पुरावे ग्राह्य मानता येत नाहीत. याचे दुसरे कारण असे की, ब्राह्मण व शूद्र यांनध्ये समेट झाला नव्हता, हे दाखवणारा एक पुरावा आहे. शूद्रांच्या विरुद्ध ब्राह्मणांनी जो कायदा केला होता, त्यावरून हा पुरावा काढता येतो.

शूद्रांविरुद्ध कोणते कायदे अस्तित्वात होते, त्याबद्दल मागे सांगितले आहे. त्या कायद्यांमध्ये वेळोवेळी भर कशी पडत गेली व त्या कायद्यांचे असामान्य स्वरूप कसे आहे, हे पूर्वी दाखवण्यात आले आहे. सांगावयाचे बाकी जे राहिले ते एवढेच की, पूर्वी सांगितलेली पार्श्वभूमी लक्षात घेता ब्राह्मण व शूद्र बांमध्ये समेट झाला होता, ही सूचना मान्य करणे त्रिकाळ अशक्य आहे. ब्राह्मणांनी शूद्रांना क्षमा केली नाही. एवढेच नव्हे तर शूद्रांची संतती वाढू नये म्हणून ब्राह्मणांनी शूद्र पुरुषांना ठार केले आणि गरोदर स्त्रियांनासुद्धा त्यांनी तितक्याच निर्दयपणे ठार मारले. बऱ्याच लोकांना याबद्दल काही कल्पना नाही. म्हणून चांडाळ व निषाद या लोकांसंबंधी काही गोष्टी सांगणे इष्ट आहे.

चांडाळ व निषाद मिश्र विवाहातून जन्मलेले

चांडाळ व निषाद हे लोक मिश्र विवाहापासून जन्मलेली प्रजा होती. निषाद हा अनुलोम विवाहांपासून जन्मलेला असतो आणि चांडाळ हा प्रतिलोम विवाहापासून. अनुलोम करण्याचा अधिकार आहे, असे मानले जाते. अनुलोम सहा प्रकारचे आहेत. ते खालील दिले आहेत –

वडील	आई	संततीचे नाव
ब्राह्मण	क्षत्रिय	मूर्धावसिका
ब्राह्मण	वैश्य	अंबाष्टा
ब्राह्मण	शूद्र	निषाद
क्षत्रिय	वैश्य	महिष्य
क्षत्रिय	शूद्र	उर्गा
वैश्य	शूद्र	करण

आश्चर्याची गोष्ट ही की, या नियमाला एक अपवाद निर्माण केला आहे. निषाद हा ब्राह्मण व शूद्र स्त्री, यांच्यापासून उत्पन्न झालेला माणूस म्हणजे 'अनुलोम' संतान असला तरी त्याला उपनयनाचा अधिकार नाही, असे मानले जाते. हा अपवाद का केला, हे समजावून घेणे मनोरंजक आहे. याचे एकच स्पष्टीकरण असे दिसते की, हे अरेरावीचे कृत्य आपल्या शत्रूच्या संततीविरुद्ध सूड घेण्याच्या बुद्धीने करण्यात आले आहे.

आता प्रतिलोमाचा विचार करू या. प्रतिलोमामुळे उत्पन्न झालेल्या सर्व संततीला नीचातील नीच लोक असे मनु म्हणतो. याबद्दल वाद नाही. गौतम धर्मसूत्र, ४-२१, काणे यांच्या पुस्तकातील उल्लेख, पा. २२९ :

वडील	आई	संततीचे नाव
शूद्र	ब्राह्मण	चांडाळ
शूद्र	क्षत्रिय	क्षात्तर
शूद्र	वैश्य	अयोगवा
वैश्य	ब्राह्मण	सूत
वैश्य	क्षत्रिय	वैदेहक
क्षत्रिय	ब्राह्मण	मगध

त्याचप्रमाणे, प्रतिलोमाचा डाग या सर्वांमध्ये वाटला गेला नाही. हक्क व अधिकार यांच्या बाबतीत अयोगवा आणि क्षात्तर यांना फार सवलती दिल्या आहेत आणि चांडाळाला अर्वाच्य शब्दांनी धिक्कारले आहे. हा जो पंक्तिप्रपंच करण्यात आला आहे, याचे उदाहरण म्हणून मनुस्मृतीतील उतारे कोणालाही दाखवता येतील –

अयोगवा याच्याबद्दल मनुस्मृती फक्त एवढेच म्हणते की, सुतारकाम हा अयोगवाचा धंदा असला पाहिजे. (१०-४६)

क्षत्तर याच्याबद्दल मनुस्मृती म्हणते की, बिळात जी जनावरे राहतात त्यांना पकडणे व ठार मारणे हा क्षत्तर यांचा धंदा असला पाहिजे. (१०-४९)

या लोकांना फक्त नीच धंदे देण्यात आले आहेत.

मनुस्मृतीतील वरील उतारे व चांडाळासंबंधी त्या स्मृतीत जे म्हटले आहे ते याची तुलना करून पाहा. ती स्मृती चांडाळासंबंधी म्हणते -

'चांडाळ आणि डुक्कर, कोंबडा आणि कुत्रा, विटाळशी स्त्री व नपुंसक माणूस यांनी ब्राह्मण, जेवत असताना त्याला पाहू नये.' (२-२-९).

बहिष्कृत जातीतील लोक, चांडाळ, पुक्कास, मूर्ख, गर्विष्ठ, हीनपणे जन्मलेले आणि अंत्यवासी लोक यांच्यापैकी एकाबरोबरही कोणी राहू नये. (४-४९)

'चांडाळ, विटाळशी स्त्री, बहिष्कृत केलेला माणूस, बाळंतीण स्त्री, प्रेत व प्रेताला ज्याने स्पर्श केला आहे असा माणूस यांपैकी कोणत्याही माणसाला जर एखाद्याने स्पर्श केला असेल तर स्नान केल्यावर त्याचा विटाळ जातो.' (५-८५).

'जे जनावर कुत्र्याने ठार मारलेले असते, त्याचप्रमाणे जे जनावर इतर दुसऱ्या हिंस्र पशुंकडून किंवा चांडाळाकडून आणि इतर दस्यूंकडून ठार मारलेले असते, त्यांचे मांस शुद्ध असते, असे मनुने सांगितले.' (५-१३१).

'एका वर्षाच्या आत शिक्षा भोगलेला गुन्हेगार, व्रत्य स्त्री किंवा चांडाळ स्त्री हिच्याबरोबर संभोग करणारा माणूस यांना दुहेरी शिक्षा करावी.' (८-३७३).

'जो माणूस आपल्या जातीतील स्त्रीशिवाय दुसऱ्या स्त्रीला तो जवळ असता, असे करण्याची मूर्खपणे सवड देतो, तो चांडाळापेक्षा काही जास्त चांगला समजू नये, असे प्राचीन काळापासून समजले जाते.' (९-८७)

'चांडाळ व स्वपाक्स यांची वसती गावाच्या बाहेर असावी. त्यांना सुग्रास अन्न खाऊ देऊ नये, कुत्री व गाढवे हीच त्यांची मालमत्ता असली पाहिजे.' (१०-५१).

'दुसरे असे की, विश्वामित्राला बरे काय वाईट काय, याचे उत्तम ज्ञान होते तरी तो भुकेने जेव्हा व्याकूळ झाला, तेव्हा त्याने चांडाळाच्या हातून कुत्र्याची तंगडी

मागून घेऊन खाल्ली.' (१०-१०८)

'ब्राह्मणाने यज्ञाच्या कामासाठी शूद्रापासून कधीही मालमत्ता घेऊ नये. कारण शूद्राने भीक मागून आणलेल्या मालमत्तेपासून यज्ञात अर्घ्य अर्पण केले, तर त्या ब्राह्मणाला मेल्यानंतर चांडाळाचा जन्म प्राप्त होतो.' (११-२४)

जर ब्राह्मणाने वैषयिक भावना तृप्त करण्यासाठी चांडाळ स्त्रीबरोबर किंवा हीन कुळात जन्मलेल्या स्त्रीबरोबर संभोग केला किंवा तिच्या हातचे अन्न खाल्ले किंवा तिच्याकडून नजराणे घेतले आणि ही कृत्ये जर जाणून-बूजून केली असतील तर तो त्या स्त्रीच्या दर्जाला पोहोचतो.' (११-१७५)

'जो ब्राह्मणांची हत्या करतो त्याला कुत्री, डुक्करे, गाढवे, उंट, कावळे, बोकड, मेंढ्या, जंगली जनावरे, पक्षी, चांडाळ व पुक्कास यांच्या योनीत जन्म मिळतो.' (११-५५)

चांडाळ आणि अयोगवा आणि क्षात्तर हे प्रतिलोमाचे संतान असले, तरी आयोगव व क्षात्तर यांच्याकडे मनुस्मृतीचे ज्या रीतीने पाहिले आहे, त्यापेक्षा कितीतरी वाईट रीतीने चांडाळाकडे पाहिले आहे, हे स्पष्ट होत नाही काय? प्रतिलोमाच्या सर्व संतानामधून चांडाळाला निवडून काढून तो अत्यंत दुष्ट तऱ्हेचा माणूस आहे, असे मनुस्मृतीचे का भासवावे बरे? याचे कारण हेच की, ब्राह्मणांना तिरस्कृत झालेल्या शूद्राचा तो वंशज आहे. आपल्या शत्रूच्या मुलांवर सूड उगवणारे हे कृत्य आहे, हेच खरे.

ब्राह्मण व शूद्र यांच्यात समेट झाला नव्हता ही गोष्ट या विवेचनावरून सिद्ध होते, याबद्दल तिळमात्र संशय राहत नाही.

(४)

शूद्रांनी आपली ही अधोगती कशी होऊ दिली, हा शेवटचा आक्षेप आपण आता पाहू या. हा आक्षेप घेणाऱ्याच्या मनात प्रथम ही भावना जागृत झालेली असावी. असे दिसते की, भारतीय-आर्य समाजात शूद्रांचीच लोकसंख्या इतर वर्गापेक्षा जास्त असली पाहिजे. एवढी मोठी लोकसंख्या असूनसुद्धा शूद्रांनी उपनयनाबद्दलचा नकार व यांसारखी इतर अन्याय बंधने आपणावर निमूटपणे लादू दिली, हे जरा विचित्र दिसते, असे या भावनेवरून वाटावयास लागते. कारण सध्याच्या भारतीय समाजाची जी लोकसंख्या आहे, त्यात जास्त भरणा शूद्रांचा आहे.

यावरून असे अनुमान जर काढले की, पूर्वीच्या आर्य-भारतीय समाजाच्या लोकसंख्येत शूद्रांचाच जास्त भरणा असला पाहिजे, तर ते अनुमान पोषक असेच

आहे. परंतु असे अनुमान काढावयास मुळीच वाव नाही; कारण की, भारतीय-आर्य समाजातील शूद्र हे आजच्या हिंदू समाजातील शूद्राहून वांशिक दृष्टीने अगदी वेगळे आहेत. आजच्या हिंदू समाजातील शूद्र हे पूर्वीच्या भारतीय समाजातील शूद्रांच्या वंशात जन्मले नाहीत.

जमातीच्या लोकांचे नाव शूद्र

'शूद्र' या शब्दाचा अर्थ वेगवेगळ्या काळी काय होता, याबद्दल पूर्ण उमज न पडल्यामुळे या प्रकारचा गोंधळ उत्पन्न झाला आहे. भारतीय-आर्य समाजातील शूद्र व हिंदू समाजातील शूद्र यांचे अर्थ परस्परांहून वेगवेगळे आहेत. भारतीय-आर्यांच्या काळी हा शब्द एक जमातीचे विशेष नाम म्हणजेच नाव होते. त्या जमातीचे जे लोक होते त्यांचे नाव 'शूद्र' असे मानले जात होते. आजच्या हिंदू समाजात 'शूद्र' हा शब्द ज्या अर्थाने वापरला जातो त्या अर्थाने तो विशेषनाम होत नाही. कनिष्ठ दर्जाच्या व असंस्कृत स्थितीत राहणाऱ्या माणसाच्या वर्गाचे विशेषण म्हणून तो शब्द आज वापरला जातो.

निरनिराळ्या प्रकारच्या व परस्परांपासून भिन्न असलेल्या टोळ्या व जमाती यांचे जे अनेक वर्ग आहेत ते मिळून जो समाज आज बनला आहे त्या समाजाला उद्देशून 'शूद्र' हा शब्द सध्या वापरण्यात येतो, या टोळ्यातील व जमातींतील लोकांमध्ये साधर्म्य कोणत्याही बाबतीत नसते. ते सर्व लोक संस्कृतीच्या अगदी खालच्या पायरीवर उभे आहेत. एवढेच त्यांच्यामध्ये साधर्म्य आहे. अशा लोकांना 'शूद्र' या नावाने संबोधणे चूक आहे.

भारतीय-आर्य समाजात जे शूद्र होते, त्यांनी आपल्यावर ब्राह्मणांचा राग ओढवून घेतला होता. या शूद्रांशी आजच्या हिंदू समाजातील शूद्रांचे काहीच सोयरसुतक नाही. अलीकडील काळात शूद्र म्हणून समजले गेलेले लोक निरपराधी व मागासलेले आहेत. या शूद्रांची वैदिक काळातील शूद्रांशी गल्लत करून, त्यांच्याकडून काही अपराध झाला नसताही वैदिक शूद्रावर लादलेले निर्बंध व देहदंड आजच्या शूद्रांवर लादण्यात आले आहेत, ही शोचनीय गोष्ट आहे.

सुसंस्कृत आणि असंस्कृत शूद्र

भारतीय-आर्य समाजाचे शूद्र आणि हिंदू समाजाचे शूद्र हे दोन निराळे व परस्परांपासून भिन्न स्वरूपाचे लोक आहेत, हे सत्य आहे. याची जाणीव एकेकाळी

धर्मशास्त्रकारांच्या मनाला होती, हे उघड आहे. सत्छूद्र आणि असत्छूद्र या दोन वर्गांमध्ये व 'अनिरवसिता' शूद्र आणि 'निरवसिता' शूद्र या दोन वर्गांमध्ये धर्मशास्त्रकारांनी जो भेदभाव करून ठेवला आहे, त्यावरून या गोष्टीची सत्यता पटते.

सत्छूद्र म्हणजे 'सुसंस्कृत शूद्र' आणि असत्छूद्र म्हणजे 'असंस्कृत शूद्र'. निरवसिता शूद्र म्हणजे खेड्यातील जमातीत राहणारा शूद्र. अनिरवसिता शूद्र म्हणजे खेड्यातील जमातीच्या बाहेर राहणारा शूद्र.

अशा प्रकारच्या भेदांवरून काही लोक असे मानतात की, धर्मशास्त्रकारांच्या दृष्टीने शूद्रांची परिस्थिती सुधारत चालली होती. कारण, काही शूद्रांना समाजात राहावयास देऊन त्यांना सामाजिक व्यवहारात भाग घेण्यास मुक्तदार केले गेले. ही सवलत पूर्वीच्या काळात शूद्रांना देण्यात आली नव्हती.

परंतु जे लोक याप्रमाणे समज करून घेतात, तो चुकीचा आहे. (काणे १, १ पान १२३), काणे यांचे मत असे आहे की, धर्मशास्त्रकारांनी शूद्रांमध्ये जे हे भेद केले त्यावरून हे दिसून येते की, शूद्रांना त्याच्या पूर्वीच्या अवनत परिस्थितीतून क्रमाक्रमाने वरच्या दर्जाला चढवण्यात येत होते. हे मत चुकीचे आहे.

पण या भेदाचे खरे स्पष्टीकरण असे आहे की, सत्छूद्र आणि निरवसिता हे शब्द हिंदू समाजाचा एक घटक म्हणून राहावयास ज्या शूद्रांनी सुरुवात केली, त्या शूद्रांना विशेष नाम म्हणून वापरले आहेत.

आपला विषय भारतीय-आर्य समाजातील शूद्रांसंबंधीचा आहे. त्या शूद्रांची हिंदू समाजातील लोकसंख्या फार आहे, एवढ्यावरून भारतीय-आर्य समाजातील शूद्रांचीसुद्धा संख्या फार असली पाहिजे. असे अनुमान काढणे योग्य नाही.

शूद्रांची सामाजिक संघटना कोणत्या प्रकारची होती; ते टोळ्याटोळ्यांनी, जमातीजमातीने किंवा अनेक जमातीच्या समूहाने अथवा अनेक कुटुंबाचा समूह करून राहत होते की काय? याची आपणाला नक्की कल्पना नाही. परंतु टोळ्याटोळ्यांनी राहण्याइतकी जरी शूद्रांची पूर्वी संख्या असेल तरी ती संख्या काही हजारांच्या वर गेली नसावी. भारत लोकसंख्येने फार लहान होता, असा ऋग्वेदात स्पष्ट उल्लेख केला आहे. (७-३६-६). पांचालांचा राजा सोन सत्रसह याने अश्वमेध केला होता. त्याचा उल्लेख शतपथ ब्राह्मणांमध्ये केला आहे. तो असा (Oldenberg - Life of Lord Buddha, p. 404):

सहा हजार सहाशे तीस तुर्वश

'जेव्हा सत्रसह अश्वमेध करतो, तेव्हा शस्त्रांनी सज्ज असे सहा हजार सहाशे तीस तुर्वश लोक उभे राहतात.'

तुर्वश लोकांच्या टोळीत सहा हजारांपेक्षा जास्त माणसे नव्हती, हे जर खरे मानले तर शूद्रांची संख्या फारशी असणे शक्य नाही.

पूर्वी शूद्रांची लोकसंख्या जास्त असली काय किंवा कमी असली काय शूद्रांवर जी बंधनाची संकटपरंपरा कोसळली होती, ती होऊ न देण्यासाठी शूद्रांना काही करता आले असते काय? शूद्रांनी काही ब्राह्मणांना संत्रस्त केल्यामुळे त्या ब्राह्मणांनी शूद्रांचे उपनयन करण्याचे नाकारले. परंतु ज्या ब्राह्मणांना त्यांनी दुखवले नव्हते.

अशा ब्राह्मणांकडून शूद्रांना उपनयन करून घेणे शक्य होते काय? हे संभवनीय होते खरे, पण ते इतर अनेक प्रकारच्या परिस्थितीवर अवलंबून होते. सर्व ब्राह्मणांनी मिळून शूद्रांच्या विरुद्ध एकजूट उभारून आघाडी उघडली होती की काय, आणि ती आघाडी तोडणे शूद्रांना शक्य होते की काय, याची अगोदर आपणाला माहिती नाही, ब्राह्मणांनी शूद्रांचे उपनयन करण्याचे नाकारले, तेव्हा या विषयाबद्दल चळवळ झाली असेल, त्या काळात ब्राह्मण लोकांची स्वतःची जात निर्माण झाली होती काय, हे आपणाला माहीत नाही.

परंतु ऋग्वेदाच्या काळातसुद्धा ब्राह्मण लोकांचा एक स्वतंत्र वर्ग निर्माण झाला होता. त्यांच्यामध्ये वर्ग जागृतीची भावना निर्माण झाली होती आणि आपल्या वर्गाचे हित संरक्षण व्हावे म्हणून ते डोळ्यांत तेल घालून बसले होते, हे स्पष्ट आहे. (काणे भाग २, (१) पा. २९)

ब्राह्मणांचा शूद्रांविरुद्ध असलेला व्यूह अशा परिस्थितीत ढासळून टाकणे, शूद्रांना कठीण गेले असते. दुसरे असे की, उपनयन करणे हा फक्त कुलपुरोहितांचाच खास हक्क त्यावेळी होऊन बसला असेल. राजा निमीची कथा हेच दाखवते की, यज्ञविधी करणे हा कुलपुरोहितांचाच खास हक्क होऊन बसला होता (काणे, भाग २ १, पा. १७५), वर जे विचार प्रदर्शित केले आहेत, त्यांच्यामध्ये जर काही तथ्य असेल तर ब्राह्मणांनी शूद्रांच्या विरुद्ध जी संहारक एकजूट आघाडी उभारली होती, ती आघाडी टाळण्यासाठी शूद्रांना काहीही करता आले नसते, हे उघड आहे.

शूद्र विरुद्ध शूद्रेतर क्षत्रिय

याबाबतीत अशी एक शक्यता होती की, क्षत्रियांनी अशी आपल्यामध्ये मजबूत एकी करून क्षत्रियांची आघाडी ब्राह्मणांच्याविरुद्ध त्यांना उघडता आली असती व त्यामुळे क्षत्रियांच्याविरुद्ध असलेल्या ब्राह्मणांच्या आघाडीचा काही पाड चालला नसता. परंतु ही गोष्ट होणे शक्य होते काय, हे फक्त अंदाजाने ठरवावे लागते. शूद्रांना उपनयनाचा अधिकार ब्राह्मणांनी नाकारला, याचा परिणाम आपल्या भावी सामाजिक दर्जावर कसा घडून येईल, याचा शूद्रांनी अगोदर विचार केला होता काय? असा विचार त्यांनी केला नव्हता. याची मला खात्री आहे.

दुसरे असे की, क्षत्रिय हे संघटित झालेले लोक होते काय? ते संघटित झालेले लोक होते, याची मला शंका वाटते. तिसरे असे की, इतर क्षत्रिय राजांना शूद्रांसंबंधी काहीतरी सहानभूती वाटत होती काय? दशराज्ञ युद्ध याची ऋग्वेदात सांगितलेली कथा जर खरी मानली, तर त्यावरून असे स्पष्ट दिसते की, शूद्र आणि इतर शूद्रेतर क्षत्रिय हे परस्परांचा तिरस्कार करत असत.

या सर्व गोष्टी लक्षात घेतल्यानंतर ब्राह्मणांनी शूद्रांना उपनयन नाकारले हे सत्य आहे, असे समजले तर त्यास आश्चर्य वाटण्यासारखे काही नाही.

●●●

सिद्धान्ताची कसोटी

शूद्रांची उत्पत्ती कशी झाली आणि त्यांची अधोगती कोणत्या कारणांमुळे घडून आली, याचा शोध लावणे, हा या प्रबंधाचा हेतू होता, याबाबतीत जी ऐतिहासिक माहिती उपलब्ध आहे तिचा आणि याबाबतीत प्राचीन व अर्वाचीन काळातील ग्रंथकारांनी जे जुन्या पद्धतीचे व नव्या पद्धतीचे सिद्धान्त सुचवले आहेत, त्यांचा सांगोपांग विचार केल्यानंतर मी माझा स्वतःचा या बाबतीतील सिद्धान्त तयार करून या प्रबंधात मांडला आहे. मी या सिद्धांतांचे वेगवेगळे भाग पूर्वीच्या प्रकरणांमध्ये वेगवेगळे मांडले आहेत. प्रत्येक भागाची भूमिका तयार करता यावी, या उद्देशाने मी या भागाची वेगवेगळी मांडणी केली आहे. ते वेगवेगळे भाग एकत्रित करून त्यांचा एक समूह केला तर तो सिद्धान्त कोणत्या स्वरूपाचा होतो, याची आता माहिती मिळते.

शूद्र वर्ण नसून केवळ उपभाग

त्या सिद्धान्ताचा सारांश याप्रमाणे आहे :

१. शूद्र सूर्यवंशी आर्य जातीच्या एका कुळाचे किंवा वंशाचे होते.

२. भारतीय-आर्य समाजात शूद्रांचा दर्जा क्षत्रिय वर्ण असा होता.

३. एक काळ असा होता की, ज्यावेळी आर्य समाज फक्त तीन वर्ण म्हणजे ब्राह्मण, क्षत्रिय व वैश्य मानत होता. तेव्हा शूद्र हा स्वतंत्र वर्ण समजला जात नव्हता; तर तो क्षत्रिय वर्णाचा उपभाग समजण्यात येत होता.

४. शूद्र राजे आणि ब्राह्मण यांच्यामध्ये वाद चालू असत. यामध्ये ब्राह्मणांना अत्याचार, त्रास, अपमान सहन करावा लागला.

५. शूद्रांनी आपल्यावर अत्याचार केले म्हणून ब्राह्मण शूद्रांचा द्वेष करू लागले. ब्राह्मणांनी शूद्रांचा यज्ञोपवितविधी करण्याचे नाकारले.

६. यज्ञोपवित वापरण्याचा हक्क नष्ट झाल्यामुळे शूद्रांचे समाजातील स्थान खालच्या दर्जाचे झाले. ते वैश्यांच्या दर्जाच्या खालचे झाले. त्यामुळे चौथा वर्ण अस्तित्वात आला.

हे ठरवण्याचे कार्य मी तुमच्यावर सोपवतो. या नेहमीच्या शिरस्त्याला बाजूला सारून हा सिद्धान्त कसोटीला लावून पाहण्याचे कार्य मी स्वतःच अंगावर घेत आहे, असे केल्यामुळे माझ्या सिद्धान्ताची सचोटी पटवून देण्याची संधी मला मिळेल.

(२)

महाभारतातील ज्या एका भागात पैजवन हा शूद्र आहे, असे विधान केले आहे. त्या एका विधानावर माझ्या सिद्धान्ताची उभारणी झाली आहे. पैजवन म्हणजे सुदास असे निःसंशयपणे सिद्ध करून दाखवले नाही. पैजवन हा शूद्र आहे, असे त्याचे वर्णन महाभारतातील फक्त एका ठिकाणी आढळून येते, इतर ठिकाणी ते आढळून येत नाही. असे आक्षेप माझे टीकाकार माझ्या सिद्धान्ताविरुद्ध उत्पन्न करतील, त्याबद्दल मला चांगली कल्पना आहे. अशा कच्च्या पायावर उभारलेला सिद्धान्त कसा ग्राह्य धरला जाईल?

'साखळी ही तिच्यातील सर्वांत जास्त मोडकळीस आलेल्या दुव्यापेक्षा जास्त मजबूत नसते.' या नेहमी वापरत असलेल्या वचनाकडे बोट दाखवून ते टीकाकार आपले म्हणणे कसे संयुक्तिक आहे, असे पर्यायाने सुचवतील. माझ्या सिद्धान्ताची अशा प्रकारे पत घालवून त्याची विल्हेवाट इतक्या सहज रीतीने लावता येणार नाही, याबद्दल माझी खात्री आहे.

याबाबतीत मी प्रथमतःच सांगतो की, एका पुराव्याच्या तुकड्यावर एखादा सिद्धान्त उभारता येत नाही, हे मी कबूल करत नाही. साक्षीदारांना तोलून-जोखून पाहावे लागते. त्यांच्या संख्येची गणना करावयाची नसते. हे पुराव्याचे कायद्याचे सुप्रसिद्ध तत्त्व आहे. साक्षीदारांची संख्या किती झाली, ही बाब मुळीच महत्त्वाची नाही. प्रत्येक साक्षीदाराने जी साक्ष दिली असेल. तिचे मूल्यमापन करणे किंवा सर्व साक्षीदारांच्या साक्षी एकत्र करून त्याचे सामुदायिक मूल्यमापन करणे, ही बाब फार महत्त्वाची आहे.

पैजवन शूद्र होता या विधानाच्या सत्यतेबद्दल शंका घेण्याचे कारण नाही, पैजवनाचे खोटे वर्णन करण्याचे महाभारतकाराला काही कारण नव्हते. पैजवन होऊन गेल्यानंतर बऱ्याच काळाने महाभारत लिहिले गेले आहे. म्हणून याबाबतीत महाभारतकाराच्या मनात काही दुष्ट हेतू होता किंवा त्याला काही पंक्तिप्रपंच

करावयाचा होता, असे दिसत नाही. या सर्व गोष्टीवरून एवढाच निष्कर्ष काढता येतो की, महाभारतकार परंपरेने चालत आलेल्या एका सत्य कथेची कहाणी महाभारतात ग्रंथित करत होता.

ऋग्वेदात पैजवनाचे वर्णन शूद्र म्हणून केले आहे. यावरून त्याचे जे महाभारतात शूद्र म्हणून वर्णन केले आहे, त्याच्या सत्यतेला बाध येत नाही. ऋग्वेदात पैजवन याचे जेथे जेथे वर्णन केले आहे, तेथे तेथे 'शूद्र' हा शब्द का वापरण्यात आला नाही. याबद्दल पुष्कळ स्पष्टीकरणे देता येतील. अशा प्रकारचे वर्णन ऋग्वेदात आले असते तर बरे झाले असते, अशी अपेक्षा करणे चुकीचे आहे, हे पहिले स्पष्टीकरण होय.

ऋग्वेद हा धार्मिक ग्रंथ आहे. धार्मिक ग्रंथात शूद्र म्हणून पैजवनाचे वर्णन असावयास पाहिजे होते, अशी अपेक्षा करवत नाही. असले वर्णन महाभारतासारख्या एखाद्या ऐतिहासिक ग्रंथात असावे, अशी अपेक्षा करणे शक्य आहे.

ते वर्णन महाभारतात आहेच की –

...त्यांची ओळख गोत्राने नाही

सुदासाच्या बाबतीत 'शूद्र' हा शब्द वेळोवेळी का वापरला नाही, याचे दुसरे स्पष्टीकरण माझ्या मते हे आहे की, तो शब्द पुनः पुनः वापरण्याची जरुरी नव्हती. कुळ, गोत्र, टोळी या शब्दांनी एखाद्याचे वर्णन करणे म्हणजे खरोखर त्या माणसाची ओळख पटवणाऱ्या बोलक्या खुणा सुचवण्यासारखे आहे. कमी महत्त्वाचे जे लोक आहे त्यांच्या बाबतीत ओळख पटवणाऱ्या खुणा सुचवणे जरुरीचे आहे. प्रसिद्ध माणसांच्या बाबतीत असल्या खुणा वापरण्याची जरुरी नाही. आपल्या काळात सुदास फारच प्रसिद्ध माणूस होता, याबद्दल संशय नाही. लोकांना त्याची ओळख पटावी, यासाठी त्याचे शूद्र म्हणून वर्णन करण्याची जरुरी नव्हती. ही केवळ अनुमान धपक्याची बाब आहे, असे सर्वस्वी नव्हे.

याबाबतीत ऐतिहासिक उदाहरणांचे दाखले घेता येतील. बिंबिसार आणि प्रसेनजित हे दोन राजे बुद्धांच्या काळात होऊन गेले त्यांचे उदाहरण घ्या. या राजांचे इतर समकालीन राजे होते. त्यांचे तत्कालीन वाङ्मयात जे वर्णन केले आहे ते त्यांच्या गोत्र नावावरून नाही परंतु या दोन राजांनी वर्णने फक्त वैयक्तिक नावे घेऊन केली आहेत.

प्रो. ओल्डनबर्ग याच्या लक्षात ही गोष्ट आली तेव्हा त्यांनी त्याचे असे स्पष्टीकरण केले आहे की, ते राजे सुप्रसिद्ध होते, आणि म्हणून त्यांचे वर्णन

गौत्र – नावाने करण्याची त्यावेळी जरुरी भासली नव्हती (Life of Buddha, p.414).

(३)

महाभारतातील एका परिच्छेदावर पैजवन म्हणजेच सुदास असे ठरवण्यावर माझा सिद्धान्त आधारित आहे, असे समजणे खरोखर चुकीचे आहे. माझा सिद्धान्त तशा स्वरूपाचा नाही. त्याला साखळीतील फक्त एका दुव्याचा आधार नाही, तर सर्व दुव्यांचा आधार आहे. म्हणून 'साखळी तिच्यातील जास्त मोडकळीस आलेल्या दुव्यांपेक्षा जास्त मजबूत नसते,' हे वचन माझ्या सिद्धान्ताला लागू पडत नाही. पुराव्याच्या साखळीत एखादा दुवा मजबूत नसेल, तर त्यावरून ती सर्व साखळी मजबूत नाही; असे म्हणता येत नाही. एक दुवा मजबूत नसला तर सारा भार इतर दुव्यांवर टाकावा लागतो. हे इतर दुवे सिद्धांतांचे ओझे सहन करण्याइतके भरीव व मजबूत नाहीत, हे अगोदर सिद्ध केले तर माझा सिद्धान्तच कुचकामाचा आहे, असे टीकाकारांना म्हणता येईल. माझा सिद्धान्त चुकला अशी घोषणा करण्याच्या अगोदर टीकाकारांनी हे मार्ग चोखाळणे जरुरीचे आहे.

पैजवन याचे शूद्र म्हणून केलेले वर्णन आणि पैजवन म्हणजे ऋग्वेदातील सुदास होय, अशी त्याची करून दिलेली ओळख, हा एवढा एकच दुवा माझ्या सिद्धान्ताचा आधार आहे, असे नाही. माझ्या सिद्धान्ताचे आधारभूत असलेले इतरही दुवे आहेत. फक्त तीन वर्ण अस्तित्वात होते आणि शूद्रांमुळे स्वतंत्र वर्ण उत्पन्न झाला नाही, अशी कबुली शतपथ ब्राह्मण व तैत्तिरिय ब्राह्मण यांनी दिली आहे. हा कबुली जबाब म्हणजेच आणखी एक दुवा होय.

शूद्र राजे व प्रधान होते, असे पुरावे उपलब्ध आहेत; हे पुरावे म्हणजेच दुसरा दुवा होय. शूद्रांना एकेकाळी उपनयनाचा अधिकार होता, असा जो पुरावा उपलब्ध आहे, तो तिसरा दुवा होय. अगदी पहिल्या प्रथम उल्लेखलेला दुवा माझ्या सिद्धान्ताच्या भाराखाली कदाचित तुटू लागला तर त्या दुव्यावर पडणारा भार इतर दुव्यांवर लादला तर ते इतर दुवे जादा भार सोसण्यास प्रबळ आहेत.

पुराव्यासंबंधी बोलायचे तर असे की, पुराव्याचा अचूकपणा इतक्या कसोटीचा असला पाहिजे की, तो इतरांना पटवून देता आला पाहिजे, परंतु असे क्वचित होऊ शकते. माझ्या सिद्धान्ताचा अचूकपणा सर्व प्रकारच्या कसोटीला उतरू शकेल, असे मी मानत नाही. परंतु मी असे मानतो की, माझ्या सिद्धान्ताला आधारभूत म्हणून जो पुरावा मांडला आहे, तो सरळ त्याचप्रमाणे परिस्थितीनुरूप उत्पन्न

झालेला अशा दोन्ही प्रकारचा आहे. जेथे जेथे तो पुरावा लंगडा पडतो आहे असे वाटते, तेथे तेथे सिद्धान्ताला अनुकूल गोष्टींचा पाठिंबा त्या पुराव्याखाली मिळाला आहे, हा मुद्दा दृष्टिआड करता कामा नये.

(४)

माझा सिद्धान्त कितपत बळकट व प्रभावी आहे, हे मी दाखवले आहे. माझा सिद्धान्त खरा आहे, हे मी दाखवतो. सिद्धान्ताची कसोटी पारखण्याची एक सच्ची कसोटी आहे. त्या कसोटीला ग्राह्य मानण्यात आले आहे. जो सिद्धान्त ग्राह्य मानावयाचा त्या सिद्धान्ताने तो ज्या प्रश्नाचे उत्तर देण्यासाठी रचला गेला आहे, त्या प्रश्नाचे उत्तर दिले पाहिजे. ते उत्तर देता देता त्या प्रश्नाभोवती जे कूटप्रश्न उपस्थित झाले असतील, त्या प्रश्नांचीही उत्तरे त्या सिद्धान्ताने दिली पाहिजेत, ही ती सच्ची कसोटी मी माझ्या सिद्धान्ताला आता लावतो. ते पाहा :

मग हे अधिकार शूद्रांना कसे ?

शूद्रांसंबंधी जे कूटप्रश्न उत्पन्न होतात, त्यांची जंत्री एका ठिकाणी देऊन मी त्या कामाला हात घालतो. त्या कूटप्रश्नांपैकी पुढील प्रश्न फार महत्त्वाचे आहेत :

१) आतापर्यंत असे समजण्यात येत होते की, शूद्र हे अनार्य होते. आर्यांशी वाद करणारे होते. आणि आर्यांनी त्यांना जिंकून आपले गुलाम केले, हे जर खरे मानले तर यजुर्वेद व अथर्ववेद यांतील ऋषींनी शूद्रांची भरभराट होवो असे म्हटले आहे व शूद्रांची मर्जी संपादन करण्याची इच्छा व्यक्त केली आहे. याचा अर्थ काय ?

२) शूद्रांना वेदाभ्यास करण्याचा हक्क नाही, असे मानण्यात येते, हे जर खरे मानले तर शूद्र सुदास याने ऋग्वेदातील ऋचा रचल्या होत्या, याचा अर्थ काय ?

३) शूद्रांना यज्ञ करण्याचा हक्क नाही, असे मानण्यात येते, सुदासाने अश्वमेध यज्ञ केला होता, हे कसे ? शूद्र हे यज्ञा करणारे आहेत, असे सांगून पुरोहितांनी यज्ञाच्या वेळी शूद्र यजमानाशी कसे बोलावे, याबद्दल सविस्तर माहिती शतपथ ब्राह्मणाने दिली आहे, ती काय म्हणून ?

४) शूद्रांना उपनयनाचा हक्क नाही, असे समजण्यात येते. ही परिस्थिती अगदी प्रारंभापासून अस्तित्वात होती, असे समजले तर मग या मुद्द्याबद्दल वादविवाद माजण्याचे कारण काय ? 'बदरी' व 'संस्कार गणपती' या ग्रंथांनी शूद्राला उपनयनाचा अधिकार आहे, असे म्हटले आहे ते का ?

५) शूद्राला स्वतःची मालमत्ता करू देण्यात येत नाही. हे जर खरे समजायाचे तर मैत्रयाणी व कथक संहिता या ग्रंथात असे म्हटले आहे की, शूद्र हे श्रीमंत व धनाढ्य होते, याचा अर्थ काय?

६) राज्यकारभारातील एखादा अधिकारी होण्यास शूद्र अपात्र आहे, असे समजण्यात येते, तर शूद्र राजाचे प्रधान होते, असे महाभारतात म्हटले आहे, याचा अर्थ काय?

७) सेवक म्हणून तीन वर्णांची सेवा करणे, हे शूद्रांचे कर्तव्य आहे असे समजण्यात येते. सुदासासारखे शूद्र राजे होते व त्याचप्रमाणे सायनाचार्य याने सांगितल्याप्रमाणे इतर शूद्र राजे बरेच होते, याचा अर्थ काय?

८) शूद्राला वेदाभ्यासाचा, उपनयनाचा आणि यज्ञाचा अधिकार नव्हता तर वेद वाचण्यास, उपनयन करण्यास आणि यज्ञ करण्यास त्याला का अधिकार दिला नाही?

९) शूद्राचे उपनयन करणे वेद वाचण्याइतके, वेद उच्चारण्याइतके शिक्षण असणे आणि त्याने यज्ञ करणे, या गोष्टी शूद्रांच्या हिताच्या होत्या किंवा नाही, हे सांगता येत नाही. परंतु एवढे खास की, या गोष्टी ब्राह्मणांच्या फायद्याच्या होत्या.

याचे कारण हे की, विधीमध्ये पुरोहितपणा करणे आणि वेद शिकवणे याबाबतीत ब्राह्मणांकडे सर्व अधिकार होते. शूद्राला उपनयन करावयास लावणे, त्याला यज्ञ करावयास लावणे आणि त्याला वेद शिकावयास लावणे, या गोष्टी ब्राह्मणांनी केल्या असत्या तर त्यांना त्यापासून शूद्रांकडून बरेच वेतन मिळाले असते. ब्राह्मणांनी शूद्रांना या सवलती दिल्या असत्या तर त्यापासून त्यांना कोणताही अपाय झाला नसता; उलटअंशी त्यामुळे त्यांच्या उत्पन्नात भर पडली असती. असे असताना ब्राह्मणांनी शूद्रांना या सवलती दिल्या नाहीत ब्राह्मणांनी हे जाणूनबुजून का केले असेल बरे?

१०) शूद्रांना उपनयन करण्याचा, यज्ञ करण्याचा व वेद शिकण्याचा जरी हक्क नव्हता, तरी ते हक्क त्यांना देणे ब्राह्मणांच्या हातात होते. हे प्रश्न प्रत्येक ब्राह्मणाने आपआपल्या मगदुराप्रमाणे सोडवावयास पाहिजे होते. असले काम प्रत्येक ब्राह्मणाच्या स्वाधीन का केले नाही? जो ब्राह्मण शूद्रांचे उपनयन करेल, त्याचा यज्ञ करेल किंवा त्याला वेद शिकवेल त्याला जबर शिक्षा भोगाव्या लागतील, असे निर्बंध ब्राह्मणांवर का घातले बरे?

या कूटप्रश्नांचे स्पष्टीकरण पूर्णपणे कसे करता येईल? पुराणमतवादी हिंदू किंवा अलीकडील काळातील एखादा विद्वान यांपैकी एकानेही या कूटप्रश्नांचे स्पष्टीकरण

करण्याचा प्रयत्न केला नाही. असले कूटप्रश्न अस्तित्वात आहेत की नाही याबद्दल त्यांना खरोखर गंधवार्ताही नाही. पुराणमतवादी हिंदू त्या प्रश्नाबद्दल आपल्या डोक्याला कधीच शीण देणार नाहीत.

...ही धारणा जोपासली

शूद्र हा पुरुषाच्या पायापासून उत्पन्न झाला आहे, हे पुरुषसूक्तात जे ईश्वरदत्त स्पष्टीकरण दिले आहे, त्याच्यावर पुराणमतवादी हिंदू विसंबून राहिला आहे. शूद्रांची उत्पत्ती अनार्य रानटी टोळीपासून झाली आहे, आणि म्हणून आर्यांनी त्याच्यासाठी स्वतंत्र निराळे कायदे तयार केले हे साहजिकपणे आले, अशी स्वतःची समजूत करून घेऊन अलीकडच्या काळातील विद्वान त्या समजुतीत दंग झाला आहे. शूद्रांच्या प्रश्नाभोवती जे कूटप्रश्न उभे राहिले आहेत, त्यांची तोंडओळख करून घेण्याचा प्रयत्न यांपैकी एकाही वर्गातील विद्वानांनी केला नाही. मग शूद्रांच्या उत्पत्तीबद्दलची अवस्था कशी आहे, याबद्दल एखादा सिद्धान्त तयार करण्याची व त्या सिद्धान्तावरून त्याच्या सभोवतीचे कूटप्रश्न सोडवण्याची गोष्ट दूरच राहो.

माझ्या सिद्धान्ताबद्दल सांगावयाचे तर हेच की, या कूटप्रश्नातील एकूण एक कूटप्रश्नाचे स्पष्टीकरण माझा सिद्धान्त करत आहे, हे दिसून येईल. मी १० गृहितपदे मांडली आहेत, यांतील (१) ते (४) ही गृहितपदे असे स्पष्ट दर्शवतात की, शूद्र राजे व प्रधान कसे होऊ शकले आणि ऋषींनी शूद्रांची स्तुती का केली व त्यांनी शूद्रांची मर्जी संपादन करण्याची इच्छा का धरली? गृहितपदे (५) व (६) हे स्पष्ट करून दाखवतात की, शूद्रांना उपनयनाचा अधिकार आहे किंवा नाही, याबद्दल वितंडवाद का माजला होता, आणि शूद्रांचे उपनयन करू नये व त्यांनी केले तर ते शिक्षेस पात्र होतील, असे निर्बंध कायद्याने का घातले?

माझ्या सिद्धान्ताने एखादा कूटप्रश्न सोडवून दाखवला नाही, असा एकही कूटप्रश्न खरोखर शिल्लक राहिला नाही. माझा सिद्धान्त सर्वांग परिपूर्ण आणि निश्चल आहे, असे मी म्हटले तर अतिशयोक्ती होणार नाही, असे मला वाटते. म्हणून माझ्या सिद्धान्ताला मी जे नाव दिले आहे, त्याच्यापेक्षा सरस नाव धारण करण्यास योग्य असे सिद्धान्त अद्याप जन्माला यावयाचे आहेत.

परिशिष्ट : १

ऋग्वेदातील 'आर्य' शब्दाचे संदर्भ

मंडल १		मंडल २		मंडल ३		मंडल ४		मंडल ५		मंडल ६		मंडल ७		मंडल ८		मंडल ९		मंडल १०	
सूक्त	ऋचा	सूक्त	ऋचा	सूक्त	ऋचा	सूक्त	ऋचा	सूक्त	ऋचा	सूक्त	ऋचा	सूक्त	ऋचा	सूक्त	ऋचा	सूक्त	ऋचा	सूक्त	ऋचा
३३	३	२३	१३	४३	२	१	७	२	१२	१४	३	८	१	१	४	२३	३	२०	४
७०	१	२३	१५			२	१२	३३	२	१५	३	२१	५	१९	३६	६१	११	२७	८
७१	३	३५	२			२	१८	३३	६	१६	२७	२१	९	२१	१६	७९	१	२७	१९
७३	५					४	६	३३	९	२०	१	३१	५	२४	२२१			३४	१३
८१	६					१६	१९	३४	९	२४	५	३४	१८	३४	१०			४२	१
८१	९					२०	३	५४	१२	२५	७	४८	३	३९	२			५९	३
११६	६					२४	८			३६	५	५६	१२	४८	८			७६	२
११८	९					२९	१			४५	३३	६०	११	४९	१२			८६	१
१२१	१५					३८	२			४७	९	६४	३	५२	७			८६	३
१२२	१४					४८	१			४८	१६	६८	२	५४	९			८९	३
१६९	६					५०	११			५१	२	८३	५	५५	१२			१३३	३
१८४	१									५९	८	८६	७					१४८	३
१८५	९											९२	४					१९१	१
												१००	५						

परिशिष्ट : २ : (अ) आर्य : ऋग्वेदातील संदर्भ

मंडल १		मंडल २		मंडल ३		मंडल ४		मंडल ५		मंडल ६		मंडल ७		मंडल ८		मंडल ९		मंडल १०	
सूक्त	ऋचा	सूक्त	ऋचा	सूक्त	ऋचा	सूक्त	ऋचा	सूक्त	ऋचा	सूक्त	ऋचा	सूक्त	ऋचा	सूक्त	ऋचा	सूक्त	ऋचा	सूक्त	ऋचा
५१	८	११	१८	३४	९	२६	२	३४	६	१८	३	५	६	२४	२७	६३	६	३८	३
५९	२	११	१९			३०	१८			२०	१०	१८	७	१०३	१	६३	१४	४३	४
११७	२१									२५	२	८३	१					४९	३
१३०	८									३३	३							६५	११
१५६	५									६०	६							६९	६
																		८३	१
																		८६	१९
																		१०२	३
																		१०३	३
																		१३८	३
																		१९१	१

(ब) आर्य : यजुर्वेदातील संदर्भ

मंडल ४		मंडल ५		मंडल ६		मंडल १८		मंडल १९		मंडल २०	
सूक्त	ऋचा	सूक्त	ऋचा	सूक्त	ऋचा	सूक्त	ऋचा	सूक्त	ऋचा	सूक्त	ऋचा
२०	४	११	३	६३	४	१	२१	३२	८	१८	५
२०	८							६२	१	८५	४

(क) आर्य : अथर्ववेदातील संदर्भ

सर्ग ६		सर्ग २०		सर्ग २२	
सूक्त	ऋचा	सूक्त	ऋचा	सूक्त	ऋचा
३२	१	११	९	६३	४
		१७	४		
		१८	५		
		३६	१०		
		८५	४		
		८९	१		
		९५	४		

परिशिष्ट : ३

आर्य : ऋग्वेदातील वेगवेगळे संदर्भ

अर्थ	मंडल १		मंडल २		मंडल ३		मंडल ४		मंडल ५		मंडल ६		मंडल ७		मंडल ८		मंडल ९		मंडल १०	
	सूक्त	ऋचा	सूक्त	ऋचा	सूक्त	ऋचा	सूक्त	ऋचा	सूक्त	ऋचा	सूक्त	ऋचा	सूक्त	ऋचा	सूक्त	ऋचा	सूक्त	ऋचा	सूक्त	ऋचा
शत्रू या	७०	१					१६	१९	३३	२	१४	३	२१	९	४८	८	७९	१	४२	१
अर्थाने	७३	५									१५	३	३४	१८	४९	१२			५९	३
	११८	९									२०	१	४८	३					७६	२
	१२१	१५									३६	१	५६	२२					८९	३
	१६९	६											६८	२						
	३३	३											९२	४						
सन्माननीय	८१	६	२३	१५	४३	२	१	७	३३	६	२४	५	८	१	१९	३६			२०	४
खानदानी	८१	९	३५	२			२	१२	३३	९	२५	७	२१	५	२१	१६			२७	८
व्यक्ती	१२१	१४	४३	२			४	६	३४	९	४७	९	३१	५	२४	२२			२७	१९
	१८४	१					२०	३					८६	७	३४	१०			३४	१३
							२४	८					१००	५	५५	१२			८६	१
							२९	१											८६	३
							३८	२											११६	६
							४८	१											१४८	३
																			१९१	१
नागरिक							२	१८												
							२०	३												

परिशिष्ट : ४
दास : ऋग्वेदातील संदर्भ

मंडल १		मंडल २		मंडल ३		मंडल ४		मंडल ५		मंडल ६		मंडल ७		मंडल ८		मंडल ९		मंडल १०	
सूक्त	ऋचा	सूक्त	ऋचा	सूक्त	ऋचा	सूक्त	ऋचा	सूक्त	ऋचा	सूक्त	ऋचा	सूक्त	ऋचा	सूक्त	ऋचा	सूक्त	ऋचा	सूक्त	ऋचा
९२	८	११	२	३४	१	१८	९	३०	७	२०	६	१९	२	५	३१			२२	८
१०३	३	११	४			२८	४	३०	८	२०	१०	८३	१	२४	२७			२३	२
१०४	२	१२	४			३०	१४	३०	९	२२	१०	८६	७	३२	२			३८	३
१५८	५	२०	६			३०	१५	३३	४	२५	२	९९	४	४०	६			४९	६
१७४	७	२०	७			३०	२१	३४	६	२६	५			५१	९			४९	७
						३२	१०			३३	३			५६	३			५४	१
										४७	२१			७०	१०			६२	१०
										६०	६							७३	७
																		८३	१
																		८६	११
																		९९	६
																		१०२	३
																		१२०	२
																		१३८	३

परिशिष्ट : ५

दस्यू : ऋग्वेदातील संदर्भ

मंडल १		मंडल २		मंडल ३		मंडल ४		मंडल ५		मंडल ६		मंडल ७		मंडल ८		मंडल ९		मंडल १०	
सूक्त	ऋचा	सूक्त	ऋचा	सूक्त	ऋचा	सूक्त	ऋचा	सूक्त	ऋचा	सूक्त	ऋचा	सूक्त	ऋचा	सूक्त	ऋचा	सूक्त	ऋचा	सूक्त	ऋचा
३३	४	११	१८	२९	९	१६	९	४	६	१४	३	५	६	६	१४	४१	२	२२	८
३३	७	११	१९	३४	६	१६	१०	७	१०	१६	१५	६	२	१४	१४	४७	२	४७	४
३३	९	१२	१०	३४	९	१६	१२	१४	१४	१८	३	१९	४	३९	८	८८	४	४८	२
३६	१८	१३	९	४९	२	२८	३	२९	१०	२३	२			५०	८	९२	५	४९	३
५१	५	१५	९			२८	४	३०	९	२४	८			५१	२			५५	८
५१	६	२०	९			३८	४	३१	५	२९	६			५६	२			७३	५
५१	८							३१	७	३१	४			७०	११			८३	३
५३	४							७०	३	४५	२४			९८				८३	६
५९	६																	९५	७
७८	४																	९९	७
१००	१८																	१०५	११
१०१	५																	१७०	२
१०३	३																		
१०३	४																		
१०८	१२																		
११७	३																		
११७	२१																		

परिशिष्ट : ६

वर्ण : ऋग्वेदातील संदर्भ

मंडल १		मंडल २		मंडल ३		मंडल ४		मंडल ५		मंडल ६		मंडल ७		मंडल ८		मंडल ९		मंडल १०	
सूक्त	ऋचा	सूक्त	ऋचा	सूक्त	ऋचा	सूक्त	ऋचा	सूक्त	ऋचा	सूक्त	ऋचा	सूक्त	ऋचा	सूक्त	ऋचा	सूक्त	ऋचा	सूक्त	ऋचा
७३	७	१	१२	३४	५	५	१३	-	-	-	-	-	-	-	-	६५	८	३	३
९२	१०	३	५													७१	२	१२४	७
९६	५	४	५													७१	८		
१०४	२	५	५													९७	१५		
११३	२	१२	४													१०४	४		
१७९	६	३४	१३													१०५	४०		

‘मूल्ये’

मानवी समाजाला जगण्यासाठी काही नियम आणि मूल्यांची गरज असते; ते आपल्याला दिशा देतात. परंतु काळ, परिस्थिती आणि मानवी अनुभव सतत बदलत असल्याने मूल्येही बदलणे स्वाभाविक व आवश्यक आहे. जी मूल्ये एकेकाळी योग्य वाटतात, ती पुढच्या काळात अपूर्ण किंवा चुकीची ठरू शकतात. म्हणून प्रत्येक मूल्याचे वेळोवेळी पुनर्मूल्यांकन होणे महत्त्वाचे आहे. ही निरंतर पुनर्विचाराची प्रक्रिया तेव्हाच शक्य होते, जेव्हा आपण कोणत्याही संस्थेला किंवा नियमांना अति-पवित्र मानत नाही.

एखाद्या गोष्टीला ‘पवित्र’ ठरवले की तिच्यावर प्रश्न विचारणे अवघड होते आणि समाज बदलण्याची शक्ती हरवतो. त्यामुळे मूल्यांचा खरा आधार म्हणजे – लवचिकता, विवेक आणि बदल स्वीकारण्याची तयारी हवी!

‘इतिहासकार ’

इतिहासकाराचे सर्वांत मोठे उत्तरदायित्व म्हणजे सत्याचे प्रामाणिक व निष्पक्ष नोंद ठेवणे. त्याचे विचार – राग, प्रेम, भीती, स्वार्थ किंवा कोणत्याही भावनांनी प्रभावित होता कामा नयेत. कारण इतिहास हा फक्त भूतकाळाचा उल्लेख नसून भविष्याकडे जाणाऱ्या समाजाला दिशा देणारा प्रकाश आहे. सत्य महान कृत्यांचे जतन करते, विस्मरणाला रोखते आणि पुढील पिढ्यांना वास्तव समजून घेण्याची ताकद देते. म्हणूनच इतिहासकाराचे मन सर्जनशील, सजग आणि पुराव्यांची तपासणी करण्यास सदैव तयार असले पाहिजे. निष्पक्षता आणि सत्यनिष्ठा हेच त्याचे खरे साधन आहेत.

सकाळ प्रकाशनाची इतर पुस्तके

- माझी आत्मकथा
- सर्वस्पर्शी डॉ. आंबेडकर

- मोदी २.०
- मोदीपर्व
- अस्वस्थ पर्व
- जगाच्या अंगणात
- राजपथ
- धुमाळी

- महात्मा फुले यांचे वैचारिक चरित्र
- विद्रोहाचे व्याकरण
- महाराष्ट्राची लोकयात्रा
- थोरांचे अज्ञात पैलू
- समाजसुधारक

- संसदेत गर्जतो शिवनेरीचा छावा

www.ingramcontent.com/pod-product-compliance
Lightning Source LLC
Chambersburg PA
CBHW050521240926
51846CB00003B/649
* 9 7 8 9 3 4 9 4 8 7 5 6 7 *